D1771343

முப்பத்தைந்து ஆண்டுகளாகச் சிறுகதை, குறுநாவல், நாவல், ஆய்வு என எழுதிக்கொண்டிருக்கும் சோ. தர்மனின் இயற்பெயர் சோ. தர்மராஜ் (1953). இவரின் புனைவுலகம் அடித்தள மக்களைச் சார்ந்தது. ஆனால் கழிவிரக்கமோ அரசியல் சீற்றமோ அற்றது. இந்தத் தனித்தன்மையே அவரை முக்கியமான படைப்பாளியாக ஆக்குகிறது. இந்த நாவல் உள்பட தூர்வை, கூகை, சூல் என நான்கு நாவல்களும், நீர்ப்பழி (முதல் 72 சிறுகதைகள்), அன்பின் சிப்பி ஆகிய சிறுகதைத் தொகுப்புகளும், ஓர் ஆய்வு நூலும் இதுவரை வெளிவந்துள்ளன.

சூல் நாவல் சாகித்ய அகாடமி 2019, மனோன்மணியம் சுந்தரனார் பல்கலைக்கழகம், ஆனந்த விகடன், சுஜாதா அறக்கட்டளை ஆகிய நான்கு அமைப்புகளிடமிருந்து விருதுகளைப் பெற்றிருக்கிறது. பிற படைப்புகளுக்காகத் தமிழ்நாடு அரசு, கனடா இலக்கியத் தோட்டம், கதா, இலக்கியச் சிந்தனை, வி.ஆர். கிருஷ்ணய்யர் அறக்கட்டளை போன்ற அமைப்புகளும் விருதுகளை வழங்கியிருக்கின்றன. தர்மனின் படைப்புகள் பல இந்தி, மலையாளம், ஆங்கிலம் ஆகிய மொழிகளில் மொழிபெயர்க்கப்பட்டுள்ளன. அண்மையில் கூகை நாவலை ஆக்ஸ்போர்டு யுனிவர்சிடி பிரஸ் ஆங்கிலத்திலும் சிந்தா பதிப்பகம் மலையாளத்திலும் மொழிபெயர்த்திருக்கின்றன. இவருடைய படைப்புகள் பல கல்லூரிகளில் பாடத்திட்டத்தில் இருக்கின்றன; ஐம்பதுக்கும் மேற்பட்ட மாணவர்கள் இளநிலை, முதுநிலை ஆய்வுகளைச் செய்துள்ளனர்

சூழலியல் குறித்து ஆர்வலர்களிடமும் மாணவர்களிடமும் உரையாடுவதில் மிகுந்த ஆர்வமுடைய தர்மன், பஞ்சாலைத் தொழிலாளியாக இருபது ஆண்டுகள் பணியாற்றினார். விருப்ப ஓய்வில் வெளிவந்த பிறகு, முழுநேர எழுத்தாளராக, தூத்துக்குடி மாவட்டம் கோவில்பட்டியில் வசிக்கிறார்.

பதிமூனாவது
மையவாடி

சோ. தர்மன்

அடையாளம்

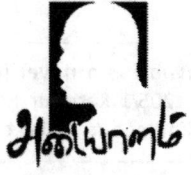

முதல் பதிப்பு 2019
© சோ. தர்மன்
வெளியீடு: அடையாளம், 1205/1 கருப்பூர் சாலை, புத்தாநத்தம் 621310,
திருச்சி மாவட்டம், இந்தியா, தொலைபேசி: 04332 273444, 9444 77 2686
நூல் வடிவம்: த பாபிரஸ், அச்சாக்கம்: அடையாளம் பிரஸ், இந்தியா
ISBN 978 81 7720 310 3
விலை: ₹ 320

Pathimoonaavathu mayyavaati is a novel in Tamil by Cho. Dharman, Published by Adaiyaalam, 1205/1 Karupur Road, Puthanatham 621310, Thiruchirappalli District, Tamilnadu, India, email: info@adaiyaalam.net

சங்க சித்தர் மரபின்
நவீன (அ) வைதீக
நீட்சியான
மா. அரங்கநாதனுக்கு...

கூண்டுகள் விடுதலைகள்

ஜெயமோகன்

ஆர்வமூட்டும் வாசிப்புத் தன்மையும், சமூக ஆவணத் தன்மையும் அவற்றைக் கடந்துசெல்லும் வாழ்க்கைத் தரிசனமும் கொண்ட ஒரு நாவலை, அதன் முகப்பில் அமர்ந்துகொண்டு வரையறுக்கவோ விளக்கவோ முயல்வது வாசகர்களுக்கு நலம் பயப்பதாகாது. ஆனாலும் சோ. தர்மனின் இந்த நாவலைப் பற்றிய சில மதிப்பீடுகளை முன்வைக்க விரும்புகிறேன்.

ஏனென்றால் நாம் பாலில் வெண்ணெய் மிதந்து கிடக்கவேண்டும் என விரும்பும் வாசகர்கள்; பாலில் கலந்திருக்கும் வெண்ணெய்யை எடுக்கும் கடைசலில் பயிற்சி இல்லாதவர்கள். யதார்த்தவாத அழகியல் கொண்டது இந்த நாவல். ஆகவே 'நான் ஒன்றும் கருத்துக்களைச் சொல்லவில்லை. எதையும் மதிப்பிடவில்லை, வெறுமே வாழ்க்கையை நோக்கி ஒரு கண்ணாடியைப் பிடித்திருக்கிறேன், அவ்வளவுதான்' என்ற பாவனையை இது மேற்கொண்டிருக்கிறது. அந்தப் பாவனை அதன் புனைவை நிறுவ அவசியமானது, அதை வாசிக்கையில் நாம் அதை இயல்பாக ஏற்றுக்கொள்கிறோம்; ஆனால் அதை முழுமையாக நம்பி, அதுவே இந்நாவல் எனக் கருதிவிட்டோம் என்றால் நாம் இந்த நாவலை இழப்போம்.

இதைக் கருத்தமுத்து என்னும் கரிசல்காட்டானின் கல்வியினூடாகச் செல்லும் கண்டடைதலின் விடுதலையின் கதை என்று வாசிக்கலாம். அதுவே அதன் முதல் கட்டம். ஆனால் வாசகன் கருத்தூன்ற வேண்டிய சில புள்ளிகள் உள்ளன. இதன் இயல்பான யதார்த்தவாதப் பரப்பில் தன்னைக் குறியீடு என்றோ படிமம் என்றோ பண்பாட்டுக் குறிப்பு என்றோ காட்டிக்கொள்ளாமல் வந்துகொண்டே இருக்கும் தகவல்களை அவன் எவ்வாறு தன் கற்பனையால் தொட்டு விரிவாக்கிக் கொள்வது என்பது ஒரு முக்கியமான வாசிப்புப் பயிற்சி.

உதாரணமாக, கருத்தமுத்து என்னும் பெயர். அது கரிசலின் பெயர். கரிசலின் உருவமாக உள்ள ஒரு தெய்வத்தின் பெயராக இருக்கலாம். எனக்கு அது கரிசலில் நீர்காத்துக் கிடக்கும் உறுதியான மேல் ஓடு கொண்ட ஒரு விதை என்னும் எண்ணத்தை அளித்தது. அந்த எண்ணம் இந்த நாவலை என் வாசிப்பில் விரித்துக்கொள்வதற்கான சாவிகளில் ஒன்றாக அமைந்தது.

மையப் பேசுபொருளாக மதம் அமையும் இந்த நாவலில் அதைப் பற்றிய முதல் குறிப்பே சுத்தம் சார்ந்த - மாதவிடாய் சார்ந்த ஒதுக்கு முறையாக அமைவதை இவ்வண்ணமே சுட்டிக்காட்டுவேன். தாய் மகனிடம் தனக்கு மாதவிடாய், ஆகவே கோயிலுக்குள் போகக்கூடாது என்று சொல்லமுடியாமல், அவன் பள்ளியில் நல்ல மதிப்பெண் எடுப்பதற்காக விரதம் இருப்பதாகச் சொல்கிறாள். ஒதுக்குதல் ஒதுங்குதலாக உருவம் மாறுகிறது. இரண்டுமே தூய்மை காத்தல்தான். மதம் தொடங்கும் புள்ளி என இந்த நாவல் தொட்டுக்காட்டுவது இதுவா என்னும் எண்ணம் எனக்கு உருவானது.

இவ்வகையான நுண்ணியக் குறிப்புகளினூடாக இந்த நாவலை தொடுத்துக்கொள்ளவேண்டிய கட்டாயம் வாசகர்களுக்கு உண்டு. அப்போது மட்டுமே இந்த நாவலை ஒரு வாசகன் முழுமையாக உணரமுடியும். கடவுளுக்குப் பாலம் கட்ட உதவுகிறது அணில். கடவுள் விடாய்க்கு நீர் கேட்டபோது சிறுநீரை அளிக்கிறது ஓணான். அணில் கடவுளால் தடவிக்கொடுக்கப்பட்டு, வாழ்த்தப்பட்டு, முதுகில் வரிகளைப் பெறுகிறது. ஓணான் வண்ணம் மாறிக்கொண்டே இருக்கிறது, கல்லடிபட்டு அழிகிறது.

இந்தக் கதை நாவலின் போக்கில் கருத்தமுத்துவின் பார்வையில் இயல்பாகப் பதிவாகிறது. நம் சாதிகளின் தோற்றம் குறித்த கதைகளுக்கு இதனுடன் இருக்கும் பொதுமை திகைப்பூட்டுகிறது. ஒன்பது சாதிகள் இந்திரனைக் காணச் செல்கின்றன, அவர்களுக்கு இந்திரன் ஆளுக்கொரு பசுவை அளிக்கிறான். வரும் வழியில் பசியில் பசுவைக் கொன்று தின்றவர்களே அருந்ததியர் ஆனார்கள் என்று அருந்ததியர் குடியைப் பற்றிய தொல்கதை, அவர்களே சொல்லிக்கொள்வது, இங்கே நினைவில் எழுகிறது.

அடிப்படையில் இந்த நாவல் ஆதிக்கமே விடுதலையையும் கொண்டுவந்த கதையைச் சொல்கிறது. இங்கே வந்த காலனியாதிக்க வாதிகளே ஆங்கிலக் கல்வியினூடாக இங்கு எளிய மக்களுக்கான

விடுதலைக்கு ஒரு தொடக்கத்தை உருவாக்கினார்கள். கருத்தமுத்து அந்த விடுதலைக்கான முதற் சரடை எட்டிப்பாய்ந்து பற்றிக் கொள்வதன் வழியாக விரியத் தொடங்குகிறது இந்த நாவல். ஆனால் மெல்லமெல்ல விடுதலையே ஆதிக்கமாக ஆவதன் சித்திரத்தை அளிக்கத் தொடங்குகிறது. நம் வரலாற்றின் மிகமிக முக்கியமான ஒரு புதிரைத் தொட்டுக் காட்டுவதன் வழியாகவே இந்நாவல் முக்கியமான படைப்பாக ஆகிறது.

இத்தகைய கதைக்கருக்களை எழுதத் தொடங்கியதுமே தமிழ் எழுத்தாளனுக்குக் கைநடுக்கம் தொடங்கிவிடும். பலநூறு முற்போக்கு இடக்கரடக்கல்களால் ஆனது நம் புனைவிலக்கியச் சூழல். பல்வேறு சாதிய அடியோட்டங்களால் அலைக்கழிக்கப்படுவது. இவை இரண்டுக்கும் நடுவே ஒருவகையான 'சமநிலையை' பேணிக் கொள்ளவே நம் படைப்பாளிகள் எப்போதும் முயல்கிறார்கள். சோ. தர்மன் ஒரு கிராமத்துக்காரருக்கே உரிய 'வெள்ளந்தித்தனத்துடன்' நேரடியாகப் பிரச்சினைகளின் மையம் நோக்கிச் செல்கிறார். ஆய்வாளனுக்குரிய தகவல் நேர்த்தியுடன் கலைஞனுக்குரிய நுண்ணிய நோக்குடன் ஒட்டுமொத்தமான சித்திரத்தை உருவாக்குகிறார்.

ஒரு கதையெனப் பார்த்தால் இந்த நாவல் ஒரு 'வயதடைதல்' வகை ஆக்கம். கருத்தமுத்து ஒரு ஆணாக, குடிமகனாக ஆவதன் நிதானமான மலர்தலை இதன் கதையோட்டம் காட்டுகிறது. நாவல் தொடங்கும் போது மூன்று வகையான அகப்புறச் சூழல்களை அவன் எதிர் கொள்கிறான். ஒன்று கல்வி, இன்னொன்று மதம், இணையாகவே காமம். ஒவ்வொன்றையும் அவன் தன்னளவில் புரிந்துகொள்கிறான். இந்த மூன்றும் ஒன்றுடன் ஒன்று பின்னி உருவாகியிருக்கும் ஒரு பெரும் பரப்பைச் சென்றடைகிறான்.

ஒரு தேர்ந்த புனைவாளன் மட்டுமே உருவாக்கும் நுண்ணிய விளையாட்டுக்களால் ஆன புனைவுப் பரப்பு இது. கருத்தமுத்துவின் முதற் காமம் ஜெஸ்ஸியில் நிகழ்கிறது. வயதடைதல், ஆனால் அது கிறித்தவ மதத்தை அறிதலும்கூட. உடலை, காமத்தை ஒறுக்கும் ஒரு மதத்தைக் காமத்தினூடாக அறிதல். அந்த அனுபவத்தின் பின்னணியாக அமைகிறது பழைய ஏற்பாட்டுப் பைபிளின் வரி: 'சீயோன் குமாரத்தியே, கெம்பீரித்துப்பாடு. இஸ்ரவேலரே ஆர்ப்பரியுங்கள். எருசலேம் குமாரத்தியே நீ முழு இருதயத்தோடும் மகிழ்ந்து களிகூரு. உன் ஆக்கினைகளை அகற்று. திறந்த உடலைக் களிப்பாக்கு.'

விடுதலை என்னும் கருத்தை வெவ்வேறு கோணத்தில் ஆராயும் இந்நாவலை ஒருவாசிப்பினூடாகச் சுருக்கிக்கொள்ள விரும்பவில்லை. 'ஏஞ்சல் சற்றும் தாமதிக்காதே, உடனே புறப்படு. என்றென்றைக்கும் யாராலும் அடைத்துச் சாத்த முடியாத கதவை நான் திறந்து வைத்திருக்கிறேன். அதனுள் வா' என்ற பறவையின் அழைப்பு ஏஞ்சலுக்கு அளிக்கும் விடுதலை என்ன என்று எண்ணிக்கொள்கிறேன்.

கல்வியினூடாக, சமூகத் தளைகளைக் கடந்து, ஒரு விடுதலையை நாடிச்சென்று அடைபடுவது, மதமும் ஒழுக்கமும் அமைக்கும் கூண்டு. அதிலிருந்தும் விடுதலை என்றால் அது என்ன? ஏஞ்சல் தன் கன்னிமாட வாழ்க்கையை உதறி வெளியேறுகிறாள். காமத்தையும் உலகியலையும் நோக்கிய வெளியேற்றம் என அதைக் கொள்ளலாம். ஆனால் மானுடனுக்குள் இருந்துகொண்டு எப்போதும் விடுதலை விடுதலை என ஏங்கும் ஒன்றின் அழைப்புக்குச் செவிசாய்த்தல்தான் அது என எடுத்துக்கொள்ளவே நான் விரும்புவேன்.

போப் எச்சரிக்கை

வாடிகன் சிட்டி. பிப்ரவரி 26, 2019. சிறுவர்கள் மீது பாலியல் துஷ்பிரயோகம் செய்த பாதிரியார்களுக்கு எதிரான ஆவணங்கள் தேவாலயங்களில் அழிக்கப்பட்டுள்ளன என வாடிகன் மாநாட்டில் தெரிவிக்கப்பட்டது பரபரப்பை ஏற்படுத்தி உள்ளது.

உலகம் முழுவதும் உள்ள பல்வேறு கத்தோலிக்கத் தேவாலயங்களில் சிறுவர், சிறுமியர்கள் பாலியல் துஷ்பிரயோகம் செய்யப்படுவதாகச் சமீப காலமாகப் புகார்கள் அதிகரித்து வருகின்றன. குறிப்பாக ஜெர்மனியில் உள்ள கத்தோலிக்கத் தேவாலயங்களில் 1946 முதல் 2014ஆம் ஆண்டுவரை 3677 சிறார்கள் பாலியல் தொல்லைக்கு ஆளாக்கப்பட்டதாகப் புகார்கள் பதிவு செய்யப்பட்டுள்ளன. இவற்றில் பெரும்பாலானவை பாதிரியார்களுக்கு எதிரானவை. இந்தியாவிலும் கேரளா உள்படச் சில மாநிலங்களில் கன்னியாஸ்திரிகள் பாலியல் பலாத்காரத்திற்கு உள்ளாக்கப்பட்டது பரபரப்பை ஏற்படுத்தியது. பாதிரியார்களின் இந்தச் செயல்களால் போப் பிரான்சிஸ் தம் கவலையைப் பதிவு செய்தார். இந்தப் பிரச்சினைக்குத் தீர்வுகாண்பது பற்றி விவாதிக்கக் கத்தோலிக்கத் தேவாலயங்களின் தலைமையகமான வாடிகன் சிட்டியில் போப் தலைமையில் 4 நாள்கள் மாநாடு நடந்தது. மாநாட்டின் 3ஆம் நாள் 'திருச்சபையில் சிறார்களின் பாதுகாப்பு' என்ற பெயரில் கூட்டம் நடைபெற்றது. இதில் உலகம் முழுவதிலும் இருந்து நூற்றுக்கணக்கான பிஷப்புகள் பங்கேற்றனர். அப்போது ஜெர்மன் கதிரினால் ரெயின்ஹார்ட்மார்க்ஸ் பேசியதாவது:

> கொடூரச் செயல்கள் அதற்குக் காரணமானவர்களின் பெயர்கள் அடங்கிய ஆவணங்கள் தேவாலயங்களில் அழிக்கப்பட்டுள்ளன, அல்லது புகார்கள் குறித்த ஆவணங்கள் தயாரிக்கப்படுவதே இல்லை; குற்றங்கள் செய்தவர்களைத் தண்டிப்பதற்குப் பதிலாக, பாதிக்கப்பட்டவர்கள் மௌனமாக்கப்படுகிறார்கள். குற்றச் சாட்டுக்கள் குறித்த நடவடிக்கைகள் குறித்த நேரத்தில் முடிக்கப்பட வேண்டும் என்ற விதிமுறைகள் கடைப்பிடிக்கப்படுவதில்லை.

பாதிக்கப்பட்டவர்களின் உரிமைகள் காலில் போட்டு நசுக்கப் படுகின்றன. பாதிக்கப்பட்டவர்கள் நீதியைப் பெற தேவாலயங்களை நாடுவதைத் தவிர வேறு வழிகள் இல்லை. எனவே இந்த விஷயத்தில் வெளிப்படைத்தன்மை கொண்டுவரப்பட வேண்டும். குற்றம் சாட்டப்பட்டவர்களின் பெயர்கள் வெளியிடப்பட வேண்டும். இதேபோல் தேவாலயங்களில் நிதி உள்ளிட்ட விஷயங்களிலும் வெளிப்படைத் தன்மையைக்கொண்டு வரவேண்டும். இவ்வாறு அவர் கூறினார். வாடிகன் மாநாட்டில் இவருடைய பேச்சு பெரும் பரபரப்பை ஏற்படுத்தியது.

தமிழ் இந்து திசை

பதிமூனாவது
மையவாடி

1

பொழுது இறங்கிக்கொண்டிருந்தது. வரிசைப் பனைகளில் பாதிப் பனைவரை படர்ந்து தொங்கும் பீர்க்கங்கொடிகளில் பூக்கள் பூத்து சொரிந்திருந்தன. சில பிஞ்சுகளும் காய்களும் தொங்கிக் கொண்டிருந்தன. காய்களைத் தாங்கும் நரம்புகள் பனைகளைப் பற்றிப் பிடித்திருந்தன. தரையில் படர்ந்து அடர்ந்து தரையை மறைத்திருந்த பூசணிச் செடிகளில், பெரிய பெரிய பூசணிப் பூக்களின் மஞ்சள் நிறம் வசீகரமாய் இருந்தது. காய்களைப் புற்களால் அம்மா மூடிப்போட்டு வைத்திருந்தாள். அப்படியும்கூட சில காய்களில் அணில்கள் துளை போட்டிருந்தன. நிறைய தடவை அம்மாவின் வசவை கருத்தமுத்து கேட்டிருக்கிறான். அம்மா பூசணிக்காயைப் பிடுங்கி தூக்கி வரும்போதெல்லாம் இந்த வசவு தவறாமல் வெளிப்படும்.

'இந்த அணிப்பிள்ளைகளோட பெரிய தொந்தரவாப் போச்சு. சனியன்கள மருந்து வச்சுக் கொல்லுனா, நொங்கப்பனுக்கு மனசே வரமாட்டேங்கு.'

ஒவ்வொரு தடவை பூசணிக்காயைப் பிடுங்கி வீட்டுக்குக் கொண்டு வரும்போதெல்லாம் பெரியதாய்க்கும் இருளாண்டிக்கும் கட்டாயம் சண்டை வரும்.

'இங்க பாருப்பா இந்த அணிலோட வேலைய, இப்படி ஓட்ட போட்டா இந்தக் காய் என்னத்துக்கு ஆகும்; எப்படி திரளும், காம்புல கொரிச்சா பிஞ்சாவே சூம்பிப்போகாதா. அதுகளோட பல்லுள படுகம் மொளைக்க, ஒரு பாத்தி மொறைக்கு மிளகாய்ச் செடில காயப் பூராத்தையும் உதுத்து, கொறிச்சு நாசமாக்கிப் போட்ருது, மருந்த வச்சு கொல்லச் சொன்னா கேக்க மாட்டேங்கியே.'

'இங்க கேளு தாயி, அணிப்பிள்ளை, கீரிப்பிள்ளை, கிளிப்பிள்ளை இதுக எல்லாம் நம்ம புள்ளைங்க மாதிரி. விஷம் வச்சு கொல்றது கொல பாவத்துக்குச் சமம். காட்ல கரையில இதெல்லாம் இருக்கத்தான் செய்யும், அதுகளுக்குப் போகத்தான் மிச்சம் நமக்கு. கடவுள் படைக்கும் போதே பெரியதாயோட பூசணிக்காயக் கடிச்சு ஓட்ட போடுறதுக்கு ஏத்த மாதிரி அதுகளோட பல்லப் படைச்சிருக்கான் பாத்தியா?'

அணில்கள் எலிகள் கொறித்துப் பாதியிலேயே உதிர்ந்து விழுகின்ற மிளகாய்களைக் காயவைத்து, வற்றலாக்கி, தனியாக வியாபாரிகளிடம் மிகக் குறைந்த விலைக்கு சம்சாரிகள் விற்பார்களே ஒழிய யாருமே இவைகளை விஷம் வைத்துக் கொல்வதில்லை. அதேபோல் கூட்டங் கூட்டமாய் பறவைகள் வந்து கதிர்களை நாசப்படுத்தினாலும் சத்தம் எழுப்பி விரட்டுவார்களே ஒழிய யாருமே விஷம் வைத்துக் கொல்லமாட்டார்கள். ஓடையோரம் பூசணிக்கொடிகளுக்குள் விளையாடிக்கொண்டிருந்த மகன் கருத்தமுத்துவை அதட்டினாள் பெரியதாய்.

'யேல... ஏ...ய், முத்து, சாயங்காலம் மஞ்சள் வெய்யில் அடிக்கிற நேரம், எங்க இல்லாத பூச்சிப்பொட்டுகளும் பொந்துக்குள்ளருந்து வெளிய வரும். காலடிபாத்து நடடா, இல்லனா இங்க வா, இப்பிடி அம்மா ஓரத்துல வந்து நில்லு'

பீர்கம் பூக்களின் வாசனையை நுகர்ந்தபடியே அம்மாவின் பேச்சை காதில் வாங்காமல் பூச்சிகளைப் பார்த்தபடியே இருந்தான் கருத்தமுத்து. ஒரு தட்டான் முதுகில் இன்னொரு தட்டான் ஏறி புணர்ந்தபடியே பறந்து திரிந்ததை ஆச்சரியமாகப் பார்த்தான். அதே மாதிரி வண்ணத்துப்பூச்சி புணர்ந்தபடி செடியில் உட்கார்ந்திருந்தது. மெதுவாகப் போய் பிடித்துவிட நெருங்கினான். ஆணைச் சுமந்தபடியே பெண் பறந்து சென்றது. தன் காலடியில் பெரிய விட்டில் ஒன்றின் மேல் இன்னொரு விட்டில் வசமாக ஏறி முதுகில் சவ்வாரி செய்துகொண்டிருப்பதைப் பார்த்தான். மெதுவாக எட்டு வைத்து இரு கைகளாலும் பொத்தினான். அப்படியே கைகளில் பொத்திக் கொண்டு அம்மாவிடம் வேகமாகப் போய் கையைத் திறந்து காட்டினான். ஒன்றின் மேல் ஒன்று சவ்வாரி போட்டபடி இருந்த விட்டில்களைப் பார்த்ததும் பெரியதாய்க்குச் சிரிப்பை அடக்க முடியவில்லை.

'விட்ருடா பாவம். எந்த உசுர்ப்பிராணியவும் கொல்லக்கூடாது. கடவுள் கண்ணக் கெடுத்திருவாரு, பாவம்டா, விட்ரு.'

'ஒன்னுமேல ஒன்னு ஏறி சண்ட போடுறதப் பாரும்மா, இதே மாதரிதான் தட்டானும் வந்துச்சு. புடிக்கப் போனன், ஓடிருச்சு.'

தன் மகன் கருத்தமுத்துக்கு எத்தனை வயதாகிறது என்பதைக் கணக்குப் பார்த்தாள் பெரியதாய். வாய்க்கால் தண்ணீர் பாத்திக்குள் தலை வைக்கும் போதெல்லாம் தண்ணீர் பட்டவுடன் வெளியேறும் ஏராளமான விதவிதமான பூச்சிகளை அவள் தினமும் பார்க்கிறாள்.

சமயத்தில் பூரானும் தேள்களும்கூட வெளியேறும். இதுவரை அவள் எந்தப் பூச்சிகளையும் கொன்றதில்லை. ஒவ்வொரு தடவையும் பூச்சிகளைப் பார்க்கும் போதெல்லாம் தன் புருஷன் இருளாண்டி சொல்லும் சொற்களை நினைத்துக்கொள்வாள்.

'இங்க கேளு தாயி, நான் ராமர் வேஷம் கட்டி ஒயில் கும்மி பழகுறன். அரங்கேற்றம் முடியிற வரைக்கு ஒரு ஈ, எறும்பக்கூட கொன்றக் கூடாதுனு வாத்தியாரு சொல்லியிருக்காரு, ஏம்னா ராமரு அப்பேர்ப்பட்ட தெய்வம்னு சொல்றாரு.'

கமலை இறைவைச் சத்தம் கேட்கவில்லை. வாய்க்காலில் தண்ணீர் வரத்து குறைந்துகொண்டே வந்தது. மஞ்சள் வெய்யில் மங்கிக் கொண்டே வந்தது. பனை மேலிருந்து பருந்து ஒன்றுவிடாமல் கத்திக் கொண்டே இருந்தது.

'யெம்மா... பன மேல பாரு, இரண்டு பெறாந்துக சண்ட போடுறத, ஒரு பெறாந்து இன்னொன்ன அமுக்குறதப் பாரும்மா அதோட உச்சி மண்டையில கொத்துறதப் பாரு, கல்ல எடுத்து எறிஞ்சு வெரட்டடாம்மா.'

'சே... வெரட்டக் கூடாதுடா, பாவம், இப்ப சண்ட முடிஞ்சிரும் அதுக்குப் பெறகு ரெண்டும் ராசியாப் போயிரும்.'

பெரியதாய் சொல்லி வாய் மூடவில்லை. ஆண்பருந்து பெண் பருந்தின் மேலேயிருந்து இறங்கி பக்கத்தில் உட்கார்ந்துகொண்டது. பெண்பருந்து பதிலுக்குக் கொத்தி சண்டையிடும் என்று அண்ணாந்து பார்த்துக்கொண்டிருந்தான் கருத்தமுத்து. ஏமாந்ததுதான் மிச்சம். இரண்டு பருந்துகளும் சண்டை போடவில்லை அம்மா சொன்னது மாதிரியே இரண்டும் ராசியாகிப் போனதை ஆச்சரியமாய் பார்த்தான்.

வாய்க்காலில் தண்ணீர் வற்றியதும் மண்வெட்டியைச் சுத்தமாக அலசி அதே பாத்தியில் வைத்துவிட்டு பெரியதாய் கமலைக் கிடங்கில் வந்து கைகால்களை அலசிப் புறப்பட்டாள். நல்ல தண்ணீர் கொண்டு வந்திருந்த பித்தளைச் செம்பை கருத்தமுத்துவிடமிருந்து வாங்கிக்கொண்டு தாயும் மகனும் வீட்டுக்குப் புறப்பட்டார்கள். மஞ்சள் மறைந்து கருமை படர்ந்துகொண்டிருந்தது. பாதையோரம் இருக்கும் கருப்பசாமி கோயிலைக் கும்பிட்டுக்கொண்டாள் பெரியதாய். போன மாசம் தன் மகன் கேட்ட கேள்வியை நினைத்துப் பார்த்தவளுக்குச் சிரிப்பை அடக்க முடியவில்லை.

பள்ளிக்கூடம் முழுப்பரீட்சை லீவு விட்டபடியால், தினமும் கருத்தமுத்து தன் அம்மமாவுடன் தோட்டத்திற்கு வந்துவிடுகிறான்.

அன்றைக்கும் இப்படித்தான் காலையில் இருவரும் வந்து கொண்டிருந்தார்கள். அந்தப் பாதைவழி வடக்காமல் போகிற எல்லோருமே கருப்பசாமியின் கோயில் முன்னால் கூடித்தான் போக வேண்டும். மாசத்தில் 'அந்த' மூன்று நாட்களில் மட்டும் எந்தப் பெண்களும் கோவிலின் முன்னால் கூடிப்போவதைத் தவிர்த்து, பின்னால் சுற்றி வந்து பாதைக்கு வருவார்கள். பெரியதாய்க்கு இன்று முதல் நாள். இருவரும் கோவிலை நெருங்கிவிட்டார்கள்.

'ஏல, யேய்... முத்து நிய்யி பாதை வழியாப் போ, அம்மா இப்படி பின்னாடிகூடி சுத்திவாரன்.'

கருத்தமுத்து பாதை வழியே ஒற்றையில் நடக்க பெரியதாய் வெள்ளாமைக்குள் இறங்கி கோவிலின் பின்புறமாக நடந்து தன் மகனுடன் சேர்ந்துகொண்டாள்.

'எதுக்குமா நிய்யி கோவிலுக்குப் பின்னாடிகூட வந்த'

'..........'

'எம்மா எதுக்குமா ஏங்கூட வராம கோயிலுக்குப் பின்னாடிகூடி வந்த.'

'கோயிலுக்கு முன்னாலகூடி அம்மா வரக்கூடாது.'

'நேத்து மட்டும் முன்னாடிகூடி வந்த'

'..........'

'இன்னும் ரெண்டு மூனு நாளைக்கு அம்மா பின்னாடி கூடித்தான் வரனும், இல்லனா சாமி கண்ணக் கெடுத்திரும்.'

'எல்லாப் பொம்பளைகளும் முன்னாடி கூடித்தான் வாராக. அந்தா பாரு லட்சுமி அத்தையும், சோலையம்மா சித்தியும் முன்னாலகூடி வாராகப் பாரு.'

'மூனு நாளைக்கு மட்டும் சாமி மூஞ்சியில முழிக்கக்கூடாதுனு குடுகுடுப்பக்காரன் சொல்லியிருக்கான்.'

'எதுக்குச் சாமி மூஞ்சியில முழிக்கக்கூடாதுனு சொல்றான்.'

'நிய்யி இப்ப எட்டாப்பு பரீட்சை எழுதியிருக்கையில்ல. அதுல பாசாகி ஒம்பதாப்பு போகனும்னா, அம்மா மூனு நாளைக்கி வெரதம் இருந்து, அதுக்குப் பெறவுதான் சாமி மூஞ்சியில முழிக்கனும்னு சொல்லியிருக்கான், அதுதான்'

'அப்படின்னா, நம்ம லட்சுமி அத்த மகன் கொமாரும் ஏங்கூடத்தான் பரீட்ச எழுதியிருக்கான், அந்த அத்த மட்டும் கோயிலுக்கு முன்னாடி

கூடிவருது.'

'அத்தக்கி போன வாரமே வெரதம் முடிஞ்சிருச்சு'

'பொய் சொல்லாதம்மா, இப்பவே அத்தையிட்டக் கேட்ருவன், இந்தா தான வருது.'

லட்சுமி அத்தையிடம் சந்தேகம் கேட்பதற்காக முத்து நின்று கொண்டான். பெரியதாய்க்கு என்ன செய்வதென்று தெரியவில்லை, தானும் நின்றுகொண்டாள். லட்சுமி அத்தை இரண்டு மூன்று பெண்களுடன் சிரிச்சு சிரிச்சுப் பேசியபடி வந்துகொண்டிருந்தாள்.

'என்ன... வேகமாப் போனீக தாயும் மகனும். டக்குனு நின்னுட்டீக.'

'எங்க முத்து அவுக அத்தைக்கிட்ட ஏதோ சந்தேகம் கேக்கப் போறானாம்.'

'மருமகப்புள்ள சந்தேகம் கேட்டா சொல்ல வேண்டாமா தாயி, நாளைக்கு மகளக் குடுத்தப் பெறகு மருமகனுக்கு சந்தேகம் வந்துட்டா. தப்பில்ல, கேளுங்க மருமகனே அத்தையிட்ட என்ன சந்தேகம், கேளுங்க மருமகனே.'

லட்சுமியின்கூட வந்த பெண்களும் சுற்றி நின்றுகொள்ள, முத்து என்ன கேட்கப்போகிறான் என்ற ஆவலில் மௌனம் நிலை கொண்டது, பெரியதாய் குழம்பிப்போய் நின்றாள்.

'அத்த ஒங்க கொமாரு பாஸாக நீங்க மூனு நாள் வெரதம் இருந்து முடிச்சிட்டீகளா.'

லட்சுமிக்கு ஒன்னுமே புரியவில்லை. பரக்கப் பரக்கப் பார்த்தபடி பெரியதாயின் முகத்தை உற்றுப்பார்த்தாள். மற்ற பெண்கள் மௌனமாக நின்றார்கள்.

'ஏ... தாயி, ஓம்மகன் என்ன கேக்கான் ஒன்னுமே புரியலையே, என்னமோ வெரதம்ங்கான், கொமாருங்கான்.'

பெரியதாய் லட்சுமியைப் பார்த்து கண்ணைச் சிமிட்டினாள். லட்சுமி திகைத்துக்கொண்டிருக்கும் போதே பெரியதாய் பேசினாள்.

'போன மாசம் வெரதம் இருந்து மூனு நாளா கருப்பசாமி கோயிலுக்குப் பின்னாடிகூடி நடந்தையில்ல, பெறகென்ன ஒன்னும் தெரியாத மாதிரி நடிக்க, எங்க முத்து பாஸாகி நல்ல மார்க் எடுத்து ஒம்பதாவது வகுப்புக்கு வெளியூர் போய் படிக்கணும்னு நேமிக்கம் போட்டு, மூனு நாளா வெரதம் இருக்கன். வெரதம் இருக்கிறவங்க கோயிலுக்கு முன்னாடி நடக்கக்கூடாதில்ல, ஓம் மருகப்புள்ள

எதுக்குமா கோயிலுக்குப் பின்னாடிகூடி நடக்கனு கேக்கான், வெவரமா சொல்லு.'

'மருமகப்புள்ள அந்த வெரதத்தக் கேக்காளோ, போன மாசமே வெரதம் முடிஞ்சிருச்சு மருமகனே. நீங்க நல்லாப் படிச்சு கவுருமெண்டு உத்தியோகத்துக்குப் போக வேண்டாமா? இந்தா இருக்காள ஒங்க சீனிப்பாட்டி, அவளுக்கு வெரதமும் கெடையாது ஒன்னும் கெடையாது, ஏம்னா அவுக வீட்ல ஆருமே படிக்கல, பெறகு எதுக்கு வெரதம்.'

கூடிநின்ற மற்ற பொம்பிளைகள் அர்த்தபுஷ்டியுடன் சிரித்துக் கொண்டார்கள். முத்து மௌனமாகிப் போனான். பாதையை அடைத்துக்கொண்டு சென்ற எருமைக் கூட்டத்தைக் கடந்து அவர்கள் வேகமாக நடந்தார்கள். வெய்யில் ஏறிக்கொண்டிருந்தது.

அன்று இரவில் நல்ல மழை பெய்திருந்தபடியால் ஊரில் பெரும்பாலும் காடு கரைகளுக்குப் போகவில்லை. வாசற்படிகளிலும் முற்றத்திலும் பெண்கள் கூட்டம். பலப்பல பேச்சுக்கள். முன்னும் பின்னும் உட்கார்ந்துகொண்டு விரித்த தலைகளில் பேன் பார்த்துக் கொண்டிருந்தார்கள். கடவுக்குள் அடைந்து கிடந்த கோழிகள் கொக்கரித்துக்கொண்டு கூட்டமாகத் தெருவுக்கு ஓடி வந்தன. கோழிகளின் பட பட இறக்கையசைப்பில் எல்லாப் பெண்களும் பேசுவதை நிறுத்திவிட்டு கிழக்காமல் திரும்பிப் பார்த்தனர். கடவுக்குள் நாயோ பூனையோ வந்திருக்கும் என நினைத்துக்கொண்டிருக்கும் போதே, கருத்தமுத்து கையில் கம்புடன் வெள்ளைச் சேவலை விரட்டிக் கொண்டுவந்தான். நாலாபுறமும் சிதறி ஓடின கே[illegible]கள். பெரியதாய் சத்தம் போட்டாள்.

'யே...ல, யே... முத்து எதுக்குடா கோழிய வெரட்ற, கடவுக்குள்ள அடஞ்சு கெடந்தா ஒனக்கென்ன, காளியம்மா மதினி கண்டா வையப் போறா, இந்தச் சேவல் அவளோட சேவலு'

'ஏம்மா... அந்த வெள்ளச்சேவல், நம்ம கோழிய இப்பிடி அமுக்கி முதுகுல ஏறி உட்கார்ந்துக்கிட்டு, மண்டையில கொத்துது, நேத்தும் பார்த்தன், இன்னைக்கும் அதே மாதிரி செய்யுது பாரு இப்ப அதக் கொல்லாம விடமாட்டன்.'

கருத்தமுத்து மறுக்கி மறுக்கி சேவலை விரட்டினான். கூடி உட்கார்ந்திருந்த பொம்பளைகளால் சிரிப்பை அடக்கமுடியவில்லை. சொல்லிச் சொல்லிச் சிரித்தார்கள்.

'யேல... ஏய்... முத்து விடாத, அந்தச் சேவலோட கால ஒடி

அப்பத்தான், ஒங்க கோழிமேல ஏறாது.'

'யே... சும்மா கெட தாயி, அடிச்சுக் கொன்னாலும் கொன்றுவான், காளியம்மா கண்டா வையப் போறா.'

முறைகாரப் பொம்பளைகள் சந்தோஷத்துடனும் கேலி கிண்டலுடனும் முத்துவை ஊக்கப்படுத்த முத்து சேவலை விரட்டி விரட்டி வந்தான். அந்த இடமே சிரிப்பும் விளையாட்டுமாய் மாறிக்கொண்டிருந்தது. சேவலுக்குச் சொந்தக்காரி காளியம்மாள் தண்ணீர் குடத்துடன் எதிரே வந்துகொண்டிருந்தாள்.

காளியம்மாளைக் கண்டதும் பொம்பளைகளின் சிரிப்பாணி கூடியது. என்னமோ ஏதோவென்று காளியம்மாள் நின்று கவனித்தாள். கருத்தமுத்து வெள்ளைச் சேவலை வேகமாக விரட்டிக்கொண்டு வந்தான். விடாத, விடாத என்று சத்தம் போட்ட பொம்பளைகள் கை தட்டி ஆரவாரம் செய்து சிரித்தார்கள்.

'எக்கா காளியமக்கா தண்ணிப் பானையை இப்படி வாசல் படில எறக்கி வச்சிட்டு வாக்கா. ஒஞ் சேவலு, பெரியதாய் வீட்டுக் கோழி மேல ஏறுதாம், அதுதான் முத்துப்பய ஒஞ் சேவல அடிக்கிறதுக்கு வெரட்டிட்டு அலையிறான்.'

சேவலை விரட்டி வந்த கருத்தமுத்து காளியம்மாளைக் கண்டதும் நின்றான். சேவல் கடவுக்குள் ஓடி மறைந்தது.

'என்னக்கா பேசாம நிக்க, ஒஞ் சேவல் பெரியதாய் கோழி மேல ஏறுனா விடுவாகளா, சொல்லு.'

'யேல... முத்து இந்தக் கம்பு காணாது. இன்னும் கொஞ்சம் பெரிய கம்பா வச்சுக்கோ. ராத்திரியில ஒங்கப்பன், ஒங்காத்தா மேல ஏறுவான். ஒரே போடா போட்ரு.'

பொம்பளைகள் சிரித்து உருண்டார்கள். காற்றடைத்த பந்தைப் போல் காமம் குதித்துக் குதியாளம் போட்டது. முத்துவிடம் சொல்லி புரிய வைக்கும் பாஷை யாருக்கும் தெரியவில்லை. முத்துவின் அம்மா பெரியதாயும் கூட்டத்தோடு கூட்டமாகச் சிரித்தாள். முத்து அந்த இடத்தில் இல்லை என்பதை உறுதி செய்துகொண்ட பெரியதாய், பரக்கப் பரக்கப் பார்த்தபடியே, இரகசியமாய் மெதுவாக ஏதோ சொல்லவும், கூடியிருந்த பொம்பளைகள் கவனமாகக் காதைத் தீட்டிக்கொண்டு கேட்டார்கள்.

'இதுனாலும் பரவாயில்ல காளியம்மா கோழி சேவல்னு போச்சு, போன மாசம் வெட்கம் கெட்டுப் போச்சு. நானும் எம் புருஷனும்

விக்கிப் போனோம், அப்படி ஒரு கேவலம்.'

'பய பாக்கும்படியாவா படுத்துக் கெடந்தீக.'

'நாங்க இல்ல காளியம்மா, அந்தச் சிலுப்பாட்டி நட்டுவாக்காளி பேச்சி முண்ட இருக்கால்ல, அந்தப் பலவட்றதான் பட்டப்பகல்ல.'

'எங்கனக்குள்ள தாயி, ஓம் மகன் அங்க எதுக்குப் போனான்' பள்ளிக்கூடம் லீவு விட்டாச்சா, எல்லாப் பயகளும் தூண்டில் போடப் போறாங்க நானும் போறம்னு சொன்னான். சரி, இங்ஙனயே வீட்டச் சுத்திட்டுக் கெடக்கிறதுக்குக் கொளத்துல போயி பயகளோட வெளையாடிட்டு வரட்டும், நீச்சல்தான் தெரியுமில்ல, பயமில்லனு போடானு சொன்னன். வீடு பூராவும் தேடிப்பார்த்தும் எங்க வீட்ல தூண்டிலக் காணும், சரி இனி என்னடா செய்யனு, போடா, போயி ஒங்க சித்தப்பன்கிட்ட வாங்கிட்டுப் போனு போகச் சொன்னன், இந்தப் பயலும் போயிருக்கான். மத்தியானம்போல வீடு தொறந்து கெடக்கவும் இந்தப் பய படக்னு உள்ள போய்ட்டான், இவன் வந்தத அந்த ரெண்டு கழுதைகளும் கவனிக்கல, கழுதைக மல்லுக்கட்டிட்டு கெடந்திருக்குக, ரொம்ப நேரத்துக்குப் பெறகு இவனப் பார்த்துத் தூண்டிக் கம்ப குடுத்துவிட்ருக்கான், இந்தப் பய சிரிச்ச மானக்கி வந்தான். என்னடான்னு கேட்டன், பய சொன்னாம் பாரு எனக்கு விருளி அத்துப் போச்சு.'

'என்னக்கா சொன்னான், பெறகு நிய்யி என்ன செஞ்ச'

'எம்மா, நம்ம சித்தப்பாவுக்கும் சித்திக்கும் வீட்ல சரியான மல்லு, சித்திய கீழே தள்ளி நம்ம சித்தப்பா மேல ஏறி அமுக்கிட்டான், நம்ம சித்தி கீழ கெடந்துகிட்டு சித்தப்பா ஒதட்டக் கடிச்சு விட்டுட்டா, அப்பிடியே வேஷ்டியப் புடிச்சு இழுத்துட்டா, நான் போகலனா சித்தப்பா அம்மணக்குண்டியாப் போயிருப்பாரு.'

'அப்பவும் ஆம்பளக் கழுதைக்கித்தான் அறிவில்லனா, இந்தப் பொட்டச் சிரிக்கிக்கி அடக்கம் ஒடுக்கம் வேணாமா, பொம்பளப் புள்ளைய வேற பெத்து வச்சிருக்கா. மனுஷரா மாடா, ஆடு மாட்டுக்கும் நமக்கும் வித்தியாசம் வேண்டாமா.

'மறுநாளு தோட்டத்துப்பக்கம் வந்தா அந்தச் சிலுப்பொட்ட நட்டுவாக்காளி. புடிச்சு தெரட்டு தெரட்டுனு தெரட்டிட்டன். வாயே தொறக்கல, அவ புருஷன் கண்ணுல தட்டுப்படுவான்னு பாக்கன், இன்னியும் தட்டுப்படல.'

'இந்தக் காளி முண்ட போய் சொல்லியிருப்பா, மதினி மூஞ்சியில

முழிச்சிராத ஓம் மானத்த வாங்கியிருவானு அதுதான் ஓங் கொழுந்தன் ஒளிஞ்சுக்கிட்டான்.'

எட்டாம் வகுப்பு பாஸ் என்றும் வந்து சர்டிபிகேட்டுகளை வாங்கிப் போகுமாறு முத்து படித்த பள்ளிக்கூடத்திலிருந்து தகவல் வந்திருந்தது. இருளாண்டியும் முத்துவும் மாணிக்கவாசகம் வாத்தியாரின் அறையின் முன்னால் நின்றபோது, அவர் இன்னும் ஜெபம் முடித்து வேதக்கோவிலை விட்டு வெளியே வரவில்லை. இருளாண்டி சிலுவையில் அரைகுறை ஆடையுடன் தொங்கும் இயேசுவையே பார்த்துக்கொண்டிருந்தான். கோவிலிலிருந்து வாத்தியார் வருவது போலிருந்தது. ஜெபம் முடிந்ததும் நேரே வகுப்புக்குத்தான் வருவார். இருவரும் பயபக்தியுடன் கும்பிட்டு வணக்கம் வைத்தார்கள். தயாராக எழுதி வைத்திருந்த சர்ட்டிபிகேட்டை மடித்துக் கொடுத்துவிட்டு இருவரிடமும் கையெழுத்துக் கேட்டார். முத்து கையெழுத்துப் போட இருளாண்டி தன்னுடைய பெருவிரல் ரேகையை அழுத்திப் பதித்தார். தன் மகன் மூன்று வருடங்கள் இங்கே படித்ததற்கான அத்தாட்சியாக அந்த ரேகை படிந்துவிட்டது.

'பையன எங்கய்யா சேக்கப் போறீக'

'கோயில்பட்டில சேக்கணுமய்யா'

'எப்பிடி போய் வர்ரது'

'தெனம் போய்வர முடியுமாய்யா, ஆஸ்டல்ல சேத்து விட்ரனும்னு பாக்கன்'

'அதுதான்யா சரி, டேய் முத்து நல்லா படிக்கணும்டா, ஒங்க அய்யா பாத்தியா இன்னும் ரேகை வைக்காரு, யோவ் பையன நல்லா படிக்க வையுங்க. காட்டுவேல, சம்சாரி வேலனு அனுப்பி படிக்க வைக்காம விட்ராதிங்க, இனிமேப்பட நாலெழுத்துப் படிச்சாத்தான் மதிப்பு. என்னய்யா நாஞ் சொல்றது.'

வாத்தியாரின் முன்னால் முத்து தலை குனிந்தான். மாணிக்க வாசகம் வாத்தியார் அவனுடைய தலைமேல் கை வைத்து, வாய் முணுமுணுக்க ஏதோ ஜெபம் செய்தார். இருளாண்டி பவ்யமாக நின்று கொண்டிருந்தார். தன் கட்டைவிரலால் நெற்றியில் அழுத்தி ஆசீர்வதித்தார்.

தான் மூன்று வருடங்களாக தினமும் இரண்டுமுறை நடந்த அந்தப் பாதையையும், இந்த மூன்று வருடங்களில் நடந்த சில சம்பவங்களையும் அவன் நினைத்துப்பார்த்தான். தான் ஆறாம்

வகுப்பில் சேர்ந்தபோது, மங்காளை என்ற பட்டப்பெயருள்ள குருசாமி ஏற்கனவே ஏழாம் வகுப்பில் படித்துக்கொண்டிருந்தான். அவனுடன் சேர்ந்து இன்னும் நாலைந்து பேர்களும் சேர்ந்தே நடந்து போவார்கள். வடக்குத்தெரு மனோகரன், லட்சுமி காந்தன், மேலக்குடி வெள்ளைச்சாமி, அவன் தங்கச்சி சரஸ்வதியும்கூட வருவார்கள். அன்றைக்கும் இதே மாதிரிதான் சாயங்காலம் பள்ளிக்கூடம் விட்டு வந்துகொண்டிருந்தார்கள். பாதையோரங்களில் கிடக்கும் கொம்மட்டிக் காய்கள் எத்தி விளையாட தோதாயிருக்கும். மாத்தி மாத்தி பாதையில் எத்திக்கொண்டே வந்தார்கள். பாதையை ஒட்டி களம். யாக்கோபு நாடார் நிலக்கடலை காயப்போட்டிருந்தார். கடலை காய்ந்து கொண்டிருந்தது. ஆளைக் காணவில்லை.

பைக்கூட்டையும் தூக்குவாளியையும் கீழே வைத்த மங்காளை அவக்தவக்கென்று கடலைகளை அள்ளி அள்ளி தன்னுடைய கால்சட்டைப் பைகளில் நிரப்பினான். யாக்கோபு நாடார் குடிசைக்குள் காவல் இருந்ததை யாரும் கவனிக்கவில்லை.

'யார்டா, அவன் கடலையைக் களவாங்கிற பய.'

அவர் குடிசையைவிட்டு வெளிவருவதற்குள் மங்காளை சிட்டாய் பறந்துவிட்டான். தன் தொந்தியை இழுத்து ஓட முடியாததால் விரட்டிச் சென்றவர் கேது கேது என்று இளைத்துக்கொண்டு திரும்பி வந்தார். மங்காளை விட்டுவிட்டு ஓடிய பைக்கூட்டையும், ஈயத் தூக்குவாளியையும் எடுத்துக் குடிசைக்குள் வைத்துக்கொண்டார். முத்துவிடமும் வெள்ளைச்சாமியிடமும், அவன் பேரு என்ன, எந்த ஊரு, அவுக அப்பன் பேரு என்ன, எத்தனாவது வகுப்புப் படிக்கிறான் போன்ற விவரங்களை விசாரித்துத் தெரிந்துகொண்டார். பள்ளிக்கூடம் வரவும் போகவும் வேறு பாதைகள் கிடையாது. காடு தோட்டங்களில் நடக்கவா முடியும்.

எப்படியும் தன் அப்பனையோ அம்மாவையோ கூட்டிக்கொண்டு பைக்கூட்டையும் தூக்குவாளியையும் வாங்க வருவான் என்று காத்திருந்தார் யாக்கோபு நாடார். மூன்று நாட்களாகியும் யாரும் வராததால் சற்றே சஞ்சலப்பட்டார். பள்ளிக்கூடம் விட்டு வந்த புள்ளைகளிடம் விசாரித்தார்.

'யே... புள்ளைங்களா, அந்த மங்காளப் பய பள்ளிக்கூடத்துக்கு வாரானா? வரலையா?'

'அவன் நாலு நாளா பள்ளிக்கூடத்துக்கு வரல தாத்தா.'

'வேற எங்கடா போறான்.'

‘சும்மா சுத்தியிட்டு திரியிறான் தாத்தா.’

‘வந்து பைக்கூட்டையும், தூக்குவாளியையும் வாங்கிட்டுப் போகச் சொல்லுங்கடா.’

‘தாத்தா நீங்க அவன அடிப்பீகளாம், பள்ளிக்கூடத்துல சொன்னா வாத்தியாரு அடிப்பாராம், அதுதான் வரமாட்டங்கான். அவுக அய்யா அடி அடினு அடிச்சு வெரட்டிட்டாராம்.’

‘நாடாரு அடிக்க மாட்டாரு, பள்ளிக்கூடத்துல சொல்ல மாட்டாருனு சொல்லுங்க. அவுக அய்யாக்கிட்டயும் அம்மாகிட்டயும் சொல்லுங்கடா.’

‘சரி தாத்தா நான் சொல்றன் தாத்தா. அவுக அம்மாகிட்ட நாஞ் சொல்றன் தாத்தா.’

மறுநாள் எப்படியும் மங்காளையோ அவனுடைய அய்யாவோ வருவார்கள் என்று நாடார் காத்திருந்தார். தான் சொல்லிவிட்ட தகவல் போய்ச் சேர்ந்ததா என்று பிள்ளைகளிடம் கேட்டு உறுதிப்படுத்திக் கொண்டார். முதல் முறையாகக் குடிசைக்குள் இருந்த பைக்கூடும், தூக்குவாளியும் அவரை உறுத்தியது. விபரமறியா ஒரு சிறுவனின் வருங்காலத்தை நாம் அபகரித்து வைத்திருக்கிறோம் என்ற குற்ற உணர்வில் நாடார் நிலைகுலைந்து போனார். பள்ளிக்கூட வாத்தியார் மாணிக்கவாசகம் தன் மருமகன்தான் என்பதால் அவரிடம் ஒப்படைத்துவிடலாமா என்று யோசித்தார். மனம் குழம்பிப் போய் குடிசை வாசலில் பிள்ளைகளுக்காகக் காத்திருந்தார்.

பள்ளிக்கூடம் விட்டு பிள்ளைகள் தூரத்தில் வருவது தெரிந்தது. பைக்கூடு தூக்குவாளியுடன் தயாராய் நின்ற யாக்கோபு நாடார், பிள்ளைகளிடம் கொடுத்து, கொடுக்கச் சொல்லிவிடலாமா என்றும் யோசித்தார். ஐந்து நாட்கள் ஆகிவிட்டபடியால் வாத்தியாரிடம் போய் சொல்லப் பயந்து பள்ளிக்குப் போகாவிட்டால் என்ன செய்வது என்று குழம்பினார். கடைசியில் அவர் தெளிவான முடிவுடன், பள்ளிப் பிள்ளைகளுடன் பள்ளிப் பிள்ளையாய், பைக்கூட்டைத் தோளில் போட்டுக்கொண்டு தூக்குவாளியை வீசியபடி நடந்தார். குழந்தைகள் கூட்டிக்கொண்டு போய் மங்காளையின் வீட்டைக் காட்டினார்கள். நாடாரை வாசலில் கண்டதும், மங்காளையின் அய்யாவும் அம்மாவும் வெட்கத்தால் தலை குனிந்துகொண்டார்கள்.

‘வாங்க மொதலாளி வாங்க, இந்தப் பய செஞ்ச செயலுக்காக ஒங்க காலத்தொட்டுக்கிறன் முதலாளி.’

‘அடேய், கோட்டிக்காரப் பயலே, இதெல்லாம் சகஜம்தானடா,

அதுக்குப் போயி பெரிய பெரிய வார்த்தையெல்லாம் பேசுற, பைக்கூட்டையும், தூக்குவாளியவும் நான் பிடுங்கலடா, அதட்டுன ஒடன விட்டுட்டு அவன்தான் ஓடிப் போய்ட்டான். மறுநாள் வருவாம்னு பாத்தா வரல, கடேசில என்னனா இப்படி ஆகிப்போச்சு.'

'தானும் எம் பொண்டாட்டியும் அடி அடினு அடிச்சு நீ படிச்சது போதும். பன்னி மேய்க்கப் போனு வெரட்டிட்டோம். களவு செய்யலாமா மொதலாளி. அஞ்சு ரூவானாலும், அஞ்சு லட்சமானாலும் களவு களவுதான. இன்னிக்கிக் களத்துல கெடக்கிற கடலைய களவாம்பாம், நாளைக்கு இந்தக் களவு புத்தி, இன்னொன்ன களவாங்கச் சொல்லும், என்ன மொதலாளி நான் சொல்றது ஞாயமா இல்லையா?'

'அடேய், சின்னப்பயதானடா இதெல்லாம் சகஜம்தான்டா, போ... போயி அவனக் கூட்டியாடா, நான் பாத்திட்டுப் போகனும், நாளைக்குப் பள்ளிக்கூடத்துக்கு வரச்சொல்லுடா. நானே கூட்டிட்டுப் போயி எம் மருமகன் மாணிக்கவாசகத்திட்டச் சொல்லி விட்டுட்டு வாரண்டா.'

தன் அய்யாவுடன் பவ்யமாக வந்து எட்டிப் பார்த்தான் மங்காளை. அவன் முகம் குராவி, கருத்துக் கிடந்தது. நாடார் தன் பைக்கூட்டுக்குள் கொண்டு வந்திருந்த நிலக்கடலைப் பொட்டலத்தை எடுத்து மங்காளையிடம் நீட்டினார்.

'இந்தாடா, இதுல நிலக்கடல இருக்கு, வாங்கிக்கோ. நல்லா காஞ்ச கடல, ஒங்கம்மாவ வறுத்துத் தரச் சொல்லுடா, நாளைக்குப் பள்ளிக்கூடத்துக்கு வாடா, வாத்தியார்ட்ட நானே கூட்டிட்டுப் போரன்டா; கடல வேணும்னா ஏங்கிட்ட கேளுடா. தாரன் களவாங்கக் கூடாதுடா.'

மங்காளை முகம் இலேசாய் பிரகாசித்ததை நாடார் கவனித்தார். அவன் தலையாட்டி ஆமோதித்தான். மங்காளையின் அம்மா கடையில போய் வாங்கி வந்திருந்த சோடா கலரை நாடாரிடம் நீட்டினாள்.

'இது எதுக்குத் தாயி, இதப் போயி எதுக்கு வாங்கியாந்த.'

'மொதலாளிமாருக எங்க வீட்ல தண்ணி குடிக்கமாட்டீக, இம்புட்டு தூரம் நடந்து வந்திருக்கீக தண்ணித் தாகம் எடுக்குமில்லையா?'

யாக்கோபு நாடார் சந்தோஷமாகப் புறப்பட்டார். அவர் மனசு இப்போது இலேசாகியிருந்தது. அவர் ஒரு கனத்த சுமையை இறக்கி வைத்துவிட்ட சந்தோஷத்துடன் நடந்தார். போனவாரம் ஞாயிற்றுக் கிழமை பாதிரியாரின் பிரசங்கம் அவர் ஞாபகத்திற்கு வந்து போனது.

‘பிதாவே நான் அவனை ஏழு தடவை மன்னிக்கட்டுமா?’ என்று கேட்டான்.

‘ஏழு தடவையென்ன நீ அவனை எழுபது தடவைகூட மன்னிக்கலாம்’ என்றார் யேசு. மறுநாள் காலை பள்ளிக்கூடத்துப் பிள்ளைகளோடு மங்காளையைப் பார்த்தபோது அவருக்கு சந்தோஷம் தாங்கவில்லை. அவர்களுடன் பள்ளிக்கூடம் போய், மங்காளையை சேர்த்துவிட்டு வந்தார்.

தான் வாங்கிக்கொண்டு வந்த எட்டாம் வகுப்பு சர்ட்டிபிகேட்டை தகரப் பெட்டிக்குள் வைத்துப் பூட்டினான் இருளாண்டி. கருத்தமுத்து வந்தவுடன் எங்கேயோ விளையாடப் போய்விட்டான். பெரியதாய் அடுப்படியில் ஏதோ வேலை செய்துகொண்டிருந்தாள்.

‘தாயி… ரிக்காட்சீட் வாங்கியாச்சு. ஆஸ்டல்ல சேக்கனும்னா நம்ம ஊரு கெராமுன்சு ஒரு கையெழுத்துக் குடுக்கனும், காலா காலத்துல அதையும் வாங்கிட்டா, பள்ளிக்கூடம் தொறந்ததும் கோயில்பட்டி போய் சேர்த்திட்டு வந்துரலாம்.’

‘நம்ம கொமாரசாமி ரெட்டியார்தான கெராமுன்சு, அவர் என்ன இல்லனா சொல்லப் போறாரு. நாளைக்குக் கெணத்துக்குக் குளிக்க வரும்போது கேளு, வரச் சொன்னா வீட்ல போயி வாங்கிட்டு வா.’

காலையில் இருளாண்டியும், கருத்தமுத்தும் குமாரசாமி ரெட்டியார் வீட்டு முன்னால் நின்றபோது ரெட்டியார் திர்னையில் உட்கார்ந்து ஏதோ எழுதிக்கொண்டிருந்தார்.

‘சாமி கும்புடுறஞ் சாமி’

‘யாரு… இருளாண்டியா, வாடா, வா, இது ஓம் பையனாடா’

‘இவன்தான் சாமி, ஒம்பதாம் வகுப்புப் போறான். கோயில் பட்டியில ஆஸ்ட்டல்ல சேக்கனும். நீங்க ஒரு கையெழுத்துக் குடுக்கனும், அதோட ஒங்க தயவும் வேணும் சாமி.’

பையனும் ரெட்டியாரைக் கும்பிட்டான். பையனையே உற்றுப் பார்த்தார்.

‘ஒன்பது படிக்கப் போறான்னு சொல்ற, பய ஓம் ஒசரம் வளர்ந்திருக்கானேடா.’

‘பதினைஞ்சு வெயசு பெறக்கப் போகுது சாமி, அவுக அம்மாளக் கெணக்கா நெடுநெடுனு வளர்ந்துட்டான் சாமி.’

‘ஓம் பேரு என்னடா’

‘கருத்தமுத்து சாமி’

‘நம்ம கருப்பசாமி கோயிலு பேரு சாமி’

‘டேய்... முத்து நல்லா படிக்கனும்டா, பெரிய படிப்புப் படிச்சு ஓங்க அப்பனுக்கும் ஆத்தாளுக்கும் நல்ல பேரு வாங்கிக் குடுக்கணும்டா.’

குமாரசாமி ரெட்டியார் கண்ணாடியை மாட்டிக்கொண்டு வெள்ளைப் பேப்பரில் எழுதிக்கொண்டிருந்தார். இருளாண்டியும் கருத்தமுத்துவும் மௌனமாக நின்றுகொண்டிருந்தார்கள். ரெட்டியார் எழுதி முடித்து மடித்துக் கையில் கொடுத்தார்.

‘டேய்... இருளாண்டி, கூலி வேலன்னு போட்ருக்கன். தோட்டம் காடுகரை இருக்குனு காமிச்சா, ஆஸ்டல்ல எடம் கெடைக்கிறது சங்கடம். வேற யாரும் கேட்டாலும், இந்தப்படியே செல்லிருடா, ஒளரிராதடா.’

வெள்ளைப் பேப்பரை வாங்கி மடித்துப் புறப்படும்போது ரெட்டியாரம்மா கதவைத் திறந்து எட்டிப் பார்த்தது. இருளாண்டி கும்பிட்டான்.

‘யாரு... இருளாண்டியா, வாப்பா வா, என்ன ஓம் மகன் மேப்படிப்புக்குப் போறானாக்கும், தோட்டத்துல வெங்காயம் வச்சிருந்தயே எடுத்திட்டயாப்பா?’

‘ஆமாசாமி போன வாரமே வெங்காயம் புடுங்கிட்டேன்ல்ல, என்ன சாமி சொல்லுங்க.’

‘ஓங்க சாமியவுககிட்ட கெணத்துக்குக் குளிக்கப்போகும் போதெல்லாம் நூறாட்ட சொல்லிவிட்டுட்டன், ஓங்கிட்டக் கேக்கச் சொல்லி, மனுஷன் கேக்கவே மாட்டேங்குறாரு.’

‘வெங்காயம் வேணுமா சாமி, ஒரு வார்த்த சொன்னா போதாதா?’

‘வெஞ்சனப்பாட்டுக்குக் கொஞ்சம் பயறும் கொண்டாப்பா, போன வருஷம் ஒனக்குத் தட்டாம் பயறும், உளுந்தும் நல்ல வெளைச்சல்னு கேள்விப்பட்டன்.’

‘நாளைக்கு விடியக் கருக்கல்ல நானே கொண்டாந்து தாரன் சாமி, காய்கறிக எதுவும் வேணும்னாலும் சொல்லுங்க கொண்டாரன், சாமியவுகளுக்கு இல்லாததா.’

ரெட்டியார் அம்மாவுக்கும் இருளாண்டிக்கும் நடந்த உரையாடலை மௌனமாகக் கேட்டுக்கொண்டிருந்தார் குமாரசாமி ரெட்டியார். தெற்குத் தெரு சம்சாரிகளில் அனேகமாக எல்லாரிடமும் இம்மாதிரி யான உறவு நிச்சயம் இருக்கும். கிராம முன்சிப் என்கிற இப்பதவி

சம்சாரிகளுடன் ஒன்றிக் கலந்தது.

குமாரசாமி ரெட்டியாரின் கிராம முன்சிப் பதவி என்பது வெள்ளைக்காரன் காலத்திலிருந்து பரம்பரையாய் வருவது. ரெட்டியாரின் வீடும், வீட்டுக்கு எதிரே நிற்கும் வேப்ப மரமும் ஊர் ஜனங்கள் நிரம்பியிருக்கும் இடமாகவே இருக்கும். சண்டை சச்சரவுகள் நிலங்கள் பற்றிய தாவாக்கள் உடனடியாகத் தீர்க்கப்படும். ரெட்டியாரின் சொல்லுக்கு மறுசொல் கிடையாது. எள்ளுக்காய் பிளந்தது மாதிரி சரிசமமாக நியாயம் என்றால் நூறு சதம் நியாயமாக இருக்கும். இதோ காக்காயனுக்கும் கருப்பனுக்கும் வரப்புத் தகராறு.

'சாமி இந்தப் பய நாலு சால் தள்ளி உழுதுட்டு அதுவரைக்கு என்னோட எடம்கான், நீங்க சொல்லுங்க சாமி.'

'என்னோட எடம் அதுவரைக்கு இதுவரைக்கு இருக்குனு சும்மா வாய்ட்டு சொன்னா போதுமா. ரிக்காடு வேணுமில்ல, அதுக்கு மேலனா கணக்குப் பிள்ளையிட்ட சொல்லி அளந்துக்கிற வேண்டியதான, சும்மா வெட்டிருவன் குத்திருவம்னா ஏங் கையென்ன கத்தரிக்காயா புடுங்கப் போயிருக்கு, இல்ல ஒங்க ஆத்தா பன்னெண்டு மாசம் சொமந்து பெத்தாளா, எல்லாரும் பத்து மாசம்தான, ஒருத்தருக்கு ஒருத்தரு கொறச்சா இருப்பாக.'

இருவரின் சண்டையவும், பிராதுகளையும் வீட்டுத் திண்ணையில் உட்கார்ந்தபடியே அமைதியாகக் கேட்டுக்கொண்டிருப்பார் ரெட்டியார். வேப்பமரத்தடி வேடிக்கை பார்க்கும் கூட்டத்தால் நிரம்பியிருக்கும்.

'டேய்... காக்காயா, ஒன்னோட மேலப்பொலில ஒரு பனங்குட்டி ஒன்னு இருக்குமே இருக்காடா.'

'பனங்குட்டி ஏம்புஞ்சைக்குள்ள இருக்கு சாமி.'

'அதெப்படி ஓம் புஞ்சைக்குள்ள வந்துச்சு, குதிச்சு வந்து உட்காந்துக்கிருச்சா.'

'..........'

'போ... போயி, அந்தப் பனங்குட்டிக்கு வடக்குப் பக்கம் ஓரெட்டுல எல்லைக்கல் இருக்கும், தோண்டிப்பாரு. பனங்குட்டி ஓம் எடத்துக்குள்ள வராது, கல்லப் புடுங்கிப் போட்டுட்டு காணும்னு சொன்னா, கம்பி எண்ணப் போயிருவ. கவர்மெண்ட் நட்டுன கல்ல யாரும் தொடக்கூடாது.'

கருவாயன் தலைகுனிந்து நின்றான். வேடிக்கை பார்த்த ஜனக்கூட்டம் சலசலவென்று பேசிக்கொண்டே கலைந்து சென்றது.

உருளைக்குடி கிராமத்தில் தோட்டங்கள், காடுகரைகள், வயல் காடுகள், மரங்கள், பனைகள், புறம்போக்கு இடங்கள், பொது இடங்களின் அளவுகள் எல்லாமே குமாரசாமி ரெட்டியாருக்கு மனப்பாடச் சித்திரங்கள்.

'யேல... கருவாயா, கருப்பன் ஒனக்கு என்ன ஒறவுடா.'

'தம்பி ஒறவு சாமி, எங்கம்மாவும், அவுக அம்மாவும் கூடப் பொறந்தவுக.'

'அண்ணன் தம்பிக்குள்ள வாய்க்கா வரப்பு சண்ட வரலாமாடா, நாலு பேரு சிரிக்கமாட்டானா, போங்கடா போயி அந்தக் கல்லத் தோண்டிப் பாத்துட்டு, அதுப்படி நடந்துக்கோங்க. கோபதாபம், வன்மம் இருக்கக்கூடாது. வாழ்க்க சீரழிஞ்சு போயிரும், யாரு எடத்தையும் யாரும் தூக்கிட்டாடா போக முடியும், எல்லாத்துக்கும் கடைசில ஆறடி எடம்தான் மிச்சம்.'

இது மாதிரியான வழக்குகள் அடிக்கடி வந்துகொண்டேயிருக்கும். கூட்டம் கூட வேப்பமர நிழல் ரொம்பத்தோது. படிப்பறிவில்லாத வெள்ளந்தி ஜனங்களிடம் உணர்ச்சிகள் அதிகம் என்பதை அறிந்தவர், அதை எப்படி அடங்கச் செய்வது என்பதையும் நன்கு அறிந்தவர். நேத்து வேப்ப மரத்தடியில் நடந்த பேச்சை நினைத்துச் சிரிப்பை அடக்கிக்கொண்டார். ஏதோ ஒரு காரியத்திற்காகக் கணக்கெடுக்க கவர்மெண்ட் ஆள் ஒருவன் வந்திருக்கிறார். மூக்கம்மா மட்டும் வீட்டில் தனியாக இருந்திருக்கிறாள்.

'எம்மா வீட்ல யாரும்மா இருக்கிறது?'

'சொல்லுங்கய்யா நான் மட்டும்தான் இருக்கேன்.'

'வீட்ல மொத்தம் எத்தன பேருமா.'

'நானு, எம் புருஷன், மூனு புள்ளைக.'

'ஓங்க வீட்டுக்காரரு பேரு என்னம்மா.'

'..........'

'என்னம்மா வீட்டுக்காரரு பேரச் சொல்ல இவ்வளவு நேரம்னா மத்த வீட்டுக்கு நான் எப்பம்மா போக.'

'..........'

'எம்மா சீக்கிரம் சொல்லுங்கம்மா.'

'இந்த பித்துக்கால் பய இங்ஙனதான இருந்தான். பய அதுக்குள்ள எங்க போய் தொலஞ்சானு தெரியலையே.'

‘எம்மா... அவரு வேண்டாம்மா, பேர மட்டும் சொல்லுங்க.’

‘பேரச் சொல்லு, பேரச் சொல்லுனா எப்பிடியா பேரச் சொல்லுவாங்க தொட்டுத் தாலி கட்னவன் பேர.’

‘அதெல்லாம் சொல்லலாம் சும்மா சொல்லுங்க, ஓங்க புள்ளைக எங்க போயிருக்கு அதுகிட்ட சொல்லச் சொல்லுங்க.’

‘அந்தக் காடோடிப் பயலுக்குப் பெறந்த புள்ளைக எப்படியிருக்கும். அந்தப் பயகெணக்காத்தான இருக்கும், இந்தா வந்திருச்சில்ல நல்லவேல, இதுதான்யா அவுக வாகனம்.’

‘எம்மா நாய்தான வந்திருக்கு?’

‘ஆமா அதுதான் அவுக வாகனம்.’

‘ஒன்னும் புரியலையேம்மா.’

‘இதுகூட தெரியாம கோட்டு சூட்டு போட்டு வந்திட்டீரு. இது எந்தச் சாமியோட வாகனம், அந்தச் சாமி பேர்தான் எங்க வீட்டுக் காரரோட பேரு.’

‘அய்யனாரம்மா’

‘அந்தா சொல்லிட்டீருல்ல கணக்கா.’

‘சரி, ஓங்க பேரு மூக்கம்மா, மூத்த புள்ளையோட பேரு வடிவு, வடிவுக்கு வயசு என்னம்மா ஆகுது.

‘எங்க வீட்டுக்காரன் பாண்டியத் தேவருக்குப் படப்பு அடுக்கப் போயிருக்கான். அன்னைக்குத்தான் இவன வயித்த வலிச்சு நிக்கன், மத்தியானம் போல பெறந்தா, அதுலருந்து கணக்குப் பண்ணிக்கோங்க.’

‘சரி, சரி, எளையவனுக்கு என்னா வயது’

‘மறு வருஷமே ‘குளிக்காம’ இருந்தன், மொட்டையன் வீடு தீப்பிடிச்சு எரியுது. ஊர் ஜனம் அம்புட்டும் அங்கநிக்கி நான் வயித்த வலிச்சு நிக்கன், ரெண்டு பேருக்கும் சரியா ஒரு வருஷம்தான் எடவெளி, கணக்குப் பண்ணிக்கோங்க.’

இந்தக் கதையை முத்துச்சாமி சொல்லச் சொல்ல குமாரசாமி ரெட்டியார், கூடியிருந்த ஜனங்களும் சிரித்து உருண்டார்கள். எப்போதும் ஆட்கள் கூடியிருக்கும் இடமாகையால் கேலி கிண்டல் களுக்குப் பஞ்சமே இருக்காது.

விடுமுறை நாட்கள் குறையக் குறைய கருத்தமுத்துவின் மனதில் பயம் நிறைந்துகொண்டே வந்தாலும், அவன் வருத்தப்பட்ட பல விஷயங்கள் உண்டு. கோவில்பட்டிக்குப் படிக்கப் போய் ஹாஸ்டலில்

தங்கிக்கொண்டால், கண்மாயிலும் ஊருணியிலும் தண்ணீருக்குள் முங்கி விளையாட முடியாது. பயல்களுடன் சேர்ந்து தூண்டில் போட்டு மீன் பிடிக்க முடியாது, கெண்டல் மாமன்கூட முயல்வேட்டைக்கும் போக முடியாது. கொட்டுக்கார தாத்தாவுடன் சேர்ந்து காடை, கௌதாரி பிடிக்கப் போக முடியாது. பம்பரம், கிட்டிக்குச்சு, கோலிக்குண்டு விளையாட்டை மறந்துவிட வேண்டியதுதான். கருப்பசாமி கோயில் புளியமரம், காய்க்கும் புளியம் பழங்களில் என் பங்கு இனிமேல் எனக்குக் கிடைக்காது. எப்பவாவது லீவுக்கு வந்தால்தான் அம்மா அப்பாவைப் பார்க்க முடியும். கண்மாய்கரை சங்கன்செடிப் புதரில் தான் கண்டுவைத்துள்ள தேன்தட்டு இருக்கிற இடத்தையெல்லாம் யாரிடமாவது சொல்லிவிட வேண்டும்.

அய்யாவும் அம்மாவும் கோவில்பட்டி போய் டிரங்குப்பெட்டி, சாப்பிட தட்டு, டம்ளர், குளிக்க வாளி, செம்பு, புதுச்சட்டை, டவுசர் எல்லாம் வாங்கிக்கொண்டு வந்துவிட்டார்கள். முத்துப் பேசுவதையே குறைத்துக்கொண்டான். அம்மா அடிக்கடி தைரியம் சொல்லிக் கொண்டிருந்தாள்.

'ஏன்டா, முத்து இப்பிடி உம்முனு இருக்க, பெரிய சீமைக்கா படிக்கப் போற, இந்தா இருக்கிற கோயில்பட்டி. நாலெழுத்து படிச்சாத்தான்டா மதிப்பு, நானும் ஒங்கப்பனும் ரேகை பெரட்டிட்டு கெடக்கம் பாத்தியா, கேவலமா இருக்கு. படிச்சு கவர்மெண்ட் வேலைக்குப் போயிரனும்டா.'

இளவட்டங்கள் படுத்துறங்கும் பொது மடத்தோரம்தான் வள்ளிப்பாட்டியின் வீடு. பாட்டிக்குத் தவளையைக் கண்டுவிட்டால், மூத்திரம் கால்வழியே ஒழுகிவிடும். அப்படியொரு பயம் தவளையைக் கண்டால் பயல்களுக்கு வள்ளிப்பாட்டியை பயமுறுத்தி விளையாடுவதில் ஒரே கொண்டாட்டம். கருத்தமுத்துக்கு வள்ளிப் பாட்டியை அழவைத்துப் பார்ப்பதில் ஏக சந்தோஷம்.

தெருவில் ஒவ்வொரு வீட்டுக்கு முன்னாலும் காலையில் எழுந்து சாணம் கரைத்து முற்றம் தெளிப்பதற்காக ஒரு மண்சட்டி வைத்திருப்பார்கள். ராத்திரியே தொழுவத்தில் போய் சாணம் எடுத்து வந்து மண்சட்டியில் போட்டுவைப்பார்கள்.

பொழுது விடிந்துகொண்டிருந்தது. விடியலை முதலில் அறிவிக்கும் கரிச்சான் குருவியின் சத்தம் ஊரை எழுப்பிக்கொண்டிருந்தது. அடுத்து சத்தம் எழுப்ப தயாராய் இருக்கும் காக்கைகளின் சத்தத்திற்கோ அதற்கடுத்து கூவ இருக்குற சேவலின் கூவல்களுக்கோ வள்ளிப்பாட்டி

எழுந்திருக்கமாட்டாள். கரிச்சான் குருவியின் முதல் சத்தத்திலேயே பாட்டி முற்றத்துக்கு வந்துவிடுவாள்.

இதோ பாட்டியின் வீட்டைச் சுற்றிலும் கும்மிருட்டில் ஒளிந்து கிடக்கும் சிறுவர்கள். ராத்திரியோடு ராத்திரியாக அவர்கள் பிடித்து வைத்திருந்த தவளையை, வள்ளிப்பாட்டியின் சாணச்சட்டியில் புதைத்து வைத்துவிட்டு வேடிக்கை பார்க்கவும் குதூகலிக்கவும் ஒளிந்துகிடக்கிறார்கள். இதோ தூக்கச் சடவோடு வள்ளிப்பாட்டி எழுந்து முற்றத்திற்கு வருகிறாள். நிரசலுக்குள்ளிருந்து தண்ணீர் எடுத்து வந்து சாணச்சட்டியில் ஊற்றுகிறாள். சேலையை ஏற்றிக் கட்டி இடுப்பில் சொருகிவிட்டு, குனிந்து சாணச்சட்டியில் கையை ஒட்டி சாணியைக் கரைத்தவுடன், சாணத்துக்குள் புதைந்து கிடந்த தவளை, பாட்டியின் கையில் குதித்து அவளின் தோள்மேல் தாவுகிறது. டமார் என்று சாணச்சட்டியைத் தரையில் போட்ட பாட்டியின் அலறல் சத்தத்தில் ஊரே எழும்பிவிட்டது. பாட்டியின் அலறல் கேட்டு ஓடி வந்த கட்டையன் தாத்தாவைக் கண்டதும் நாலா பக்கமும் வேடிக்கை பார்க்க ஒளிந்து கிடந்த பையன்கள் கோலிக் குண்டுகளைப் போல் கும்மிருட்டில் சிதறி ஓடுகிறார்கள். மேலெல்லாம் உதறல் எடுக்க தன் புருஷன் கட்டையனை இறுகப் பற்றிக்கொள்ளும் வள்ளிப்பாட்டி. கூட்டம் கும்மாளம் போட்டுச் சிரிக்கிறது.

இது மாதிரியான பல விளையாட்டுச் சமாச்சாரங்களை அசை போட்டபடியே உறங்கி எழுந்தான் கருத்தமுத்து. பெரியதாய் முற்றத்தில் பாத்திரம் விளக்கிக்கொண்டிருந்தாள். வாசல்படியில் கருத்தமுத்து. சொர்ணம் அந்த வழியே கடைக்குப் போக வேகமாக வந்தாள்.

'யே... பெரியதாயி, என்ன மருமகப்புள்ள மொகம் கொராவிப் போயி உக்கார்ந்திருக்காக, கப்பல் கவிந்திருச்சா.'

'ஓம் மருமகங்கிட்ட நீய்யே என்னனு கேளு.'

'ஏ... அய்யா மருமகனே, என்ன இப்படி தலப்புள்ள சாகக் குடுத்தவுக மாதிரி உட்கார்ந்திருக்கீக, என்ன கவலனு ஓங்க அம்மா அய்யாட்ட சொல்ல வேணாம், அத்தையிட்ட சொல்லுங்க மருமகன.'

'..........'

'இதென்ன ஒன்னுமே பேசாம, மொகத்த அங்கிட்டுத் திருப்பி வச்சுக்கிட்டீக, ஓங்கள நம்பித்தான மருமகன எம் மகள பொத்திப் பொத்தி வளர்க்கன், இப்பிடியிருந்தா நாளைக்கு அத்த எப்பிடி பொண்ணக் குடுப்பன்.'

பெரியதாய் சிரித்த முகமாய் பேசினாள்.

‘ஓம் மருமகன் கோயில்பட்டிக்குப் படிக்கப் போறாக. அதுதான் கொஞ்சம் வடியா இருக்காக.’

‘யே... அப்பா, இது எனக்குத் தெரியாதே, மருமகன் பெரிய படிப்பு படிச்சு சூட் கோட்டுனு போட்டு ஜம்முனு வேலைக்குப் போயிறனும். இப்படி மலச்சா எப்பிடி, படிச்சா நாளைக்குப் பொண்ணு குடுக்க நான் நீனு போட்டி போடுவாக, அப்ப அத்தைய மறந்துறக் கூடாது மருமகன, பொண்ணு ஒங்களுக்குத்தான், நீங்க வேண்டாம்னாலும் கூட்டியாந்து வீட்ல விட்டுட்டுப் போயிருவேன்.’

குளிர் காலங்களில் மலைத்தட்டான்கள் கூட்டங்கூட்டமாய் ஊர் முழுக்கப் பறந்து திரியும். கைகளில் இலந்தை முள் கொப்புக்களை வைத்துக்கொண்டு பறந்துவரும் தட்டான்களை அடித்துக் கோழிகளுக்கு உணவாகப் போடுவது சிறுசுகளின் பொழுதுபோக்கு விளையாட்டு.

தெருக்களில் நடமாட்டம் குறைந்து ஊர் ஒடுங்கும் நேரம் கீழ் வானத்தில் மின்னல் கண்சிமிட்டிக்கொண்டேயிருந்தது. மழையே இல்லாத இந்த இரவு மின்னலுக்குத்தான் காளான்கள் முளைக்கும். பழுத்த பனம்பழங்கள் காம்பறுந்து தரையில் விழும். மிளகாய் பழங்களில் புள்ளிபுள்ளியாகக் குத்தல்கள் படியும். மண்ணுக்குள் இருக்கும் சீனிக் கிழங்குகளில் ஏராளமாகச் சொத்தைகள் படியும். காளான்கள் பிடுங்குவதற்கும், விழுந்து கிடக்கும் பனம்பழங்களை எடுப்பதற்கும் சிறுவர்களிடம் போட்டியே நடக்கும். விடிய விடிய உறங்காமல் முழித்திருந்து நான் முந்தி நீ முந்தி என்று விடியாத இருட்டிலேயே காடுகளுக்கு ஓடுவார்கள்.

வேப்பமரத்தில் கரிச்சான் குருவியின் சத்தம் ஊரை எழுப்பும் முதல் சத்தம். இரண்டாம் சத்தம் கண்மாய் கரையிலிருந்து கேட்கும் கௌதாரிகளின் சன்னம். கட்டிச்சே...ர், கட்டிச் சே....ர் மூன்றாம் சத்தம் ஊருணிக்கரை ஒற்றைப் பனையிலிருந்து மீன்கொத்தி. நான்காம் சத்தம் உப்போடைக் காடுகளில் இருந்து மயில்களின் தொடர்ந்த கூவல். யா... ஹோ, யா... ஹோ. யா... ஐந்தாம் சத்தம் கோழி மடத்துக்குள்ளிருந்து கொக்கரக்கோ... கோ. கொக்கரக் கோ... கோ... ஆறாம் சத்தம் இருளாண்டி ஊர்ப் பொது உரலில் இரவு ஊறப்போட்ட பருத்தி விதைகளை ஆட்டும் லொட... லொட உரல் சத்தம். ஏழாம் சத்தம் ஊர்ப் பொதுக் கிணற்றில் தண்ணீர் இறைக்கும் டப் டப் டப் வாளிச் சத்தங்கள். இந்தச் சத்தங்களோடுதான் எல்லா கிராம

மக்களும் பின்னப்பட்டிருந்தார்கள். ஒவ்வொரு சத்தமும் அதற்கேற்ற வேலை செய்பவர்களைத் துயில் எழுப்பியது. ஆண்டாளைத் துயில் எழுப்பி, குமரிப் பெண்களை நீராட அழைத்தது ஆனைச்சாத்தன் குருவி. முதல் சத்தம் எழுப்பும் கரிச்சானே ஆண்டாளின் துயில் எழுப்பும் அலாரம். அந்த ஆனைச்சாத்தான் என்கிற கரிச்சான் குருவியே தினமும் காளான் பிடுங்கவும், பனம்பழம் பொறுக்கவும் கருத்தமுத்துவை எழுப்பியது. இதோ கருத்தமுத்து எழுந்து முற்றத்துக்கு வந்துவிட்டான். வீட்டுக்குள்ளிருந்து பெரியதாயின் குரல் கேட்டது.

'டேய்... முத்து பேசாம படுடா காளானும் வேண்டாம் ஒன்னும் வேண்டாம். பள்ளிக்கூடம் போக இனி அஞ்சாறு நாள்தான் இருக்கு. ஒன்னுருக்க ஒன்னு ஆகிப் போச்சுனா படிப்பு வம்பா போகும்.'

'கண்மாய்க் கரைக்குப் போகலம்மா, நம்ம தோட்டத்து வரிசப்பனை வரைக்குக் போய்ட்டு வாரன்.'

கருத்தமுத்து பெரியதாயின் பதிலுக்குக் காத்திராமல் முற்றத்தில் இறங்கி தெருவில் நடந்து கருக்கிருட்டில் மறைந்து போனான். பெரியதாய் கவலைப்படுவதிலும் காரணம் இல்லாமல் இல்லை.

இதேபோல்தான் கருக்கிருட்டில் பனம்பழம் எடுக்கப் போனவன் சுப்பிரமணி பனையடியில் கிடந்த பனம்பழத்தைக் குனிந்து எடுத்தபோது 'தொப் தொப் தொப்' என்று இரண்டு மூன்று பழங்கள் விழுந்தவுடன் பயல் பதறிப் போய்விட்டான். படபடப்பில் மூர்ச்சையாகி பனையடியிலேயே உறங்கியும்விட்டான். போன பயலைக் காணவில்லையே என்ற பதட்டத்தில் மணிப்பயலின் அய்யாவும் அம்மாவும் பதறிப் போனார்கள். பனை பனையாய் தேடி கடைசியில் நடுப் புஞ்சை ஒத்தப் பனைக்கடியில் ஏறு வெய்யில் முகத்தில் பட்டும் எந்திரிக்காமல் கிடந்தான். கண் முழித்தபோது தன் எதிரே அய்யாவும், அம்மாவும் இன்னும் ஊரே திரண்டு நிற்பதைப் பார்த்ததும் பரக்கப் பரக்க முழித்தான். ஊருக்குப் போய் முட்டை கொண்டுவந்து மூன்று தரம் தலையைச் சுற்றி எறிந்தபின் கூட்டி வந்தார்கள்.

பயல் இரண்டு மூன்று நாட்களாகச் சுதாரிப்பு இல்லாமல், என்னத்தையோ பறிகொடுத்தது போல பரக்கப் பரக்க முழித்துக் கொண்டு சிரித்தான். ஆட்கள் பேசினால் முறைத்துப் பார்ப்பது, பதில் பேசுவது இல்லை. அவன் கொஞ்சங்கொஞ்சமாக பழைய மணிப் பயலாக மாறிக்கொண்டிருந்தான். அப்போதைக்கப்போது பெரிசுகள் பொடியன்களை எச்சரிக்கத் தவறுவதில்லை, கேட்டாத்தானே.

'யே... ல, சின்னச் சிரிக்கி புள்ளைகளா, பழுத்து விழுந்து கீழ கெடக்கிற பனம்பழத்துக்கு எங்க இல்லாத பேயும் வரும். லேசா நெனைக்காதிக. பழத்த பாத்த ஒடன அவக்னு எடுத்துறக் கூடாது. மொதல்ல காலால ஓங்கி ஒரு எத்து எத்தி, விழுந்த எடத்தவிட்டு வேறு எடத்துக்குத் தள்ளியிறனும், பெறகு குனிஞ்சு எடுக்கும்போது த்தூ... த்தூ... த்தூ... னு மூனாட்ட எச்சித் துப்பிட்டு பெறகு எடுத்தா, காத்து, கருப்பு அண்டாது. இல்லனா ஒரு நேரத்தப்போல ஒரு நேரம் இருக்காது. நல்ல நேரத்துக்கு ஒன்னுமில்ல, கெட்ட நேரத்துக்கு.'

முனியாண்டிப் பயல் பனம்பழத்தைப் பார்த்ததும் எடுக்கக் குனிந்திருக்கிறான். தரையில் பழம் கிடந்த இடத்தில் பழத்தைக் காணவில்லை. எந்திருச்சுப் பார்த்தால் நாலெட்டுத் தள்ளிக் கிடக்கிறது பழம். கரிச்சான் குருவியின் சத்தம் எச்சரிக்கை மணியாய் ஒலித்தாலும் முனியாண்டி பனம்பழ ஆவலில் எட்டிப்போய் குனிந்தான். பழத்தைக் காணவில்லை. ஏறிட்டுப் பார்த்தால் நாலெட்டு தள்ளி முன்னால் கிடக்கிறது பழம். பயல் விடவில்லை விரட்டிக் கொண்டே சென்றவன், சுற்றத்தை மறந்தான். பனம்பழம் மட்டுமே அவன் கண்ணுக்குத் தெரிந்தது. மாயமானாக வந்த மாரீசனை விரட்டிச் சென்ற ராமனைப்போல் பனம்பழத்தை விரட்டிச் சென்றான் முனியாண்டி. தன் தரையாய் இருந்த கிணற்றுக்குள் டமீர் என்று விழுந்தபோதுதான் முனியாண்டி தன் உணர்வு பெற்றான். நீச்சல் தெரிந்ததால் நீந்தி சுவர் பிடித்து ஏற வழியின்றி கூப்பாடு போட்டான். மாரீசனின் அபயக் குரல்போல் முனியாண்டிப் பயலின் சத்தம் கேட்டு ஊர் கூடியது. பயல் பனம்பழம் விரட்டிய கதை பயங்கரப் பேய்க் கதையாய் மாறிப்போயிற்று.

சிறுவர்களிடையே ஓந்தான் பிடிக்கும் பழக்கமும் விளையாட்டாய் மாறிப்போனது. மாட்டின் வால் உரோமம் பிடுங்கி திரித்து சுருக்குவான் கண்ணி தயார் செய்து சோளத்தட்டை நுனியில் கட்டிவிட்டால் ஓந்தான் வேட்டைக்குக் கிளம்ப வேண்டியதுதான். வேலிச்செடிகளில் மறைந்து நிற்கும் ஓந்தானைத் தேடிப் பார்த்து அரவமில்லாமல் கண்ணியை ஓந்தான் தலைக்குள் மாட்டி ஒரு சுண்டு சுண்டினால் போதும், ஓந்தான் சோளத்தட்டை நுனியில் கால்களை உதைத்துக்கொண்டு தொங்கும்.

சிறுவர்கள் கூட்டம் பின் தொடர முத்து, கோடாங்கித் தாத்தாவைத் தேடியலைவான். தாத்தா மூக்குப்பொடி போடுகிறவர். பையன்கள் சூழ்ந்துகொள்வார்கள். வேடிக்கை பார்க்க ஒரு கூட்டமே கூடிவிடும்.

'தாத்தா தாத்தா இத்துனூண்டு பொடி குடு தாத்தா.'

'பொடி எதுக்கு சின்னச் சிரிக்கி புள்ளைகளா.'

'தாத்தா ஒந்தான் மூக்குல போட்டு பேயாட விடப் போறம்.'

'ஒங்க ஆத்தாமாரு 'இதுக்குள்ள' போட்டுப் பேயாட விடுங்க நல்லா ஆடுவாக.'

'தாத்தா... தாத்தா கொஞ்சம் போல தா தாத்தா.'

'யேல... பாவம்டா... விட்ருங்கடா.'

'தாத்தா கடவுளு தண்ணி கேட்டபோது மூத்திரம் மோண்டு குடுத்தது, இத சும்மாவிடக் கூடாது தாத்தா.'

'ஆமா... ஒங்க ஆத்தா மோத்திரத்த வாங்கிட்டுப் போய்த்தான் கடவுள்ட்ட குடுத்தது.'

'தாத்தா கொஞ்சம்போல, நிய்யே போட்டு விடு தாத்தா தாத்தா... தா... தா... தா... தா...'

சிறுவர்களின் கெஞ்சலும் சிரிப்பும் கேலியும் அந்த இடத்தைக் கலகலப்பாக்கிவிடும். கோடாங்கித் தாத்தாவின் மனசு கொஞ்சங் கொஞ்சமாய் இளகி மெதுவாக இடுப்பைச் சுற்றிவைத்துள்ள பொடிப்பட்டையை எடுப்பார். பையன்களின் சந்தோஷமும் கூச்சலும் கும்மாளமும் அந்த இடமே கலகலத்துப் போகும். கருத்தமுத்து ஓடிப்போய் முன்னால் நிற்பான்.

'யேல...' நிய்யி பெரியதாயி மகன்தான, இந்தா பொடிப்பட்ட கொஞ்சமா எடுத்துப் போடுல, சிந்தியிறாத.'

ஆவலாய் பொடிப்பட்டையை வாங்கிய கருத்தமுத்து, பவ்யமாய் திறந்து ஆள்காட்டி விரலையும் கட்டை விரலையும் ஒன்றுகூட்டிப் பொடியை அள்ளி தொங்கிக் கொண்டிருக்கும் ஒந்தானின் முகத்தில் போட்டான். பொடியின் காரம் தாங்காமல் ஒந்தான் கண்களை மூடி மூடித் திறந்தது. கையில் சிறு குச்சியுடன் வந்த ஒருவன் அதட்டினான்.

'கடவுள் தண்ணி கேட்டா இனிமே மோத்திரத்த குடுப்பியா' சொல்லு, மோத்திரத்தக் குடுப்பியா'

ஒந்தான் பொடியின் காரம் தாங்காமல் மேலும் கீழும் தலையாட்டியது. கூட்டம் கூப்பாடு போட்டது.

'மோத்திரம்தான் குடுப்பம்னா சொல்ற, இரு ஒன்னயதொலிய உரிக்கன்.'

சட்சட்டென்று குச்சியால் அடித்தான்.

'இப்பச் சொல்லு சாமிக்கு மோத்திரம் குடுப்பியா.'

இப்போது ஓந்தான் மேலும் கீழும் ஆமாம் என்பதற்கு அடையாள மாகத் தலையாட்டாமல், ஒட்டியிருக்கும் பொடியை உதறுவதற்காகத் தலையைக் குலுக்கி இடமும் வலமும் தலையாட்டும்.

'ம்... அப்படிச் சொல்லு, யெப்பா மோத்திரம் குடுக்காதாம், விட்ருங்கப்பா, பாவம், இனிமேப்பட சாமிக்கு மோத்திரம் குடுக்காது.'

இந்தக் கூச்சல் குழப்பம் கொண்டாட்டம் எல்லாமே பாண்டியத் தேவர் வருவதைக் கண்டால் போதும். சிதறி சின்னாபின்னமாக ஓடிப் போவார்கள் சிறுவர்கள். அதோ தெரிகிறது அவரேதான், சிதறு தேங்காயாய் ஓடித் தப்பிக்கும் சிறுவர்கள். கழுத்தில் கண்ணியுடன் தரையில் கிடக்கும் ஓந்தானை எடுத்துக் கண்ணியைக் கழட்டி செடி கொடிகளுக்குள் போய்விட்ட பின்னரே போவார்.

'பொடி குடுக்காதனு சொன்னா கேக்கயா கோடாங்கி.'

'தேவரே... பாடா படுத்துறாங்க, போகவே மாட்டேங்கான், அலப்பறைக்கு ஆத்தமாட்டாமத்தான் குடுத்தன்.'

தண்ணீர் தட்டுப்பாடு மனுஷர்களுக்கு மட்டும்தான் வருமா? கடவுளுக்கு வராதா என்ன. பாவம் கடவுள். தண்ணீர் தட்டுப்பாடு. குடிக்க ஒரு சொட்டுத் தண்ணீர் இல்லை. நா வறண்டு உதடு உணர்கிறது. வேறு வழியின்றி பூலோகத்துக்குத் தகவல் அனுப்புகிறார். அவ்வளவு உயரத்துக்கு யாரால் தண்ணீர் கொண்டுபோக முடியும். பறவைகள் கைவிட்டுவிட்டன. மிருகங்களால் முடியுமா என்ன?

வேறு வழியில்லை. கடவுள் இறங்கி பூலோகந்தான் வரவேண்டும். இல்லையென்றால் தண்ணீர் நா வறட்சி எடுத்து சாகவேண்டும். அப்போதுதான் கடவுளுக்கு ஒரு வித்தியாசமான சத்தம் கேட்டது. கீழே உற்றுப் பார்த்தார். வளர்ந்த உச்சி மரத்திலிருந்து ஒரு அணில் கூப்பிட்டுக்கொண்டிருந்தது. அதன் முதுகில் ஒரு பெரிய இளநீர். வேகமாக வந்த கடவுள் பூலோகத்தில் கால் படாமலேயே மர உச்சிக்கு வந்து இளநீரை வாங்கிக் குடித்துத் தாகம் தீர்த்துக்கொண்டார்.

தன் தாகம் தீர்த்த அணிலை வாஞ்சையாக முதுகில் தடவினார். அன்றைக்குக் கடவுள் தடவிய தடம்தான் அணில்களின் முதுகில் மூன்று கோடுகளாய் படிந்து கிடக்கின்றன. அதோடு கடவுள் அணிலுக்கு ஒரு வரமும் தந்தார்.

'அணிலே இன்றிலிருந்து உனக்கு ஒரு வரம் தருகிறேன். எவ்வளவு

உயரத்திலிருந்தும் நீ இனிமேல் தரையில் குதிக்கலாம். மரம்விட்டு மரம் தாவலாம். தரையில் குதித்த அடுத்த நொடியே நீ ஓடலாம்.'

அன்றிலிருந்துதான் அணில் உயரத்திலிருந்து குதிக்கவும், கிளைவிட்டுக் கிளை தாவவும் கற்றுக்கொண்டது. முதுகில் மூன்று கோடுகள் அழகாய் படிந்துவிட்டன. அணிலைப் போலவேதான் ஓந்தான் என்றாலும் கடவுளுக்கு மூத்திரம் கொடுத்ததால் கடவுளின் சாபத்திற்கு ஆளாகிப்போனது.

'தாகத்திற்கு, தண்ணீர் கேட்ட எனக்கு மூத்திரத்தைக் கொடுத்து அவமானப்படுத்திய நீ, இன்றிலிருந்து அருவருக்கத்தக்க உருவத்தில் வாழக் கடவவாய். அணிலைப்போல் வேகமாக மரமேற முடியாமல் போவாய். கிளைவிட்டுக் கிளைத் தாவும் திறமை மறைந்து போகும் உச்சி மரத்திலிருந்து குதித்தால் உடல் சிதறி சாவாய், சின்னவர் சிறியவர்களிடமெல்லாம் அகப்பட்டு சித்திரவதைக்குள்ளாகி சாவாய்.'

இன்னும் நான்கே நான்கு நாட்கள்தான் இருந்தன, பெரிய பள்ளிக்கூடம் போக.. இரவு ஒருநாளும் இவ்வளவு துன்பப் படுத்தியதில்லை. கருத்தமுத்து ரொம்ப நேரம் முழித்திருந்து எப்போது தூங்கினான் என்று தெரியாமலே தூங்கிப்போனான்.

தான் மூன்று ஆண்டுகளாக நடந்த அந்த ஒற்றையடிப் பாதை, தான் படித்த பள்ளிக்கூடம், வாத்தியார்கள், எட்டாம் வகுப்பில் உடன் படித்த மாணவர்கள் பொன்சக்தி, சரஸ்வதி, அன்னத்தாய் ஆகிய மாணவிகள் எல்லோரும் கனவில் வந்துபோனார்கள். அத்தோடு பழைய சம்பவம் ஒன்றும் கனவில் வந்தது.

தமிழ்ப் பாடம் நடத்தும் பொன்னுச்சாமி வாத்தியார் பொடியை அள்ளி அள்ளி மூக்குக்குள் திணிப்பது மாதிரியே ஏராளமான கதைகளையும் அள்ளிவிடுவார். எட்டாம் வகுப்பில் மொத்தமே ஒன்பது பேர்தான். தான் உட்கார்ந்திருக்கும் மேசைக்கு இடப்பக்கம் மூன்று பையன்களும், வலப்பக்கம் மூன்று பையன்களையும் நிற்க வைத்துவிடுவார். தனக்கு நேர் எதிரே மூன்று பெண்களையும் நிற்க வைத்து பாடம் நடத்துவார்.

சில மாணவர்கள் முழங்கைகளை மேசைமேல் வைத்துக் குனிந்து கொண்டு பாடம் கேட்க வசதியாக மேஜையின் மேல் உள்ள சாக்பீஸ் பெட்டியை வேறு இடத்திற்குத் தள்ளிவைப்பார்கள். அந்த மாணவர்கள் தனக்கு முன்னால் சாக்பீஸ் பெட்டி இருக்கக்கூடாது என்று அடுத்த இடத்திற்குத் தள்ளிவைப்பார்கள். இந்த சாக்பீஸ் பெட்டி தள்ளும் விஷயம் பெரும்பாலும் வாத்தியார் பொடி

போடும்போது அவருக்குத் தெரியாமலேயே கனகச்சிதமாக நிகழ்த்தப்படும்.

பையன்கள் மேஜையின் மேல் முழங்கைகளை வைத்துக் குப்புறக் கவிழ்ந்தால் கையில் தயாராக வைத்திருக்கும் அடிஸ்கேலால் பட்டென்று அடிக்கும் வாத்தியார் பெண்கள் மூன்று பேருமே குப்புறப்படுத்துக் கிடந்தாலும் எதுவுமே சொல்லமாட்டார். அவரே சாக்பீஸ் பெட்டியை எடுத்துத் தன் முன்னால் வைத்துக்கொள்வார்.

தாவணிகள் விலகி ரவிக்கை தொளதொளப்பை வாத்தியார் அடிக்கடி பார்த்துக்கொண்டே பாடம் நடத்துவார். விடலைப் பையன்களின் கண்கள் பட்டாம்பூச்சி என்பதை வாத்தியார் மறந்து பாடம் நடத்துவார். சில நேரம் அன்னத்தாயின் மார்பு கருவளையங்கள் தெளிவாகத் தெரியும். கருத்தமுத்துவின் மனசு அலைபாயும். கடிவாளத்தை அறுத்துக்கொண்டு மனசு துள்ளும். அடுத்த பீரியட் மணியடிக்கும்வரை அந்த ஆறு பையன்களும் வாத்தியாரும் தவியாய் தவித்துப் போவார்கள். ஒருவேளை வேண்டுமென்றுதான் அன்னத்தாய் இப்படி மேஜையில் குப்புறக் கிடக்கிறாளோ என்றுகூட எண்ணத் தோன்றும்.

அன்றைக்கும் இதே மாதிரிதான் வாத்தியார் பாடம் நடத்திக் கொண்டிருந்தார். மூன்று பெண்களும் முழங்கையைத் தங்கள் மேஜையில் ஊன்றி கன்னத்தில் கை வைத்தவாறு பாடம் கேட்டுக்கொண்டிருந்தார்கள். சாக்பீஸ் பெட்டி மேஜை முழுக்க அலைக்கழிக்கப்பட்டுக் கடேசியாகக் கருத்தமுத்துவின் முன்னால் வரவும், வாத்தியார் குனிந்து மூக்குப் பொடியை உறிஞ்சவும் சரியாய் இருந்தது. கோபத்தில் கருத்தமுத்து சாக்பீஸ் பெட்டியை பலமாகத் தள்ளிவிட பெட்டி கவிழ்ந்து சாக்பீஸ்கள் சிதற, சில துண்டு சாக்பீஸ் கட்டிகள் அன்னத்தாயின் தொளதொள ரவிக்கைக்குள் போய் ஒளிந்து கொண்டன. மத்த பையன்களின் குபீர் சிரிப்பில், கண்ணை மூடி பொடி சுகத்தில் லயித்திருந்த வாத்தியார் ஏறிட்டுப் பார்த்தார். அன்னத்தாய் மேஜையின் கீழ் உட்கார்ந்துகொண்டு சாக்பீஸ் துண்டுகளை ஒவ்வொன்றாக எடுத்து வெளியே போட்டாள். அவள் எழுந்து நின்றபோது வெட்கம் தாளாமல் மூசுமூசுவென்று அழுதாள்.

பொன்னுச்சாமி வாத்தியாருக்குப் கோபம் பொடியைவிடவும் சுள்ளென்று உறைத்தது. அடிஸ்கேலுடன் விருட்டென்று எழுந்தவர் கருத்தமுத்துவை அடித்துத் துவைத்துவிட்டார். ஒருவேளை கோபுர தரிசனம் கிடைக்கவில்லையே என்ற கோபமோ என்னமோ?

வகுப்புக்கு வெளியே சுடுமணலில் முட்டாங்கால் போட்டபடி யிருந்தான் கருத்தமுத்து. வகுப்பறை மாணவர்கள் தவிர்த்து மற்ற மாணவர்களும் பார்த்துச் சிரித்தார்கள். தலையைக் குனிந்து கொள்வதைத் தவிர வேறு வழியில்லை.

பள்ளிக்கூடம் வரும்போதும் சரி போகும்போது சரி அன்னத்தாய் கருத்தமுத்துவின் ஊர்ப் பையன்களுடன்தான் வருவாள். இடையில் அவளுடைய ஊர் வந்தவுடன் விலகிக்கொள்வாள். இரண்டு நாட்களாக இருவரும் எதுவுமே பேசிக்கொள்ளவில்லை. ஆனால் பார்வைகள் சங்கமித்துக்கொண்டன. கருத்தமுத்துவின் பார்வைக்குத் தலை குனிந்தாள் அன்னத்தாய். அவன் வேறு கண்களால் பார்ப்பது போல் உணர்ந்தாள். கருத்தமுத்துக்கு இரண்டு நாட்களாக அன்னத்தாயின் முகம் வேறு முகமாகத் தெரிந்தது.

அன்று குடியரசு தினம். கொடியேற்றி மிட்டாய் வாங்கிவிட்டு கூட்டமாய் ஊர் திரும்பிக் கொண்டிருந்தார்கள். நான் முந்தி நீ முந்தி என்று ஓடிப்போய் நாவல் மரத்தடியில் உதிர்ந்து கிடக்கும் பழம் பொறுக்குவார்கள். கருத்தமுத்து, பாதையோரம் நின்று கொண்டிருந்தான். நாவல்மரத்தின் ஒரு கொப்பு தோட்டத்திற்குள் நீட்டிக்கொண்டிருக்கும். பாத்திகளில் நிறையப் பழங்கள் உதிர்ந்து கிடக்கும். கைநிறைய பழங்களுடன் தன் அருகில் வரும் அன்னத் தாயை உற்றுப் பார்த்தான் கருத்தமுத்து.

'முத்து இந்தா பழம் எடுத்துக்க.'

'எனக்கு வேணாம்.'

'எதுக்கு வேணாம்ங்கிற.'

'..........'

'அன்னக்கி ஒன்னய நான் ஏதாவது சொன்னனா? வாத்தியார் அடிச்சா நான் என்ன செய்ய? நீ எங்கூட பேசமாட்டியா? எனக்கு சங்கடமா இருக்குடா முத்து. பேசுடா'.

கருத்தமுத்து வாயை அகலத் திறந்தான். அன்னத்தாய் ஒரு பழத்தை அவன் வாய்க்குள் போட்டுவிட்டு, தன் வாயைத் திறந்தாள். கருத்தமுத்து அவள் வாய்க்குள் ஒரு பழத்தைப் போட்டான். சாக்பீஸ் பெட்டியால் இரண்டு நாட்களாகக் காய்விட்டுக்கொண்ட இருவரும் இப்போது பழம் விட்டுக்கொண்டார்கள். கருத்தமுத்துப் புரண்டு படுத்தான். இன்னும் பலப்பல நினைவுகள் வந்து அலைக் கழித்தன.

பள்ளிக்கூடம் விட்டு வந்ததும் என்னத்தடா தின்போம்

என்றிருக்கும். சுளகு நிறைய வறுத்த நிலக்கடலையும் கருப்பட்டி வட்டும் இருக்கும். இன்னொரு நாள் அவித்த சீனிக்கிழங்கும் கருப்பட்டியும் வெள்ளைக்கிழங்கு, ரோஸ் கிழங்கு, சிந்தாமணி சிவப்பு என்று எத்தனை விதமான சீனிக்கிழங்குகள். பெட்டி நிறைய அவித்த தட்டாங்காய், மொச்சிக்காய், பாசிப்பயத்தாங்காய், துவரைக்காய், மின்னிக்காய், இது மட்டுமா எதாவது தின்பண்டம் இல்லாத நாளே இருக்காது.

ஹாஸ்டலில் சேர்ந்துவிட்டால் இதையெல்லாம் மறந்துதான் ஆகவேண்டும்.

'யே... பெரியதாயி, நேத்துத்தான் ஓம்மகன் முத்துப் பயலப் பார்த்தன், அவுக அப்பனக் கெணக்கா நெடுநெடுனு வளர்ந்துட்டான் தாயி, எட்டுப் படிக்கிற பயனா, யாருமே நம்பமாட்டாங்க இனியும் ரொம்ப வளர்வான்.'

'பள்ளிக்கூடத்திலேயே இவன்தான் வளர்த்தி சின்னம்மா, வாத்தியார்மாருகளே சொல்லுவாக. ஒன்பதாவது போகப்போறான். கோயில்பட்டியில் சேக்கப்போறம், நம்மதான் படிக்கல, நம்ம புள்ளைகளாவது நாலு எழுத்துப் படிக்கட்டும்.'

'கட்டாயம் படிக்கனும் தாயி, எங்க பய சொன்னபடி கேக்காம இப்ப அருகு வெட்டிட்டு அலையிறான். என்ன செய்ய'

'சின்னம்மா ஒலக்கையே ஓம் வீட்லயே வச்சிரு, நான் இப்ப வீட்டப் பூட்டிட்டுத் தோட்டத்துக்குப் போறன். சாயங்காலம் வந்து வாங்கிக்கிறன்.'

பெரியதாய் வீட்டைப் பூட்டிவிட்டுக் கிளம்பிப் போனாள்.

இருளாண்டியும் பெரியதாயும் கருத்தமுத்தும் குலதெய்வம் சோலைச்சாமியைக் கும்பிட்டு திருநீறு பூசிக்கொண்டார்கள். கோயிலில் கூட்டம் குறைவாகவே இருந்தது. குழந்தை ஒன்னு கொலுசு சத்தம் குலுங்க அங்கேயும் இங்கேயும் ஓடிக்கொண்டிருந்தது. இருளாண்டி தயங்கி தயங்கித்தான் பூசாரியிடம் சொன்னாள்.

'சாமி எம்மகன், கோயில்பட்டிக்குப் படிக்கப் போறான். பள்ளிக் கூடத்தப் பத்தி கவலயில்ல, எடம் கெடச்சிரும், ஹாஸ்டல்ல எடம் கெடைக்குமானு பூக்கட்டி பார்க்கனும், ஹாஸ்டல்ல எடம் கெடச்சிட்டா, அடுத்த வருஷம் பதினெட்டாம் பெருக்குக்குக் கெடா வெட்டி பொங்கல் வைக்கனும்னு நேமிக்கம் போட்டுருக்கன் சாமி.'

பூசாரி மறைவிடம் போய்விட்டு வந்தார். அவர் கையில் சுருட்டிக்

கட்டிய இரண்டு வெற்றிலைகள் இருந்தன. சாமியின் முன்னால் போட்டுவிட்டு கொலுசுக் குழந்தையைக் கூப்பிட்டு ஒரு வெற்றிலையை எடுக்கச் சொன்னார். மூன்று பேரும் கும்பிட்டபடியே பூசாரியின் கையில் உள்ள வெற்றிலையையே பார்த்துக்கொண்டு நின்றனர். பூசாரி வெற்றிலையைப் பிரித்தார். வெள்ளைப் பூ கொடுத்திருந்தது சோலைசாமி. இருளாண்டி சந்தோஷத்தோடு ஐந்து ரூபாயை எடுத்து பூசாரியிடம் நீட்டினான்.

'டேய், நல்லாப் படிக்கனும்டா, இது ஒங்க சாமி, ஒங்க பூட்டன், தாத்தன் காலத்துலருந்து ஒங்க குலதெய்வம் இதுதான், மறந்துரக் கூடாதுடா.'

சந்தோசத்துடனும் நம்பிக்கையுடனும் கோயிலை விட்டு வெளியே வந்தார்கள். சாமி வெள்ளைப்பூ கொடுத்ததில் அளவில்லா சந்தோஷம். சிறிதுநேரம் வேப்பமர நிழலில் உட்கார்ந்து பேசிக் கொண்டிருந்தார்கள். கோயிலின் மகாத்மியங்களையும் தான் சிறுவனாயிருந்த காலத்தில் இங்கே வந்தபோது நடந்த சம்பவங் களையும், கதை கதையாய் சொல்லிக்கொண்டிருந்தான் இருளாண்டி. பெரியதாயும் கருத்தமுத்தும் வாயைப் பிளந்து கேட்டுக் கொண்டிருந்தார்கள்.

2

பள்ளிக்கூடம் புறப்பட வேண்டிய நாள். பாட்டியும் அத்தையும் சித்தப்பாவும் வந்து திருநீறு பூசி கையில் பணம் கொடுத்தார்கள். பெரியதாய் மௌனமாக நின்றுகொண்டிருந்தாள். பள்ளிக்கூடத்தி லிருந்து வாங்கி வைத்திருந்த சர்ட்டிபிகேட்கள், கிராம முன்சீப்பிடம் எழுதி வாங்கியவை எல்லாவற்றையும் பத்திரமாக எடுத்து வைத்தான் இருளாண்டி. வீட்டைவிட்டு வெளியேறி தெருவுக்கு வருவதற்குமுன் பாட்டி போய் நல்ல சகுனம் பார்த்துவிட்டு கையசைக்கவும், கருத்தமுத்துவும், இருளாண்டியும் கிளம்பிப் போனார்கள்.

கருத்தமுத்து இதற்குமுன் இரண்டே இரண்டு தடவைதான் பஸ்ஸில் போயிருக்கிறான். கோயில்பட்டியில் போய் இறங்கி, பள்ளிக்கூடத்திற்கு நடந்து உள்ளே நுழைந்தபோது, தங்களைப் போலவே நிறையப் பெற்றோர்கள் தங்கள் பிள்ளைகளுடன் அங்கே வந்திருப்பதைப் பார்த்தான். பையனின் சர்ட்டிபிகேட்டுகளை வாங்கி சரிபார்த்த வாத்தியார், பையனை ஏற இறங்கப் பார்த்தார். பையனின்

வளர்த்தியும்கூட அவரை அப்படி பார்க்க வைத்திருக்கலாம்.

'இவ்வளவு தூரம் தெனமும் எப்பிடிய்யா வருவான்.'

'ஹாஸ்டல்ல சேக்கப் போறன் வாத்தியாரய்யா.'

'அதுதான் நல்லது, என்னடே ஹாஸ்டல்ல இருந்துக்கிருவியா.'

'இருப்பன் சார்.'

'ஏன் கேக்கம்னா. நெறய்யப் பையன்க, நாலஞ்சு மாசத்துல ஹாஸ்டல் புடிக்கலனு வெளியேறிரான். கேட்டா சாப்பாடு சரியில்ல அது இதுனு காரணம் சொல்றான், தெனமும் போக வர முடியாது, கடேசில அந்த வருஷம் படிப்பு வீணாப் போயிருது.'

'இவன் அப்படியெல்லாம் போகமாட்டான்யா.'

'படிப்புத்தான்டா முக்கியம். சாப்பாடா முக்கியம். எலவசமா சோறு போடுறவன் பிரியாணியா போடுவான். கொஞ்சம் அப்பிடி இப்பிடி இருக்கும், சமாளிக்கனும், அங்க இருக்கிறவங்க எல்லாரும் மனுஷங்கதான, சொகத்தயும், ருசியவும் மறந்துறனும், படிப்பு மட்டும்தான் நம்ம லட்சியமா இருக்கணும்.'

எல்லாம் முடிந்து கையெழுத்துப் போட்டபின், வருகிற திங்கட்கிழமை பள்ளிக்கூடம் திறக்கிறது என்றும் காலையிலேயே வந்துவிட வேண்டும் என்றும் சொல்லி கும்பிட்டார் வாத்தியார். நிறைவுடன் வாத்தியார் சொன்ன அறிவுரைகளை அசை போட்டபடியே வெளியே வந்தார்கள்.

'என்னலே... முத்து, வாத்தியார் சொன்னதக் கேட்டியா?'

'ம்... கேட்டன்.'

'வாய்க்கு ருசி தேடுனா அம்புட்டுத்தான். ரெண்டு வருஷம் கண்ண மூடிட்டு, படிச்சு முடிச்சுட்டா பெறவு காலேஜ் போயிரலாம். கொஞ்ச நாளைக்கு வெறிப்பாத்தான் இருக்கும். மலைக்கக் கூடாது, மனசுல தைரியம் வேணும், ஹாஸ்டல்ல விட்டுட்டா போச்சு, இல்ல தெனமும் நம்ம, ஊர்லருந்து எப்பிடி வர முடியும்.'

அவர்கள், இருவரும் வீட்டுக்குள் நுழைந்தபோது பெரியதாயி வேகமாக வந்தாள். அவள் முகம் எதிர்பார்ப்பில் பரபரப்பாய் காணப்பட்டது.

'என்னப்பா பள்ளிக்கூடத்துல சேத்துக்கிட்டாங்களா.'

'சேர்த்தாச்சு. தாயி, பெரிய பள்ளிக்கூட்டம், வாத்தியாரு நம் மகன்கிட்ட என்ன சொன்னார்னு கேளு, வார திங்கக் கெழம

பள்ளிக்கூடம் ஆரம்பிக்கு, காலையிலயே போயிரனும்.

ஒருவழியாகப் பள்ளிக்கூடம் சேர்த்தாயிற்று. அடுத்து ஹாஸ்டலுக்கு இடம்வேண்டி மனுப்போட வேண்டும். மனுப்போட்ட பிறகு எப்படியும் ஒரு மாசம் கழிச்சுத்தான் செலக்ஷன் நடக்கும். அந்த ஒரு மாசமும் எப்படி பள்ளிக்கூடம் அனுப்ப என்று இரண்டு பேரும் யோசிக்கத் தொடங்கினார்கள். கோவில்பட்டிக்குப் பக்கத்தில்தான் தோட்லாம்பட்டி. பெரியதாயின் தங்கச்சி வாழ்க்கைப்பட்டிருக்கிற ஊர். ஹாஸ்டலில் சேரும்வரை தோட்லாம்பட்டியிலிருந்து பள்ளிக்கூடம் போய் வர ஏற்பாடு செய்யலாம் என்று முடிவு செய்து, இருளாண்டியும் பெரியதாயும் தோட்லாம்பட்டி புறப்பட்டார்கள். பெரியதாயின் தங்கச்சியும் தங்கச்சி புருஷனும் என்ன சொல்வார்களோ என்று சந்தேகம் ஒரு பக்கம் இருந்தாலும் நம்பிக்கையுடன்தான் தோட்லாம்பட்டிக்குப் புறப்பட்டார்கள்.

பெரியதாயின் தங்கச்சி ஊரான தோட்லாம்பட்டியில் விவசாயம் இருந்தாலும் பனைகள் வல்லிசாகக் கிடையாது. இங்கே நுங்கு வரும் காலங்களில் நுங்கு, மீன்பிடி காலங்களில் மீன், மத்த காலங்களில் தானியங்கள், பயறு பச்சைகள், பனங்கிழங்கு, சீனிக் கிழங்கு போன்ற பொருட்களைப் பெரியதாய் இருளாண்டியிடம் கொடுத்தனுப்பிவிட தவறமாட்டாள். பெரியதாயின் தங்கச்சி புருஷனுக்கு ஊரில் கையளவு இடம்கூட கிடையாது. வெள்ளாடுகள் மேய்ப்பது மட்டுமே அவனுடைய வேலை. கருத்தமுத்துவின் மீது சின்னய்யாவும், சின்னம்மாவும் பிரியமாக இருப்பதற்கு முக்கியமான காரணம் அவர்கள் வீட்டில் ஆண்பிள்ளை கிடையாது மூன்றும் பொம்பளைப் பிள்ளைகள். அக்காவையும் மாமாவையும் பார்த்தவுடன் சுப்புத்தாய்க்கு சந்தோஷம் தாங்கவில்லை.

'என்னக்கா... திடுதிப்புனு வேல நடக்கிற காலம், அப்பிடி என்ன சோலி. ரெண்டு பேரும் சேர்ந்து வந்திருக்கீக வேற ஒன்னுமில்லையே'

'சோலி என்ன பெரிய சோலி, சும்மாதான் வந்தோம். மாமாவ எங்க காணும்.'

'தொழுவத்துப் பக்கம் போயிருப்பான். ஏட்டி... யேய்... லட்சுமி, ஒங்கப்பன வரச் சொல்லு, பெரியாவும் பெரியம்மாவும் வந்திருக்காகனு சொல்லு.'

'சொல்லுக்கா என்னக்கா திடுதிப்னு.'

'வேற ஒன்னுமில்லடி, சும்மாதான் வந்தோம்.'

தாங்கள் இருவரும் சுமந்துகொண்டு வந்த தானிய தவசங்கள் பயறுகளைப் பொட்டலம் பொட்டலமாய் எடுத்துவைத்தாள் பெரியதாயி. மிளகாய் வற்றலை தனியே வைத்தாள்.

‘எக்கா வெங்காயம் அறுத்திட்டியா.’

‘இனியும் அறுக்கலடி, இதுதான் கடைசித் தண்ணி. ஈரம் ஒணாந்த ஒடன அறுப்பன், மாமன்கிட்ட குடுத்துவிடுறன்.’

‘வெஞ்சனப்பாட்டுக்குப் பெரிய சங்கடமாயிருக்குக்கா, தூக்குவாளிக்குக் கொண்டு போக வெங்காயம், மொளகா, கருவாடு போட்டு வதக்குனாத்தான் கஞ்சி குடிச்சது மாதிரி இருக்கு.’

சுப்புத்தாயின் புருஷன் வேலாண்டி சிரித்த முகமாய் வீட்டுக்குள் நுழைந்தான். இரண்டு பேரையும் பார்த்தவனுக்கு சந்தோஷம் பிடிபடவில்லை.

‘வாங்க மதினி வாங்க ஏன வாண்ண.’

‘மொதல்ல அண்ணன வாங்கனு கேட்டுட்டுத்தான, பெறகு மதினிய வாங்கனு கேக்கணும்.’

‘பொம்பளைகளத்தான் மொதல்ல கவனிக்கனும். நம்மட்ட என்ன இருக்கு.’

வேலாண்டியின் பேச்சை ரசித்து எல்லோரும் சிரித்தார்கள்.

‘சரி சுப்புத்தாயி, சட்டுப்புட்டுனு சோத்தப் பொங்கு, நான் ஒரு கோழி வெடைய புடிச்சி அடிச்சிட்டு வாரன், ஏன, ரொம்ப நாளைக்குப் பெறகு இரண்டு பேரும் வந்திருக்கீக, சாப்புடாமப் போகக் கூடாது.’

வேலாண்டி வேகமாகக் கோழிமடம் தேடிப் புறப்பட்டான். சுப்புத்தாய்க்கு என்ன விஷயமாக வந்திருக்கிறார்கள் என்பதை அறிந்துகொள்ள மனசு ஆளாய் பறந்தது.

‘சரிக்கா. சொல்லுக்கா என்ன வெசயமா, திடு திப்புனு...’

‘வேற ஒன்னுமில்லடி ஓம் மகன் கருத்தமுத்த கோயில்பட்டியில சேத்திருக்கு, இங்க எட்டு வரைக்குத்தான் இருக்கு. இன்னும் பள்ளிக்கூடம் திறக்க நாலுநாள்தான் இருக்கு. ஹாஸ்டல்ல சேக்க எழுதிக் குடுத்திருக்கு. எப்படியும் ஒரு மாசம் கழிச்சுத்தான், ஹாஸ்டல்ல சேப்பாகளாம். அது வரைக்கும் முத்துப்பய இங்கயிருந்து பள்ளிக்கூடம் போகலாமானு கேக்கத்தான் ரெண்டு பேரும் வந்தோம்.’

‘இதக் கேக்க, ரெண்டு பேரு வரணுமாக்கும், ஏம் மாமா ஊரத்

தெரட்டிட்டு வரக்கூடாது. ஏம்புள்ள வேற, ஓம் புள்ள வேறயாக்கா. அவனுக்குத் தனியா ஒல வச்சா பொங்கப் போறன், எனக்கு மூனும் பொட்டக் கழுதயாப் போச்சு, பொட்டக் கழுதைக்கு என்ன படிப்புனு நிப்பாட்டிட்டன், முத்துப்பயல நல்லா படிக்க வைக்கா.'

'நம்மளப் போல காடு கரையில வெய்யில்ல கெடந்து சீரழிய வேண்டாம்ல்ல, நாலெழுத்துப் படிச்சா, பெரிய உத்தியோகம் இல்லனாலும், நமக்குத்தக்கன ஒரு சின்ன வேல கெடச்சாலும் போதும்ல்ல, அதுதான் வந்தோம்.'

'எத்தன வருஷத்துக்குனாலும் இருக்கட்டும், இங்கயிருந்தும் அஞ்சாறு புள்ளைக அங்க போகுதுக. கூடவே போய்ட்டுக் கூடவே வரட்டும்.'

'அதாவது தாயி நிய்யி மாட்டேன்னு சொல்லமாட்ட, ஏம்னா ஒங்க அக்காபுள்ள முத்து, ஒம் புருஷன் என்னமும் நெனைக்கக் கூடாது. ஒங்களுக்குள்ள இதவச்சு சண்ட சச்சரவு வந்திரக்கூடாது, சகலத்தையும் யோசிக்கனும்ல்ல தாயி.'

'மாமா ஒங்கள மாதிரிதான் மாமா எம்புருஷனும், ஆடுமாடு மேய்ச்சாலும் கொணத்துல தங்கம் மாமா. மூனு புள்ளைக பெத்துட்டன், ஒரு நாளாவது, ஒரு சுடு சொல்லு, சொல்லியிருக்க மாட்டான், பெண்டாட்டி புள்ளைகனா அவனுக்கு உசுரு மாமா.'

உரோமம் பிடுங்கி தீயில் வாட்டிய கோழியை, கழுத்தைப் பிடித்து ஆட்டியபடியே வந்த வேலாண்டி, வீட்டுக்குள் நுழைந்து அரிவாள் மனையைத் தேடி எடுத்தான். அக்காவும் மாமாவும் இன்ன விஷயமாக வந்திருக்கிறார்கள் என்கிற விஷயத்தைச் சொன்ன உடனேயே வேலாண்டிக்குக் கோபம் என்று சொல்ல முடியாத ஒரு கோபம் வெளிப்பட்டது.

'ஏம்ன்ன... இதக் கேக்கிறதுக்கு மெனக்கெட்டு ரெண்டு பேரும் வந்தீகளாக்கும். முத்துப்பயல இங்கேயே விட்டுட்டுப் போ, நாங்களே வளத்துக்கிறோம். எனக்கும் ஆம்பளப்புள்ள இல்லியே, ஏம் புள்ளயா இருந்துட்டுப் போகட்டும்.'

கோழியின் குடலை உருவி கிண்ணத்தில் போட்டான். ஈரல்களைத் தனியே எடுத்து வைத்தான்.

'நேத்துத்தான் கல்யாணம் முடிஞ்சது மாதிரி இருக்குக்கா, அதுக்குள்ள புள்ளைக எல்லாம் கைமீறி வளர்ந்துட்டாக. முத்துப்பய நெடுநெடுனு அவுக அப்பனக்கெனக்கா வளர்ந்துட்டான், இன்னியும்

வளருவான்.'

'வேற பயம் ஒன்னும் கெடையாது, நீச்சல் தெரியும். அதனால தண்ணி பயம் வேண்டாம், வெளையாட்டுக்காரப் பய, கூடுவாரோட கூடிட்டு வெளையாடப் போவான், கூசாம அதட்டு அப்பத்தான் வசத்துக்கு வருவான்.'

இருளாண்டியும் பெரியதாயும் கோழிக்கறி விருந்து சாப்பிட்டு பாடு பழமை பேசி ஊருக்குக் கிளம்பும்போது மத்தியானம் அடித் திரும்பிவிட்டது. வேலாண்டியும் சுப்புத்தாயும் மாடசாமி கோவில்வரை வந்து வழியனுப்பினார்கள். தண்டவாளத்தை ஒட்டியிருந்த மாடசாமியின் கையில் நீண்ட வீச்சரிவாள் இருந்தது. இருவரும் தன் மகன் நன்றாகப் படிக்கவேண்டும் என்று மாடசாமியை வேண்டிக் கும்பிட்டு எழுந்தார்கள்.

இந்த மாடசாமி கோயிலைப் பற்றி பலவிதமான கதைகளும் நம்பிக்கைகளும் உண்டு. சிலர் ரெயில்வே மாடன்கோவில் என்றும் சொல்வதுண்டு. கோயிலை அப்புறப்படுத்த வேண்டும் என்று வெள்ளைக்காரன் உத்தரவு போட்டதாகவும் மாடன் ரெயிலையே நிறுத்திவிட்டதால் வெள்ளைக்காரன் பயந்து போய்விட்டான் என்ற கதையும் உண்டு. பலப்பல பேச்சுக்கள் பேசிக்கொண்டே அவர்கள் ஊர் வந்து சேர்ந்தார்கள்.

இப்போது கருத்தமுத்துக்குப் புதிதாக கவலை ஒன்று ஒட்டிக் கொண்டது. ஏற்கனவே புதிய ஊர், புதிய பள்ளிக்கூடம் பற்றி கவலை அரித்துக்கொண்டிருக்கும் போதே, சின்னம்மாவின் ஊர் புதியதாய் சேர்ந்துகொண்டது. சில நேரம் சலிப்புடன் நினைத்துக்கொண்டான்.

'இவ்வளவு கஷ்டப்பட்டுப் படிக்கவேண்டுமா? நம்முடைய தாத்தாவும், அய்யாவும் ஏன் பள்ளிக்கூடம் போகவில்லை. என்னை மட்டும் படிக்கவைக்க இவ்வளவு அக்கறை காட்டுவதற்கு என்ன காரணம்.'

இன்னும் அவன் கனவு காண்பதற்கும், பயப்படுவதற்கும், குழம்புவதற்கும், புதிய ஊருக்குப் புறப்படுவதற்கும் இரண்டே இரண்டு இரவுகள் மட்டுமே இருந்தன. குறைந்த வெளிச்சத்தில் அரிக்கேன் விளக்கு மினுங்கிக்கொண்டிருந்தது. முகட்டு வளையைப் பார்த்தபடி தூக்கம் இல்லாமல் புரண்டு கொண்டிருந்தான். வெளியே சில நாய்கள் குரைக்கும் சத்தமும், எங்கோ தூரத்தில் குழந்தை அழும் சத்தமும் அரிச்சலாய் கேட்டது.

பூட்டிய வீட்டிற்குள் இருந்தாலும்கூட இந்த இரவு ஏன் இவ்வளவு

பயங்கரமாக இருக்கிறது. திருடர்களும் பேய்களும் பிசாசுகளும் முனிகளும் இரவில்தான் நடமாடுவதாக மனம் சொல்கிறது. எப்போதும் ஒலிகளால் நிரம்பி வழியும் நம் காதுகளும், ஒளியால் பிரகாசிக்கும் நம் கண்களும் செயல் இழப்பதால் பதற்றமடைகிறோமா? இரவின் தனிமையில் ஒரு சிறு அசைவுகூட அச்சத்தை உண்டுபண்ணி நிலை தடுமாற வைக்கிறது. ஐம்புலன்களும் இரவின் பிடியிலா?

தன் அய்யாவும் அம்மாவும் வெள்ளனத்திலேயே எழுந்துகொண்டதையும், தான் பெரிய பள்ளிக்கூடம் புறப்பட தடபுடலாக வேலை செய்வதையும் கருத்தமுத்து படுக்கையிலேயே படுத்துக் கொண்டு கவனித்தான்.

'டேய்... முத்து எந்திரிடா, நேரமாகுது.'

அய்யாவின் அதட்டலில் எழுந்துகொண்டவன், குளித்துச் சாப்பிட்டு புறப்பட தயாரானான். அதற்குள்ளாக அம்மா அவனுடைய உடைகள், உடமைகள் எல்லாவற்றையும் தகரப்பெட்டிக்குள் வைத்து பூட்டிக் கொண்டிருந்தாள்.

'யேல, முத்து ஒன்னய பள்ளிக்கூடத்துல கொண்டுபோயி விட்டுட்டு, அய்யா இந்தப் பெட்டிய சின்னம்மா வீட்ல கொண்டு போயி வச்சிட்டு, சாயங்காலம் ஒன்னய கூப்புட பள்ளிக்கூடத்திற்கு வருவார். நிய்யும் அய்யாவும் சின்னம்மா வீட்டுக்குப் போங்க. ஒனக்குப் பாத தெரியனும், சின்னம்மாட்டயும் சின்னய்யாட்டயும் சொல்லனுமில்ல, சின்னம்மாக்கு ஏன்ட வேல எடுத்த வேல செய்டா. ஒந் தங்கச்சிமாருக எல்லாமே சின்னக்கழுதைக, சேட்ட பண்ணக் கூடாது. பயககூட சேந்துக்கிட்டு ஊர் சுத்தக் கூடாது.'

மத்தியானச் சாப்பாட்டுக்கான தூக்குவாளியைக் கையில் பிடித்துக் கொள்ள, பைக்கூட்டை தோளில் போட்டுக் கிளம்பினான். இருளாண்டி தகரப் பெட்டியைத் தலையில் வைத்துக்கொண்டு நடந்தான். பெரியதாய் புங்க மரத்து ஓடை வரை வந்து வழியனுப்பி விட்டு வந்தாள். எப்போதும் தன் கைக்குள்ளேயே கிடந்த பயலை பிரிவதால் அவள் முகம் குராவிப் போயிருந்தது.

தகப்பனும் மகனும் பெரிய பள்ளிக்கூடத்திற்குள் நுழைந்தபோது ஏராளமான மாணவர்கள் பள்ளியின் முன்னால் கூடியிருந்தார்கள். காடுகரைகளில் சில நேரம் ஏராளமாக, வண்ண வண்ணமாக வண்ணத்துப் பூச்சிகள் கூட்டமாகப் பறந்துவிடும். பார்ப்பதற்கு அழகாய் இருக்கும். பையன்களின் கூட்டத்தைப் பார்த்தபோது,

இருளாண்டிக்கு அந்த அற்புதக் காட்சி வந்துபோனது.

பள்ளிக்கூடத்து வாட்சமேனிடம் தகரப் பெட்டியை ஒப்படைத்து விட்டு, தகப்பனும் மகனும் வேப்பமர நிழல்களின் வழியே நடந்து போனார்கள். புதிதாகச் சேர வந்திருக்கும் பையன்களுடன் பெற்றோர்களும் வந்திருந்ததால் கூட்டம் அதிகமாக இருந்தது. அன்றைக்கே தனக்கு ஒதுக்கப்பட்டிருந்த வகுப்புக்குப் போனபோது தன் பெயரைப் பார்த்ததுமே வாத்தியார் உட்கார இடம் காண்பித்தார். இதுவரை சாதாரண மொட்டப் பெஞ்சில் உட்கார்ந்து படித்த கருத்தமுத்து முதல் முறையாகச் சாய்வு வசதியுள்ள, முன்புறம் டெஸ்க் உள்ள பெஞ்சில் உட்கார்ந்தான். வாசலில் அமைதியாக நின்ற இருளாண்டியை வாத்தியார் பார்த்தார்.

'நீங்க யாரய்யா பாக்கணும்?'

'இப்ப உள்ள போனான்ல கருத்தமுத்து அவனோட அப்பா'

'சரிய்யா... நீங்க போங்க, நாங்க பாத்துக்கிறோம்'

'எந்த ஊருய்யா.'

'உருளகுடி'

'எட்டாப்பு எங்க படிச்சான்'

'கடலையூர்ல'

'எந்தப் பள்ளிக்கூடம்'

'வேதப் பள்ளிக்கூடம்'

'சரிய்யா போய்ட்டு வாங்க'

கடலையூரில் செங்குந்தர் பள்ளிக்கூடமும் டீடிடீஏ என்கிற சிஎஸ்ஐ மிஷனால் நிர்வகிக்கப்படும் பள்ளிக்கூடமும் உண்டு. பெரும்பாலும் கிறிஸ்தவர்கள் படிக்கும் வேதப் பள்ளிக்கூடத்தில் தான் கருத்தமுத்து மூன்று வருடங்கள் படித்தான்.

தகரப்பெட்டியைத் தலையில் வைத்துக்கொண்டு தோட்லாம்பட்டி பாதையில் நடந்துபோன இருளாண்டியைக் காடு கரைகளில் வேலை செய்துகொண்டிருந்தவர்களும், போவோர் வருவோரும் ஆச்சரியமாகப் பார்த்துக்கொண்டுபோனார்கள். தண்டவாளத்தை ஒட்டியே பாதையாகையால் தண்டவாளங்களின் ஓரத்தில் வனாந்திரமாக வளர்ந்து நின்ற சப்பாத்திக் கள்ளிகளையும், குத்துவிளக்குக் கோபுரம் போல் வளர்ந்து அடுக்கடுக்காய் பூ பூத்திருந்த திருகு கள்ளிகளையும் ஆச்சரியமாகப் பார்த்தான். தகரப் பெட்டிக்குள் கருத்தமுத்துக்குத்

தேவையான துணிமணிகளும் சில நோட்டுப் புத்தகங்கள் மட்டும் இருந்ததால் இலேசாக இருந்தது.

ஆங்காங்கே சில ஆட்டுக்கூட்டங்கள் தட்டுப்பட்டதால், வேலாண்டியும் இந்தப் பக்கம்தான் ஆடு மேய்த்துக் கொண்டிருப்பான் என்று கண்களை அலைய விட்டான். பாதை தண்டவாளத்தை விட்டுப் பிரிந்து வடக்காமல் திரும்புகிற இடத்தில் வேலாண்டி தட்டுப் பட்டான்.

'என்னண்ணே இப்பத்தான் வாரியா? மகன பள்ளிக்கூடத்துல விட்டுட்டியா? தெம்பா போறானா? நீ வீட்டுக்குப் போண்ண ஓங் கொழுந்தியா வீட்லதான் இருக்கா. நான் செத்த லாந்த விட்டுட்டு வாரன்.'

'போயி பெட்டிய வச்சிட்டு, பள்ளிக்கூடம் போகனும், பயலுக்கு பாத தெரியாது, இங்க கூட்டியாந்து விட்டுட்டா நாளையிலருந்து அவனா போயிருவான்.'

'இங்கேயிருந்து அஞ்சாறு புள்ளைக அங்க படிக்கப் போகுதுணே. நம்ம தெரு புள்ளைகளும் போகுதுக. அவுககூட சேர்ந்து போயிருவான். பயப்பட வேண்டியதில்ல.'

இருளாண்டி வேகமாக எட்டு வைத்தான். ஏற்கனவே கேள்விப் பட்ட மாடசாமி கோயில் ஆலமரத்தை உற்றுப்பார்த்தான். பல ஏக்கர் பரப்பில் அதன் விழுதுகள் படர்ந்து பரந்து காலூன்றியிருந்தன. நிறைய ஆடு மாடுகள் நிழலில் படுத்துக்கிடந்தன. பொங்கல் வைத்ததற்கு அடையாளமாகத் தீ சுட்ட கருப்புநிறக் கற்கள் சிதறிக் கிடந்தன. தரையில் வெண்புள்ளிகளாய் பறவை எச்சங்கள் படிந்திருந்தன.

வீட்டில் யாருமில்லை. ஆனால் வீடு திறந்துகிடந்தது. தகரப் பெட்டியை மூலையில் இறக்கி வைத்துவிட்டுத் தரையில் உட்கார்ந்து சுவரில் சாய்ந்தான். ஓலையால் வேயப்பட்ட சின்ன வீடு. மூன்று குழந்தைகளுடன் நான்காவதாக தன் மகன் கருத்தமுத்து. புருஷன் பொண்டாட்டி ஆறுபேர் படுத்துறங்கும் குறுகிய இடத்தை மனசால் அளந்தான். வெளியே முற்றத்தில் யாரோ நடந்து வரும் சத்தம் கேட்டது.

'வாங்க மாமா. வாங்க அருவமில்லாம வந்து உட்காந்திருக்கீக, கடைக்குப் போனன், செத்த பேசிட்டு நின்னுட்டன்.'

'வீட்ட இப்படி பப்பளப்பளார்னு தொறந்து போட்டுட்டுப் போறியே ஒன்றும் பயமில்லையா சுப்பு.'

'இங்க என்ன இருக்கு மாமா பயப்படுறதுக்கு, சங்கிலி சரப்பிலி இருந்தா பயப்பட வேண்டியதான், பொட்டுத் தங்கம் கெடையாது, மினுக்னு மின்ன, கம்மலே பித்தளக் கம்மலப் போட்டு இருக்கன்'

'பள்ளிக்கூடம் விடுற நேரத்துக்கு நான் போகணும்மா, பயலுக்கு பாத தெரியாதில்ல, காட்டிட்டு கூட்டியாந்து விட்டுட்டு ஊருக்குப் போகனும்.'

'எதுக்கு மாமா இன்னைக்கி ராப்பொழுது தங்கிட்டு, நாளைக்குக் கருக்கல்ல நீங்களும் போயி பள்ளிக்கூடத்துல விட்டுட்டு, அப்படியே ஊருக்குப் போயிருங்க, பெறகு பயகளோட போகட்டும், இல்ல ஒங்க தம்பியக் கூட்டிட்டு போகச் சொல்றன்.'

'சுப்பு இங்க ஊர்ப் பொது மடம் இருக்காம்மா.'

'இங்க இல்ல மாமா, நம்ம ஊர்லதான் இருக்கு; எதுக்கு மாமா கேக்கீக.'

'அங்க மடத்துல எளவட்டமாருக கூடப்போயி படுத்து எந்திரிச்சு வருவான், இங்க ஒனக்கு எடஞ்சல் இல்லையா.'

'என்ன மாமா எடஞ்சலு, கூட ஒரு புள்ள இருந்தா என்ன செய்வோம், அதெல்லாம் ஒன்றும் பிரச்சினையில்ல, மனசப்போட்டு கொழப்பாதிக அவனுக்கு ஆஸ்டல்ல எடம் கெடைக்காட்டியும் இங்கயிருந்தே படிக்கட்டும், எனக்குத்தான் ஆம்பளப்புள்ள இல்லயே, எம்புள்ளயா இருக்கட்டும். நீங்க வேணும்னா மூனு பொட்டக் கழுதையில ஒரு கழுதையக் கூட்டிட்டுப்போயி வளங்க, வேணாம்ங்கல.'

மத்தியானம் வெய்யில் குறைந்து அடித் திரும்புகிற நேரம். முற்றத்தில் வெள்ளாடுகள் பரபரத்துக்கொண்டு தண்ணீருக்கு அலையவும், கழிவுத் தண்ணீர் சட்டியைத் தூக்கிக்கொண்டு கட்டுத் தரைக்கு ஓடினாள் சுப்புத்தாய். எல்லா ஆடுகளும் அவள் பின்னாலயே சுற்றிக்கொண்டு ஓடின. இருளாண்டி ஒவ்வொரு ஆடுகளைப் பிடித்து முளைக் குச்சியில் கட்டினான்.

ஈயத் தூக்குவாளியைக் கையில் பிடித்தபடி துரட்டிக் கம்புடன் மேலெல்லாம் வியர்வைத் திட்டுக்கள் உப்பாய் படிந்திருக்க வேலாண்டி வந்தான்.

'ஏனே... சாப்புட்டயாண்ணே'

'..........'

'யேய், சுப்பு அண்ணன் இன்னும் சாப்பிடலையா?'

‘நூறாட்ட சாப்பிடச் சொல்லியாச்சு, தம்பி வரட்டும்னாக பெறகென்ன சின்ன நொள்ளையா ஊட்டியா விடுவாக.’

‘பாத்தயாண்ண ஓங் கொழுந்தியா வார வரத்த.’

மூன்று பேரும் சிரித்துக்கொண்டார்கள். வயிறு நிறைந்த ஆடுகள் அசைபோடத் தொடங்கின.

‘சுப்பு மாமனுக்குச் சோறு வச்சுக் குடு, மந்தக் கெணத்துல போயி ஒரு முங்கு முங்கிட்டு வந்துறன்.’

‘நானும் வந்ததுலருந்து பாக்கன், ஓம் புள்ளைக கண்ணுலயே தட்டுப்படலையே எங்க தாயி.’

‘மூத்தவுக ரெண்டு பேரும் நெலக்கடல ஆயப் போயிருக்காக, மரக்காலுக்கு இம்புட்டுனு கணக்கு, ரெண்டு நாளா போறாக, பொழுதடஞ்சுதான் வருவாக, கடக்குட்டி பள்ளிக்கூடம் போறா அதுகதான் படிக்கல, இதையாவது நாலெழுத்துப் படிக்க வைப்பம்னு பாக்கன், பெரிய படிப்பு படிக்கலனாலும் ஒரு காயிதம் எழுதப் படிக்க தெரிஞ்சா போதும்.’

சாயங்காலம் பள்ளிக்கூடம் விடுகிற நேரத்துக்குப் போவதற்காக அவக்தவக்கொன்று சாப்பிட்டு முடித்தான். இப்போது கிளம்பிப் போனால் சரியாக இருக்குமென்று கணக்குப் போட்டான். குளிக்கப் போன தம்பி வேலாண்டியைக் காணாததால் சுப்புத்தாயிடம் சொல்லிவிட்டுப் புறப்பட்டான்.

தாயைப் பிரிந்த கன்றுக்குட்டியைப் போல் ஓடிவந்தான் கருத்தமுத்து. ஏராளமான பையன்களையும் பெரிய பள்ளிக் கூடத்தையும் இருளாண்டி ஆச்சரியமாகப் பார்த்தான். நிறையப் பையன்கள் சைக்கிள் வைத்திருப்பதைக் கவனித்தான். எப்பாடு பட்டாவது ஒரு சைக்கிள் வாங்கிக் கொடுத்துவிட்டால் பயல் நடந்து சாக வேண்டாமே என்று யோசித்தார்.

‘யேல, முத்து சைக்கிள் வாங்கிக் குடுத்தா பழகிக்கிருவியா’

‘இப்ப எதுக்குய்யா சைக்கிள், ஆஸ்டல்ல எடம் கெடச்சிட்டா பெறகு சும்மாதான் கெடக்கும். பெறகு பாத்துக்கிருவம்.’

பலப்பல பேச்சுக்கள் பேசிக்கொண்டே நடந்துகொண்டிருந்தார்கள். கூட்ஸ் ரெயில் ஒன்று தடதடத்து இவர்களைக் கடந்து சென்றது இருவரும் ஆச்சரியமாய் நின்று பார்த்தார்கள். தோள்களில் பைக்கூடு களுடன் ஏழெட்டு மாணவர்கள் இவர்களைக் கடந்து போனார்கள்.

‘ஒங்களுக்கு எந்த ஊரு புள்ளிகளா’

‘தோட்லாம்பட்டி.’

‘எந்தப் பள்ளிக்கூடத்துல படிக்கீக’

‘வேதப் பள்ளிக்கூடத்துல’

‘இது எம் பையன், இவனும் அங்கதான் படிக்கான். நாளை யிலிருந்து இவனையும் ஒங்ககூட சேத்துக்கோங்க.’

‘ஆரு வீட்ல இருக்கான்’

‘வேலாண்டி, சுப்புத்தாய் இருக்காகல்ல.’

‘ஆமா எங்க ஆட்டுக்கார மாமா, சுப்பத்த வீட்லயா.’

‘நாளையிலருந்து எங்க கூட வரட்டும்.’

‘நான் கூப்ட வாரன்’

‘பேரு என்ன பேரு’

‘கருத்தமுத்து’

‘எத்தனாப்பு’

‘ஒம்போது’

‘ஏங்கூடத்தான், காலையில ரெடியா இரு, நான் பொறப்பிட்டு வேலாண்டி மாமா வீட்டுப் பாதை வழியா வாரன், இவங்க கோயில்ட்ட வந்து நிப்பாங்க, சேர்ந்து போவம்.’

கருத்தமுத்துவுடன் பள்ளிக்கூடம் செல்ல உள்ளூர் பையன்கள் இருப்பதால் தெம்பாக மகனை விட்டுவிட்டுப் போகலாம் என்ற தைரியம் வந்தது இருளாண்டிக்கு. குழந்தைகள் உறங்கிவிட்டதால் மூன்றுபேரும் ரொம்ப நேரம் பேசிக்கொண்டிருந்தார்கள். பேச்சுக் கிடையே இரண்டு மூன்றுமுறை தொழுவத்துக்குப் போய் ஆடுகளைப் பார்த்துவிட்டு வந்தான் வேலாண்டி.

‘நெற சினையா ஒரு ஆடு நிக்குது, எப்படியும் இன்னக்கி நாளைக்குள்ள ஈன்றும், மத்த ஆடுக குட்டிய மிதிச்சிட்டாப் போச்சு அதுதான் போயி பாத்திட்டு வாரன்.’

‘சரி, மாமா ஒத்தப்புள்ளையோட நிறுத்திடீகளே, தொனைக்கி ஒரு பொம்பளப்புள்ள வேணாமா?’

சுப்புத்தாய் கேட்டதும் இருவரும் சிரித்துக்கொண்டார்கள்.

‘ஏங்கிட்ட எதுக்குல் கேக்க ஒங்க அக்காக்காரிகிட்ட கேக்க வேண்டியதான.’

‘அதுதான அங்கு போயி கேளேன், ஒங்க அக்காட்ட.’

மூன்று பேரும் சிரித்துக்கொண்டார்கள்.

'நம்ம கைலயாமா இருக்கு, எத்தனையோ பேரு ஒரு புள்ளகூட இல்லாம இருக்கான். சொத்துக் கெடக்கு ஏழு தலமொறைக்கு, எத்தன ராஜாக்கமாருக கொழந்த குட்டி இல்லாம இருந்திருக்காக, பிச்சைக்காரிக்கு வளவளனு கொழந்தயக் குடுக்குது, அதனால கொழந்த வரம்ங்கிறது நம்ம கையில இல்ல, பகவானோட செயல்.'

'அப்படிச் சொல்லுங்க, எனக்கு மூனும் பொட்டக் கழுதயக் குடுத்த கடவுள் ஒரு ஆம்பளப் புள்ளயக் குடுத்திருக்கலாம்ல்ல, மூனும் பொட்டயாப் போச்சேனு கவலையாயிருக்கு.'

'நான் சொன்னம்ல்ல தாயி, நம்மட்ட ஒன்றுமே இல்ல.'

'ஏண்ண, நிய்யி படுத்து ஒறங்கு, கருக்கல்ல வெள்ளனத்துல எந்திரிச்சி ஊருக்குப்போகனும், ஆடு எப்பிடியும் ராத்திரி ஈன்றும், மொட அடிச்சி, மடு கெட்டி காம்பு வெடச்சுருக்கு நான் தொழுவத்துல படுத்துக்கிறன், யே... சுப்பு மாமனுக்குப் பாய் விரிச்சுக் குடு, படுக்கட்டும், ஜமுக்காளத்த எடு நான் தொழுவுக்குப் போறன், நிய்யும் காலாகாலத்துல படு.'

சுப்புத்தாய் எப்போது எழுந்தாள் என்றுகூட தெரியவில்லை. சாப்பாடு தயாரித்து, தண்ணீர் எடுத்து ஊத்திவிட்டு கருத்தமுத்துவை எழுப்பினாள்.

'ஏல, முத்து எந்திரிடா, பள்ளிக்கூடம் போகவேணாமா, பயககூட போகணும்னா, வெருசனா பொறப்படு.'

வேலாண்டி மூன்று ஆட்டுக்குட்டிகளையும் மாற்றி மாற்றி பால் குடிக்க வைத்துக்கொண்டிருந்தான். தாய் ஆடு அசை போட்டபடி நின்றுகொண்டிருந்தது. மூன்று குட்டிகளும் மாற்றி மாற்றி தாய்மையைப் பருகிக் கொண்டிருந்தன. காலை வெய்யில் மின்னியது.

'என்ன... வேலா, ராத்திரி ஆடு குட்டி போட்ருச்சா'

'மூனு குட்டி போட்ருக்கு, ரெண்டு பொட்ட, ஒன்னு கெடா'!

'பால் சரியாப் போகுமா?

'இது பள்ளாட்டு வம்சம்ன்னே, எத்தன குட்டினாலும் வளர்த்திரும், ரெண்டுதான் போடும்னு நெனச்சன், மூனு குட்டி போட்டிருக்கு, கெடா குட்டி இல்லாம ஆடுகள சினைக்குப் போட சங்கடப்பட்டன், இனி கவலயில்ல, வம்சமும் நல்ல வம்சம், ஆடுக நல்லா பெருகும்.'

இருவரும் வீட்டுக்கு வந்தபோது கருத்தமுத்து பள்ளிக்கூடம் புறப்பட்டு தயாராக இருந்தான். இரண்டு மூன்று பையன்கள்

அவனைக் கூட்டிப் போக வந்தார்கள். அவர்களுடன் அவன் சந்தோஷமாகப் புறப்பட்டுப் போனான்.

'மாமா... நீங்ககூடப் போக வேண்டாம், அவங்ககூட போகட்டும், நீங்க எதுக்கு அலையப் போறீக, நீங்க இங்க இருந்தமானக்கி இப்படியே ஊருக்குப் போங்க, கவலையே படாதீங்க தைரியமா போங்க, நாங்க பாத்துக்கிறோம்.'

'இப்படி தெரிஞ்சிருந்தா நேத்து சாயங்காலமே ஊருக்குப் போயிருப்பனே.'

'ஏன்... ஒரு நாளைக்கு அங்க போகலனா என்ன குடிமுழுகிப் போகுது.'

'குடி ஒன்னும் முழுகாது, ஒங்க அக்கா தொனதொனம்மா.'

'ஓந் தங்கச்சி விடமாட்டேன்னு சொல்லிட்டா தாயின்னு சொல்லிருங்க.'

கருத்தமுத்துக்குப் புதிய ஊரான தோட்லாம்பட்டி பிடித்துப்போனது மாதிரியே சின்னய்யாவும் சின்னம்மாவும் அக்கா தங்கச்சிகளும் பிடித்துப் போனார்கள். அவனுடன் படிக்கும் பையன்களில் இல்லாச்சி ரொம்பவும் நெருக்கமாகிவிட்டான். சனி ஞாயிற்றுக் கிழமைகளில் அவனுடன் கொடிக்காபுளி பிடுங்கவும், தூண்டில்போட்டு மீன் பிடிக்கவும், விளையாடவும் தோதாக்கிக் கொண்டான்.

அதோடு சின்னம்மா சொல்கிற வேலைகளையும் தவறாமல் செய்ததோடு, சின்னய்யாவுடன் சில நாட்கள் ஆடுமேய்க்கவும் சென்றான். ரெயில்வே தண்டவாளப் பாதையில் அடர்ந்திருந்த திருகுகள்ளிகளிலிருந்து சின்னய்யா தேன் எடுத்துக் கொடுத்தார். கள்ளிப்பழம் பிடுங்கிக் கொடுத்தார். விடுமுறை நாட்களில் பொழுது நன்றாகவே கழிந்தது. அம்மா அய்யா நெனப்போ அல்லது ஊர் நெனப்போ இன்றி சந்தோஷமாகவே இருந்தான்.

கடலையூரில் எட்டாம் வகுப்புவரை படித்த பள்ளிக்கூடம் வேதப்பள்ளிக்கூடம்தான் என்றாலும் இவ்வளவு பெரிய பள்ளிக்கூடம் கிடையாது. சாமிகளின் போட்டோக்கள் எங்குமே இருந்ததில்லை. ஆனால் இந்தப் பள்ளிக்கூடத்தின் வாசலில் ஐந்தடுக்கு கோபுரக் 'கெபி' வானத்தைத் தொடும் உயரம். உச்சியில் சிலுவை. ஒவ்வொரு கெபியின் வாசலிலும் இயேசுவின் சீடர்களின் சிலைகள். பள்ளிக்கூட வகுப்பறைகளிலும் ஏராளமான படங்கள். பெரும்பாலான பையன்களின் கழுத்தில் சிலுவை தொங்கியது. அவர்களுடைய

பெயர்களும் வித்தியாசமாக இருந்தன. வாய்க்குள் நுழையாத பல பெயர்கள், இக்னேசியஸ், தஸ்னேவியஸ், மார்ட்டின் லூமின், ஜஸ்ட்டின், மிக்கேல், சூசை, மரியான், அல்போன்ஸ், குழந்தை ஏசு, பர்னபாஸ், ஜெஸ்பின். ஆனால் முத்துக்கு உடனடியாக வாய்க்குள் நுழைந்து மனப்பாடமாகிவிட்ட பெயர் ராயப்பன். தன் பெஞ்சில் தனக்கு அடுத்த சீட்டில் உட்கார்ந்திருந்தான். உள்ளூர்தான் என்றாலும், அவனும் ஹாஸ்டலில் சேர மனுப்போட்டிருக்கிறான் என்று சொன்னபோது கருத்தமுத்து அவனை ஆச்சரியமாகப் பார்த்தான்.

ஒரே நொடியில் கருத்தமுத்து கேள்விப்பட்ட விஷயங்கள் அனைத்தும், பொய் என்று ஆகிப் போனபோது அவன் குழம்பிப் போனான். கருத்தமுத்து கேட்ட கேள்விகளுக்கு அவன் நிதானமாக பதில் சொன்னான்.

'டேய், ராயப்பா ஹாஸ்டல்ல வெளியூர்க்காரங்கதானடா சேரனும்.'

'ஆமா'

'கொறஞ்சது அஞ்சு மைல் தூரத்துக்கு மேல இருக்கிறவங்களத்தான ஹாஸ்டல்ல சேர்ப்பாங்க.'

'ஆமா'

'கூலி வேல பாக்கிறவங்க புள்ளைங்களத்தான ஹாஸ்டல்ல சேப்பாங்க, ஒங்க அய்யா மில்லுல வேல பாக்காருனு நிய்யிதான சொன்ன'

'நிய்யி சொல்றதெல்லாம் சரிதான்டா, இதெல்லாம் நம்ம சொன்னாத்தான அவங்களுக்குத் தெரியும்.'

'சொல்லாம பெறகு எப்படி...'

'பாரத்துல எங்கய்யா கூலி வேல பாக்கார்னு போட்ருக்கன், ஊரு இங்கருந்து ஏழு மைல் தள்ளியிருக்கிற இளம்புவனம்னு போட்ருக்கன், அம்புட்டுத்தான.'

'பொய் சொல்றது தப்பில்லையாடா'

'தப்புத்தான்டா, இல்லனு சொல்லல ஆனா வேற வழியில்லையே'

'என்னடா வழியில்ல, கழுத்துல சிலுவையத் தொங்கவிட்டுட்டு பொய் சொல்றயேடா, வேதக்காரங்க பொய் சொல்லமாட்டாங்க, களவு செய்யமாட்டாங்கனு எங்க அய்யாவும் அம்மாவும் ஓயாம எங்கிட்ட சொல்வாங்கடா.'

கருத்தமுத்துவின் கேள்விக்கு ராயப்பனால் மௌனமாகத்தான்

இருக்க முடிந்தது. ஆனால் அந்த ஆழ்ந்த மௌனத்தை அழுத்திக் கொண்டிருக்கும் சோகங்களை ராயப்பன் சொல்ல ஆரம்பித்தால் கருத்தமுத்து புரிந்துகொள்வானா என்றும் தெரியவில்லை. முத்து கேட்ட கேள்வி ராயப்பன் மனதில் பல நாட்கள் உலன்று கொண்டிருந்த கேள்விதான். தன்னைத்தானே கேட்டுக்கொண்டு விடை காண முடியாமல் போன கேள்விகள்.

அன்று இரவு ராயப்பனுக்குத் தூக்கம் வரவில்லை. புரண்டு புரண்டு படுத்தான். பக்கத்தில் அண்ணனும், அக்காவும், அம்மாவும் நன்றாக தூங்கிக்கொண்டிருந்தார்கள். அரிக்கேன் விளக்கு இலேசாக எரிந்து கொண்டிருந்தது. இரவு ஷிப்ட் வேலைக்கான மில் சைரன் சத்தம் தெளிவாகக் கேட்டது. அய்யாவுக்கு இரவு வேலையா அல்லது பகல் வேலையோ என்று நினைத்துக் குழம்பினான்.

ராயப்பன் அய்யா வியாகப்பன் கடந்த பத்தாண்டுக்கு முன்வரை இங்கேதான் இருந்தார். பஞ்சு மில்லில் பதிவான வேலை. பாதிரியாருக்கும் பிடித்தமான நபராக, ஞாயிறு தோறும் தவறாமல் சர்ச்சுக்குப் போகும் குடும்பங்களில் வியாகப்பன் குடும்பமும் ஒன்று. சர்ச் சம்பந்தப்பட்ட எல்லா விஷயங்களிலும் முதல் ஆளாக நிற்பவர் வியாகப்பன். வெளிநாடுகளிலிருந்து லாரி லாரியாக வந்திறங்கிய கோதுமை மூட்டைகளை விற்று, பாதிரியார் வீடுகள் கட்டி கிறிஸ்துவுக்கு விசுவாசமான நூறு குடும்பங்களைத் தேர்ந்தெடுத்து, புதிதாக உருவான ஒரு பகுதிதான் தாமஸ் நகர். அந்த வீடுகளுக்குக் கோதுமை வீடுகள் என்றே பெயர். அப்படி கிடைத்த வீட்டில்தான் வியாகப்பன் குடும்பமும் இருந்தது.

ராயப்பனுக்கு முதலில் ஒரு அக்காவும் அடுத்து ஒரு அண்ணனும் பிறந்து, தான் பிறந்தபோதுதான் எல்லாம் தலைகீழாய் போனது. வியாகப்பன் மில் வேலைக்குப் போகிற இடத்தில், வேறு ஒரு பெண்ணுடன் தொடர்பு வைத்திருக்கிறார் என்ற விஷயம் ராயப்பனின் அம்மா அந்தோணியம்மாவின் காதில் விழுந்தபோது நம்பவில்லை. ஆனால் நிறைய நாட்கள் இரவு வராமல், கேட்டால் ஓவர் டைம் வேலை பார்த்தேன் என்று சொன்னதை நினைத்துக் குழம்பினாள். நாட்கள் செல்லச் செல்ல விஷயம் வெளிவந்துவிட்டது. ராயப்பனுக்கு நாலு வயசானபோது அய்யா நிரந்தரமாகக் குடும்பத்தைவிட்டுப் பிரிந்தார். மூன்று பிள்ளைகளுடன் தனித்துவிடப்பட்ட அந்தோணி யம்மாள் சர்ச்சே தஞ்சம் என்று பாதிரியாரிடம் முறையிட்டாள். அதிலிருந்து பாதிரியாரின் சின்னச் சின்ன உதவிகளோடு கஷ்ட

ஜீவனம்தான் வாழ்க்கை.

குடும்பக் கஷ்டங்களைப் பார்த்துப் பருவங்கள் வராமல் இருக்குமா? பூக்கிறப் பூக்கள் பூத்துக்கொண்டும் உதிர்கிற பூக்கள் உதிர்ந்து கொண்டும்தான் இருக்கின்றன. அந்தோணியம்மாவின் மூத்த மகள் பூத்தாள். இதற்காவது அப்பன் வருவான் என்று எதிர்பார்த்தாள். வியாகப்பன் வரவில்லை. தன்னுடைய குடும்பத்துடனான உறவை முற்றிலும் துண்டித்துக்கொண்ட வியாகப்பன் சர்ச் பக்கம் எட்டிப் பார்ப்பதையும் நிறுத்திக்கொண்டான். அந்தோணியம்மாவிற்கு குடும்பக் கஷ்டத்தோடு புதியதாக ஒரு கஷ்டம், வயசுக்கு வந்த பொம்பளப் புள்ளையை வளர்ப்பது.

நட்டு வளர்க்கும் செடிகொடிகள் என்னதான் தண்ணீர் ஊற்றினாலும் செழிம்பாகத் தெரியாது. வேர் பிடித்துத் தானாகவே தரையிலிருந்து தண்ணீரை உறிஞ்சத் தொடங்கிவிட்டால் அந்தச் செடியின் செழிம்பே தனியழகு. அதே மாதிரிதான் அந்தோணியம்மாவின் மகள் ஜெஸ்ஸி பங்கரையாகத் தெரிந்தாள். வயசுக்கு வந்த பிறகு ஆளே மாறிப் போய்விட்டாள். இத்தனை அழகு அவளுக்குள் எங்கே மறைந்து கிடந்தது. பைபிளை மார்பில் அணைத்துக்கொண்டு கருப்புப் பாவாடையும் வெள்ளைத் தாவணியும் போட்டு சர்ச்சுக்கு போனால் தெருவே ஆச்சரியமாய் பார்த்தது. எடையும், வளர்த்தியும், வெட்கமும், நாணமும், நடை, உடை, பாவனை இத்தனையையும் ஒரே நாளில் எப்படி பெற்றாள் ஜெஸ்ஸி.

ஊர் உலகம் என்ன கண்பட்டதோ தெரியவில்லை. ஜெஸ்ஸி காணாமல் போய்விட்டாள். சர்ச்சில் பாதிரியாரின் பக்கத்தில் நின்று சாம்பிராணிப் புகை தூபம் போட்டு மணியடிக்கும் உபதேசியார் மகன் வின்செண்ட்டுடன் அவள் ஓடிப்போன விஷயம் அரசல்புரசலாகத் தெரிந்தது. ஆனால் எங்கே இருக்கிறார்கள் என்று ஒரு துப்பும் கிடைக்கவில்லை. அந்தோணியம்மாள் கர்த்தரிடமும் பாதிரியாரிடமும் மண்டியிட்டுப் புலம்பினாள். ராயப்பனின் அண்ணன் வொர்க் ஷாப்புக்கு உதவியாளனாக வேலைக்குப் போகிறான். எட்டுக்குப் பிறகு தன்னால் படிக்க வைக்க இயலாது என்பதையறிந்தே ராயப்பனை எப்படியாவது ஹாஸ்டலில் சேர்த்துவிட வேண்டும் என்றே பொய்யான தகவல்கள் தந்து மனுப்போட்டாள் அந்தோணியம்மாள்.

கருத்தமுத்து தோட்லாம்பட்டி பையன்களுடன் சேர்ந்து கொடிக்காப்புளி பறிக்கவும், தூண்டில் போடவும், சின்னய்யாவுடன் ஆடுமேய்க்கவும் கற்றுக்கொண்டான். நாட்கள் செல்லச் செல்ல

ஹாஸ்டலில் இடம் கிடைக்காமல் போய்விட்டால் என்ன செய்வது என்ற கவலையும் ஒரு பக்கம் இல்லாமலில்லை.

நாளைக்கு ஹாஸ்டல் செலக்ஷன் என்றும், சாயங்காலம் லிஸ்ட் ஒட்டுவார்கள் என்றும் பள்ளிக்கூடத்தில் பையன்கள் பேசிக் கொண்டார்கள். காலையில் பள்ளிக்கூடம் புறப்படும் போதே சின்னமாவிடம் சொல்லிவிட்டான்.

'சின்னம்மா இன்னக்கி சாயங்காலம் ரொம்ப நேரமாகிட்டா நான் வரமாட்டன், அங்கேயே தங்கிட்டு மறுநாள் காலையிலதான் வருவன்.'

'எடம் கெடச்சா என்ன, கெடைக்கலனா என்னடா. அப்படி காத்திருந்துதான் பாக்கனும்மாக்கும். மறுநாள் காலையில போயி பார்த்துக்கிறது. இப்ப என்னடா அவசரம்.'

'இல்ல சின்னம்மா, கூட படிக்கிற பையன்க இருக்காக. அவங்க வீட்டுக்குப் போய்ட்டு, மறுநாள் பள்ளிக்கூடமில்ல சனிக்கிழமை லீவுதான, நேர ஊருக்கு வந்துறன்.'

'என்னமோப்பா ஒங்க அம்மாவுக்கு நான் பதில் சொல்லனும், கோளாறா நடந்துக்கோ.

பள்ளிக்கூடம் முடிந்ததும் ராயப்பனும், கருத்தமுத்தும் செலக்ஷன் நடக்கிற இடத்துக்கு வேகமாகப் போனார்கள். பையன்களும் சில பெற்றோர்களும் மரத்தடிகளில் காத்துக் கிடந்தார்கள். அரசாங்க அதிகாரிகளின் கார்கள் சில நின்றன. பெண்கள் ஹாஸ்டலுக்கும் இன்னைக்கே செலக்ஷன் நடப்பதால் நேரமாகும் என்று பேசிக் கொண்டார்கள். சாயங்காலம் மங்கிக்கொண்டிருந்தது. பொழுதடைந்த போது இரண்டு வெள்ளைப் பேப்பர்களில் செலக்ஷன் லிஸ்ட்டை கொண்டு வந்து தொங்கவிட்டான் பியூன். கூட்டமாக ஓடிச்சென்று தங்கள் பெயர் இருக்கிறதா என்று உற்றுப்பார்த்தார்கள்.

இரண்டு பேருக்கும் சந்தோஷம் தாங்கவில்லை. கருத்த முத்துவுக்கும், ராயப்பனுக்கும் இடம் கிடைத்ததில் மகிழ்ச்சி. இந்த ஒரு மாசத்திலேயே பள்ளிக்கூடத்தில் இருவரும் நல்ல நண்பர் களாகிவிட்டதோடு, பக்கத்தில் உட்கார்ந்து படிக்கவும் தோதாகிப் போனது. பொழுதடைந்துவிட்டதால் இருவரும் ராயப்பனின் வீட்டுக்கு நடந்தார்கள். வழியில்தான் ராயப்பனின் அண்ணன் வேலை செய்யும் ஓர்க்ஷாப் இருந்தது.

'இது யாருடா ராயப்பா'

'ஏங்கூடத்தான் படிக்கான், ரெண்டு பேருக்கும் ஹாஸ்டல்ல

எடம் கெடச்சிருக்கு, இன்னக்கி ராத்திரி நம்ம வீட்ல இருந்துட்டு காலையில ஊருக்குப் போயிருவான்.'

'சரி இன்னிக்கி ராத்திரி வீட்டுக்கு நான் வரமாட்டன்டா, ராத்திரி வேல இருக்கு, அம்மாட்ட சொல்லிரு.'

ராயப்பனும் முத்துவும் வேகமாகப் போய்க்கொண்டிருந்தார்கள். ரோட்டில் இருபக்கமும் எரிந்துகொண்டிருந்த மின் விளக்குகளையும், போகின்ற வருகின்ற வாகனங்களின் விளக்குகளையும் ஆச்சரியமாய் பார்த்துக்கொண்டே வந்தான் முத்து. அவன் நகரத்தின் இரவை இப்பொழுதுதான் முதன் முதலாய் பார்க்கிறான். மின்சாரம் இல்லாத கிராமத்தில் வளர்கிறவன், கண் சிமிட்டும் மின் விளக்குகள் அவனுக்கு ஆச்சரியத்தைத் தந்ததில் வியப்பில்லை.

அந்தோணியம்மாள் கதவைத் திறந்ததும் கேட்ட முதல் கேள்வி.

'என்னடா எடம் கெடச்சிருச்சா'

'கெடச்சிருச்சும்மா'

'கர்த்தருக்கு ஸ்தோத்திரம், பிதாவே எங்கள கைவிடாமல் காத்தருளும்'

அவள் நெஞ்சில் சிலுவைக் குறியிட்டுக்கொண்டே கேட்டாள்.

'இது யாருடா ராயப்பா'

'ஏங் கூடத்தான் படிக்கான், அவனுக்கும் ஹாஸ்டல்ல எடம் கெடச்சிருக்கு.'

3

அரிக்கேன் விளக்கு வெளிச்சத்தில் அந்தோணியம்மாவின் முகம் மங்கலாய் தெரிந்தது. அந்த ஓட்டு சாய்வு வீட்டின் சுவர்களிலெல்லாம் இயேசு கிறிஸ்துவின் பலவிதமான படங்கள் தொங்கவிடப் பட்டிருந்தன. இருவரையும் சாப்பிட உட்காரும்படி அம்மா சொன்னவுடன் ராயப்பன் கருத்தமுத்துவை உட்காரும்படி சைகை செய்துவிட்டு அவனும் உட்கார்ந்தான்.

'எம்மா அண்ணன் இன்னைக்கு ராத்திரி வரமாட்டேன்னு சொல்லிட்டான், வரும்போது ஒர்க்ஷாப் வழியாத்தான் வந்தோம்.'

அப்போதுதான் முதன்முதலாக ஜெஸ்ஸியைக் கருத்தமுத்து பார்த்தான். சாப்பாட்டுத் தட்டுடன் தண்ணீர் கொண்டு வைத்தபோது தான் கவனித்தான்.

‘ஏய்... ஜெஸ்ஸி இது என்னோட பிரண்ட், பேரு முத்து. என்னோடதான் படிக்கான், இவனுக்கும் ஹாஸ்டல்ல எடம் கிடைச்சிருக்கு, பக்கத்து ஊரு உருளகுடி.’

‘ரெண்டு பேரும் நல்லா படிங்கடா.’

அம்மா ஜெபம் செய்துகொண்டிருப்பதை ராயப்பன் பார்த்தான். இரவு தூங்கப்போவதற்கு முன்னால் தினமும் ஜெபம் செய்வது வழக்கம். ஒரு கோரம் பாயை மட்டும் எடுத்துக்கொண்டு வெளித் திண்ணைக்கு வந்தான் ராயப்பன். சாப்பிட்ட பாத்திரங்களை எடுத்துக் கொண்டு போன ஜெஸ்ஸி அப்புறம் தட்டுப்படவேயில்லை. ராயப்பனும் கருத்தமுத்தும் நன்றாகத் தூங்கிப் போனார்கள். பள்ளிக்கூடத்திலிருந்து ஹாஸ்டல் செலக்ஷன் நடக்கும் இடம்வரை நடந்தது. பின்னர் அங்கிருந்து ராயப்பன் வீடுவரை நடந்த அசதி தூக்கத்தில் தெரிந்தது. ஜெஸ்ஸியும் வீட்டுக்குள் உறங்கியிருப்பாள். அந்தோணியம்மாவின் ஜெபம் நீண்டுகொண்டே போனது. அவள் முக்காடிட்டுக் கர்த்தரின் படத்திற்கு முன்னால் உட்கார்ந்திருந்தாள். தன் முன்னால் விரித்து வைக்கப்பட்ட பைபிள் இருந்தது. வாய் பைபிளின் வசனங்களை முணுமுணுத்தாலும் இலேசாக விசும்பலும் சில நேரம் கேட்டது. கைவிரல்களுக்கிடையில் உருளும் ஜெபமாலை சின்ன கைவிளக்கின் தீ ஜ்வாலையில் மின்னி மின்னி மறைந்தது. விளக்கின் நிழல் ஆடிக்கொண்டிருந்தது அவள் மனசைப் போல.

ஜெபம் முடிந்து எழுந்தபோது ஜெஸ்ஸி நன்றாகத் தூங்கிக் கொண்டிருந்தாள். பல வருடங்களாக அந்தோணியம்மாளைச் சோதனை மேல் சோதனை செய்யும் கர்த்தர் தன் புருஷன் தன்னைப் பிரிந்து கூத்தியாளுடன் குடும்பம் நடத்த, தான் பரிதவித்த பரிதவிப்புகள் மூன்று பிள்ளைகளுடன் தான்பட்ட கஷ்டம். உருண்டு புரண்டு வாழ்க்கையை எதிர்கொண்ட திராணியைக் கொச்சைப்படுத்தி பங்குத் தந்தையுடன் தன்னை இணைத்துப் பேசிய ஊர்ப்பொ,,ணி. உத்திரமே ஆனாலும் ஒடிந்து விழுந்திருக்கும் எல்லா கஷ்டங்களையும் கடந்து பைபிளே தஞ்சம் என்று ஆனபின், பைபிளின் ஏதோ ஒரு பக்கத்தில் தன் வாழ்க்கை பதிவாகியிருப்பதையும், மற்றொரு பக்கத்தில் அதற்கான தீர்வு இருப்பதையும் கண்டுகொண்டாள். ஜெபமாலை உருட்டி தன் மார்பில் சிலுவைக் குறியிட்டு விரலை முத்தி தினமும் நூறு தடவை தன்னைப் புதுப்பித்துக்கொண்டாள்.

ஜெஸ்ஸி ஓடிப் போனபோதுதான் கர்த்தரின் சோதனையைத்

தாங்க முடியாமல் தற்கொலை செய்துகொள்ளலாமா என்றுகூட யோசித்தாள். தன்னுடைய இரண்டு பிள்ளைகளை நினைத்தபோது அவமானங்களைத் தாங்கும் வலிமையைப் பெற்றாள். ஒரே மாசம் தான் வின்சென்டுடன் ஓடிப்போன ஜெஸ்ஸி திரும்பி வந்தபோது அமைதியாக ஏற்றுக்கொண்டாள்.

'என் வேதனைகளைத் தாங்கும் தைரியம் வரும்வரை உன்னை கர்த்தர் சோதித்துக்கொண்டேயிருப்பார். கலங்காதிரு ஓடிப்போன உன் மகளை மீட்டுக்கொண்டு வந்த கர்த்தருக்கு நன்றி சொல். மாயமாகிப் போய்விட்டாலோ அல்லது மடிந்து போய்விட்டாலோ உன்னால் என்ன செய்ய முடியும். மரியாவிடம் போய் நன்றி கூறு.'

பாதரின் கூற்று அவளுக்குப் புது தெம்பை அளித்தது. பாதர் சொன்னபடியே அன்னை மரியாவின் சொரூபத்தின் முன்னால் பல மணி நேரம் செலவிட்டால் அடைக்கல அன்னையின் பார்வை பரிபூரணமாகத் தனக்குக் கிடைக்கும் என நம்பினாள்.

பாதிரியின் பிரசங்கத்தை உற்று கேட்டபடியே உட்கார்ந்திருந்தாள் அந்தோணியம்மாள். பூசை முடிகிற நேரம். பாதரின் கடைசி வாக்கியங்கள் தனக்காகச் சொல்லப்பட்டது போலவே இருந்தது. தன் தலைக்குமேல் தொங்கும் சர விளக்கை அண்ணாந்து பார்த்தபடி இரு கைகள் உயர்த்தி பாதர் பிரஸ்தாபித்தார்.

'என்னில் பிரியத்திலும் பிரியமான சகோதர சகோதரிகளே செவிசாயுங்கள், எப்போதுமே கள்ளச்சாவியால் திறக்கப்பட்ட பூட்டுக்களை வெறுத்து ஒதுக்காதீர்கள், நல்ல சாவியைத் தேடுங்கள் கண்டடைவீர்கள், தொலைத்த இடம் தூரத்தில் இருக்காது, அருகாமையில்தான் இருக்கும்.'

'என்னில் பிரியமானவர்களே, நாக்கு அறுந்த மணியை வெறுத்தொதுக்காதீர்கள், ஒன்றுக்கும் உதவாதென்று மூலையில் தூக்கிப்போட்டுத் துருப்பிடிக்க வைக்காதீர்கள், மணியின் ரீங்காரம் மணிக்குள் ஆடும் நாக்கில் இல்லை. மணிக்குள்ளே ஒளிந்திருக்கிறது. புது நாக்குக்கொண்டு ஒக்கிட்டுக் கொள்ளுங்கள். உங்கள் செவிகளில் மணியின் ஓசை ரீங்காரமிடட்டும்.

'பால் புகட்டும் கெண்டியையும் சங்கையும் உதாசீனம் செய்யும் போதுதான் மார்புக்காம்பின் நீளம் அதிகரிக்கும். பாலூற்றுப் பொங்கும். தன் கடவாயில் பால் ஒழுக குழந்தைகள் பாலகனைப் போல் ஓங்கி காலுதைத்துக் குதூகலிப்பார்கள்.'

அந்தோணியம்மாள் பாதிரியின் இன்றைய பிரசங்கத்தை

எண்ணியபடியே முக்காட்டுடன் கைகளில் பைபிளை ஏந்தியபடி வந்துகொண்டிருந்தாள். ஜெஸ்ஸி, பூட்டு, கள்ளச்சாவி, நல்லசாவி, மணி, அறுந்த நாக்கு, துருப்பிடித்தல், குழந்தை, பால் கெண்டி, சங்கு போன்ற வார்த்தைகள் மீண்டும் மீண்டும் வந்து மனசை அலைக் கழித்தன. இப்போது அவளுக்குப் பெரும் கவலை ஜெஸ்ஸி. ஒரு மாதம் குடும்பம் நடத்தியவள். ஊர் பேசுகிறது. அதிலும் ஒரு ஆறுதல் கன்னியாகத் திரும்பி வந்தது. அவள் கன்னி மரியாளை நினைத்து நெஞ்சில் சிலுவையிட்டாள்.

வேதக்கோயிலின் இரண்டாம் மணிச்சத்தம் கேட்டது. ராயப்பன் அவசர அவசரமாகப் புறப்பட்டுக்கொண்டிருந்தான். கருத்தமுத்து ஊருக்குக் கிளம்பிக் கொண்டிருந்தான். அந்தோணியம்மாள் ஏற்கனவே போய்விட்டிருந்தாள்.

'டேய், முத்து எங்கூட கோயிலுக்கு வாடா, பூசை முடிஞ்சப் பெறகு ஊருக்குப் போடா.'

'இல்லடா ராயப்பா, சின்னம்மா தேடுவா, எங்கய்யாவ வேற வரச்சொல்லிவிட்டுருக்கன், அவரு வேற வந்தார்னா ராத்திரி இங்க தங்குனதுக்குக் கூப்பாடு போடுவாரு. இன்னொரு நாளைக்குக் கோயிலுக்கு வாரன், நான் கௌம்புறன்டா.'

ராயப்பன் கையில் பைபிளுடன் வேகமாக ஜெஸ்ஸியிடம் போனான். ஜெஸ்ஸி பாத்திரங்களை விளக்கிக்கொண்டிருந்தாள்.

'ஜெஸ்ஸியக்கா நீ பூசைக்கு வரலியா.'

'நாளைக்கு ஞாயித்துக்கெழம பூஜைக்கு போயிக்கிரன்டா, நிய்யி போய்ட்டு வா.'

'சரி, அப்படின்னா கருத்தமுத்துக்குச் சாப்பாடு குடுத்து சீக்கிரமா ஊருக்கு அனுப்பு.'

ராயப்பன் பைபிளை அணைத்துக்கொண்டு சர்ச் இருக்கும் திசையில் ஓடிக்கொண்டிருந்தான். பல் விளக்கியபடியே வாசலில் நின்று வேடிக்கை பார்த்தபடியே நின்ற கருத்தமுத்து பைபிளுடன் சாலையில் போகும் ஏராளமானவர்களை ஆச்சரியத்துடன் பார்த்தான்.

'யேய்... முத்து சீக்கிரமா குளிச்சிட்டு சாப்பிடவா.'

'யெக்கா... நான் ஊருல போயி குளிச்சிக்கிரன்க்கா, சாப்பாடும் ஒன்னும் வேணாக்கா. அய்யாவ வரச்சொல்லி ஊருக்குத் தாக்கல் சொல்லி விட்ருக்கன், சின்னம்மா ஊருக்கு அவரு வருமுன்ன நான் அங்க போயிரனும்.'

டவுசர் பனியனுடன் நின்ற கருத்தமுத்துவை ஜெஸ்ஸி உற்றுப் பார்த்தாள். விறுவிறுவென்று கிட்டத்தில் போய் கையைப் பிடித்தாள்.

'வாடா... இங்க உக்கார்டா, சாப்பிட்டுட்டுப் போடா.

'யேய்... நில்லுடா, இப்பிடி வாடா, இங்க கிட்டத்துல வாடா'

முத்துவின் கையைப் பிடித்து இழுத்துத் தன்னுடன் நெருக்கமாக இருக்கவைத்து அவனுடைய இடுப்பை வளைத்து இழுத்துத் தன் அருகில் நிற்கவைத்து அவனுடைய உயரத்தையும் தன்னுடைய உயரத்தையும் அளந்தாள். முத்துப் படபடத்த இதயத்துடன் நின்று கொண்டிருந்தான்.

'எட்டுத்தான் படிக்கேன்கிற, இவ்வளவு ஓசரம் எப்பிடிடா வளர்ந்த, எத்தன வகுப்புலடா பெயிலான.'

'ஒரு வகுப்புலயும் பெயிலாகலக்கா.'

'சத்தியமா'

'சத்தியமாக்கா'

'என் கையில் சத்தியம் பண்ணுடா'

'சத்தியமா நான் பெயிலாகல'

ஜெஸ்ஸி நீட்டிய கையில் கருத்தமுத்து அடித்து சத்தியம் பண்ணினான். மல்லாந்த ஜெஸ்ஸியின் கையில் கருத்தமுத்துவின் கை பட்டவுடனே கெட்டியாகப் பற்றிய ஜெஸ்ஸி அப்படியே சுண்டி இழுத்தாள். சற்றும் எதிர்பார்க்காத கருத்தமுத்து நிலை தடுமாறி அவள்மேல் சாய்ந்தான். நேருக்கு நேர் இறுகப் பற்றி அணைத்தாள் ஜெஸ்ஸி. அருவியெனத் தொங்கிய அவள் கூந்தலை அள்ளி இருவருடைய முகத்தையும் மூடினாள் ஜெஸ்ஸி. கருத்தமுத்துவின் உடலெங்கும் கட்டெறும்புகள் ஊர்ந்தன. ஜெஸ்ஸியின் பிடி இறுக இறுக கருத்தமுத்து மௌனமானான். மலைப்பாம்பின் சுற்றலாய் ஜெஸ்ஸி வளைந்தாள். அவளுடைய பெருமூச்சுக்கிடையில், ஜேசுவே... ஜேசுவே... ஸ்... ஜேசுவே, கர்த்தாவே... என்ற தன்முனகல் கேட்டது. கருத்தமுத்துவின் தலையிலிருந்து பாதம்வரை ஆரத் தழுவினாள். முத்துவின் பாதத்தின் மேல்தான் நின்றாள். முத்து கொஞ்சம் பின் நகர்ந்தாலும் போதும் மல்லாக்க விழுந்து விடுவான். வேதக் கோவிலில் பிரசங்கம் அரிச்சலாய் மிதந்து வந்தது.

'சீயோன் குமாரத்தியே, கெம்பீரித்துப்பாடு. இஸ்ரவேலரே ஆர்ப்பரியுங்கள். எருசலேம் குமாரத்தியே நீ முழு இருதயத்தோடும்

மகிழ்ந்து களிகூரு. உன் ஆக்கினைகளை அகற்று. திறந்த உடலைக் களிப்பாக்கு.'

ஜெஸ்ஸியின் பிடி தளர்ந்தபோது நா வறட்சியுடன் நின்ற கருத்தமுத்துக்குத் தண்ணீர் கொண்டு வந்து கொடுத்தாள். கொஞ்ச நேர மௌனத்தை முத்து களைத்தான்.

'அக்கா நான் போறன், எனக்குச் சாப்பாடு வேண்டாம்.'

'எதுக்குடா இப்படி பயந்து நடுங்குற, அக்கா ஒனக்கு முத்தம் தரக் கூடாதா? ஒன்னய எனக்கு ரொம்ப பிடிச்சிருக்குடா. இப்ப சாப்பிடலனா ஊருக்குப் போகமுடியாது.'

வேகமாகப் போன ஜெஸ்ஸி கதவைப் பூட்டி உள்பக்கமாகத் தாழ்ப்பாள் போட்டுவிட்டு வந்தாள். கருத்தமுத்துக்குக் கைகால்கள் உதறல் எடுக்க தொடங்கியது. அவன் பொம்மையைப் போல் நடந்து போய் சாப்பாட்டின் முன்னால் உட்கார்ந்தான். எதிரே உட்கார்ந்து கொண்டு என்னென்னவோ பேசினாள் ஜெஸ்ஸி. கருத்தமுத்து எந்திரத்தைப் போல் சாப்பிட்டு எழுந்தான். கதவுக்கும் பின்னால் சாய்ந்து நின்றுகொண்டிருந்தாள் ஜெஸ்ஸி.

'இப்ப எனக்கு ஒதட்டுல ஒரு முத்தம் குடுத்தா கதவத் திறப்பன், இல்லனா இங்கயே கெடக்க வேண்டியதுதான்.'

எட்ட நின்றுகொண்டு ஜெஸ்ஸியின் உதட்டில் முத்தம் கொடுப்பதற்காக நாரையைப் போல் தன் கழுத்தை நீட்டினான் முத்து. தன்னைச் சுண்டி இழுத்து அணைத்துக்கொண்ட ஜெஸ்ஸி இறுக்கி அணைத்துக்கொண்டாள். மூச்சு முட்டினாலும் கருத்தமுத்து திமிறவில்லை. பயமும் பதற்றமும் நடுக்கமும் அவனை ஆட்கொள்ள அவன் ஜெஸ்ஸியின் இழுப்புக்கெல்லாம் இழுபட்டான்.

ஒருவாறாகக் கதவைத் திறந்துகொண்டு வெளியே வந்தவன் திருடனைப்போல பராக்குப் பார்த்தபடியே வேகமாக எட்டு வைத்தான். கொதித்துக்கொண்டிருந்த உடம்பு குளிர்ந்தது. சர்ச்சைக் கடந்தபோது காதில் பிரசங்கத்தின் ஒலி கேட்டது.

'தீங்கான காரியத்தை என் கண்முன் வைக்கமாட்டேன். வழி விலகுகிறவர்களின் செய்கையை வெறுக்கிறேன். அது என்னைப் பற்றாது.'

கருத்தமுத்து தோட்லாம்பட்டி போய்ச் சேர்ந்தபோது தன் அய்யாவும் சின்னம்மாவும் திர்னையில் உட்கார்ந்து பேசிக்கொண்டிருந்தார்கள். பதபதைப்புடனும் பயந்த சுபாவத்துடனும் தன் முன்நிற்கும் மகனைப்

பார்த்ததும் அய்யா பதறியிருக்க வேண்டும்.

'என்னடா முத்து ஒரு வடியா இருக்க சாப்பிட்டியாடா.'

'சாப்பிட்டன்'

'ஒடம்புக்கு ஒன்னுமில்லையே'

'மாமா நீங்க மொதல்ல பயப்படாம இருங்க. நேத்து ராத்திரி அறியாத எடத்துல தங்கியிருக்கான். சரியா தூங்கியிருக்கமாட்டான். நாளையிலருந்து ஆஸ்ட்டல்ல தங்கனுமேங்கிற கவல இருக்காதா, நம்ம கைக்குள்ளயும் காலுக்குள்ளயும் அலஞ்ச சின்னப்பயதான, அதோட இப்ப வெயிலுக்குள்ள நடந்து வந்திருக்கான், அதான் வடியா இருக்கான்.'

'இல்ல... சுப்பு, எனக்கு என்னமோ பயமாயிருக்கு. அவன் மொகமே பேயறஞ்ச மாதிரியில்ல இருக்கு.'

'எந்தப் பாத வழிடா வந்த முத்து. மாடசாமி கோயில் பாதை வழி வந்தயா, இல்ல கத்தால ஓடை பாதவழி வந்தயா.'

'மாடசாமி கோயில் பாதை வழிதான் வந்தன்.'

தன் மகனின் கன்னத்தைத் தடவி தலையைக் கோதிவிட்டார் அய்யா. மௌனமாக நின்றுகொண்டிருந்தான் கருத்தமுத்து.

'மாமா இப்பிடி பொத்திப் பொத்திப் பார்த்தா ஒன்னும் நடக்காது, என்ன பொம்பளப் புள்ளயா பயப்படுறதுக்கு.'

'ஒதடெல்லாம் தடுச்சிருக்கு பாரு சுப்பு'

'வெய்யில்ல அலையிறான்ல்ல, சூடு, அதான் தடிச்சிருக்கு ஹாஸ்டலுக்குப் போயி நெழல்ல உக்கார்ந்தா எல்லாமே சரியாப் போகும்.'

அய்யா சொன்னவுடன் தன் உதட்டைத் தொட்டுப் பார்த்தான் கருத்தமுத்து. ஜெஸ்ஸி கொடுத்த முத்தத்தின் கதகதப்பு இன்னும் உணரவில்லை. அப்போது வலிக்காத உதடு இப்போது வலித்தது. அவன் நாவால் எச்சிலைத் தடவி ஜெஸ்ஸியின் எச்சிலை அழித்தான். ஹாஸ்டலுக்குப் போய் பெயர் கொடுத்துவிட்டு, பெட்டி படுக்கைகளை வைத்துவிட்டு பள்ளிக்கூடம் போக வேண்டுமாகையால் விடியக் கருக்கலிலேயே தகப்பனும் மகனும் புறப்பட்டுவிட்டார்கள். மாடசாமி கோயில்வரை வந்து வேலாண்டியும் சுப்புத்தாயும் வழியனுப்பிவிட்டுப் போனார்கள். மாடசாமி கோவிலைக் கும்பிட்டுத் திருநீறு பூசிக்கொண்டு புறப்பட்டார்கள். தன் தலையில் வைத்து டிரெங் பெட்டியை இருளாண்டி சுமந்துகொண்டு போனான்.

‘யேல... முத்து லீவு விட்டா சின்னம்மா வீட்டுக்கு வந்து போடா, மாமா நீங்களும் சொல்லுங்க.’

முன்னிருவர் நடக்க, பின்னிருவர் திரும்பி நடக்க மாடசாமி கோயில் மீண்டும் தனியனானது. அவர்கள் இருவரும் தண்ட வாளத்தின் ஓரத்தில் நடக்காமல் கீழே செல்லும் வண்டிப் பாதையில் போய்க்கொண்டிருந்தார்கள். அதிகாலைப் பொழுதில் யாருமே கண்ணில்படவில்லை.

இருவரும் ஹாஸ்டலுக்குள் நுழைந்தபோது நிறையப் பேர் பெட்டி படுக்கைகளுடன் அங்கே நின்றுகொண்டிருந்தார்கள். தனித்தனியாக இருந்த ஓட்டுச்சாய்ப்பு வீடுகள்தான் ஹாஸ்டல். தனியாக இருந்த ஒரு அறையில் ‘அரசு மாணவர் விடுதி’ என்ற பெரிய போர்டும், அதன் அருகில் ‘அ. சங்கரலிங்கம் - வார்டன்’ என்ற போர்டும் தொங்கியதைக் கருத்தமுத்து வாசித்தான். பையனுடைய பெயரையும் ஊரையும் கேட்டவர், தன் கையில் இருந்த பேப்பரில் பக்கங்களைப் புரட்டிக்கொண்டே ஒரு இடத்தில் டிக் செய்துவிட்டு ஏறிட்டுப் பார்த்தார்.

‘என்னய்யா ஒங்க பையனா’

‘ஆமாய்யா’

‘புத்தி சொல்லி விட்டுட்டுப் போறும். சேட்டையெல்லாம் பண்ணக் கூடாது. நல்லா படிக்கலனா வீட்டுக்கு அனுப்பிருவம். ஒழுங்கா பள்ளிக்கூடம் போகணும், நீங்களும் ஓயாம இங்க பாக்க வரக்கூடாது. எப்ப பாக்கலாம்னு நாங்க சொல்றமோ அப்பத்தான் வரனும், தெரிஞ்சதா, வாட்ச்மேன்கூட போங்க எடத்தக் காட்டுவாரு.’

நிறைய வேப்ப மரங்கள் ஒன்றிரெண்டு புளியமரங்கள் வெள்ளை வெளேரென வேப்பம் பூக்கள் தரையில் உதிர்ந்து கிடந்தன. வாட்ச்மேன் முன்னால் வழிகாட்ட இருவரும் பின்னால் நடந்து கொண்டிருந்தார்கள். சிமெண்ட் தரையில் சுவரை ஒட்டி வரிசையாக டிரெங் பெட்டிகள் வைக்கப்பட்டிருந்தன. வாட்ச்மேன் காட்டிய இடத்தில் பெட்டியை இறக்கிவைத்தான் இருளாண்டி. தான் கொண்டு வந்திருந்த வாளியையும், கோரம்பாயையும் பெட்டியின் மேல் வைத்தான். முன்னரே வந்த பையன்கள் பள்ளிக்கூடத்திற்குப் புறப்பட்டுக்கொண்டிருந்தார்கள். கருத்தமுத்தும் கையில் ஒரு நோட்டை எடுத்துக்கொண்டு புறப்பட்டான். பெட்டியைப் பூட்டி சாவியைப் பைக்குள் போட்டுக்கொண்டு வெளியில் எட்டிப் பார்த்தான். ராயப்பன் தன் அம்மாவுடன் வந்துகொண்டிருந்தான்.

இவனுக்கு அடுத்துப் பெட்டியை வைத்துவிட்டு சிரித்தான். அந்தோணியம்மாளும் இருளாண்டியும் ஏதோ பேசிக்கொண்டார்கள்.

அவரவருடைய அப்பா அம்மாவை அனுப்பிவிட்டு இருவரும் பள்ளிக்கூடத்திற்கு நடந்தார்கள். அவர்கள் இருவரையும் ஆர்.சி. உயர்நிலைப் பள்ளியும், சிலுவையில் தொங்கும் ஏசுவும், கெபியில் ஒவ்வொரு அடுக்கிலும் நிற்கும் அப்போஸ்தலர்களும் வரவேற்றார்கள். ராயப்பன் பாதரைப் பார்த்ததும் மண்டியிட்டு ஸ்தோத்திரம் சொன்னான். அவனுடைய தலையின் மேல் கைவைத்து, கட்டை விரலால் நெற்றியில் தொட்டு ஆசீர்வாதம் செய்தார். ராயப்பன் எழுந்து கொண்டான். மாடசாமி கோயிலில் பூசிய திருநீறை பாதர் உற்றுப் பார்த்தவுடன்தான் கருத்தமுத்து வணக்கம் சொன்னான்.

இருவரும் வகுப்புக்குள் போய் அருகருகே உட்கார்ந்து கொண்டார்கள். இன்னும் கொஞ்ச நேரத்தில் வகுப்பு ஆரம்பித்து விடும். முதல் பீரியட் என்னவென்று நினைத்துப் பார்த்தான். திங்கள்கிழமை முதல் பீரியட் தமிழ்தான் என்பதை உறுதிசெய்து கொண்டான். இருவரும் கசுபுசுவென்று ஏதோ பேசிக்கொண்டார்கள்.

இந்த ஒரு மாதத்தில் பாடங்கள் அவ்வளவாக நடத்தப்படா விட்டாலும் யார் யார் எந்த ஊர், என்ன ஜாதி, என்ன மதம், தாழ்த்தப்பட்டவனா இல்லையா போன்ற விவரங்களும், ஹாஸ்டல் மாணவர்கள் யார் யார் போன்ற தகவல்களும் அனைவருக்கும் பகிரப்பட்டன. அதேபோல் என்ன பாடத்திற்கு எந்த ஆசிரியர், அவருடைய பெயர் என்ன, அடிப்பாரா அடிக்கமாட்டாரா போன்ற விவரங்கள் மாணவர்களுக்குப் புரிந்துவிட்டன. தமிழுக்கு புஷ்பம் டீச்சர். இங்கிலீசுக்கு வெங்கிடசாமி, கணக்குக்கு ஜோசப் வாத்தியார், சரித்திரத்திற்கு ஞானராஜ், சயின்சுக்கு இருதயராஜ், எட்வர்ட் சார் ஹெட்மாஸ்டர் போன்ற விபரங்கள் மாணவர்களிடம் பதிந்துவிட்டன.

இன்றைக்குத்தான் முதன் முதலில் மத்தியான சாப்பாடு ஹாஸ்டலில் சாப்பிடப் போகிறான் கருத்தமுத்து. அய்யா வாங்கிக் கொடுத்த அலுமினியத் தட்டையும் தம்ளரையும் எடுத்துக்கொண்டு வராண்டாவுக்கு வந்தான். பத்தாம் வகுப்பு பதினொன்றாம் வகுப்பு மாணவர்கள் வரிசைப்படி உட்கார்ந்திருந்தார்கள். கடைசியாக ஒன்பதாம் வகுப்பு மாணவர்கள் உட்கார வைக்கப்பட்டார்கள். ராயப்பனும் கருத்தமுத்தும் அருகருகே உட்கார்ந்துகொண்டார்கள்.

அளவு சாப்பாடு. சாம்பார், சாதம், ரசம், ஒரே ஒரு கூட்டு. வயிறு நிறைந்தது போலவும் இருந்தது நிறையாதது போலவும் இருந்தது.

வேப்பமர நிழலில் அணில்கள் ஓடித்திரிந்தன. சாப்பிட்ட இடத்தை சுத்தம் செய்ய கருப்பி காத்திருந்தாள். வாட்ச்மேன் காளிமுத்து சாப்பிட்ட மாணவர்களுக்குக் கை கழுவ தண்ணீர் இறைத்து ஊற்றிக் கொண்டிருந்தார். சாப்பாட்டுத் தட்டுக்களைக் கழுவி கவுத்தி வைக்க இரண்டு ராக்குகள் நிறுத்தி வைக்கப்பட்டிருந்தன. அவைகளில் தத்தம் தட்டுக்களை வைத்துவிட்டுப் பள்ளிக்கூடங்களுக்கு விரைந்து கொண்டிருந்தார்கள் மாணவர்கள். தங்குமிடம் மட்டுமே ஒரே இடம். படிக்கிற பள்ளிக்கூடங்கள் பல்வேறு. நாடார் பள்ளி, விஸ்வகர்ம பள்ளி, ஆயிரம் வைசியபள்ளி, அரசுப்பள்ளி, வேதப்பள்ளிகள் என அனைத்திலும் ஹாஸ்டல் மாணவர்கள் படித்தார்கள்.

ஒவ்வொரு பள்ளிக்கூடத்திற்கும் ஹாஸ்டலிலிருந்து போகும் மாணவர்கள் குறுக்கு வழிகளைக் கண்டுபிடித்திருந்தார்கள் அல்லது உருவாக்கியிருந்தார்கள். ஹாஸ்டலுக்கு பின்புறம் கண் எட்டும் தூரம் வரை வெட்டவெளி. பெரிய பெரிய கிடங்குகள். ஹாஸ்டலைச் சுற்றிலும் சுற்றுச் சுவரோ அல்லது கம்பி வேலியோ கிடையாது. முன்புறம் கொஞ்ச தூரத்தில் அரசுப் பள்ளியின் சுற்றுச்சுவர். ஹாஸ்டலில் இருந்து அரசுப்பள்ளியில் படிக்கும் மாணவர்கள் மணியடித்தவுடன் ஓடிப்போய் சுவரைத் தாண்டினால் போதும். எவ்வளவோ தடுத்தும் முடியவில்லை. சுவரில் கால்வைத்து ஏற சுவரில் சில ஓட்டைகள் போட்டுக்கொண்டே இருப்பார்கள்.

இடதுபக்கம் சுப்பிரமணியபுரம். இருபது முப்பது வீடுகள், எல்லாமே ஓட்டு வீடுகள். வலதுபக்கம் புதிதாக உருவான ஸ்டாலின் காலனி. நகரசுத்தித் தொழிலாளிகளும் பன்றிகளும் சம எண்ணிக்கையில் வாழும் அசுத்தமான பகுதி. தெரு முழுக்க சுற்றித் திரியும் பன்றிகள், கழிவுகள். நடுவில் ஆழமான திறந்தவெளி கிணறு. நீர் இறைக்க வாளி, கப்பிஉருளை. சமையல்காரர் அய்யாச்சாமி பிள்ளை. காய்கறி வாங்கிக் கொடுக்க சமையல் உதவி செய்ய ஆறுமுகம் பிள்ளை. வாட்ச்மேன் காளிமுத்து. தோட்டி வேலை செய்ய, தூக்க, தொளிக்க கருப்பி. பாதுகாப்பு என்றால் இரண்டு செவலை நாய்கள் கொம்பன், மூக்கன்.

இவையெல்லாம் பிடிபட கருத்தமுத்துக்கும் ராயப்பனுக்கும் இரண்டு மாதங்கள் தேவைப்பட்டன. ஆர்.சி. பள்ளிக்கூடத்திற்குப் போகும் குறுக்கு வழியை இருவரும் கண்டுகொண்டார்கள். ஸ்டாலின் காலனி வழியாகப் போய் வலதுபக்கம் திரும்பி பெரிய பெரிய கிடங்குகளுக்குள் ஏறி இறங்கினால் ஆக்கி மைதானம்

வந்துவிடும். மைதானத்து வேலியில் ஒரு பெரிய ஓட்டை வழியே உள் நுழைந்தால் பள்ளிக்கூட வாசல்தான். சில நேரம் பயங்கரமான சம்பவங்கள் கண்ணில் தட்டுப்படுவதுண்டு. அப்படியான நேரங்களில் ஓடி தப்பியதுமுண்டு. சில மாதங்கள் கழித்துக் குறுக்குப்பாதை வழி போவதுண்டு.

4

ராயப்பனும் கருத்தமுத்தும் குறுக்குப்பாதை வழியே பள்ளிக்கூடம் விட்டு வந்துகொண்டிருந்தார்கள். இலேசாக மழை தூறிக் கொண்டிருந்தது. பரந்த வெட்டவெளி. கண்ணுக்கு எட்டிய தூரம்வரை ஒரு செடியோ மரமோ கிடையாது. செக்கச் செவேர் என்று சிவந்து கிடக்கும் செம்மண். கிணறுகளைப் போல ஆழம் ஆழமான கிடங்குகள். அந்த இடங்களின் விளிம்புகள் வரப்பு மாதிரி குறுகலாக இருக்கும். சரிக்கி விழுந்தால் போச்சு. பெரும்பாலும் செருப்பு போட்டு நடப்பவர்கள் நடக்கவே பயப்படுவார்கள்.

முன்னால் போன ராயப்பன் படக்கென்று நின்றவுடன் கருத்தமுத்துவும் நின்றுவிட்டான். ராயப்பன் கிடங்கின் ஆழத்திற்குள் கை காட்டினான். கருத்தமுத்து குனிந்து உற்றுப் பார்த்தான். முதலில் வெள்ளை வெளேர் வேஷ்டியும், அடுத்துப் பச்சைசேலையும் துணிப்பாய் தெரிந்தது. அருகே இரண்டு முண்டங்கள் கட்டிப் பிடித்தபடி கிடந்தன. ஆண்-பெண் பிரித்தறிய முடியாத ஆழம் அரிச்சலாய் தெரிந்தது. ஒரு ஆணையும், பெண்ணையும் முழு நிர்வாணமாக இரண்டு பேரும் முதன்முறையாக இப்போதுதான் பாக்கிறார்கள்.

'எதுக்குடா இப்பிடி அம்மணக்குண்டியா வந்து படுத்துக் கெடக்காங்க.'

'செத்துப் போய்ட்டாங்க போல, அசையவே இல்ல.'

'ஒரு கல்லுட்டு எறிஞ்சு பாப்பமா',

'யேய்... ராயப்பா அந்தா அசையுதுடா, ஒன்னு எந்திரிச்சு உட்கார்ந்து இருக்குப் பாரு.'

'இன்னொன்ன எங்க காணும்.'

'கீழே கெடக்குப் பாரு, அது மேலதான்டா இது உட்காந்திருக்கு.'

பேசிக் கொண்டிருக்கும் போதே காலடி மண் சரிந்து கிடங்கிற்குள் போனதை இருவரும் கவனிக்கவில்லை. இரண்டு உருவங்களும்

பேயைப்போல் எழுந்து ஓடி உடல் மறைத்தது அரிச்சலாய் தெரிந்தது. நால்வருக்கும் பயம் பற்றிக்கொண்டது. இருவரும் அங்கே பிடித்த ஓட்டம் ஹாஸ்டலில்தான் வந்து நின்றார்கள்.

பத்துக் குஞ்சுகளைக் கூட்டிக்கொண்டு திரியும் தாய்க்கோழி, பருந்தின் நிழல் தெரிந்தாலே கொக்கரித்து எச்சரித்துக் குஞ்சுகளைப் பதுங்கச் செய்துவிட்டு சண்டைக்குத் தயாராய் நிற்கும் தாய்மை. அடுத்த பருவத்திற்கு இணைசேர தொடங்கியவுடனே, பொத்திப் பொத்தி வளர்த்த தன் குஞ்சுகளை இம்மிகூட ஈவு இரக்கமற்று கொத்திக்கொத்தி விரட்டும்போது பரிதாபமாய் இருக்கும். காக்கையோ, பருந்தோ தன் குஞ்சுகளை இனிமேல் தூக்க முடியாது என்பதை யார் சொல்லிக் கொடுத்தது தாய்மைக்கு.

அதேபோல்தான் கருத்தமுத்து ஹாஸ்டலுக்கு வந்தது. சுதந்திரப் பறவையைப் பிடித்து வந்து கூண்டுக்குள் அடைப்பது. துள்ளித் திரிந்த கன்றுக்குட்டியை மூக்கணாங்கயிறு போட்டு முளைக் குச்சியில் கட்டுவதுபோல். தனியே வாழ்ந்தாக வேண்டும் அல்லது பழகிக் கொள்ளவேண்டும். அந்தந்த நேரத்திற்கு அந்தந்த வேலைகள் செய்தாக வேண்டும். தன் துணிகளைத் தானே துவைப்பது கொஞ்ச நாளைக்கு சிரமமாயிருந்தது, இப்போது பழகிவிட்டது.

காலையில் குளிப்பது என்பது கட்டாயமாக்கப்பட்ட ஒன்று. கைகளில் அவரவர் டப்பாக்களுடன் வரிசையில் நிற்கவேண்டும். வாட்ச்மேன் காளிமுத்து உடன்வர வரிசை தென்னந்தோப்பை அடையும். பெரிய நீண்ட தொட்டியில் நிரம்பிய தண்ணீரில் சீக்கிரம் குளிக்கவேண்டும். எக்காரணம் கொண்டும் சோப்போ, எண்ணெய்யோ மற்ற செயற்கை வாசனை திரவியங்களோ பயன்படுத்த அனுமதியில்லை. வெறுமனே தென்னைக்குப் பாயும் கிணற்று நீரை ஹாஸ்டலில் பயிலும் ஏழை பிள்ளைகள் குளிக்க தானமாகக் கொடுத்து வருகிறார் ஒரு செல்வந்தர். வற்றாத தண்ணீர் அவருடைய நல்ல மனசைப் போலவே.

என்னத்த தின்போம் என்று பள்ளி முடிந்து வரும் பிள்ளைகளுக்கு சமையல் மாஸ்டர் அய்யாச்சாமி பிள்ளை நடத்தும் ரகசிய கடைதான் புகலிடம். பிஸ்கட், கடலைப் பருப்பு, கடலைமிட்டாய், சேவு, பொரி கடலை எல்லாம் கிடைக்கும். கடன் கொடுப்பதும் உண்டு.

தலைமுடி வளர்ந்துவிட்டால் வார்டனிடம் அடையாளச் சீட்டு வாங்கிக் கொள்ளவேண்டும். பெரும்பாலும் வெளியே போய் வருவதற்காக, முடி வளராவிட்டாலும் கூட சிலர் சீட்டுக் கேட்பதுண்டு.

ஒருவனுக்கு முடிவெட்ட வேண்டுமா வேண்டியதில்லையா என்பதை தீர்மானிப்பது வார்டன் சங்கரலிங்கத்தின் முடிவு. மாதத்தில் கடைசி ஞாயிற்றுக் கிழமை பையன்கள் குறிப்பிட்ட நேரம் மட்டும் வெளியே சென்று வர அனுமதி உண்டு.

கடைசி ஞாயிறு எப்படா வரும் என்று காத்திருந்தான் ராயப்பன். தினமும் சர்ச்சுக்குப் போய் பழகியவன் இந்த ஒரு மாசமாக சிலுவையில் தொங்கும் இயேசுவைப் பார்க்காதது வருத்தமான வருத்தம். இதையெல்லாம்விட தான் உள்ளூர் பையன் என்ற உண்மை தெரிந்து விட்டால் போச்சு. உடனடியாக ஹாஸ்டலைவிட்டு விரட்டப்படுவான். அந்த பயம் வேறு. அவன் எச்சரிக்கையாய் இருக்க வேண்டும்.

இன்று கடைசி ஞாயிற்றுக்கிழமை. காலை உணவு முடிந்தவுடனேயே ராயப்பன் தடபுடலாக வெளியே கிளம்பினான். கருத்தமுத்து தலையில் தேய்க்கும் எண்ணெய், துணிக்குப் போடுகிற சோப்பு, குளிக்க சோப்பு, பேனா மை போன்ற பொருட்கள் வாங்க வேண்டியதிருந்ததால் அவனும் புறப்பட்டான். சாயங்காலம் ஐந்து மணிக்குள் வந்துவிட வேண்டும் என்பது உத்திரவு.

இருவரும் வேகவேகமாகப் போய் வேண்டிய பொருட்களைக் கடைகளில் வாங்கிவிட்டு, ராயப்பனின் வீட்டுக்கு நடந்தார்கள். கருத்தமுத்துக்கு ஜெஸ்ஸியைப் பார்க்கவேண்டும் போலவும் பார்க்க வேண்டாம் போலவும் இருந்தது. ஒருவித படபடப்புடன்தான் எட்டு வைத்தான். வழியில் ராயப்பனின் அண்ணன் எதிர்ப்பட்டான் அவன் ஒர்க்ஷாப் வேலைக்குப் போய்க்கொண்டிருந்தான்.

‘என்னடா ஹாஸ்டல் எப்படி இருக்கு’

‘பரவாயில்லைண்ணா’

‘நீ சொல்றா, எப்பிடி சமாளிச்சிரலாமா?’

‘மூனு வருஷம் எப்படியும் கண்ணமூடிட்டு சமாளிச்சிர வேண்டியதுதான். பெறகு என்ன செய்யமுடியும்.’

‘என்னண்ணே இன்னைக்கி ஞாயித்துக்கெழம லீவு இல்லையா’

‘ஏதோ அவசர வேல இருக்காம் மொதலாளி நேத்தே சொல்லிட்டாரு, நெனச்சா லீவு விடுவாரு’

‘நீ சர்ச்சுக்கு போகலியா’

‘காலையில மொதப் பூசைக்குப் போய்ட்டு வந்துட்டன், அம்மாவும் ஜெஸ்ஸியும் ரெண்டாம் பூசைக்குப் போயிருக்காக. அனேகமா

இன்னேரம் வந்திருப்பாக.'

'சாயங்காலம் ஆராதனைக்குப் போகலாம், ஆனால் ஹாஸ்டலுக்கு அஞ்சு மணிக்குள்ள போகலனா வார்டன் கேட்பாரு.'

'கோயிலு, ஜெபம் பெறகு பார்த்துகிறலாம். மொதல்ல படி, வீட்ட மறந்திரு, உள்ளூர் பையன்னு தெரிஞ்சிட்டாப் போச்சு'

ராயப்பனின் அண்ணன் வேகமாக ஓர்க்ஷாப்புக்கு நடந்தான். கருத்தமுத்து ராயப்பனின் பின்னால் ஜெஸ்ஸியை சுமந்துகொண்டு நடந்துகொண்டிருந்தான். மகனைக் கண்டதும் அம்மாவுக்கும் அக்காவுக்கும் சந்தோஷம் பிடிபடவில்லை. இருவருக்கும் தலையில் கை வைத்து ஆசிர்வதித்து சிலுவையிட்டுக் கொண்டாள்.

'பாதர் ஒன்னய ஓயாம கேட்டுக்கிட்டே இருக்காருடா, பூசைக்குப் போக முடியாட்டாலும் பரவாயில்ல, சாமியார் மடத்துலதான் இருப்பாரு. போயி பாத்திட்டு ஆசிர்வாதம் வாங்கிட்டு வாடா, இன்னைக்கு ப்ரியாத்தான் இருப்பாரு.'

'டேய்... முத்து நான் போயி பாதரப் பாத்திட்டு வந்துரன். நீ வீட்ல இரு, நான் வந்து மத்தியானம் சாப்பிட்டதும் கௌம்பிருவம், எம்மா சீக்கிரமா சோறு பொங்கும்மா.'

ராயப்பன் சொல்லிவிட்டு வேகவேகமாக வீட்டைவிட்டு வெளியேறினான். மௌனமாக உட்கார்ந்திருந்த கருத்தமுத்துவிடம் ஜெஸ்ஸி வந்தாள். சர்ச்சுக்குப் போய்விட்டு வந்திருப்பதால் நல்ல உடையுடனும், அலங்காரத்துடனும் இருந்தாள். கருத்தமுத்து ஒருவித பயத்துடனும், நடுக்கத்துடனும் அவளைப் பார்த்தான். கையில் தூக்குப்பையுடன் காய்கறிகள் வாங்க புறப்பட்டாள் அம்மா.

'அடியே ஜெஸ்ஸி அரிசியக் களைஞ்சு உலைல போடு, உலை காய்ஞ்சிருச்சானு பாரு. நான் கடைக்குப் போய்ட்டு பட்னுவாரன். அவங்க ரெண்டு பேரும் அஞ்சு மணிக்குள்ள ஹாஸ்டலுக்குப் போகணுமாம், சொனங்காத போ, போயிப்பாரு.'

இரண்டு உலைகள் கொதித்துக் கொண்டிருந்ததை அந்தோணியம்மாள் அறியவில்லை. அவள் வேகமாகக் கடைக்கு நடந்தாள். ஜெஸ்ஸி மூடியைத் திறந்தவுடன் உலை கொதித்துக் குதியாளம் போட்டது. களைந்த அரிசிகளை அள்ளிஅள்ளி கொதிக்கும் உலைக்குள் போட்டாள். கொதிப்பில் மிதந்து வந்த அரிசிகளை உற்றுப் பார்த்தாள். புற்றுக்குள்ளிருந்து பறந்து வரும் ஈசல்களைப் போல் அரிசிகள் சக்கரச் சுழற்சியாய் கொதிநீரில் மிதந்து வருவதை

உற்றுப்பார்த்துக்கொண்டே இருந்தாள். அவள் மனசும் கொதி தண்ணீராய் மாறியது. மிதந்துவரும் அரிசிகளைப் போல் நினைவலைகள் ஒவ்வொன்றாய் மேலெழும்பி வந்தன.

உபதேசியார் மகனுடன் ஓடிப்போனது. அவனுடைய அக்கா வீட்டில் பத்து நாள் தங்கியது. ஊர் சுற்றியது. சினிமா பார்த்தது. பூங்காவுக்குப் போனது. ஊஞ்சலாடியது. அப்புறம் இருவருக்கும் சண்டை வந்தது. ஊருக்குத் திரும்பி வந்தது. அம்மா அழுதது. பாதர் உபதேசித்தது எல்லாம் உலை அரிசியைப் போல் நெஞ்சுக்குள் மேலெழும்பி வந்தன. எல்லா அரிசியையும் உலையில் போட்டுவிட்டு, உலை மூடியை இலேசாகத் திறந்து வைத்துக் கவுத்தினாள். இடைவெளியில் வெள்ளை நுரைகள் வழிந்தன. எரியும் விறகை இலேசாக வெளியே இழுத்துத் தீயின் சூட்டைக் குறைத்துவிட்டு கண்களைக் கசக்கிக்கொண்டு வந்தாள். கையில் தண்ணீர் டம்ளர். கருத்தமுத்துவை நோக்கி நகர்ந்துகொண்டே இரண்டு மிடக்கு தண்ணீரைக் குடித்து உதடுகளை ஈரமாக்கிக்கொண்டாள். மௌனமாக உட்கார்ந்திருந்த கருத்தமுத்துவை எதிரே நின்றபடியே உற்றுப் பார்த்தாள். அவளுடைய பார்வையின் உக்கிரம் தாங்காமல் தலை குனிந்தான்.

'என்னடா புதுப்பெண் மாதிரி தலையக் கவுறற, இந்தாடா தண்ணி குடிடா.'

'எனக்குத் தண்ணி தவிக்கல'

'நான் குடிச்ச எச்சுத் தண்ணிய நிய் குடிக்கமாட்டியா'

'அப்படியெல்லாம் ஒன்னுமில்ல'

'அப்பிடின்னா இந்தா குடி'

'..........'

'நிய்யி இப்ப இந்த தண்ணிய குடிக்கலனா, எங்க வீட்ல இருக்கக் கூடாது, ஒடனே கௌம்பு'

கருத்தமுத்துவால் என்ன செய்வதென்று தெரியவில்லை. கொஞ்ச நேரம் மௌனமாக உட்கார்ந்திருந்தான். சடக்கென்று டம்ளரை எடுத்து ஒரே மூச்சில் தண்ணியைக் குடித்துவிட்டு, சடக்கென்று எழுந்து வெளியே செல்ல புறப்பட்டான். ஜெஸ்ஸி சுதாரித்துக்கொண்டாள். அவனுடைய இரண்டு தோள்களையும் பற்றி அமுக்கி உட்கார வைத்தாள்.

'இப்ப எதுக்குடா வெளிய போற'

‘நீங்கதான வீட்டவிட்டு போகச் சொன்னீங்க.’

‘எச்சத்தண்ணிய குடிக்கலனா வீட்டவிட்டுப் போனு சொன்னன்’

‘..........’

‘வீட்டவிட்டுப் போறவன் பெறகு எதுக்குடா தண்ணியக் குடிச்ச, சொல்லுடா’

‘தண்ணி தவிச்சது அதுதான் குடிச்சன்’

‘நான் குடுக்கும்போது தண்ணி தவிக்கலனு சொன்ன, அதுக்குள்ள எப்படிடா தண்ணி தவிச்சது’

‘..........’

ஜெஸ்ஸி வேகமாகப்போய் கதவைச் சாத்தினாள். கதவைச் சாத்துவதற்கு முன்னால் வெளி வாசலில் போய் நின்று சுற்றுமுற்றும் ஊசாட்டம் பார்த்துக்கொண்டாள். மௌனித்திருந்த கருத்தமுத்துவின் அருகில் உட்கார்ந்து தோளில் கை போட்டு இழுத்தாள். எந்த மறுப்பும் இல்லாமல் அவள் மடியில் சாய்ந்தவனின் உதட்டில் குனிந்து முத்தமிட்டாள். அவனுடைய கைகளை எடுத்துத் தன் கழுத்தைச் சுற்றி போட்டுக்கொண்டாள். உலையில் சோறு கொதிப்பதை மறந்து போனாள். அரிசி உலையில் குதியாளம் போட்டு வெந்து கொண்டிருந்தது. குட்டிப்பாப்பா மரப்பான் பூச்சியை வைத்து விளையாடுவதைப் போல கருத்தமுத்துவை வைத்து விளையாடிக் கொண்டிருந்தாள் ஜெஸ்ஸி. சுதாரித்து எழுந்து அடுப்படிக்கு ஓடிய போது சோறு சிவந்து குழைந்து போயிருந்தது. அவக்தவக்கென்று வடிமார் எடுத்துவந்து சோறு வடித்தாள். தண்ணீர் வற்றிப் போனபடியால் வடி தண்ணீர் வடியவில்லை. குழைந்த சோற்றைப் பார்த்து பயந்தாள். அம்மா வையப்போகும் வசவுகளையும், எங்கேடி போன என்ற கேள்விக்குத் தக்க பொய்யையும் அவள் தேடத் தொடங்கினாள். அவள் முகம் இறுகிக்கிடந்தது.

சற்றைக்கெல்லாம் கதவு திறக்கும் சத்தமும் அதைத் தொடர்ந்து அந்தோணியம்மாளும் ராயப்பனும் உள்ளே நுழைந்தார்கள். கருத்தமுத்து ஒரு சின்ன வேதாகம புத்தகத்தைக் கையில் வைத்துக் கொண்டு படிப்பதைப் போல் பாவ்லா காட்டிக் கொண்டிருந்தான்.

‘என்னடி சோறுவடிச்சிட்டியா?’

‘வடிச்சாச்சும்மா’

‘என்னடி சத்தம் உள்ள போகுது, ஒரு வடியா முகம் வாடிப் போயிருக்க’

‘இல்லையே எப்பவும் போலத்தான இருக்கன்’

அந்தோணியம்மாள் வேகவேகமாகக் காய்களை நறுக்க உட்கார்ந்தாள். ராயப்பன் கருத்தமுத்துவின் பக்கத்தில் போய் உட்கார்ந்தான்.

‘டேய்... முத்து கொழம்பு வச்சதும் சாப்பிட்டதும் கௌம்பிருவம்’

‘டேய்... இருங்கடா ஒரு வீச்சுல ரெடியாயிரும், கொழம்பு மட்டும் தான் வைக்கனும், செத்த பொறுங்க.’

‘ஏட்டி... ஜெஸ்ஸி மசால் அரைக்கனும், அந்த அஞ்சறைப் பெட்டிய இப்பிடிக் கொண்டாடி.’

அஞ்சறைப் பெட்டியுடன் வந்த ஜெஸ்ஸி அந்தோணியம்மாளின் பக்கத்தில் உட்கார்ந்தாள். மசால் சாமான்களைத் தேடத் தொடங்கினாள் அந்தோணியம்மாள்.

இருவரும் சாப்பிட உட்கார்ந்தார்கள். ஜெஸ்ஸி முகம் இறுகிக் கிடந்தது. குழைந்து போன சோற்றை அம்மா பார்த்தவுடன் என்ன நடக்கும் என்பதை நினைத்துப் பயந்தாள். பிசைந்த இட்லியைப் போல் இருந்த சோற்றைப் பார்த்ததும் அந்தோணியம்மாள் முறைத்துப் பார்த்தாள்.

‘ஏன்டி... சோத்த அடுப்புல வச்சிட்டு எங்க போய் தொலஞ்ச’

‘வயித்த வலிச்சது மாதிரி இருந்துச்சு. மந்தைக்குப் போய்ட்டு வருமுன்ன கொழைஞ்சிருச்சு’

‘ஒனக்கு கர்த்தர் என்னைக்கி நல்ல புத்தியக் குடுக்கப் போறாரோ, கடவுளே. சேசுவே, கைவிட்ராதீரும்’

‘எம்மா ஹாஸ்டலுக்கு நேரமாகுதும்மா, கொழைஞ்சா பரவாயில்ல, சீக்கிரம் வைம்மா.’

பொங்கலைப் போல் குழைந்து கெட்டியாகிப் போன சோற்றைக் களி உருண்டையைப் போல் இருவர் தட்டுக்களிலும் வைத்தாள். அவக்தவக்கென்று இருவரும் சாப்பிடுவதை சந்தோஷமாய் பார்த்துக் கொண்டிருந்தாள் அந்தத் தாய். அடுப்புக் கூடத்துக்குள் நுழைந்து கொண்ட ஜெஸ்ஸி வெளியே தலைகாட்டவில்லை. குனிந்த தலை நிமிராமல் சாப்பிட்டுக் கொண்டிருந்த கருத்தமுத்து தன் எதிரில் உள்ள தம்ளரில் தெரியும் ஜெஸ்ஸியை உற்றுப்பார்த்தான். தன் உடலெங்கும் பட்டாம் பூச்சிகள் ஊறுவதைப் போல் உணர்ந்தான். இப்போது அடிக்கடி பெருமூச்சு வருவதை அவனால் நிறுத்த முடியவில்லை.

தாங்கள் பஜாரில் வாங்கிய சோப்பு, சீப்பு, எண்ணெய் பைகளை எடுத்துக்கொண்டு வீட்டைவிட்டுப் புறப்பட்டபோது பொழுது கீழிறங்கிவிட்டது. இருவரையும் தலையில் கைவைத்து நெற்றியில் சிலுவையிட்டு ஆசிர்வதித்தாள் அந்தோணியம்மாள்.

அக்காளிடம் சொல்லிக் கொள்ள அடுப்புக்கூடத்திற்குள் போனான் ராயப்பன். வாசலில் நின்ற ஜெஸ்ஸியின் கண்கள் சிவந்திருந்தன. அவள் இதுவரை அழுதுகொண்டு இருந்திருக்கிறாள்.

ஹாஸ்டலுக்குள் நுழையும்போது எதிரே வாசல் அருகில்தான் வார்டன் அறை. வெளியே இருந்து உள்ளே வருகிறவர்களையும், உள்ளே இருந்து வெளியே போகிறவர்களையும் பார்க்கும்படியான முறையிலேயே கட்டப்பட்டிருந்தது. இருவரும் வாசலில் மிதித்த உடனேயே வாட்ச்மேன் வந்து வார்டன் கூப்பிடுகிற விஷயத்தைச் சொன்னார்.

'டேய், முத்து எதுவும் ஒளரிக் கொட்டியிராத வார்டன்கிட்ட நான் பேசிக்கிறன்.'

சங்கரலிங்கம் வார்டன் முன்னால் இருவரும் பயத்துடன் நின்றார்கள். இருவரையும் மௌனமாக உற்றுப்பார்த்தார்.

'இவ்வளவு நேரம் எங்கடா போனிங்க'

'..........'

'சொல்லுங்கடா, மத்தியானம் எங்க சாப்பிட்டீங்க'

'வேதக்கோயிலுக்குப் போய்ட்டு வர்ரோம்யா'

'ஓம் பேரென்னடா'

'ராயப்பன்யா'

ஓம் பேரென்னடா'

'கருத்தமுத்துய்யா'

தான் வாரம் தவறாமல் சர்ச்சுக்குப் போகிறவன் என்பதையும், ஹாஸ்டலுக்கு வந்த பின்னர், போக முடியாத காரணத்தால் இன்று சாயங்காலம் நடைபெற்ற ஆராதனையில் கலந்துகொண்டதையும், கருத்தமுத்துவை தான் உடன் கூட்டிக்கொண்டு போனதையும், பயந்து பயந்து ராயப்பன் சொல்லி முடித்தான். இருவருடைய பைகளிலும் என்ன இருக்கிறது என்று வாட்ச்மேனை விட்டு சோதனை போடச் சொன்னார். அந்தோணியம்மாள் ஆசையாகக் கொடுத்துவிட்டிருந்த ஊறுகாய் பாட்டில் எங்கே தன்னை உள்ளூர்க்காரன் என்று காட்டிக்

கொடுத்துவிடுமோ என்று பயந்தான். எண்ணெய், சீப்பு, சோப்பு எல்லாவற்றையும் தேடி எடுத்த வாட்ச்மேன், ஊறுகாய் பாட்டிலை ஏனோ வெளியே எடுக்கவில்லை.

அன்று ஞாயிற்றுக்கிழமை பையன்கள் எல்லோரும் விளையாடிக் கொண்டிருந்தார்கள். வார்டன் அறையில் பூட்டுத் தொங்கினால் பையன்களுக்கு முழு சுதந்திரம். வாட்ச்மேன் ஒரு ஓரமாக உட்கார்ந்து பீடி குடித்துக்கொண்டிருந்தார். வேப்பமரங்கள் தளிர்த்து உதிர்த்த இலைகளை கருப்பி கூட்டிப் பெருக்கிக் கொண்டிருந்தாள். திடீரென கருப்பியிடமிருந்து பயங்கரமான வித்தியாசமான ஒரு அலறல். சில பையன்கள் ஓடி ஒளிந்தார்கள். பழைய பையன்கள் கூடி நின்று வேடிக்கை பார்த்தார்கள். வழக்கம்போல் வாட்ச்மேன் ஓடிவந்து மணியடிக்கும் இரும்புக் கம்பியைக் கையில் திணித்து, முகத்தில் தண்ணீர் தெளித்தார். கருப்பியின் வாயிலிருந்து வடிந்த கோளையை வழித்து எடுத்து முகம் துடைத்தார். விலகிக்கிடந்த முந்தானையை சரிசெய்து திமிறிக் கொண்டிருந்த மார்பகங்களை மூடினார். வெட்டி வெட்டி இழுத்த இழுப்பு கொஞ்சங் கொஞ்சமாய் குறைந்து கருப்பி தன் நிலையடைந்து, கூடி நிற்பவர்களை உற்று மிரட்சியுடன் பார்த்துத் தலை கவிழ்ந்துகொண்டாள். அவிழ்ந்து கிடந்த தலைமுடியை உதறி முடிந்தாள். அதில் ஒட்டியிருந்த உதிர்ந்த வேப்பம் பூக்களை வாட்ச்மேன் காளிமுத்து உரிமையுடன் தட்டிவிட்டார். கைத் தாங்கலாய் கூட்டிக்கொண்டுபோய் வேண்டாத பழைய துருப்பிடித்த பொருட்கள் கிடக்கும் அறையில் படுக்கவைத்தார். கருப்பி வேண்டாத பொருளுமல்ல, துருப்பிடித்த சாமானும் அல்ல. பயந்து பயந்து பார்த்துக் கொண்டிருந்த கருத்தமுத்தும், ராயப்பனும் காக்கா வலிப்பு என்றால் என்னவென்று தெரிந்துகொண்டார்கள்.

கருப்பியின் வயசு நாற்பது என்றாலும் கட்டுமஸ்தான உடல் வயசைக் குறைத்து மதிப்பிடச் சொல்லும். கணவன் சாராயத்துக்கு அடிமையானவன் என்பதால் நகராட்சி வேலை பறிபோய் குடும்பம் நடுத்தெருவுக்கு வந்தது. இப்போதும் நகராட்சியில் யாராவது விடுமுறை எடுத்தாலோ அல்லது வேலை செய்ய இயலாதவர்களுக்கோ போய் வேலைசெய்வாள். ஏதோ அவர்கள் தருவதை வாங்கிக் கொண்டு ஹாஸ்டலுக்கு வந்துவிடுவாள். ஹாஸ்டலில் மீதமாகும் உணவுப் பண்டங்கள், பையன்கள் கொடுக்கும் ஒரு ரூபாய் இரண்டு ரூபாய் காசு புருஷனுக்குச் சாராயம் குடிக்க, என்று அவள் வாழ்க்கை. கிணற்றில் தண்ணீர் இறைத்துத் தொட்டியில் பெருக்கிவிட்டால் சில பையன்களின் துணிகளைத் துவைத்துக் கொடுப்பதும் உண்டு.

ஆனால் அவள் கிணற்றடியில் இருக்கிறவரை காவல் காக்க வாட்ச்மேன் கட்டாயம் இருப்பான். எந்த நேரம் காக்கா வலிப்பு வரும் என்பதைச் சொல்லமுடியாதே. தரையில் விழுந்தால் காயத்தோடு போச்சு, தண்ணீருக்குள் விழுந்துவிட்டால்.

பொழுதுசாய்ந்து இருள் கவ்வும் நேரம். பதினொன்றாம் வகுப்பு மாணவனும், ஹாஸ்டலுக்குத் தலைவனுமான செல்லையா கருத்தமுத்துவைக் கூப்பிட்டான்.

'ஓம் பேரென்னடா'

'கருத்தமுத்து'

எந்த ஸ்கூல்'

'ஆர். சி. ஸ்கூல்'

'ஒன்பதாம் வகுப்புத்தான'

'ஆமா'

'இந்தத் துணிப்பையக் கொண்டுபோயி, அந்தா தெரிது பாரு, ஓட்டுச்சாய்ப்பு வீடு, அங்க போயி குடுத்துட்டு வா, துணி தேய்க்கிற மாரியோட வீடு எதுன்னு கேளு, சொல்வாங்க, செல்லையாண்ணன் குடுத்தாருனு சொல்லு, வாங்கிக்கிருவாங்க, இந்தாடா.'

'வெளியே போனா வார்டன் கிட்ட கேட்கனுமில்ல'

'இங்கதானடா போகப்போற, பஜாருக்கா போகப் போற, அதுக்கு மேல கேட்டா நான் சொல்லிக்கிறன், நான்தான வீடரு, அப்புறமென்ன.'

கருத்தமுத்து துணிப்பையை வாங்கிக்கொண்டு கிழக்காமல் நடந்தான். கிடங்குகள் பெரிது பெரிதாய் பயமுறுத்தின. கிடங்குகளின் வாகரை வழியே எச்சரிக்கையாய் நடந்து செல்லையா காண்பித்த வீட்டை அடைந்தான். வீட்டின் முன்னால் இரண்டு மூன்று கழுதைகள் கட்டப்பட்டிருந்தன. கவுச்சி வீச்சம் மூக்கைத் துளைத்தது.

தாழ்வாரத்தின் இடது பக்கத்தில் துணி தேய்த்துக் கொண்டிருந்தாள் ஒரு பெண். முத்துவைக் கண்டதும் வாசலுக்கு ஓடி வந்தாள்.

'செல்லையாண்ணன் குடுக்கச் சொல்லிச்சு'

'நீ ஹாஸ்டல் பையனா, இந்த வருஷம்தான் சேந்திருக்கியா? ஓம்பதாப்பா?'

லட்சணமாய் இருந்த அந்தப் பெண் முகமலர்ச்சியுடன் பையை வாங்கிக்கொண்டாள். கொஞ்ச தூரம் போன பின்புதான் தெரிந்தது.

தான் செருப்பை மறந்து விட்டுவிட்டு வந்திருப்பது. மீண்டும் திரும்பி வேகவேகமாக நடந்தான். இரண்டு கழுதைகளில் ஆண் கழுதை தன்னுடைய நீண்ட கரிய ஆண்குறியை வெளியே நீட்டி ஆட்டிக்கொண்டிருந்தது. ஒரு முழத்திற்கும் அதிகமான கழுதையின் குறியை உற்றுப்பார்த்த முத்து ஆச்சரியப்பட்டான். வாசலில் உருவம் தெரிந்ததும் வாசலுக்கு ஓடிவந்தாள் தேய்ப்புக்காரி. அவள் கையில் பேப்பரில் எழுதப்பட்ட கடிதம். அவள் முகம் சந்தோஷ களையில் பிரகாசித்தது.

'செருப்ப மறந்துவிட்டுட்டன்.'

'கெடக்கா, பாத்து எடுத்துக்கோ.'

'டேய், ஒனக்குத் துணிமணி தேய்க்கணும்னா இங்க கொண்டா. அக்கா தேச்சுத்தாரன்.'

'சரிக்கா',

முத்து ஹாஸ்டலுக்குள் நுழையும்வரை காத்துக்கொண்டிருந்த செல்லையா வேகமாக வந்தான்.

'என்னடே, துணிய குடுத்திட்டியா'

'குடுத்திட்டன்ணே'

'ஆரு இருந்தா'

'ஒரே ஒரு அக்கா இருந்தா, ரெண்டு கழுத இருந்துச்சு'

'வெள்ளாவிப் பக்கம் பாத்தயாடா'

'வெள்ளாவின்னா என்னதுண்ணே'

'..........'

'வேற எதுவும் சொல்லிச்சாடா'

கருத்தமுத்துக்கு ஹாஸ்டல் வாழ்க்கை பிடித்துப்போயிற்று. அதேபோல் பள்ளிக்கூடத்திலும் புதிய நண்பர்களுடன் நன்றாக ஒட்டிக் கொண்டான். நிறைய புதிய விஷயங்கள் புரிபடத் தொடங்கின. அன்று வழக்கம் போல் வகுப்பில் உட்கார்ந்திருந்தான். சரித்திரப் பாட வகுப்பு. புஷ்பம் சிஸ்டர், வெள்ளைவெளேர் ஆடையும், தலைமுடியை மூடியிருக்கும் வெள்ளைநிறத் துணி... மேகத் திற்குள்ளிருந்து எட்டிப் பார்க்கும், முழு நிலவைப் போல் சிஸ்டரின் சிவந்த முகம். பாடம் நடத்திக்கொண்டிருக்கும் போதே புஷ்பம் சிஸ்டர் ஒரு கேள்வி கேட்டாள்.

'ஒங்கள்ள எத்தன பேரு இந்து, கை தூக்குங்க.'

அஞ்சாறு பையன்கள் கை தூக்கினார்கள். கருத்தமுத்துக்கு என்ன ஏதென்று தெரியவில்லை. கை தூக்காமல் உட்கார்ந்திருந்தான். இவனையே உற்றுப்பார்த்த சிஸ்டர் கேட்டாள்.

'டேய் முத்து, நீ இந்துதானடா, நெத்தி நிறைய்ய திருநீறும், குங்குமமும் வச்சிக்கிட்டு கை தூக்காம உட்காந்திருக்க, எந்திரிடா.'

பரபரப்புடன் தயங்கியபடியே எழுந்து நின்றான் கருத்தமுத்து. அவனுக்கு இன்னும் என்னவென்று புரியவில்லை. திருதிருவென்று முழித்துக்கொண்டிருந்தான்.

'டேய், முத்து இனிமே வகுப்புக்குள்ள, திருநீறு பூசிட்டு வரக்கூடாது, தெரியுதா, வேணும்னா டாலர் போட்டுக்க.'

சொல்லிக்கொண்டே தன் கழுத்திலிருந்து தொங்கும் வெள்ளிச் சங்கிலியைத் தூக்கிக் காட்டினாள். பெரிய சிலுவையில் ஏசுவின் சொரூபம் பதியப்பட்டிருந்தது. அதைத்தூக்கி முத்திக் காட்டியவள் மீண்டும் கழுத்தில் தொங்கவிட்டுக்கொண்டாள். வெளியே போய் தண்ணீர் குழாயில் முகத்தைக் கழுவிவிட்டு வந்து உட்காரும்படி கட்டளையிட்டாள். கருத்தமுத்து முகம் கழுவியபோது சிவப்பாய் கலந்து வழிந்தோடியது தண்ணீர்.

சாயங்காலம் பள்ளிக்கூடம் விட்டு ஹாஸ்டலுக்குத் திரும்பிக் கொண்டிருந்தார்கள் கருத்தமுத்தும் ராயப்பனும். தன் நெஞ்சில் நெருஞ்சியாய் உறுத்திக்கொண்டிருந்த கேள்வியை ராயப்பனிடம் கேட்டான் கருத்தமுத்து.

'யே... ராயப்பா புஷ்பா டீச்சரு எதுக்காகத் திருநீத்த அழிக்கச் சொன்னாங்க.'

'நீ இந்துடா'

'அப்படின்னா'

'இந்துனா பல சாமிகள கும்புடுறவங்க. எங்களுக்கு ஒரே சாமிதான் இயேசுநாதர். அவர்தான் இந்த ஒலகத்தப் படைச்ச கடவுள். நீங்க கும்புடுறது எல்லாமே சாத்தான்க.'

'சாத்தான்னா என்னடா'

'பேய்ங்க.'

தன்னைத் தினமும் திருநீறு பூசச் சொல்லும் அம்மாவையும் அய்யாவையும் நினைத்துப்பார்த்தான். பேய்களை ஏன் கும்பிட வேண்டும் என்ற கேள்விக்கு அவனிடம் பதில் இல்லை. ஒரே குழப்பமாக இருந்தது. பன்றிகளும், எச்சிலைகளும் நிறைந்து கிடந்த

ஸ்டாலின் காலனி வழியாக வந்துகொண்டிருந்தார்கள். பெண் பன்றியின் மீது எக்குப் போட்டபடியே தன் பின்னங்கால்களால் மட்டும் நின்றுகொண்டிருந்த ஆண் பன்றியை உற்றுப்பார்த்தார்கள்.

'ராயப்பா இந்த வாரம் வெளிய விட்டாங்கனா எனக்கு ஒரு தாயத்து வாங்கனும் மறந்துறாத.'

'என்ன தாயத்து வாங்கப் போற.'

'முருகன்'

'ஒங்கள திருத்தவே முடியாது. யாராவது பேய், பிசாசு, சாத்தான கழுத்துல போடுவாங்களா. எங்க வீட்டுக்கு வாடா ஜெஸ்ஸியிட்டச் சொல்லி புது சொரூபம் ஒன்னு தரச் சொல்றன். இந்தா நான் போட்ருக்கன்ல்ல இதே மாதிரி, சிலுவையும், அது மேல ஏசுவும் தொங்குனாப்ல.'

இமயகிரி அண்ணன் ஒருநாள் தன்னை போஸ்ட்மேன் என்றழைத்தபோது முத்து எதுவும் நினைத்துக்கொள்ளவில்லை. இதே மாதிரி இரண்டு மூன்று பேர் தன் முன்னாலயே தன்னை அழைத்தபோது கருத்தமுத்து யோசிக்க ஆரம்பித்தான். ஆனால் விடை கண்டுபிடிக்க முடியவில்லை. வாட்ச்மேன் காளிமுத்துதான் ஒருநாள் தன்னைத் தனியே கூட்டிக்கொண்டுபோய் விஷயத்தைச் சொன்னார்.

'செல்லையாப் பய துணி குடுத்துவிட்டா, இனிமே நிய்யி கொண்டுட்டுப் போகாத.'

'என்னத்துக்கு அண்ணன், அவரு லீடரு, பெரிய பையன் இல்லையா? முடியாதுனு சொல்ல பயமாயிருக்கு.'

'டேய், முத்து அவன் ஓங்கிட்ட துணி குடுத்துவிடலடா, துணிக்குள்ள 'லவ்' லெட்டர் வச்சு குடுத்துவிடுறான். அங்க துணி தேய்க்கால்ல மாரி அவகூட அவனுக்கு 'தொடுப்பு,' வாட்ச்மேன் சொன்னார்னு சொல்லியிராத.'

'தொடுப்புன்னா' என்னண்ணே'

'..........'

கருத்தமுத்து யோசித்தான். அன்றைக்கு மறந்துவிட்டு வந்த செருப்பை எடுக்கச் சென்றபோது மாரியிடம் பேப்பர் இருந்ததையும், அதை அவள் குறுஞ் சிரிப்பாணியுடன் வாசித்துக் கொண்டிருந்ததையும் நினைத்துப் பார்த்தான். இனிமேல் செல்லையா அண்ணன் துணி கொடுத்தால் வாங்குவதா, முடியாது என்று சொல்லிவிடுவதா

என்று யோசித்தான். லீடராக இருப்பவன், மூத்த மாணவன், ஓங்கு தாங்காக வளர்ந்த முரடன். முத்து குழம்பினான். நல்ல வேளையாக முத்துவிடம் துணி கொடுத்துவிடவில்லை. அவன் கொடுக்கும் லெட்டரைத் தான் கொண்டுபோய் கொடுப்பதால்தான் தன்னை போஸ்ட்மேன் என்று பட்டப்பெயர் சொல்லிக் கூப்பிடுகிறார்கள் என்பதைப் புரிந்துகொண்டபோது அவனுக்குச் சிரிப்பை அடக்க முடியவில்லை. அதேசமயம் ஜெஸ்ஸியைப் போலவே இருக்கும் மாரியையும் நினைத்துக்கொண்டான்.

துணிமணிகளை வெளியே காயப்போடும் நேரம் போக பள்ளிக்கூடம் போய்விட்டால் உள்ளே காயப்போட சுவரில் ஆணி அடித்துக் கொடி கட்ட கருத்தமுத்தும் ராயப்பனும், கொடிக்கயிற்றையும் ஆணியையும் வைத்துக்கொண்டு, சுத்தியல் தேடிக் கொண்டிருந்தார்கள். ராயப்பன் சொன்னான்.

'டேய்... முத்து வாட்ச்மேன் அண்ணாச்சிட்ட போயி வாங்கிட்டு வாடா.'

வேகமாகப் போன முத்து வாட்ச்மேனை காணாததால் தேடிக் கொண்டிருந்தான். அவருடைய செருப்பு கிணற்றின் தொட்டியோரம் கழற்றி வைக்கப்பட்டிருந்தது. கிச்சனுக்குள் எட்டிப் பார்த்தான். அங்கேயும் காணவில்லை. சப்புச்சவரு, உடைந்த, ஆகாத பொருட்கள் போட்டு வைக்கும் ஸ்டோர் ரூம் பக்கம் போனான். எப்போதும் பூட்டியே கிடக்கும் கதவில் பூட்டு தொங்கவில்லை. கதவு உள்பக்கம் பூட்டியிருந்தது. உள்ளேயிருந்து குளிரில் நடுங்கும்போது ஒரு ஒழுங்கற்ற முனகல் சத்தம் வருமே அதுமாதிரியான ஒரு முனகல் சத்தம் கேட்டது. பின்பக்கமாய் வந்து சின்ன ஜன்னலின் வழியாக எட்டிப் பார்த்தான். கருப்பி தரையில் மல்லாந்து கிடந்தாள். வாட்ச்மேன் அவள் மேலேறி உதட்டைச் சுவைத்துக் கொண்டிருந்தான். அன்றைக்கு தன்னை இதேபோல் உதட்டைக் கடித்த ஜெஸ்ஸியை நினைத்துக் கொண்டான்.

அன்றைக்குக் கருப்பிக்கு காக்காய் வலிப்பு வந்தபோது வாட்ச்மேன் கருப்பியைத் தூக்கி மடிமேல் வைத்துக்கொண்டதையும் முகத்தில் தண்ணீர் தெளித்ததையும், துண்டால் காற்று வீசியதையும் நினைத்துப் பார்த்தான். ஒருவேளை இதுவும் காக்கா வலிப்புத்தானோ! கருப்பியின் சிவந்த எடுப்பான மார்பகங்களைப் பார்த்தபோதுதான் இது காக்கா வலிப்பு இல்லை என்பதை உணர்ந்துகொண்டான். அன்றைக்குத் தன் முந்தானையை விலகவிடாமல் பார்த்துக்கொண்டதையும், இன்று

ரவிக்கையும் முந்தானையும் திறந்து கிடப்பதையும் நினைத்துப் பார்த்தான்.

காக்கா வலிப்பு வந்த அன்றைக்குக் கருப்பியின் ஆடைகளை வாட்ச்மேன் கவனமாக விலகாமல் இழுத்து இழுத்து மூடியதையும், இன்று ரவிக்கையை பட்டன்களை கழட்டி திறப்பதையும், அவன் கையில் இரும்புச் சாமான் எதுவுமில்லை, மாறாக கருப்பி வாட்ச்மேனை இரு கைகளாலும் இறுகப் பற்றியிருந்ததையும் பார்த்தான். தான் சுத்தியல் தேடி வந்ததை மறந்துபோனான். வேறு யாரும் தன்னை கவனிக்கிறார்களா என்று பதட்டமாகவும் இருந்தது. மத்தியான வெய்யில், வேப்பமர, கொடுக்காப்புளி மரக் குளிர்ச்சி. அணில் ஒன்று வேமாய் வந்து, தான் இருப்பதைப் பார்த்ததும் திரும்பி சுவரேறி ஓடியது. இருவரும் ஏறக்குறைய நிர்வாண நிலைக்கு வந்து விட்டார்கள். இனியும் அங்கே இருந்தால் ராயப்பன் தேடி வந்தாலும் வரக்கூடுமாகையால் அருவமில்லாமல் வெளியேறினான். இப்போது அவன் உடம்பில் அன்றைக்கு ஜெஸ்ஸி உதட்டைக் கடித்தபோது ஊர்ந்த அதே கட்டெறும்புகள் ஊர்ந்தன. பயமும், படபடப்பும் அவனை மௌனமாக்கியது.

மத்தியானம் சாப்பிட்டுவிட்டு தட்டுக்களைக் கழுவ கிணற்றடிக்குச் சென்றபோது வாட்ச்மேன் தண்ணீர் இறைத்துத் தொட்டியில் ஊற்றிக் கொண்டிருந்தார். கருப்பி சாப்பிட்ட பிறகு இடத்தைக்கூட்டி சுத்தம் செய்வதற்காகக் குத்துக்காலிட்டு கிணற்று வாகரையில் உட்கார்ந் திருந்தாள். கருத்தமுத்துவின் கண்களுக்கு இதுவரை தான் பார்த்த வாட்ச்மேனும், கருப்பியும் வேறு வேறு ஆட்களாகத் தெரிந்தார்கள்.

'டேய், தம்பிகளா, தண்ணிய சிக்கனமா பயன்படுத்துங்கடா, தண்ணி எறச்சு முடியல. டேய் முத்து! தண்ணிய மரத்துத் தூர்ல ஊத்துடா, எதுக்குடா தரையில் ஊத்துற, ராயப்பா இப்பிடி வாடா, இங்க நீட்டுடா. இல்லனா தொட்டியில மோந்து கழுவு.'

கருப்பியையும் வாட்ச்மேனையும் கருத்தமுத்து நிதானமாக உற்றுப்பார்த்தான். பிணையலாடிய இரண்டு உருவங்களையும் சேர்த்துப் பார்த்தான்.

வேப்பமரத்தில் கூடுகட்டியிருந்த காக்கைகளின் எச்சமும், இரவு அடைந்து செல்லும் பலவித பறவைகளின் எச்சங்களும் ஹாஸ்டலின் முற்றம் முழுவதும் வட்டவட்டமாய் தரை முழுவதும் சிதறிக் கிடந்தன. மல்லிகைப் பூக்களைத் தரையில் சிதறியதைப் போல் இருந்தது ஹாஸ்டலின் வராந்தா முற்றம், இரவு பெய்த பெருமழையில்

ஹாஸ்டலைச் சுற்றியுள்ள இடங்களில் தண்ணீர் தேங்கிவிட்டது.

கடைசி ஞாயிற்றுக்கிழமை வெளியில் போய்வர அனுமதி கிடைத்தது. ராயப்பனும் கருத்தமுத்துவும் சேர்ந்து புறப்பட்டார்கள். கருத்தமுத்து முருகன் டாலர் வாங்க வேண்டும் என்ற முடிவை மாற்றியிருந்தான். ஜெஸ்ஸி கொடுக்கும் இயேசுவின் சொரூபத்தைக் கழுத்தில் மாட்டிக்கொள்ளலாம் என்று முடிவு செய்திருந்தான். இருவரும் வீட்டுக்குப் போனபோது வீடு பூட்டியிருந்தது. வழக்கமாக சாவியை ஒளித்துவைக்கும் இடத்தில் தேடி சாவியை எடுத்து வீட்டைத் திறந்தான்.

வேதக் கோவிலின் ஞாயிற்றுக்கிழமை பூஜையின் சத்தம் ஒலிபெருக்கியின் வழியே தெளிவாய் கேட்டது. பாதர் பிரசங்கம் செய்துகொண்டிருந்தார்.

'நீ மனம் திருந்தி வருவாய் என்று எனக்கு நன்றாகத் தெரியும். நான் கொடுக்கும் ஜீவித தண்ணீரை மறுதலிக்காதே, தாகம் தீரும் மட்டும் குடித்து இன்புற்று இரு. நான் கொடுக்கும் தண்ணீரை நீ குடிப்பதன் மூலம் உன் தாகத்தை மட்டும் தீர்க்கவில்லை, மாறாக அக்னியாய் கனன்றுகொண்டிருக்கும் என் உடற்பசியைத் தீர்ப்பதோடு, ஒட்டி உலர்ந்து கிடக்கும் என் அதரங்களையும் உன் எச்சிலால் ஈரப்படுத்து. கர்த்தராகிய இயேசுவின் நாமத்தினாலே வறண்ட நிலத்தில் மழைத்துளி விழுந்து புல் முளைக்கட்டும். வீர்யமிக்க மழைச் சொட்டு உள்பாய்ந்து வறண்ட நிலத்தைக் குளுமைப் படுத்தட்டும். பூமியில் பசுமை படர்வதுபோல் உன் மேனியெங்கும் மினுமினுப்பு உண்டாகி பூமி செழிப்பதைப்போல் செழிக்கட்டும்.'

5

கருத்தமுத்துவை வீட்டில் உட்கார வைத்துவிட்டு ராயப்பன் சிட்டாய் பறந்தான் வேதக்கோயிலுக்கு. மழை பெய்து புது வெள்ளம் குளத்தைத் தொட்டவுடன், ஏற்கனவே குளத்தில் இருக்கும் மீன்கள் குதியாளம் போட்டுக்கொண்டு புதுவெள்ளத்தில் ஏறிவரும். அதைப்போல் ராயப்பனின் காதில் வேதக்கோயிலின் மணியோ, பிரசங்கமோ ஒலித்துவிட்டால் போதும், அவனால் ஒரு நிலையில் இருக்க முடியாது. பக்தி பரவசத்தில் சாமியாடுபவனைப்போல் ஓட்டமும், பெருநடையுமாய் திரிவான்.

சுவரெங்கும் கிறிஸ்தவப் படங்களும், காலண்டர்களும் தொங்கின.

சிறிய சுவிசேஷ புத்தகம் ஒன்றை எடுத்து படித்துக்கொண்டிருந்தான்.

'அனாதையாய் விடப்பட்ட செம்மறிப் புருவையே, மனம் கலங்காதே. ஓநாய்களின் கண்களுக்குத் தெரியாமல் உன்னை மறைய பண்ணுவேன். வளர்ந்த புதர்களுக்குள் உன்னை ஒளித்துவைத்து ஆபத்து நீங்கிய வேளை விடுதலை பண்ணுவேன். அதுவரை புதர்களில் மறைந்திருக்கும் புற்றரவங்களின் கண்களை பிரகாசத்தினால் கூசச் செய்து இரட்சிப்பேன்.'

வெளியே கதவு திறக்கும் சத்தமும் யாரோ நடந்துவரும் காலடி சத்தமும் கேட்டது. கருத்தமுத்து எழுந்து நின்று வாசலை எட்டிப் பார்த்தான். ஜெஸ்ஸி தேவதையைப் போல் வந்துகொண்டிருந்தாள். பின்னால் வேறு யாரும் வருகிறார்களா என்று எட்டிப் பார்த்தான். ஜெஸ்ஸி கதவைப் பூட்டிவிட்டுத்தான் வந்திருந்தாள். ஊதாநிற கவுனும் வெள்ளை தாவணியும் அணிந்திருந்தாள். ஏதோ ஒரு மட்டமான சென்ட் வாசனையை நுகர்ந்தான் முத்து.

'எப்படிடா வீட்ட தொறந்த'

'நான் தெறக்கலக்கா ராயப்பன் தான் தொறந்தான்'

'பொய் சொல்லாதடா, ராயப்பன் தொறந்தாம்னா அவன எங்கடா காணோம்.'

'என்னைய இருக்கச் சொல்லிட்டு கோயிலுக்குப் போய்ட்டான்.

'நான் கோயில்ல இருந்துதானடா வாரன்'

பேசிக்கொண்டே பைபிள்கள் இரண்டையும் தகரப் பெட்டியின் மேல் வைத்தாள். தாவணியை எடுத்துக் கொடியில் போட்டுவிட்டு, ஊதா நிறக் கவுனை கழட்டிவிட்டு, வேறு ஒரு உடையை அணிந்தாள். இதையெல்லாம் முத்துவின் முன்னால் முத்துவைப் பார்த்துக் கொண்டே சிரித்தபடியே செய்தாள். ரவிக்கை பாவாடையுடன் இருக்கும் ஜெஸ்ஸியைப் பார்க்க வெட்கப்பட்டு முத்து தலை கவிழ்ந்துகொண்டான்.

'டேய்... தரையில் என்னத்தடா தொலச்சிட்ட, தரையவே பாத்துக்கிட்டு இருக்க'

'..........'

கொஞ்சம்கூட கருத்தமுத்து எதிர்பார்த்திருக்கமாட்டான். ஜெஸ்ஸி பக்கத்தில் வந்து உட்கார்ந்துகொண்டாள். கருத்தமுத்துவை ஒட்டி உரசிக்கொண்டு உட்கார்ந்திருப்பவளை ஒன்றும் செய்ய முடியவில்லை. விலகிப்போனால் வலுக்கட்டாயமாக இழுப்பாள்

என்று நன்கு தெரியும். அவன் முதன் முறையாகத் துணிச்சலுடன் அவளுடைய முகத்தை நேருக்குநேர் ஏறிட்டுப் பார்த்தான். இதற்காகவே காத்திருந்தவளைப்போல் அவன் கழுத்தை வளைத்து இழுத்து, தன்னோடு அணைத்துக்கொண்டாள். கருத்தமுத்து திமிற வில்லை. அவள் முகத்திலிருந்து வந்த வியர்வை கலந்த பவுடர் வாசனையை நுகர்ந்துகொண்டிருந்தான்.

'டேய்... இந்தக் கழுத்துல போடத்தானடா சொரூபம் கேட்ட.'

சொல்லிக்கொண்டே தன் கைக்குள் மறைத்து வைத்திருந்த நீண்ட பாசி மாலையில் தொங்கும் சிலுவையை எடுத்துக் காண்பித்தாள். சிலுவையில் இயேசு அரை நிர்வாணமாய் தொங்கிக்கொண்டிருந்தார். கோயிலில் வைத்து ராயப்பன் தன்னிடம் சொன்னதையும், உடனே அங்கேயே வாங்கி வந்துவிட்டதையும் சொன்னாள். அதை வாங்க முத்து கைநீட்டியபோது தர மறுத்துத் தானே வைத்துக் கொண்டாள்.

அவன் எதிரே நின்றுகொண்டு அவனையே முறைத்துப் பார்த்துக் கொண்டு நின்றாள்.

'டேய்... முத்து கல்யாணம் எப்படிடா முடிப்பாங்கனு தெரியுமா.'

'தெரியும்'

'சொல்டா, எப்பிடிடா முடிப்பாங்க'

'பொண்ணும் மாப்பிள்ளையும் மாலை போடுவாங்க'

'பரவாயில்லையே... கரெக்டா சொல்லிட்டியே, இப்ப நான் ஒன்னய கல்யாணம் முடிக்கப்போறன்டா.'

சொல்லிக்கொண்டே தான் கையில் வைத்திருந்த சொரூப மாலையை முத்துவின் கழுத்தில் மாட்டிவிட்டாள். தன் நெஞ்சளவு தொங்கும் சிலுவையைத் தொட்டுப்பார்த்தான்.

'மாலை போட்டாச்சில்லடா. அப்புறம் கால்ல விழுந்து பொண்ணு ஆசீர்வாதம் வாங்கனுமில்ல, எந்திரிச்சு நில்லுடா'

'அதெல்லாம் வேணாக்கா'

கருத்தமுத்துவின் காலில் விழப்போவது போல குனிந்து பாவ்லா காட்டிவிட்டு, சடக்கென எழுந்து அவன் தோள்கள் இரண்டையும் பிடித்து இழுத்து, கட்டி அணைத்து வைத்துக்கொண்டாள். ஒரு கையால் அணைத்தபடியே, இன்னொரு கையால் முத்துவின் தலையைத் தடவிவிட்டாள். இறுக்கிய பிடி சற்றே தளர கொஞ்சம் விலகியவனை இழுத்து முகத்தோடு முகம் வைத்து உதட்டில் முத்தமிட்டாள். அவளின்

இழுப்புக்கெல்லாம் பொம்மையைப் போல் இழுபட்டவனை முறைத்துப் பார்த்தாள்.

'டேய்... ஒன்னய மால போட்டு கட்டிக்கிட்டவடா, நான் சொன்னபடிதான் இனிமே நீ கேக்கனும்.'

'..........'

'வாடா, இப்பிடி நில்லுடா, என்னய கட்டிப்புடிடா, உதட்டுல ஒரு முத்தம் குடுடா'

'வேண்டாம்க்கா, எனக்குத் தெரியாது'

'இங்க வாடா நான் சொல்லித்தாரன். வாடா இங்க, மால போடும்போது மட்டும் கழுத்த நீட்டுன.'

உடம்பு முழுக்க சித்தெறும்பு ஊற, இதயம் படபடக்க கருத்தமுத்து ஜெஸ்ஸியின் முகத்தை நெருங்கினான். தரையில் உட்கார்ந்திருக்கும் ஈயைப் பிடிக்கும் ஈப்புலி என்ற ஒரு பூச்சி உண்டு. ஈ மாதிரியே இருக்கும். ஒரே பாய்ச்சலில் ஈயை விழுங்கிப் பிடித்து அப்படியே குதறிவிடும். ஜெஸ்ஸி ஈப்புலியைப்போல் முத்துவைச் சுருட்டிக்கொண்டாள். இம்மிகூட திமிற முடியாதபடி இறுக்கிக் கொண்டு மூச்சு முட்டமுட்ட முத்தமழை பொழிந்தாள்.

'டேய், முத்து எங்க வீட்டுக்கு ராயப்பன் வரும்போதெல்லாம் கட்டாயம் வரனும், ஜெஸ்ஸியக்கால மறக்கக்கூடாது. இத யார்ட்டயும் சொல்லமாட்டேன்னு, சத்தியம் பண்ணுடா.'

கருத்தமுத்துவின் கழுத்தில் தொங்கிய சிலுவையை எடுத்து அதன்மேல் சத்தியம் வாங்கினாள். முத்து மிரட்சியுடன் உட்கார்ந்திருந்தான். கைகளில் காய்கறிப் பையை பிடித்தபடி, கீரைத் தண்டை இன்னொரு கையில் ஏந்தியபடி, வேர்க்க விறுவிறுக்க அந்தோணியம்மாள் வாசலில் நின்று சத்தம் கொடுத்தாள். ஜெஸ்ஸி ஓடிப்போய் கதவைத் திறந்துவிட்டாள். அந்தோணியம்மாவைக்ண் கண்டதும் கருத்தமுத்து எழுந்து நின்றான். தலையைத் தொட்டு ஆசீர்வதித்தவள் சத்தம் போட்டாள்.

'என்னடி ஒல கொதிச்சிருச்சா, அரிசிய கலைஞ்சு போட்டுட்டியா, அன்னைக்கு மாதிரி சோத்த கொளைய விட்டுராதடி, அருவாமனையை எடுத்தா, சட்டுப்புட்டுனு. லேட்டாய் போனா ஹாஸ்டல்ல கேள்வி கேக்கானாம்.'

'ராயப்பன எங்கம்மா இன்னும் காணும்.'

'பூசை முடிஞ்சப் பெறவு, பாதரப் பாத்துட்டு வாரன்னு சொன்னான்.

பேசிட்டு இருந்தாலும் இருப்பான், இப்ப வந்திருவான், சொரூபம் ஒன்னு குடுத்துவிட்டான், ஜெஸ்ஸி குடுத்தாளா.'

தன் கழுத்தில் தொங்கிய சிலுவையைத் தூக்கிக் காண்பித்தான் கருத்தமுத்து.

கோவிலில் பூஜைக்குப் போய்விட்டு வந்த அந்தோணியம்மாள் தாய்மை பொங்க காய்கறி நறுக்கிக்கொண்டிருந்தாள். வேதக் கோவிலில் தன் பாரங்களை எல்லாம் கர்த்தரிடம் இறக்கிவிட்டு வந்து விட்டபடியால் மனசு இலேசாய் இருந்தது. ஆனால் இறக்கி வைக்கவே முடியாத சுமையான ஜெஸ்ஸியைப் பார்க்கும் போதெல்லாம் அந்தத் தாயின் மனசு கனத்து வெம்பியது. கர்த்தரை நம்பியதைப் போலவே அவள் காலத்தை நம்பினாள். நல்ல காலம் பிறக்காமலா போய்விடும். இந்த உலகத்தையே ரட்சிக்கும் இயேசு என்னைக் கைவிடமாட்டார் என்ற திடமான நம்பிக்கையில் வாழ்ந்தாள்.

'டேய்... முத்து இங்க வாடா, இதக் கொண்டு போயி ஜெஸ்ஸியக் காட்ட குடுத்திட்டு, வெங்காயத்தட்டு அங்க இருக்கும் அத வாங்கிட்டு வா.'

வெங்காயத் தட்டை அந்தோணியம்மாள் வாங்கி வைத்துக் கொண்டு முத்துவைத் தன் முன்னால் உட்காரும்படி சைகை செய்தாள். சற்றும் யோசிக்காமல் முத்து தரையில் உட்கார்ந்தான்.

'என்னடா, ஹாஸ்டல் சாப்பாடு எப்படியிருக்கு, வகுத்துக்கு காணுதா, காணலியா?'

'எப்பிடியாவது படிக்கணுமில்லம்மா, சோத்து ருசி பாத்தா படிக்க முடியுமாம்மா.'

'ஊருலருந்து அம்மா அப்பா பாக்க வந்தாங்கலாடா.'

'அடுத்த வாரம் ஞாயித்துக்கெழம ஊருக்கு விடுவாங்களாம், போய்ட்டு வரணும்.'

'வெவசாயம் இருக்னு சொன்னியே'

'ஆமாம்மா தோட்டம் காடு இருக்கு'

'தோட்டத்துல என்னடா போடுவீங்க'

'வத்தலு, வெங்காயம், கத்தரிக்கா எல்லாம் போடுவம்'

'அப்பனா அம்மாவுக்குக் கொஞ்சம் வத்தல் கொண்டாந்து குடுக்கலாமில்ல, வெலைக்கு வாங்குறேன்டா முத்து.'

வாசலில் கதவு திறக்கும் சத்தம் கேட்டது. ராயப்பன் வந்து

கொண்டிருந்தான்.

'ஜெஸ்ஸியக்கா அந்த சொரூபத்தை எடுத்திட்டு வா.'

கருத்தமுத்து தன் கழுத்தில் தொங்கிய சிலுவையைத் தூக்கி காண்பித்தான். ராயப்பனும் அந்தோணியம்மாவும் கையில் ஏந்தி கண்ணில் ஒற்றிக்கொண்டு முத்திவிட்டு தொங்கவிட்டனர்.

'டேய், முத்து நீ ஒரு நாளைக்கு ராயப்பன்கூட கோயிலுக்கு போடா, பாதர் ஆசீர்வாதம் பண்ணுவார்.'

'சரிம்மா'

'டேய்... ராயப்பா பாதர்கிட்ட சொல்லி பைபிள் ஒன்னு வாங்கிக் குடுடா வாசிக்கட்டும்.'

போன மாசம் தாமதமாகப் போனதால் வார்டன் கூப்பிட்டு விசாரித்ததையும், உள்ளூர் மாணவன் என்று தெரிந்துவிடக் கூடாதாகையால் சாப்பிட்ட உடனேயே கிளம்பிவிட்டார்கள். ஜெஸ்ஸி வைத்தகண் வாங்காமல் முத்துவைப் பார்த்தாள். பாவம், அவள் பார்வை என்பது சுதந்திரமாய் சுற்றித்திரியும் சிட்டுக்குருவியைப் பிடித்து வந்து கூண்டுக்குள் அடைத்து வைத்தால், அப்படியான பார்வை. ஒரு மாதம் மட்டுமே சுதந்திரமாய் சுற்றித்திரிந்து, சகலத்தையும் அனுபவித்துவிட்டு, ஒரே நொடியில் சிறகொடிந்து பறக்க இயலாமல் போன பறவையின் பரிதாப பார்வை.

வெய்யில் உறைத்தது. இருவரும் ஹாஸ்டலை நெருங்கிய போது ஹாஸ்டலில் யாருமே இல்லை. வார்டன் அறை பூட்டப் பட்டிருந்தது. வாட்ச்மேனும் கருப்பியும் மட்டும் உட்கார்ந்து பேசிக் கொண்டிருந்தார்கள். ஒரு பையனைக்கூட காணாததால் இருவரும் தயங்கியபடியே உள்ளே நுழைந்தார்கள்.

'வாட்ச்மேன் அண்ணே எல்லாரும் எங்க போய்ட்டாங்க.'

'ஓங்களுக்குத் தெரியாதாடா, எங்கடா போய்ட்டு வர்ரீக, லீடர் செல்லையா செத்துப் போனான்டா, எல்லாரும் பாக்கப் போயிருக்காங்க.'

'என்னண்ணே சொல்றீங்க.'

'பக்கத்து ஊர்தான சாயங்காலம் வந்திரலாம்னு பஸ்சுல ஊருக்குப் போயிருக்கான், பஸ்சு கவுந்திருச்சு.'

வாட்ச்மேன் சொன்ன இடத்தை மனதில் வைத்துக்கொண்டு இருவரும் திட்டங்குளம் போகிற பாதையில் ஓடிக் கொண்டிருந்தார்கள். ரைஸ் மில்லை தாண்டிய போது தூரத்தில் கூட்டம் தெரிந்தது. இன்னும்

கொஞ்ச தூரம்தான் ஓட்டத்தை நிறுத்தவில்லை. தட்டுப்பாலம் தாண்டியபோது லாரி ஒன்னு இவர்களை முந்திச் சென்றது. பின்னாலயே ஓடி கூட்டத்தை நெருங்கிவிட்டார்கள். சில போலீஸ் காரர்கள் நின்றுகொண்டிருந்தார்கள். ரோட்டோரம் பஸ் ஒன்று படுக்கை வசத்தில் கவிழ்ந்து கிடந்தது. செல்லையாவின் தலை மட்டும் குப்புறக் கவிழ்ந்தபடி வெளியே தெரிந்தது. உடல் முழுக்க பஸ்சுக்குள் சிக்கிக்கொள்ள பல்லியைப் போல் தலையோட தலையாய் நசுங்கிக் கிடந்தான் செல்லையா. இரண்டு கைகளும் வெளியே தெரிந்தன. ஒரு கையில் சினிமா பாட்டுப் புஸ்தகத்தை சுருட்டி வைத்திருந்தான். போலீஸ்காரர்களின் பக்கத்தில் வார்டன் சங்கரலிங்கம் நின்று கொண்டிருந்தார். பஸ்ஸில் பயணம் செய்த ஒருவர் விவரித்துக் கொண்டிருந்தார்.

'எடது பக்கத்துல முன் வீலும் பின் வீலும் சகதிக்குள்ள எறங்கியிருச்சு, பஸ்ஸ ரோட்டுக்கு மேல ஏத்த முடியல, டிரைவரு வண்டிய நிறுத்திட்டாரு, ரெண்டு டயரும் கொஞ்சங் கொஞ்சமா சகதிக்குள்ள எறங்கி எறங்கி பஸ் ஒரு பக்கமா சாஞ்சிக்கிட்டே போகுது, வாசலு அந்தப் பக்கம்தான் இருக்கு, கண்டக்டரும் டிரைவரும் கூப்பாடு போட்டுக் கத்துறாங்க, யாரும் எறங்காதிக பஸ்சுக்குள்ளயே இருங்க, எல்லாரும் பஸ்சுக்குள்ள குய்யோ முறையோனு கத்திக்கிட்டு, அழுகையும், கூப்பாடுமா இருக்கு, இந்தப் பய மட்டும் தக்குனு தரையில குதிச்சிட்டான், குதிச்சு ஓடுனாலும் ஓடியிருக்கலாம், அந்த ஆதாளச் செடி தட்டி குப்புற விழுந்திட்டான், எந்திரிக்கமுன்ன பஸ் அப்படியே தரையில சாஞ்சிருச்சு, உள்ளேயிருந்த எங்களுக்கு யாருக்குமே சேதமில்ல, அவனும் பஸ்சுக்குள்ளயே இருந்தா பிழைச்சிருப்பான், என்ன செய்ய கடவுளு அவன் உசுர இந்த ஆதாளச் செடியில வச்சிருந்திருக்கார்.'

பஸ்ஸின் வாசல் தரைக்குள் சிக்கிக்கொண்டதால் டிரைவரின் வாசல் வழியாக ஒவ்வொரு பயணியையும் வெளியேற்றி யிருக்கிறார்கள். அழுகையும் கூப்பாடும் அல்லோகலப்பட்டுக் கொண்டிருந்தது. அந்த இடம் ஹாஸ்டல் பையன்கள் அத்தனை பேர், பள்ளிக்கூடத்துப் பிள்ளைகள், ஊர்க்காரர்கள், சொந்தபந்தம். ஆனாலும் பஸ்ஸை அசைக்ககூட முடியவில்லை. கூட்டத்தை விலக்கிக் கொண்டு கிட்டத்தில் போய் பார்த்த ராயப்பனுக்கும் கருத்தமுத்துக்கும் தலை சுற்றியது. நெஞ்சிலடித்துக்கொண்டு அழுதுகொண்டிருந்த அந்தப் பெண்ணை உற்றுப் பார்த்தான் கருத்தமுத்து. இலேசாய் அடையாளம் நிழலாடியது. மீண்டும் நினைவுபடுத்தி துல்லியத்திற்கு

வந்தான். துணி தேய்த்துக் கொடுக்கும் மாரி. தனக்கு போஸ்ட்மேன் பட்டம் பெற்றுத் தந்த சரிபாதி.

அவளுடைய கண்கள் அழுதழுது சிவந்திருந்தன. பையன்கள் தன்னை போஸ்ட்மேன் என்று பட்டப்பெயர் வைத்துக் கூப்பிட்ட உடனேயே செல்லையா கொடுக்கும் துணிகளைக் கொண்டுபோய் கொடுப்பதை ஏதாவது ஒரு வகையில் தவிர்த்து வந்தான். ஆனால் செல்லையாவைப் பற்றி பல விஷயங்கள் அவன் காதில் விழுந்தன. செல்லையாவுக்கு அப்பா இல்லை. அம்மா இன்னொருவனுடன் குடும்பம் நடத்துகிறாள். கஷ்ட ஜீவனம். ஆனாலும் எப்படியாவது படிக்க வைத்துவிட வேண்டும் என்ற வைராக்கியத்தில் செல்லையாவைப் படிக்க வைத்துக்கொண்டிருக்கிறார். செல்லையாவுக்கு நோட்டு புத்தகம் வாங்கவும் செலவுக்குப் பணம் கொடுக்கவும் மாரிதான் உதவி வந்திருக்கிறாள். சர்வ சாதாரணமாக அவள் வீட்டுக்குப் போய்வந்த செல்லையா, பின்னர் அவள் கணவனின் சந்தேகத்தாலும், சுற்றத்தாரின் ஜாடைமாடையாலும் வீட்டுக்குப் போவதை நிறுத்திக்கொண்டான். இன்னும் நாலே மாசத்தில் பதினொன்று முடித்து ஹாஸ்டலைவிட்டு வெளியேறியிருப்பான். விதி விட்டுவைக்கவில்லை. வெளியே எடுக்க இரவுவரை ஆகிவிட்டதாகச் சொன்னார்கள்.

செல்லையாவின் மரணம் ஹாஸ்டல் மாணவர்களிடையே ஒரு பெரிய பயத்தையும் திகிலையும் உருவாக்கிவிட்டிருந்தது. அவனுடைய உடமைகள் இருந்த இடத்திற்கு யாருமே செல்ல பயந்தார்கள். இரவில் அறையைவிட்டு வெளியே வர மாணவர்கள் நடுங்கினார்கள். அநேகமாக எல்லா மாணவர்களும் செல்லையா செத்துக் கிடந்ததை பார்த்திருந்தார்கள்.

அன்று வெள்ளிக்கிழமை நள்ளிரவு. கும்மிருட்டு, நட்சத்திரங்கள் பூத்த வானம் ஜொலித்துக்கொண்டிருக்க ஒன்பதாம் வகுப்பு உதயகுமார் ஒன்னுக்கிருக்க வெளியே வந்திருக்கிறான். வேப்ப மரத்தடியில் நின்றவனின் தலையில் பொத்தென்று ஏதோ விழ அவன் போட்ட கூப்பாட்டிலும் அலறலிலும் ஹாஸ்டல் பரபரப்பானது. செத்த சவமாய் உதயகுமார் விழுந்து கிடந்தான். பையன்களும் வாட்ச்மேனும் தூக்கி நிமிர்த்தி தண்ணீர் எறிந்தவுடன், இலேசாய் கண் திறந்தான். அவன் உளறிய உளறலில் என்ன நடந்தது என்பதை அரைகுறையாய் தெரிந்துகொள்ள முடிந்தது.

போன வாரம் பையன்கள் கால்பந்து விளையாடிய போது வேகமாக உதைத்த பந்து வேப்பமரத்தின் உச்சியில் போய் உட்கார்ந்து

கொண்டது. கல்லெறிந்தால் ஓட்டுக் கூரையின் மேல் விழும். ஒன்று மரத்தின் மேலேறி பந்தை எடுக்க வேண்டும், இல்லையென்றால் நீண்ட குச்சியைக் கட்டி தரையில் நின்று தள்ளிவிட்டு எடுக்க வேண்டும். அவ்வளவு உயர குச்சிக்கு எங்கே போவது. பந்து ஒரு வார காலமாய் மரத்தில் ஒய்யாரமாக உட்கார்ந்து இருந்தது. இன்று உதயகுமார் பையன் ஒன்னுக்கிருக்கும் போது செல்லையா பேயாய் வந்து தட்டிவிட்டான் போலும். பொத்தென்று தலையில் விழ ஹாஸ்டலே பயத்தில் உறைந்து போயிற்று. பதினொன்றாம் பத்தாம் வகுப்பு மாணவர்கள், சுவரேறிக் குதித்து இரண்டாம் காட்சி சினிமா திருட்டுத்தனமாகப் பார்க்கப் போவது முற்றாக நின்றுவிட்டது. அப்படியும் ஒருநாள் போன ஜெயராமன் தன்னை செல்லையா பயமுறுத்தியதாகச் சொல்லிவிட்டு, தினமும் அவன் போய் வந்தான்.

ஹாஸ்டலிலிருந்து துணி தேய்க்கப் போற பையன்களிடமெல்லாம் மாரி செல்லையாவின் இறப்பைச் சொல்லிச் சொல்லியழுதாள். இந்த மூன்று வருடங்களும் செல்லையாவுக்கு மாரிதான் சகலமும். துணி தேய்த்துக் கொடுத்ததோடு மட்டுமல்ல பொங்கல், தீபாவளிக்குப் புது துணிகளும் எடுத்துக் கொடுத்திருக்கிறாள். நிறைய நாட்கள் விசேஷ நாட்களில் தின்பண்டங்கள், சோறு கொண்டு வந்து கொடுத்திருக்கிறாள். மாரிக்குக் குழந்தை இல்லாததால் ஒருவேளை செல்லையாவைக் குழந்தையாக ஏற்றுக்கொண்டாளோ என்னவோ.

இளவட்டப் பையனை ஓயாமல் வீட்டுக்கு வரவழைப்பதாக மாரியின் புருஷனிடம் சொல்லிச் சொல்லியே சண்டையாக சந்தேகமாக மாறி முழுசாக செல்லையா அங்கே போவது தடைப்பட்டுப் போனது. கண்டுங் காணாமல் தெரிந்தும் தெரியாமல் அவர்களின் உறவு அவன் சாகும்வரை தொடர்ந்து கொண்டேதான் இருந்தது.

அதிகாலை ஹாஸ்டலில் பையன்கள் காலை உணவை முடித்து விட்டு, பள்ளிகளுக்குச் செல்வதற்காகப் பரபரப்புடன் புறப்பட்டுக் கொண்டிருந்தார்கள். சுப்பிரமணியபுரம் மாரியின் வீட்டிலிருந்து பெரிய கூப்பாட்டுச் சத்தம். ஆட்கள் கூட்டங் கூட்டமாய் ஓடிக் கொண்டிருந்தார்கள். கருத்தமுத்தும் ராயப்பனும் இன்னும் சில மாணவர்களும் வேகமாக ஓடினார்கள். மாரியின் வீட்டு முன்னால் உள்ள வேப்ப மரத்தைச் சுற்றிக் கூட்டம் நின்றது. கூட்டத்தை விலக்கிக் கொண்டு ராயப்பனும் முத்துவும் எட்டிப் பார்த்தார்கள். பயத்தில் அலறிவிட்டார்கள். மாரி வேப்பமரத்தில் தூக்கில் தொங்கிக் கொண்டிருந்தாள். கண்முழிகள் பிதுங்கி நிலைக்குத்தி நிற்க, கால்கள்

தொங்க ஒரு பொம்மையைப் போல் காற்றில் ஆடிக் கொண்டிருந்தாள். சிவப்புச் சேலையும் கொண்டை நிறையப் பூவும் அலுங்காமல் இருந்தன. கூந்தல் மட்டும் அவிழ்ந்து முதுகில் தொங்கியது. கூந்தலை மறைத்துக் கொண்டு பூச்சரம் தொங்கியது. முத்து அன்றைக்குப் பார்த்த மாரியின் முகத்தை நினைவுக்குக் கொண்டு வந்தான்.

செல்லையா, மாரி இருவரின் மரணம் அந்தச் சுற்று வட்டாரத்தையே உலுக்கிவிட்டது என்றுதான் சொல்லவேண்டும். ரொம்பவும் பாதிக்கப்பட்டது ஹாஸ்டல் பையன்கள்தான். இரவாகிவிட்டால் தனியே போக பயந்து நடுங்கினார்கள். ஜெஸ்ஸி கொடுத்தனுப்பியிருந்த சாமியாரால் மந்திரிக்கப்பட்ட 'புதுமை' தீர்த்தத்தை தினமும் கருத்த முத்துவின் நெற்றியில் தடவி சிலுவை குறியிட்டான் ராயப்பன்.

விடுமுறையில் இரண்டு மூன்று தடவை ஊருக்குப் போய் வந்திருந்தாலும்கூட கருத்தமுத்துவின் கழுத்தில் கிடந்த சிலுவை தாயத்து சொரூபத்தை கருத்தமுத்துவின் அய்யா இருளாண்டியோ அம்மா பெரியதாயோ கவனிக்கவில்லை. பெரும்பாலும் கிணற்றில் நீச்சலடித்து குளித்துவிடுவதால் தாயத்துத் தட்டுப்படவில்லை. முத்துவும் மறைத்துக்கொண்டான். ஜெஸ்ஸி கொடுத்த தாயத்தில்லையா?

பனியனை மாற்றுவதற்காகச் சட்டையைக் கழற்றியவன் பின்னால் அம்மா நிற்பதை கவனிக்கவில்லை. திரும்பியவன் திடுக்கிட்டான்.

'இதென்னடா முத்து, கழுத்துல தாயத்து.'

சொல்லிக்கொண்டே தொங்கும் தாயத்தைக் கையில் எடுத்துப் பார்த்தாள். ஏதோ அருவெறுப்பான பூச்சியைத் தொட்டதுபோல் படக்கென்று விட்டுவிட்டு முகம் சுளித்தாள்.

'இது நம்ம வம்சத்துக்கு ஆகாதுடா கருத்தமுத்து. இத எதுக்குடா கழுத்துல போட்ட.'

வீட்டுக்குள் வந்த இருளாண்டி விஷயம் கேள்விப்பட்டுக் கோபமுற்றான்.

'டேய், ஒரு அப்பனுக்குப் பெறந்திட்டு, இன்னொருத்தன எப்பிடிடா அப்பன்னு சொல்ல முடியும். நம்ம பரம்பரையே இந்துனு ஆனப் பெறவு, சிலுவைய எப்பிடிடா சொமக்க முடியும். அப்ப நம்ம பூட்டன், தாத்தன், அப்பன் எல்லாரும் முட்டாப் பயகலா, வேண்டாம்டா முத்து கழட்டிரு.'

'பள்ளிக்கூடத்துல கட்டாயம் போடச் சொல்றாங்களாடா.'

'கட்டாயமில்ல, போட்டா நல்லது, ஏம்னா, வாத்தியாருங்க

எல்லாம் வேதம், புள்ளைங்களும் முக்கால்வாசி வேதம்தான்.'

'நம்ம ஊர்ல வேற யாருக்கும் தெரிஞ்சா சிரிப்பாங்கடா.'

'வேணும்னா நீ பள்ளிக்கூடத்துல போட்டுக்கோ, இங்க வரும்போது கழட்டி வச்சிரு, வெளில தெரிஞ்சா கேவலம்.'

கருத்தமுத்து ஊரிலிருந்து ஹாஸ்டலுக்குப் புறப்பட்டான். அவனுக்கு சிலுவை பற்றியும் திருநீறு பற்றியும் ஒன்றும் புரியவில்லை. ரொம்பவும் சஞ்சலப்பட்டான். ஜெஸ்ஸி கொடுத்த சிலுவை தாயத்து மாரியையும், செல்லையாவையும் ஆவியாக வந்தாலும் தடுத்து விரட்டும் தாயத்து. சிலநேரம் ராயப்பனோடு சேர்ந்து ஜெபம் பண்ணவும், மார்பில் சிலுவைக்குறி இட்டுக்கொள்ளவும் கற்றுக் கொண்டான். அடுத்த வாரம் பைபிள் ஒன்று பாதர் தரப் போவதாக ராயப்பன் சொன்னான்.

நாலைந்து மாசங்கள் ஓடிவிட்டன. மாரி, செல்லையாவின் மரணப் பேய் பயம் கொஞ்சங் கொஞ்சமாக மறந்துகொண்டு வந்தது. ஆனால் இப்படி ஒரு சம்பவம் நடந்தது பழையபடியும் பையன்களிடையே பயத்தை உண்டுபண்ணியதோடு முத்துவின் கழுத்தில் சிலுவை தொங்குவதின் அவசியத்தையும் வலியுறுத்தியது. இரவு விடிய விடிய இரண்டு நாய்களும் குரைத்தபடியே ஹாஸ்டலைச் சுற்றிச் சுற்றிவந்தன. வாட்ச்மேன் பல தடவை போய் பார்த்தும் ஒன்றும் தெரியவில்லை. காலையில் கிணற்றில் ஒரு நாய் செத்து ஊதி மிதந்தது. பேயும் பிசாசும் முனியும் மனிதர்கள் கண்ணுக்குத் தெரியாது என்றும் ஆனால் மிருகங்கள் கண்களுக்குத் தெரியுமென்றும், ராத்திரி நாய்களின் கண்ணுக்கு ஏதோ தெரியப் போய்த்தான் அப்படி விரட்டி விரட்டி குரைத்தன என்று சமையல்காரர் அய்யாச்சாமி சொன்னபோது பேய் வந்தது உறுதியாயிற்று. மாரி மட்டும் வந்தாளா, இல்லை செல்லையா மட்டும் வந்தானா, இருவரும் சேர்ந்து வந்தார்களா என்பதுதான் விவாதமாகியிருந்தது. நாயை அப்படியே இழுப்புக்காட்டி கூட்டிக் கொண்டுபோய் கிணற்றில் முக்கி, கொன்றுவிட்டுப் போயிருக்கிறது பேய். ஆனால் இந்தப் பேய் பயம் வந்த நாள் முதல் பத்தாம் வகுப்பு இமயகிரிக்கு மட்டும் கொண்டாட்டம். தினமும் இரண்டாம் காட்சி சினிமா போவதற்கு.

இமயகிரி என்கிற பத்தாம் வகுப்பு மாணவன் குட்டையாகக் குண்டான அகன்ற முகம் உள்ள, யாருடனும் சேராத தனித்தலையும் வெருகு. காலையில் சாப்பிட்டவுடன் புத்தகப் பையோடு போகிறவன் நேராக தெற்கு பஜாரில் இருக்கும் அரசாங்க நூலகத்தில் போய்

உட்கார்வான். மத்தியானம் பள்ளிக்கூடம் போய்விட்டு வருவது மாதிரியே வருவான். பையன்களோடு உட்கார்ந்து சாப்பிடுவான். கையில் காசு இருந்தால் மேட்னி ஷோ சினிமா, இல்லையென்றால் ராமசாமி தாஸ் பூங்கா, சிகரெட் பிடிப்பான். எந்நேரமும் கதைப் புத்தகம் மட்டுமே வாசிப்பான். பாடப் புத்தகம் தொடவேமாட்டான். மார்க் அட்டையில் ஒவ்வொரு மாதமும் வார்டனின் கையெழுத்தை அவனே போட்டுப் பள்ளிக்கூடத்தில் கொடுத்துவிடுவான். அவனுடைய தகரப்பெட்டியின் மேல் லெனின், மார்க்ஸ், மாவோ படங்கள் ஒட்டப்பட்டிருக்கும்.

கடவுளோ சாமியோ இல்லை என்று சூடத்தில் அடித்து சத்தியம் செய்வான். பேய் பிசாசு என்பதெல்லாம் கிடையவே கிடையாது என்று வாதம் பண்ணுவான். தினமும் ராத்திரி செகண்ட் ஷோ போவது எல்லாருக்கும் தெரியும். பேய்களுக்குத் தெரியவில்லையோ என்னமோ, அவனை மட்டும் ஒன்றுமே செய்யவில்லை. இவனுடைய அத்தனை வேலைகளும் வார்டனுக்குத் தெரியும் என்றும், ஒருநாள் கூப்பிட்டு சத்தம் போட்டதாகவும், முழங்கை நீளம் கத்தியை எடுத்து வார்டனிடம் காட்டி கொலை செய்துவிடுவேன் என்று மிரட்டியதாகவும் அன்றைக்கு சங்கரலிங்கம் வார்டன் வேட்டி நனைய ஒன்னுக்கிருந்து விட்டதாகவும், பதினொன்றாம் வகுப்பு ஜான் சொன்னான்.

துணைக்கு நாய் இல்லாமல் ஒரு நாய் மட்டுமே தனித்திருந்தது. கருப்பியும் நாயும் வாட்ச்மேனும் தனித்தனிதான் என்றாலும் வாட்ச்மேனும் கருப்பியும் அடிக்கடி ஒன்று சேர்ந்து கொள்வதுண்டு. இப்போது வாட்ச்மேன் கருப்பியின் வீட்டிற்கு அடிக்கடி போய் வருவதாகவும் சில நேரம் இரவுகூட அங்கே தங்கிவிட்டு சாமம் போல ஹாஸ்டலுக்கு வந்துவிடுவதாகவும் பேச்சு அடிபட்டது.

ஒவ்வொரு மாசமும் இரண்டாம் சனிக்கிழமை ஹாஸ்டல் பையன்கள் முடிவெட்டிக் கொள்கிற நாள். வார்டனிடம் சீட்டு வாங்கிக் கொண்டு நாடார் நந்தவனத்திற்குப் பக்கத்தில் உள்ள பெருமாள் சலூன் கடைக்குப் போகவேண்டும். ஹாஸ்டல் பையன்கள் என்றாலே ஒட்ட வெட்ட வேண்டும் என்பது எழுதாத விதி. சீட்டு வாங்கும் போதும் தலைமுடியைச் சுற்றிச் சுற்றி காட்டவேண்டும். வெட்டிவிட்டு வந்த பின்னரும் வார்டனிடம் போய் காட்டவேண்டும். அன்றைக்கு இமயகிரி முடிவெட்டப் போயிருக்கிறான். பெருமாள் பாவம்.

'யோவ்... பின்னால முடிய வெட்ட வேணாம்னு சொல்றன், காது கேக்கலையா, கேராவ அப்பிடியே கீழ வரைக்கு விட்றனும், கத்தியே

83

பட்றக் கூடாது.'

'இங்க கேளு. தம்பி நீ படிக்கிற பையன், பின்னால பங்க் வச்சுக்கிறது, கேராவ காது வரைக்கு வைக்கிறது எல்லாம் ரவுடிப் பசங்க செய்யிறது தம்பி.'

'அது இருக்கட்டும், இப்ப நான் சொல்ற மாதிரி முடிவெட்ட முடியுமா, முடியாதா?'

'முடியாது தம்பி, வார்டன் சொன்னபடிதான் நான் முடி வெட்ட முடியும், சீட்டுக்குத் துட்டு அவர்ட்டதான வாங்கப்போகணும், ஒட்ட வெட்டலனா, துட்டுத் தரமாட்டாரு.'

'முடி எனக்கு வெட்டுறயா, இல்ல வார்டனுக்கா'

'ஒங்களுக்குத்தான்'

'அப்ப நான் சொன்னபடி வெட்டு'

'..........'

'இப்ப வெட்டப் போறயா நான் வெட்டவா'

'ஒங்களுக்கு முடிவெட்ட தெரியுமா'

'முடியும் வெட்டுவன், தலையையே வெட்டுவன்.'

இமயகிரி கத்தியைக் காட்டியவுடன் அவன் சொன்னபடியெல்லாம் பெருமாள் முடி வெட்டினான். ஆனால் மறுநாளே அவன் வார்டன் முன்னால் வந்து நின்று இனிமேல் ஹாஸ்டல் பையன்களுக்கு முடி வெட்டி விடுகிற உத்யோகமே எனக்கு வேணாம் என்று நின்றபோது வார்டன் சங்கரலிங்கம் பாடு திண்டாட்டமாகப் போயிற்று.

6

இமயகிரி அண்ணன் அறிமுகப்படுத்திய சில புத்தகங்கள் அவனுக்குள் சில கேள்விகளை எழுப்பிவிட்டுச் சென்றன. தன் கழுத்தில் தொங்கும் தாயத்தைக் கழற்றி தூர எறிந்துவிடலாமா என்றுகூட நினைத்தான். பள்ளிக்கூடத்திற்குப் போகிற வழியில் இருக்கும் பிள்ளையார் கோவிலை சுற்றிக் கும்பிட்டுவிட்டு திருநீறு பூசிக் கொள்பவன் சில நாட்களாகப் பிள்ளையாரை சுற்றிக் கும்பிடுவதை நிறுத்திக்கொண்டான். ஜெஸ்ஸிக்காகவே தாயத்தைக் கழட்டாமல் அணிந்துகொண்டான்.

காந்தி மைதானத்தில் பொதுக்கூட்டம். இரவு இமயகிரியும்

கருத்தமுத்தும் திருட்டுத்தனமாகப் போக ஏற்பாடு. ஒரு வாரமாக நகர் முழுவதும் ஒரே பிரச்சாரம். கறுப்புச்சட்டை அணிந்தவர்களின் ஊர்வலம். ஆட்டம், பாட்டம், கொண்டாட்டம். இருவரும் கூட்டத்தின் முன் வரிசையில் உட்கார்ந்துகொண்டார்கள். பேசிய அனைவருமே பிள்ளையாரையும், பிராமணர்களையும் பிடிபிடி என்று பிடித்து வறுத்தெடுத்தார்கள். இருவரும் பெரும் குழப்பத்துடன் ஹாஸ்டல் வந்து சேர்ந்தார்கள். மறுநாள் பள்ளிக்கூடம் போனபோது பிள்ளையார் கோவிலைப் பார்த்து எகத்தாளமாய் சிரித்துவிட்டு எச்சில் துப்பி விட்டுப் போனான் கருத்தமுத்து.

தனக்கு அடுத்த பெஞ்சில் உட்கார்ந்திருந்த பட்டாபியை அருவெறுப்பாய் பார்த்தான். பின்னால் நாமம் அணிந்திருந்த ஜெயராமனைக் கொன்று விடுவதைப் போல் முறைத்துப் பார்த்தான். பட்டாபி அணிந்திருக்கும் பூநூலும் ஜெயராமன் நெற்றியில் இட்டிருக்கும் நாமமும் தவிர கருத்தமுத்துக்குப் பாடத்தில் கவனம் செல்லவில்லை. இமயகிரி அண்ணனிடம் சொல்லவேண்டும் என்று நினைத்துக்கொண்டான். ஆனால் பேசிய தலைவர்கள் எல்லோருமே பிள்ளையாரையும் பிராமணரையும் பற்றியே பேசினார்களே ஒழிய சிலுவையைப் பற்றியோ இயேசுநாதர் பற்றியோ ஒரு வார்த்தைகூட பேசாதது ஏன் என்று குழம்பினான்.

கருத்தமுத்து வீட்டிலிருந்து ஹாஸ்டலுக்குப் புறப்படத் தயாராகிக் கொண்டிருந்தான். அப்போதுதான் ராயப்பன் அம்மா சொன்னது நினைவுக்கு வந்தது. அம்மாவிடம் சொன்னபோது உடனே பொட்டலம் கட்ட தொடங்கிவிட்டாள்.

'யேல முத்து, இத எப்பிடி கொண்டுப் போவ. ஹாஸ்டலுக்கு போகாம நேரா ராயப்பன் வீட்டுக்குப் போயி இதுகள குடுத்திட்டு நீயும் ராயப்பனும் ஹாஸ்டலுக்கு போயிருங்க.'

பெரியதாய் கட்டிக்கொடுத்த வத்தல், மல்லி, உளுந்து, தட்டப் பயிறு பொட்டலங்களை இருளாண்டி சுமந்து கொண்டுவர முத்து முன்னால் நடந்து சென்றான். தெரு உரலோரம் சுளகில் நெல் உமியை கொட்டிக்கொண்டிருந்த சொர்ணம் கண்ணில்பட்டு விட்டார்கள். சொர்ணம் கண்பட்டுவிட்டால் எந்தக் காரியமும் நாசமாய் போகும் என்பதால் அவள் கண்ணில்படாமல் ஒளிந்தே சிலர் போவார்கள். சகுனம் பார்த்து அவள் இல்லை என்பதை உறுதி செய்த பின்னரே ஊர்களுக்கும், சில நல்ல காரியங்களுக்கும் போவோர் எட்டு வைப்பார்கள். சொர்ணம் எதையும் நேரடியாகப் பார்க்க

மாட்டாள். தலையைக் கவிழ்ந்துகொண்டு கண்களை மட்டும் மேலேற்றி அல்லது கண்களைக் கீழே பாதம் நோக்கி அல்லது பக்கவாட்டில், அவளது கண்பட்டுவிட்டால் பச்சை மரமும் பட்டுப்போகும் என்று பொம்பளைகள் பொரணி பேசுவதுண்டு.

'என்ன... பெரியதாயி, மருமகப்புள்ள லீவுக்கு வந்துட்டு போகுதாக்கும், யே... அப்பா நெடுநெடுனு வளர்ந்துட்டான், விட்டா அரைப்பனை ஒசரம் வளர்ந்திருவான் போலருக்கே.

'அவுக தாத்தாவக் கெணக்கா வளர்ந்துட்டே போறான்.'

'எங்க பொண்ணு ரெண்டும் என்னயக் கெனக்கா குட்டக் கழுதையாப் போச்சே, மருமகப் புள்ளயோட இடுப்பு ஒசரம்கூட இருக்கமாட்டாகளே'

சொர்ணம் கண்ணிலிருந்து மறைந்தவுடன் இருளாண்டி பொண்டாட்டியை முறைத்துப் பார்த்தான். பெரியதாய் புரிந்துகொண்டாள்.

'நான் வெளிய வந்து எட்டிப் பாக்கும்போது அவ இல்ல, கழுத இங்க வந்து ஒரக்கடையில உமி அள்ளிட்டுக் கெடக்கிறத ஆரு கண்டா.'

'சரி, சரி, போகும்போது அவ காலடி மண்ண மறக்காம அள்ளிரு. சுத்திப் போடு, கண்ணு பட்ருச்சு, புள்ள வளர்த்தி அவ கண்ண உறுத்தியிருக்கு. அவ கண்ணுல கொள்ளிக் கட்டய வைக்க, இப்பிடி அலையிறாள.'

முக்கு ரோட்டு கூட்டுப்பனை பஸ் ஸ்டாப்பில் இன்னும் நாலைந்து பேர்கள் நின்றுகொண்டிருந்தார்கள். வெள்ளாமைகள் இல்லாத கரிசக்காடுகள் கண் எட்டும் மட்டும் பரந்து கிடந்தது. இன்னும் உழவு ஆரம்பிக்கவில்லை. துருத்திக்கொண்டு வந்த பஸ்ஸில் கருத்தமுத்துவை ஏற்றிவிட்டுப் புருஷனும் பொண்டாட்டியும் திரும்பிக் கொண்டிருந்தார்கள். தெருவோர பொது உரல் வந்தவுடன் பெரியதாய் அக்கம் பக்கம் பரக்கப் பரக்கப் பார்த்தபடியே சொர்ணம் உட்கார்ந் திருந்த இடத்திலிருந்து படக்கென்று குனிந்து ஒரு கைப்பிடி மண்ணை அள்ளி குத்தாகப் பிடித்து தன் முந்தானைக்குள் கையை வைத்து மறைத்துக்கொண்டாள். பத்திரப்படுத்தி ராத்திரி யானதும் வத்தல் உப்புடன் சேர்த்து முச்சந்தியில் வைத்துக் கொளுத்தினால்தான் தன் மகனின் கண்திருஷ்டி போகும். அவள் இனி ராத்திரிக்காகக் காத்திருப்பாள்.

சுமைகளை எல்லாம் சுமந்துகொண்டு ராயப்பனின் வீட்டு வாசலில் நின்றபோது ஓடிவந்து கதவைத் திறந்தாள் ஜெஸ்ஸி.

சாயங்காலம் மூன்று மணியாகியிருந்தும் இப்போதுதான் பூத்த புதுமலர் போல் சிரித்த முகமாய் இருந்தாள் ஜெஸ்ஸி. ஒருவேளை வீட்டில் யாருமே இல்லாதபோது முத்து தனியாக வந்திருக்கிறான் என்ற சந்தோஷமாகக்கூட இருக்கலாம். சுமைகள் எல்லாவற்றையும் வீட்டுக்குள் கொண்டுபோய் வைத்தாள்.

'ஒங்க அம்மா கேட்டுச்சு, எங்கம்மா குடுத்து விட்டுச்சு. அம்மாவ காணும், ராயப்பனையும் காணும்.'

'..........'

'ஜெஸ்ஸியக்கா அம்மாவையும், ராயப்பனையும் எங்கே'

'டேய்... முத்து நீ இனிமே என்கூட பேசாதடா, நீ பெரிய ஆளாயிட்ட, ஒங்கூட நான் இனிமே பேசமாட்டேன்.'

'எதுக்குனு சொல்லுக்கா, நான் என்ன தப்பு செஞ்சன்.'

'மூனு ஞாயித்துக் கெழும நிய்யி இங்க வரல, அப்புறம் பத்தாம் வகுப்புக்கு பாஸானதுக்கு ஜெஸ்ஸியக்காவுக்கு ஸ்வீட் கொடுக்கல, பெறகு எப்பிடிடா ஒங்கூட பேசுவன்.'

'ஜெஸ்ஸியக்கா மன்னிச்சுக்கோ, பத்தாம் வகுப்பு பாஸானா ஸ்வீட் குடுக்கன், இனிமே வாராவாரம் கட்டாயம் வாரன்.'

தன் கழுத்தில் தொங்கிய சொரூபத்தை எடுத்து இயேசுவின் மேல் சத்தியம் செய்தான். சிரித்த முகமாய் பொங்கிக்கொண்டிருந்த ஜெஸ்ஸி கிட்டத்தில் வந்து எதிரே நின்றாள். உற்றுப்பார்த்துக் கொண்டே நின்றாள்.

'என் தலையில சத்தியம் பண்ணுனாத்தான் நம்புவேன்'

கருத்தமுத்து நெருங்கிவந்து ஜெஸ்ஸியின் தலையில் சத்தியம் பண்ண கையை உயர்த்தினான். லாவகமாக அவன் இடுப்பைச் சுற்றி இறுக்கிப் பிடித்தாள். கட்டி இறுக்கி அணைத்து முத்த மழை பொழிந்தாள். கருத்தமுத்து திமிறவில்லை. அவளின் இழுப்புக் கெல்லாம் இழுபட்டான். பாய்விரித்த தலையணையில் முகம் புதைத்தாள். உருண்டு புரண்டார்கள். விகாரங்கள் அகோரங்களுக்குள் மறைந்து போயின. மௌனங்கள் இயக்கங்களாக இழுத்துச் சென்றன. கழுத்தில் தொங்கிய இயேசுநாதர் சிக்கிச் சீரழிந்தார். கனிகளின் ஸ்பரிசம், கால்களின் வெதுவெதுப்பு, அனல் மூச்சின் வெம்மை, ஆக்ரோஷப் பசி, நிலை குத்திய கண்கள், ஸ்தூபத்தின் சாம்பிராணி வாசம், ஜெஸ்ஸியின் கர்த்தாவே, ஜேசுவே, கர்த்தாவே என்று அருள் வந்தவளைப்போல் முனங்கிய முனகல், முதன் முறையாகத் தன்

டவுசரில் ஈரத்தை உணர்ந்தான். ஜெஸ்ஸி குளிக்கும்போது இரண்டு முறை கூப்பிட்டு வேலை ஏவினாள். நிர்வாண தரிசனம் என்பது தரிசனத்திற்கு மட்டுமல்ல. ஜெஸ்ஸி முழு நிர்வாணத்தில் நின்று கொண்டு முத்துவைக் கட்டிப் பிடித்தாள். முத்து அன்றுதான் குழந்தை இயேசுவாய் பிறந்தான்.

ஜெஸ்ஸி தேவதையைப் போல் முத்துவின் முன்னால் வந்து நின்றாள். அவள் கையில் புத்தம் புதிய பைபிள் இருந்தது. முத்து அதையே உற்றுப்பார்த்தான்.

'பாதர்கிட்ட சொல்லி அம்மா அன்னைக்கே வாங்கி வச்சுட்டா, நீதான் வரலையடா, இந்தா வாங்கிக்கோ, தொறந்து மொத மொதல்ல ஒரு வசனத்தப் படி.'

முத்து பைபிளை கையில் வாங்கி மார்போடு அணைத்துக் கொண்டான். கூப்பிய கைகளை விரிப்பது போல் பைபிளை திறந்தான். சித்தெறும்புக் கூட்டங்களைப்போல் சிதறிக் கிடந்த பொடி எழுத்துக்களை ஆச்சரியமாகப் பார்த்தான்.

'ஏதாவது ஒரு வசனத்த வாசிச்சு காட்டுடா'

அவன் கையிலிருந்து பைபிளைப் பிடுங்கிய ஜெஸ்ஸி மூடி பின் திறந்து விரித்து, விரித்தபடியே கொடுத்து பத்தாம் வசனம், அதிகாரம் அம்பத்து அஞ்சுல படிடா என்றாள். உற்றுப்பார்த்த முத்து அதிகாரத்தையும், வசனத்தையும் தேடிப் படிக்க ஆரம்பித்தான்.

'மாரியும் உறைந்த மழையும் வானத்திலிருந்து இறங்கி, அவ்விடத்திற்குத் திரும்பாமல் பூமியை நனைத்து, அதில் முளை கிளம்பி விளையும்படி செய்து, விதைக்கிறவனுக்கு விதையையும், புசிக்கிறவனுக்கு ஆகாரத்தையும் கொடுக்கிறது எப்படியோ அப்படியே என் வாயிலிருந்து புறப்படும் வசனமும் இருக்கும். இனிமேல் முட்செடிகளுக்குப் பதில் தேவதாரு விருட்சம் முளைக்கும். காஞ் சொறிக்குப் பதிலாக மிருதுச் செடி எழும்பும். அது பரஸ்பரம் இருவரையும் சாந்தப்படுத்தும். முள் மரங்களில்தான் அபூர்வ கனிகள் காய்த்துத் தொங்கும். சதை திரட்சியின் வெது வெதுப்பினாலும், மெது மெதுப்பினாலும் மயங்கித்தான் ஆதாம் ஏவாள் பாவக்கனி புசித்தார்கள். ஒரு தரம் பாவக்கனி புசித்தவர்களைத் திரும்ப திரும்ப மீண்டும் மீண்டும் பாவக்கனியைப் புசிக்க சாத்தான் ஆணையிட்டுக் கொண்டேயிருக்கும். அழுகினாலும் பாவக் கனிகள் மரத்திலேயே தொங்கி ஒட்டி உலரும்.'

மத்தியான வெய்யிலில் ராயப்பனும் அந்தோணியம்மாளும் வந்து

சேர்ந்தார்கள். கருத்தமுத்து கொண்டு வந்திருந்த பொருட்களை எல்லாம் வெளியே எடுத்து ஜெஸ்ஸி காட்டிக்கொண்டிருந்தாள். பைபிளை முத்துவிடம் கொடுத்துவிட்ட விபரத்தையும் சொன்னாள். உடனடி யாகச் சாப்பிட உட்கார்ந்த ராயப்பன், முத்துவையும் சாப்பிடச் சொன்னதோடு சீக்கிரம் புறப்பட்டுப் போகவேண்டும் என்று சொன்னான். ஜெஸ்ஸி சாப்பாடு கொண்டுவந்து வைத்தாள். இருவரையும் ஆசிர்வதித்து நெற்றியில் சிலுவைக் குறியிட்டு அந்தோணியம்மாள் அனுப்பியபோது வெய்யில் தாழ்ந்திருந்தது.

தன் அப்பாவுக்குச் சுகமில்லாமல் போனது அவரை பார்ப்பதற்காகவே தான் போனது எல்லாம் தெரிந்திருந்தும் அதைப் பற்றி ஒரு வார்த்தை கூட ஜெஸ்ஸி தன்னிடம் கேட்காததை நினைத்து வருத்தப்பட்டாள். எப்படியும் தன்னிடம் கேட்டுவிட மாட்டாளா என்று ஏங்கியதுதான் மிச்சம். ஜெஸ்ஸி அதைப் பற்றி வாய்திறக்கவில்லை.

'அடியே... பாதகத்தி சண்டாளி ஒங்கப்பனைப் பார்க்கத்தான போய்ட்டு வந்து ஒக்காந்திருக்கேன், ஒரு வார்த்த எப்பிடி இருக்கார்னு கேட்டா கொறஞ்சாடி போயிருவ.'

'எதுக்குக் கேக்கணும். ஓம் புருஷன நிய்யி போயி பாத்திட்டு வந்திருக்க, வேண்டாம்னாலும் கேக்கமாட்ட, அதனால வேண்டாம்னு சொல்லல, தாராளமா போ, வா எனக்குத் தேவையில்ல.'

'அப்பிடிச் சொல்லாதடி, எப்பிடிப் போனாலும் ஒங்க அப்பன் அவன்தாண்டி'

'நிய்யி சொல்லிக்கிற வேண்டியதான்'

'அடியே... ஓம் மனசுல என்னடி நெனச்சிருக்க'

'ஓம் புருஷன் ஒழுங்கா இருந்திருந்தா, இவ்வளவு கஷ்டம் படணுமா? பாதர்கூட நிய்யி படுத்துக் கெடந்தத பாத்ததுனால தான் ஒன்னய விட்டுட்டுப் போய்ட்டார்னு பேசுறாக, அது மட்டுமா மூனு புள்ளைகளும் புருஷனுக்குப் பெறல பாதருக்குத்தான் பெத்தானு பேசுறாக, விட்டுட்டு ஓடப் போய்த்தான இத்தன பேச்சையும் கேட்க வேண்டியிருக்கு.'

'அடியே... இந்த அடைக்கலம் பாதர் இல்லனா நீங்க மூனு பேரும் என்னைக்கோ செத்துப் போயிருப்பீக.'

'நிம்மதியா போயி சேர்ந்திருப்போம். இந்த மாதிரி ஈனப் பொழப்பு பொழைக்க வேண்டியதில்ல.'

'அடியே... ஊரு ஆயிரம் பேசும்டி, அதுக்காக நம்ம எதுக்குடி

வருத்தப்படணும்.'

'ஊரு ஒலகம் என்னைக்கும் சும்மா பேசாது. ஒல மூடிய வச்சு ஊர் வாய மூடவும் முடியாது.'

'அடியே... பாவி, பாதகத்தி என்னடி சொல்ற.'

'நான் பாவியில்ல, பாதகத்தியுமில்ல, நிய்யிதான், பாவி, பாதகத்தி, சண்டாளி.'

அந்தோணியம்மாள் ஓடிப்போய் விளக்குமாற்றை கையில் எடுத்துக் கொண்டு ஜெஸ்ஸியை அடிப்பதற்காக ஆவேசத்துடன் பாய்ந்து வந்தாள். ஜெஸ்ஸி கொஞ்சங்கூட பயமில்லாமல் கையில் பைபிளை வைத்துக்கொண்டு நின்றாள்.

'ஒரு நிமிஷம் பொறு. பெறகு அடி. இந்தா இந்த பைபிள் மேல சத்தியம் பண்ணு. எனக்கும் அடைக்கலம் சாமிக்கும் ஒறவு இல்லேனு.'

'நிய்யி எதுக்குடி ஓடிப்போன?'

'நான் கல்யாணம் முடிக்காதவ, அந்தப் பயலும் கல்யாணம் முடிக்காதவன் ரெண்டு பேரும் ஓடிப்போறது, தாலிக்கட்டிக்கிறது தப்பில்ல, ஆனா இன்னொருத்தனுக்குப் பொண்டாட்டியா இருந்துக் கிட்டு, சாமியார்கூட ஒறவுவச்சு புள்ளப்பெறது எப்படி நியாயம், அந்த சாமியானுக்கு உபதேசம் பண்ண என்ன யோக்யதை இருக்கு. இந்தா சத்தியம் பண்ணு.'

'..........'

'ஒன்னால முடியாது. ஏம்னா உண்மை நெஞ்ச சுடும். எங்கப்பன் செஞ்சது சரிதான. ஒன்னய மட்டும் விட்டுட்டுப் போகல, வேதக் கோயிலே வேணாம்னு போய்ட்டான். சாமியான எதுத்து என்ன பண்ண முடியும். வேணும்னா ஒன்னயவோ இல்ல சாமியானவோ கொன்னுட்டு ஜெயிலுக்குப் போகலாம், அந்த நெலம வேணாம்னுதான் கண்காணாத எடத்துக்குப் போயிட்டான்.'

ஜெஸ்ஸியை ஒன்னும் தெரியாத சின்னக் குழந்தை என்று நினைத்தது எவ்வளவு பெரிய தப்பு என்று உணர்ந்துகொண்டாள். பைபிளைக் கையில் வைத்துக்கொண்டு சத்தியம்பண்ண சொன்னபோது தான் செத்துப் பிழைத்ததை நினைத்துப் பார்த்தாள். பாதிரியார்மேல் இவ்வளவு வெறுப்பும் கோபமும் இருந்தும் ஒருநாள்கூட பூசைக்கு போகாமல் இருந்ததில்லை ஜெஸ்ஸி. சாமியாரை மட்டும் வெறுக்கிறாள். இயேசுவை வெறுக்கவில்லை. இதை ஒருநாள் பேச்சுவாக்கில் ஜெஸ்ஸியிடமே கேட்டாள். ஜெஸ்ஸி சொன்ன பதில் அந்தோணி

யம்மாளை வாயடைக்க வைத்துவிட்டது. அவள் மௌனியாகிப் போனாள்.

'கேளும்மா இந்த ஒலகத்துல தப்பே செய்யாத மனுஷனோ மனுஷியோ கெடையாது. அதே சமயத்துல நாம செய்ற தப்ப மன்னிக்க கர்த்தர தவிர யாருக்கும் யோக்கியதைக் கெடையாது. மனுஷர்கள் செய்யிற தப்ப கடவுள்தான் மன்னிக்க முடியும். இன்னொரு மனுஷன் மன்னிக்க முடியவே முடியாது. பாதர் மனுஷன். கடவுள் இல்ல. நம்ம செய்ற தப்பு எல்லாத்தையும் மன்னிக்க அவர் என்ன இயேசுவா. நம்மளோட நம்மளா இருக்கிற சாதாரண மனுஷன். கர்த்தரப் பற்றி மக்கள்கிட்ட பிரசங்கம் பண்ணுறதுதான் அவரோட வேல. பாவத்த மன்னிக்க ஒராள் பக்கத்துலயே இருக்கார்னா நீ பாவம் செய்யப் பயப் படுவியா? மேலும் மேலும் பாவம் செய்வ. பாதர் மன்னிச்சுக்கிட்டே இருப்பாரு. பாதர்கிட்ட என்ன பாவம் வரும்னு நீ நெனைக்க, முக்கால்வாசி, பாதர் நான் எம் புருஷனவிட்டுட்டு இன்னொருத்தன் கிட்ட போய்ட்டன்னு பொம்பள சொல்வா, பாதர் நான் என் பெண்டாட்டிய விட்டுட்டு இன்னொருத்தன் பொண்டாட்டிட்ட போய்ட்டன்னு ஆம்பள சொல்வான், இது தவிர்த்து அந்தக் குப்பைத் தொட்டியில வேற ஒரு தூசி துரும்புகூட இருக்காது. ஒன்னயப் பத்துன அத்தன ரகசியங்களும் பாதருக்குத் தெரிஞ்சப் பிறகு நீ அந்த சாமியானுக்கு அடிமை, படுனா படுக்கனும், தூக்குனா காலத் தூக்கணும்.

அந்தோணியம்மாள் கோயிலுக்குப் போவதைக் கொஞ்சம் தவிர்த்தபோது ஜெஸ்ஸி கூப்பிட்டுச் சொன்னாள்.

'கோயிலுக்குப் போகாம இருக்கபாரு, இதுதான் பெரிய பாவம். என்னைக்கும் போல போ. முடிஞ்சா சாமியான பாக்காம வா இல்ல என்னைக்கும் போல் இரு, நான் என்னைக்காவது பாவ சங்கீர்த்தம் பண்ணியிருக்கேனா? எத்தனாட்ட கூப்பிட்டுக் கேட்டாரு தெரியுமா? நான் பாவமே பண்ணல பாதர், அப்பிடி ஏதாச்சும் பண்ணுனா வாரன். அப்ப நீங்க என் பாவத்த மன்னிச்சா போதும்னு சொல்லிட்டன். உபதேசியார் மகன் என்னய கூட்டிட்டு ஓடல, நான்தான் அவன கூட்டிட்டு ஓடுனன், இப்ப அவன நான் மன்னிச்சுட்டன், அதே மாதிரி மறந்தும் போய்ட்டேன்.'

துணிப்பைகளில் பஞ்சை அடைத்துத் தலையணைகள் செய்யும் ஒரு கம்பெனிக்கு ஜெஸ்ஸி வேலைக்குப் போய்வந்தாள். தலையெல்லாம் வெள்ளை வெளேரென்று பஞ்சாய் நிறைந்திருக்க பிச்சைக்காரியைப் போல் வீட்டிற்கு வரும் ஜெஸ்ஸியை நினைத்து

நினைத்து அழுதாள் அந்தோணியம்மாள். வேதக் கோவிலின் மணியோசை தான் தாமஸ் நகரையே எழுப்பிவிடுகிறது. சாமியாரின் பிரசங்கம் நித்தமும் காற்றில் கலந்துவந்து அனைவர் காதுகளிலும் தேனாய் சொட்டுகிறது. தாமஸ் நகரின் எல்லாக் கல்யாணங்களும் பாதிரியாரால்தான் நடத்தப்படுகிறது. இறந்தவர்கள் அனைவரும் சாமியார் மூலமாகத்தான் மோட்சத்துக்கு அனுப்பப்படுகிறார்கள். பிறந்த அத்தனை குழந்தைகளும் சாமியார் மூலமாகத்தான் ஞானஸ்தானம் செய்யப்பட்டு கர்த்தரின் ராஜ்ஜியத்துக்குள்ளே வாழ அனுமதிக்கப்படுகிறார்கள். ஜெஸ்ஸி தினமும் நூற்றுக்கணக்கான தலையணைகளை ஆசீர்வதித்து அனுப்பிக்கொண்டிருக்கிறாள். ஜெஸ்ஸியின் தலையணைகள் வயது வித்தியாசமின்றி அனைவரையும் சுகப்படுத்தி நித்திரையில் ஆழ்த்துகின்றன. ஜெஸ்ஸி மட்டும் நித்திரையின்றி, இரவில் உலன்றுகொண்டிருக்கிறாள்.

சாயங்காலம் பள்ளிக்கூடம் முடிந்து பையன்கள் எல்லோரும் ஹாஸ்டலுக்கு திரும்பிக் கொண்டிருந்தார்கள். வார்டன் சங்கரலிங்கம் இருந்தால் ஹாஸ்டல் மொட்டைமரச் சூழலாக இருக்கும். அவர் இல்லையென்றால் பரந்து பழுத்துச் சொரியும் மரத்தில் பறவைகள் அடையும் குதூகலம் இருக்கும். ஹாஸ்டல் வாசலில் வந்து நின்ற போலீஸ் வேன் எல்லோருடைய கவனத்தையும் ஈர்த்தது. ஒருவித பயத்துடனே அனைவரும் கூடி நின்று வேடிக்கை பார்த்தனர். இரண்டு காவலர்கள் இடது வலமாய் நடந்து வர நடுவில் இமயகிரி கைகளில் விலங்குடன் வந்தான். பையன்களின் முகத்தில் பயம், பீதி, அச்சத்துடன் மௌனமாக நின்றார்கள். சில மாணவர்கள் பயந்துபோய் அவரவர் இடத்தில் ஓடி ஒளிந்தார்கள். வார்டன் ரூமுக்கு முன்னால் நின்றார்கள். ஒரு கனம் நிலைகுலைந்து போனார் வார்டன். போலீஸ் காரர்கள் வைத்த சல்யூட்டை கைகள் நடுங்க வார்டன் ஏற்றுக்கொண்டார்.

'இந்தப் பையன் ஒங்க ஹாஸ்டல் பையன்தான சார்.'

'ஆமா'

'இவரோட உடைமைகளை சோதனை போடனும். பல குற்றங்கள் இவன் மேல இருக்கு, சட்ட விரோதமா செயல்படுகிற கூட்டத்தோட தொடர்பு வச்சிருக்கான்.'

வார்டன் முன்னிலையில் இமயகிரியின் டிரங்பெட்டி சோதனை இடப்பட்டது. நிறைய புத்தகங்கள் இருந்தன. பாடப் புத்தகங்களைக் காணவில்லை. பெட்டிக்குள்ளிருந்து எடுக்கப்பட்ட எல்லா புத்தகங்களிலும் இருந்தவர்கள் முகம் மறைக்கும் தாடி மீசை

யுடனிருந்தார்கள். தாடி மீசை இல்லாத புகைப்படங்களே இல்லை. கூட்டத்தில் நின்று வேடிக்கை பார்த்துக்கொண்டிருந்த ராயப்பன் மெதுவாகக் கருத்தமுத்துவிடம் சொன்னான்.

'இவங்களுக்கு முடிவெட்ட சீட்டு குடுக்கவேயில்ல போலருக்கு.'

'இல்லடா, அவங்கள அடையாளம் கண்டுக்கிறக் கூடாதுனு இப்படி தாடி மீசை வளர்த்திருக்காங்க.'

'அடையாளம் கண்டா என்னவாம்.'

'இமயகிரி அண்ணன்கிட்டத்தான் கேக்கனும்.'

பள்ளிக்கூடத்திற்கு ஒரு மாதமாகப் போகவில்லை என்ற விபரமும், வாத்தியார்களை மிரட்டிய விபரங்களும் தெரிந்தன. அவனுடைய பெட்டிக்குள்ளிருந்து எடுக்கப்பட்ட புத்தகங்களையும், முழங்கை நீள கத்தியையும் கைப்பற்றிய போலீஸ், வார்டனிடம் ஒரு பேப்பரில் கையெழுத்து வாங்கிக்கொண்டு இயமகிரியை ஏற்றிக்கொண்டு வேகமாகப் போய்விட்டது. பையன்களை இன்னும் பயம் விடவில்லை.

முழுப் பரீட்சை நெருங்குவதால் ஒரு மாதமாகப் பையன்கள் வெளியில் செல்ல அனுமதியளிக்கப்படவில்லை. ராயப்பனுக்கு பாதரையும் அம்மாவையும் பார்க்காமல் இருக்க முடியவில்லை. கருத்தமுத்துக்கு ஜெஸ்ஸியைப் பார்க்காமல் இருக்க முடியவில்லை. பள்ளிக்கூடம் விட்டுப் பையன்களுடன் கூட்டத்தில் ராயப்பனும், முத்துவும் வந்துகொண்டிருந்தார்கள். அவர்களால் நம்பவே முடிய வில்லை. அந்தோணியம்மாளும் ஜெஸ்ஸியும் பள்ளிக்கூடத்து வாசலில் நின்றுகொண்டிருந்தார்கள். ஜெஸ்ஸி சிரித்த முகத்துடன் சந்தோஷமாக இருந்தாள்.

'டேய்... என்னடா, நாலு வாரமா வீட்டுக்கே வரல.'

'முழுப் பரீட்சை வருதில்லையா, யாரையுமே வெளிய விடல'

'முத்து நல்லாயிருக்கியாடா'

'நல்லா இருக்கேன்மா'

அந்தோணியம்மாவின் கண்களிலிருந்து கண்ணீர் வழிந்து கொண்டிருந்தது. அவள் ராயப்பனின் தலையைக் கோதிவிட்டாள். பேசுவதற்கு முயன்றாள். வார்த்தைகள் வெளிவரவில்லை. திக்கித் திக்கி பேசிய வார்த்தைகள் சரியாக விளங்கவில்லை.

'டேய், ராயப்பா, ஜெஸ்ஸிக்கு கல்யாணம்டா'

ராயப்பனும் முத்துவும் திகைத்துப்போனார்கள். மௌனமாக

நின்றார்கள். வார்த்தைகள் வரவில்லை. என்ன பேசுவதென்றும் தெரியவில்லை. ஆனால் ஜெஸ்ஸியக்காவை இனிமேல், தான் பார்க்க முடியாது என்பதை மட்டும் கருத்தமுத்து உணர்ந்துகொண்டான். இனம்புரியாத சோகம் கவ்விக்கொண்டது.

தொழிற்பேட்டைக்குள் பல தொழில்கள் நடைபெற்றாலும் தலையணைகள் தயாரிக்கும் கம்பெனி இது ஒன்றுதான். கழிவு பஞ்சுகளை நூலாம்படை மாதிரி மெல்லியதாக மாற்றும் எந்திரங்களில் வேலை செய்யும் பெண்களை யாரும் அடையாளம் கண்டுகொள்ள முடியாது. அதே போல் துணிப்பைகளுக்குள் பஞ்சுகளைத் திணித்துத் தலையணையாக்கும் ஜெஸ்ஸியை பஞ்சுகள் படிந்த நிலையில் பார்த்தால் வெள்ளை வெளேர் தலைமுடியும் முகமும். சிரித்தால் பல் தெரியாது வெள்ளையோடு வெள்ளையாய் தெரியும். சில பெண்கள் வாய்க்கட்டும், இன்னும் சில பெண்கள் முகமூடியும்கூட மாட்டிக் கொள்வார்கள். ஜெஸ்ஸி வாயைத் தைத்தாலும் பேச்சை நிறுத்த மாட்டாள். பிறகு எங்கே வாய்க்கட்டு, முகமூடி. பழகிப்போய் விட்டபடியால் சகித்துக்கொண்டாள்.

சாயங்காலம் தினமும் தயாரித்த தலையணைகளை ஏற்றிப் போவதற்காக சைக்கிள் ரிக்ஷா கொண்டு வருவான் ஜெயபால். ரிக்ஷாவில் தலையணைகளை ஏற்றிவிடுவதற்காக அவரவர் பஞ்சடைத்த தலையணைகளைத் தூக்கி வருவார்கள். யார் யார் எத்தனை தலையணை என்று எண்ணி கணக்குச் சொல்வது ஜெஸ்ஸியின் வேலை. ஜெயபால் ரிக்ஷாவில் உயரமாக அடுக்கிக் கட்டி புறப்பட்டுப் போவது வரைகூட நிற்பாள் ஜெஸ்ஸி.

தலையணைகளை ஜெயபாலிடம் தூக்கிக் கொடுக்கும் போதும் வாங்கும் போதும் இருவருடைய கைகளும் உரசிக்கொள்ளும். யதேச்சையானதுதான் என்று நினைத்தாள் ஜெஸ்ஸி. ஆனால் அன்றைக்கு அடியில் கோர்த்து வாங்குகிற சாக்கில் உள்ளங்கையையும் தாண்டி முழங்கையை இறுக்கிப் பிடித்தபோது தான் யோசிக்க ஆரம்பித்தாள். ஒரு முறைப்பு முறைத்தவுடன், தலையணைகளைக் கீழே வைத்துவிடுங்கள் நான் எடுத்துப் பாரமேற்றிக் கொள்கிறேன் என்றான் ஜெயபால்.

'ரிக்ஷாக்கார அண்ணனுக்கு வீரம் அம்புட்டுத்தானாக்கும், மொறச்சுப் பாத்ததுக்கே இப்பிடி பயந்தா, கைய ஓங்குனா காத வழிக்கு ஓடியிருவீக போலிருக்கே.'

சைக்கிள் ரிக்ஷாவில் உயரமாகத் தலையணைகளை ஏற்றிய பின்னர்

தார்ரோடு போய் ஜெயபால் ரிக்ஷாவில் ஏறி உட்கார்ந்து மிதிப்பது வரை யாராவது ஒரு ஆள் பின்னாலிருந்து தள்ளவேண்டும். இதுவரை ஒரு நாளும் தள்ளிவிடுகிற வேலைக்குப் போகாத ஜெஸ்ஸி இன்றைக்குத் தான் போகிறேன் என்று சொல்லி மத்த பிள்ளைகளைப் போகச் சொல்லிவிட்டாள். ஜெயபால் முன்னாலிருந்து ரிக்ஷாவை இழுத்துக்கொண்டு போக ஜெஸ்ஸி பின்னாலிருந்து தள்ளினாள். மண் சாலை முடிந்து தார்ரோட்டில் ஏறியதும் ஜெயபால் பெடலில் மிதித்துத் தாவி ஏறி சீட்டில் உட்கார்ந்து மிதித்தான். ஜெஸ்ஸி பின்னாலிருந்து தன் பலத்தையெல்லாம் கூட்டி முழு சக்தியுடன் இழுத்துப் பிடித்துக்கொண்டாள். ஒரு இஞ்ச்கூட நகரவில்லை ரிக்ஷா. தன் பலத்தையெல்லாம் திரட்டி மிதித்தும் அசைக்க முடியவில்லை. கீழே இறங்கி பின்னால் ஓடிவந்தான் ஜெயபால். ஜெஸ்ஸியைக் கண்டதும் திடுக்கிட்டான்.

'அந்த அக்கா வரலையா'

'ஏன், இந்தக்கா தள்ளுனா ரிக்ஷா போகாதா'

'வீல்ல ஏதோ சிக்கியிருக்கோ என்னமோ நகரமாட்டேங்கு'

'நல்லா சுத்திப்பாரும், பாரம் கொறையா ஏத்தனும் இப்படி பனை ஒசரம் ஏத்துனா எப்படி நகரும்.'

'என்னைக்கும் போலதான், ரொம்ப ஒன்னும் கெடையாது.'

'அப்ப ஏறி மிதி நகருதானு பாப்பம்.'

பழையபடியும் ஜெயபால் சீட்டில் ஏறி அமர்ந்து பெடலை மிதித்தான். ஜெஸ்ஸி இழுத்துப் பிடித்துக்கொண்டாள். திரும்பி பார்த்தாலும் தெரியாது. தலையணைகள் அம்பாரமாய் உயரமாக அடுக்கிக் கட்டப்பட்டிருக்கும். ஜெயபால் முழுபலத்தையும் கொடுத்து மிதித்தும் ஒரு எட்டு நகராதபடியால் மீண்டும் இறங்கி பின்பக்கம் ஓடிவந்தான். அவன் கால் தரையில்பட்டவுடன் ஜெஸ்ஸி ரிக்ஷாவை விட்டு விலகி நின்றுகொண்டாள்.

'என்னனு தெரியல, உள்ள அச்சு முறிஞ்சிருச்சோ என்னவோ?

தெரியல, ஒரு இஞ்ச் நகரமாட்டேங்கு'

'அச்சுனா எப்பிடி இருக்கும்.'

இலேசான இருள் கவ்வத் தொடங்கியது. வேலை முடித்த பெண்கள் நிறையப் பேர் இவர்கள் இருவரையும் ஒரு மாதிரி பார்த்தபடியே போய்க்கொண்டிருந்தனர். ஜெயபால் ரிக்ஷாவை சுத்திச் சுத்திவந்தான்.

'ஒனக்கு எந்த ஊரு.'

'எனக்குத் தூத்துக்குடிக்கா. அங்க சரியா வேல இல்ல. இங்க வந்து வேல செய்றன். காலைல பதிவா பள்ளிக்கூடத்துப் பிள்ளைகள ஏத்திட்டுப் போவன். சாயங்காலம் கூட்டிட்டு வந்து விட்டுட்டு இங்க கம்பெனிக்கு வந்திருவன். இடையில் யாரும் சவ்வாரிக்கு கூப்ட்டாலும் போவன்.'

'எங்க தங்குற, சாப்பாடு'

'சாப்பாடு ஹோட்டல்ல, ராத்திரி அந்தப் பள்ளிக்கூடத்து வாட்ச்மேன்கூட தங்கிக்கிருவன்.'

'வீட்ல ஆராரு இருக்கீக.'

'நானும் அம்மாவும் மட்டும்தான்.'

'அப்பா.'

'இறந்து பத்து வருஷம் ஆச்சு.'

'கூடப் பெறந்தவங்க'

'ஒரே ஒரு அக்கா கெட்டிக் குடுத்தாச்சு.'

'ரிக்ஷா வாடகையா சொந்தமா.'

'சொந்த ரிக்ஷாதான். வாடகைனா கட்டுபடியாகாது.'

'ரெண்டு மொழங்கையவும் இப்பிடி சேர்த்து புடிக்கியே அந்தானக்கி கூப்பாடு போட்டா என்ன செய்வ.'

'தாலி கட்டி கூட்டிட்டுப் போவன்'

'நான் யாருனு தெரியுமா ஒனக்கு'

'தெரியும் நல்லா தெரியும். தாமஸ் நகர். அப்பா இல்ல. அம்மா மட்டும்தான் ஒரு அண்ணன், ஒரு தம்பி. வேதக்கோயில் கும்புடுறவுக.'

'என்னோட பூர்வீகத்தையே கையில வச்சிருக்கியே'

'பூர்வீகம் தெரியாம கையப்புடிக்க முடியுமா.'

'தெரிஞ்சுதான் புடிச்ச'

'சத்தியமா தெரிஞ்சுதான் புடிச்சன். ஓங்ககிட்ட சொல்ல பயம். ஓங்களுக்குத் தெரியாம ஓங்க வீட்டக்கூட பாத்துட்டன்.'

பண்படுத்தப்பட்ட அந்த நிலத்தில் விதையாய் விழுந்தன ஜெயபாலின் வார்த்தைகள். இரவு ஜெஸ்ஸி தூங்கவில்லை. ரிக்ஷாவை சுற்றிச் சுற்றியே வந்தது மனசு. மதம் வேறு ஜாதி வேறு. தான் கல்யாணம் ஆனவள் என்கிற உண்மை தெரிந்தால் ஜெயபால் இப்படி பேசுவானா என்பதையும் யோசித்துப் பார்த்தாள். மறுநாள் சாயங்காலம் எப்படா

வரும் என்று காத்திருந்தாள். தார் ரோட்டை பார்த்துப் பார்த்து அவள் கண்கள் பூத்துப் போயின. மனசு நிலை கொள்ளாமல் தவித்தது.

வேலை முடிகிற நேரம் ஜெயபால் ரிக்ஷாவை ஓட்டிக்கொண்டு வந்தான். ஒவ்வொரு பெண்கள் முன்னாலயும் பஞ்சடைத்த தலையணைகள் குமிந்து கிடந்தன. பூமிக்குள்ளிருந்து முளைத்து எழுந்து வந்தவர்களைப் போல் கழிவு பஞ்சுகள் மேலெல்லாம் படர்ந்திருக்க தலையணைகளைத் தூக்கிக் கொண்டு ரிக்ஷா நிற்கும் இடத்திற்கு ஓடிவந்தனர். ஜெஸ்ஸியும் இரண்டு மூன்று தலையணை களை இடுக்கிக்கொண்டு போனாள். உயர உயரமாக அடுக்கிக் கொண்டிருந்தான் ஜெயபால். சிரித்த முகமாய் இருந்தான். இன்றைக்கு எப்படியாவது மீதி விவகாரங்களையும் பேசிவிடவேண்டும் என்று முடிவுசெய்து ஜெஸ்ஸி கடைசிவரை நான்கு தலையணைகளைத் தன் இடத்திலிருந்து கொண்டு வரவில்லை.

கடைசி ஆளாய் வந்து ஜெயபாலுடன் சேர்ந்து அடுக்கி கயிறு கொண்டு இறுக்கிப் பாரமேற்றிப் பிறகு, பின்னாலிருந்து தள்ளிக் கொண்டு போனாள். தார் ரோடு வந்ததும், ரிக்ஷாவில் ஏறாமல் ரிக்ஷாவை நிறுத்திவிட்டு பின்னால் வந்தவனின் கையில் ஒரு பொட்டலம் இருந்தது. உற்றுப் பார்த்தாள் ஜெஸ்ஸி.

'என்னய புடிச்சிருந்தா இத வாங்கிக்கோங்க, இல்லனா வேண்டாம்னு சொல்லியிருங்க.'

'என்னது'

'வேற ஒன்னுமில்ல, மல்லிகப் பூ'

'அத வாங்குறது இருக்கட்டும், மொதல்ல எனக்கு ஒரு கல்யாணம் முடிஞ்சது ஒனக்குத் தெரியுமா.'

'இங்க கேளு ஜெஸ்ஸி, எனக்கு எல்லாம் தெரியும். நீயும் உபதேசியார் மகனும் ஓடிப் போனீக ஒரு மாசம் கழிச்சு திரும்பி வந்துட்டீக, அதுதான',

'நீங்க இந்து நாங்க வேதம்.'

'இருக்கட்டும். எல்லா சாமியும் ஒன்னுதான். நான் வேதத்த கும்புடுறன், நீ இந்துவ கும்பிடு.'

'சரி, நாளைக்கு அம்மாட்ட கேட்டுட்டு வந்து பதில் சொல்றன், அதுக்குப் பெறகு பூவ வாங்கிக்கிறன்.'

'வாங்குன பூவ தூரப் போட முடியாது, வேற யாருக்கும் கொடுக்க முடியாத ஒரு பொருள் இது. வேணும்னா கோயில்ல கொண்டு போயி

சாமிக்குப் போடலாம். இன்னேரத்துக்குப் பெறகு எந்தக் கோயிலுக்குப் போக, தலையில வைக்காத, சாமிக்குப் போடாத பூ தரையில வீசி எறிஞ்சு தூரப் போடுறது பெரிய பாவம். சும்மா வாங்கிக்கோ.'

'..........'

'அம்மா சம்மதிக்கலனு வச்சுக்கோ இந்தப் பூவுக்கு துட்டு குடுத்துரு, அம்புட்டுத்தான, சும்மா வாங்கி தலையில வச்சாத்தான குத்தம்.'

ஜெஸ்ஸி, ஜெயபால் கொடுத்த பூவைப் பொட்டலமாய் வாங்கிக் கொண்டாள். நாளைக்கு இந்தப் பூ தலையில இருந்தா சம்மதம்னு அர்த்தம், இல்லனா சம்மதம் இல்லனு அர்த்தம், நாளைக்கு வந்த ஒடன தலையில பூ இருக்கானுதான் பார்ப்பன்.'

'ஏழரைக் கோட்டை பஞ்சுதான் தலையில இருக்கும். பூ இருந்தாலும் தலையில இருக்கிறது தெரியாது.'

'மல்லிகைக்கும் பஞ்சுக்கும் வித்தியாசம் தெரியாது. கனகாம்பரம் துணிப்பா தெரியும். இதுல ரெண்டு பூவும் இருக்கு.'

ஜெயபால் பாரத்தை இழுத்துக்கொண்டு வேகமாய் போய்விட்டான். முழுப் பாரத்தையும் மனசில் ஏற்றிக்கொண்டு மெதுவாய் எட்டு வைத்தாள் ஜெஸ்ஸி. ஜெயபால் கொடுத்த பூ பொட்டலத்தை பத்திரமாய் முந்தானைக்குள் ஒளித்து வைத்துக்கொண்டாள். யாருக்கும் தெரியாமல் தூக்குவாளிக்குள் வைக்கவேண்டும்.

பூவின் மணத்தை மறைக்க முடியாதே.

7

மூத்த மகன் நன்றாக உறங்கிக்கொண்டிருந்தான். ஜெஸ்ஸி படுக்கையில் புரண்டுகொண்டிருந்தாள். பாம்பின் கால் பாம்பறியும். அந்தோணியம்மாள் மெதுவாக வந்து ஜெஸ்ஸியின் பக்கத்தில் உட்கார்ந்தாள்.

'அடியேய்... ஒனக்கு என்ன வந்துச்சு, நானும் ஒரு வாரமா பாக்கன், தொண்ட செறுக்குன ஆடு கணக்கா பேந்தப் பேந்த முழிக்கிற, வல்லிசா என்னோட பேச்சு கொறஞ்சு போச்சு. முந்தி வேலைக்குப் போகக் கறி நோகுதுனு சொல்வ, இப்ப என்னடானா வேலைக்குக் குதியாளம் போட்டுட்டுப் போற என்ன விஷயம்னு சொல்லு, கொஞ்ச நஞ்சம் மரியாதை இருக்கு அதையும் கெடுத்துக் குட்டிச் சொவராக்கிராத.'

ஜெஸ்ஸி ஒன்றுவிடாமல் கதைகதையாய் எல்லாவற்றையும்

சொல்லச் சொல்ல கவனமாய் கேட்டுக்கொண்டிருந்தாள் அந்தோணியம்மாள். சில இடங்களில் ஆழ்ந்த பெரு மூச்சை வெளிப்படுத்தினாள். எல்லாம் சொல்லி முடித்ததும் ஜெஸ்ஸி அம்மாவைக் கட்டிப்பிடித்துக் கொண்டு முசுமுசுவென்று அழுதாள்.

'அடியே... ஜாதி வேற, மதம் வேறன்னு சொல்ற, எனக்கு பயமா இருக்குடி, மொதல்ல இப்படித்தான் போயி ஓட்டப்பானையா திரும்பி வந்திருக்க, திரும்பவும் அப்பிடி ஆகிப்போச்சுனா மருந்தக் குடிச்சிட்டு சாக வேண்டியதான். எதுக்கும் பாதர்கிட்ட ஒரு வார்த்த கேட்டுக்கிருவம்.'

'கல்யாணம் சர்ச்ல வச்சா நடக்கப்போகுது, ஓல வாசிச்சு முடிக்க. அவுக ஊர்ல முருகன் கோயில்ல வச்சு தாலி கட்டப் போறாங்க. பாதர்கிட்ட எதுக்குச் சொல்லனும்.'

'எப்படியும் தெரியாம போகாதில்லடி.'

'மறுவீடு இங்க வரும்போது நானும் எம் புருஷனும் ஒன்னா சேர்ந்து வேதக்கோயிலுக்கு வருவோம். ஆனா சாமியார்க்கிட்ட ஆசிர்வாதம் வாங்கமாட்டோம். கர்த்தர் கிட்ட ஆசீர்வாதம் வாங்குவோம். தம்பிங்கக்கிட்ட நிய்யி சொல்லிரு, கர்த்தர் என்னய ஒன்னய கைவிட மாட்டாரும்மா, ஏம்னா நம்ம கஷ்டப்படுறவுங்க.'

அந்தோணியம்மாள் இரவு முழுக்க கொந்தளிக்கும் கடலாய் மாறிப் போனாள். ஜெஸ்ஸி ஓடிப் போய்விட்டாள். ஊர் உலகம் என்ன பேசும் என்று யோசித்துப்பார்த்தாள். மீண்டும் கர்த்தர் தன்னைக் கைவிட மாட்டார் என்று நம்பினாள். தன் கணவன் கைவிட்டுப்போனது, பிள்ளைகளை வைத்துக்கொண்டு கஷ்டப்பட்டது. அடைக்கலம் பாதர் தனக்கு ஆதரவளித்தது, ஜெஸ்ஸி ஓடிப்போய் திரும்பி வந்தது. ஊரிலும் சபையிலும் தன்னைப் பற்றிப் பேசிய எகத்தாள ஏச்சு பேச்சுக்கள். பெண்ணாய் பிறந்த என்னை இனிமேலும் கர்த்தர் சோதிக்கமாட்டார். உலகத்தின் பாரங்களை எல்லாம் சுமக்கிற கர்த்தரே என் பாவங்களை மட்டும் இன்றும் ஏன் என் தலையிலிருந்து இடமாற்றம் செய்ய மறுக்கிறீர்.

காலையில் தேவாலய மணியோசை காதில் விழுந்தது. அந்தோணியம்மாள் சோர்வாக எழுந்தாள். ஜெஸ்ஸி உற்சாகமாக எழுந்து சுறுசுறுப்பாய் புறப்பட்டு ஜெயபால் வாங்கிக் கொடுத்திருந்த பூவை தலையில் வைத்துக்கொண்டாள். அவள் குதிரைக் குட்டியின் துள்ளலுடன் ரோட்டில் நடந்து சென்றாள். தன்னை உற்றுப் பார்ப்பவர்களை உதாசினப்படுத்தினாள். அவள் கம்பெனிக்குள்

கால் வைத்தபோது எல்லார் கண்களும் ஜெஸ்ஸியை மொய்த்தன.

‘ஜெஸ்ஸியக்கா இன்னைக்கி என்ன பிறந்த நாளா? இல்ல வேற ஏதும் விசேஷமா?’

‘ஒங்களுக்கு நல்லா டிரஸ் பண்ணியிறக் கூடாது. தலையில பூ வச்சிரக் கூடாது. தினமும் குறுனிப் பஞ்ச தின்னுட்டு கோட்டிக்காரிச்சி மாதிரியே இருக்கனும்.’

‘நீ எப்படி வேணும்னாலும் இரு தாயி வேண்டாங்கல. ஆனா இங்குக் கழிவுபஞ்சு திங்கத்தான வரவேண்டியிருக்கு.’

‘காலம் இப்பிடியே போகாது, கர்த்தர் நமக்கும் என்னைக்காவது நல்ல வழிகாட்டுவார்.’

‘ஆளாகி பதினெட்டு வருஷம் ஆச்சு. ஒரு பய சீந்த மாட்டேங்கான். கும்புடாத சாமியில்ல, போகாத கோயில் இல்ல, ஒரு சாமியாவது கண்ணத் தொறந்து பார்க்க மாட்டேங்கு.’

அந்தோணியம்மாள் நடைபிணமாய் மாறிப் போனாள். ஜெஸ்ஸியின் குணம் அவளுக்கு நன்றாகத் தெரியும். முடிவு செய்துவிட்டால் யாராலும் குறுக்கிட முடியாது. எப்படி அவளுடைய அய்யாவை வெறுத்து இன்னும் முகத்தில் முழிக்காமல் இருக்கிறாளோ அதேபோல் அடைக்கலம் பாதரை அறவே வெறுத்து ஒதுக்கினாள். பாதரை இந்த அளவுக்கு அவள் வெறுத்து ஒதுக்குவதற்கு வேறு காரணங்கள் ஏதேனும் இருக்குமா என்று அந்தோணியம்மாள் சில நேரம் மனசைக் குழப்பிக் கொண்டாள்.

ஜெயபாலிடம் என்னென்ன சொல்ல வேண்டுமோ அவ்வளவையும் சொல்லிவிட்டாள். முக்கியமாக கல்யாணம் முடிந்த பின்னால் இங்கே இருக்கக்கூடாது. தூத்துக்குடியில்தான் குடியிருக்கவேண்டும். வேலை யில்லையென்றால் நானும் உங்கள் அம்மாவும் இருந்துகொள்கிறோம். நீங்கள் இங்கே வேலை பார்த்துவிட்டு வாரத்திலோ மாதத்திலோ அங்கே வந்தால் போதுமானது. எல்லாவற்றுக்கும் ஜெயபால் சம்மதித்தான். அந்தப்படியே முடிவாயிற்று. ஜெஸ்ஸி திருமணத்திற்குச் சம்மதித்தாள்.

ராயப்பனும் கருத்தமுத்தும் ஹாஸ்டல் படிப்பை முடிக்க இன்னும் ஐந்தே மாசங்கள்தான் இருந்தன. அப்புறம் என்ன படிக்கலாம் என்ற குழப்பம் இருவருக்கும். கல்லூரியில் சேர்ந்து படிக்கப்போக விருப்பம் இருந்தாலும் பொருளாதார நிலையை நினைத்து இருவரும் யோசித்தார்கள். பாலிடெக்னிக் படிக்கப்

போகலாம் என்ற யோசனை வந்து போனது.

ஜெஸ்ஸி தான் நினைத்தபடியேதான் காரியத்தைச் சாதித்துக் கொண்டாள். அவளுடைய திருமணத்தை யாராலும் தடுத்து நிறுத்த முடியவில்லை. அடைக்கலம் பாதர் பங்கைவிட்டே நீக்கிவிடுவேன் என்றுகூட சொல்லிப் பார்த்தார். ஆனால் கடைசிவரை பாதரை சந்திக்க ஜெஸ்ஸி மறுத்துவிட்டாள். கோவிலில் ஓலை வாசித்துப் பங்குத் தந்தையின் சம்மதம் வாங்க ஜெஸ்ஸி வருவாள் என்ற பாதரின் எண்ணம் ஈடேறவில்லை. சிலுவையை முருகன் ஏற்றுக்கொண்டார்.

ரொம்ப நாளைக்குப் பிறகு அந்தோணியம்மாளும் அடைக்கலம் பாதரும் தனித்திருந்தார்கள். இருவரும் சில விஷயங்களை வெளிப் படையாகப் பேசி முடிவுபண்ண வேண்டிய நேரத்திற்காகக் காத்திருந்தார்கள்.

'அந்தோணி ஓம் மகளுக்கு இவ்வளவு வீராப்பு இருக்கக்கூடாது.'

'பாதர் நம்ம ரெண்டு பேரையும் பத்தி ஊரு ஒலகம் என்ன பேசுதுன்னு சொல்லி சண்ட போட்டா, நீ உத்தமினா இந்த பைபிள்ள சத்தியம் பண்ணுனு சொல்லி பைபிள மூஞ்சிக்கு நேரா நீட்றா.'

'நீ சத்தியம் பண்ணுனியா'

'எப்படி பாதர் சத்தியம் பண்ண முடியும், யார்ட்டனாலும் பொய் சொல்லலாம் பாதர், பெத்த மகள்கிட்ட தாய் பொய் சொல்றத கர்த்தர் ஏத்துக்கிற மாட்டார்.'

'ஏன் ஏத்துக்க மாட்டார். எல்லா பாவங்களும் மன்னிக்கப்பட வேண்டிய பாவங்களே. மன்னிப்பிற்கு உகந்தாத பாவங்கள் பூமியில் ஏதுமில்லை. துன்மார்க்கருடைய பாதையோ காரிருளைப் போலிருக்கும். தாங்கள் இடறுவது இன்னதில் என்று அறியார்கள். நீதிமான்கள் அவர்களை இருளிலிருந்து அகற்றி பாவ சங்கீர்த்தனம் செய்து சூரியப் பிரகாசமாய் மாற்றுவார்கள்.'

அந்தோணியம்மாள் சூரியப் பிரகாசமாய் ஜொலித்தாள். அவ்வொளி வெள்ளத்தில் அடைக்கலம் பாதர் உருகினார். கோபுரத்தில் தொங்கி வேளா வேளைக்கு ஊரையெல்லாம் எழுப்பும் வெண்கல மணி தன் நாவுகளைச் சுருட்டிக் கொண்டது. பைபிளில் வசனங்களைத் தேடும் கண்களும் வார்த்தைகளை உச்சரிக்கும் நாவும், கர்த்தரின் ரத்தம் என திராட்சை ரஸத்தை தூக்கிக் காட்டும் இரு கைகளும், கல்வாரி பாதைகளில் கால்கள் தள்ளாட இயேசு நடந்த கரடுமுரடான பாதைகள் ரத்தம் வழிய சாட்சியங்களாய் இருக்க, அடைக்கலம் பாதர்

அந்தோணியம்மாளிடம் அடைக்கலமாகிக் கிடந்தார். கோபுரவாசலை அடையும் புறாக்களின் குக் குக் குக் சத்தங்களும், இறக்கையடிக்கும் பட்பட்பட் சத்தங்களும் அவர்களின் செவிகளில் ஒலிக்க, புறாக்களும் ஆனந்தித்திருந்தன.

ராயப்பனைக் கல்லூரியில் சேர்த்துப் படிக்கவைக்க தான் உதவி செய்வதாக பாதர் கூறியிருப்பதை அந்தோணியம்மாள் மகனிடம் சொன்னபோது ராயப்பன் மும்முறை நெஞ்சில் சிலுவையிட்டுக் கொண்டான். கருத்தமுத்துதான் திகைப்பூண்டில் மிதித்தவனைப் போல் திசை தெரியாமல் தத்தளித்தான். பாலிடெக்னிக் கல்லூரி அதுவும் பாதர்களால் நடத்தப்படுவது தூத்துக்குடியில் இருப்பதும், பங்குத் தந்தையின் கையெழுத்து இருந்தால் சேர்த்துக்கொள்வார்கள் என்றும் ராயப்பன் சொல்லிக்கொண்டிருந்தான். இந்து என்றாலும் சாமியாரின் கையெழுத்து இருந்தால் போதும் என்று சொல்லி யிருந்தான். இருவரும் ஒரே கல்லூரியில் படிக்கவில்லையென்றாலும், ஒரே ஊரில் படிப்பது நல்லது என்றும் அந்தோணியம்மாள் நினைத்தாள். அதோடு மகள் ஜெஸ்ஸியும் தூத்துக்குடியிலேயே இருப்பதால் நல்லதாகப் போயிற்று என்று நினைத்தாள். சமயம் பார்த்துச் சொல்லி அடைக்கலம் பாதரிடம் கருத்தமுத்துக்கு சிபாரிசுக் கடிதம் வாங்கிவிட வேண்டுமென நினைத்துக்கொண்டாள்.

நேற்றுப் போல் இருக்கிறது. மூன்று ஆண்டுகள் ஓடிப்போய் விட்டது. பெரியதாய் தண்ணீர் விலகிக் கொண்டிருந்தாள். வாய்க்கால் தண்ணீர் பாத்திக்குள் வந்து நனைத்தவுடன் பாத்திகளுக்குள்ளிருந்து வெளியேறும் பூச்சிகளையும், பூரான்களையும், பறந்து டும் விட்டில்களையும், பாச்சாக்களையும் உன்னிப்பாகக் கவனித்துக் கொண்டிருந்தான் கருத்தமுத்து. எப்போதாவது தேள்கள் வெளிப் பட்டால் மட்டும் மண்வெட்டியால் நசுக்கிக் கொன்றாள் பெரியதாய்.

‘எம்மா மம்பட்டிய கொண்டா நான் தண்ணி வெலகிப் பாக்கன்.’

‘வேண்டாம்டா கை பொத்துப் போகும்.’

‘பொக்காதும்மா, ரெண்டு பாத்திக்கு மட்டும்.’

கருத்தமுத்து வாமடையை அடைக்கத் தெரியாமல் திணறியதைப் பார்த்து பெரியதாய் சிரித்துக்கொண்டாள். பள்ளிக்கூடம் படிச்ச புள்ள சம்சாரி வேல பாக்க எங்கூட்டுக் கூடி முடியும் என நினைத்துக் கொண்டாள்.

எப்படியாவது, தன் மகனை மேல் படிப்பு படிக்க வைத்துவிட

வேண்டும் என்று பெரியதாயும் இருளாண்டியும் ஆசைப்பட்டாலும் அது நிறைவேறுவது மாதிரி தெரியவில்லை. ஒருநாள் சாவாசமாக இருந்தபோது பெரியதாய் கருத்தமுத்துவிடம் பேச்சுக் கொடுத்தாள்.

'என்னடா முத்து, லீவு முடியப்போகுது, மேக்கொண்டு என்ன செய்யப்போற, எங்களுக்கு ஒன்னும் தெரியாதுப்பா.'

'ராயப்பன் காலேஜ்க்கு படிக்கப் போறான். பாதர் படிக்க வைக்கிறமுனு சொல்லிட்டாரு, என்னய பாதர்கிட்ட சொல்லி பாலிடெக்னிக்ல சேத்து விடுறமுனு சொல்லியிருக்கான்.'

'அப்படினா என்னதுடா முத்து.'

'படிப்போட தொழிலையும் கத்துக்கிறது.'

'ராயப்பனோட சேத்து ஒன்னயவும் பாதர் காலேஜ்ல சேத்தா என்ன, ரெண்டு பேரும் ஒன்னா இருந்துக்கிறலாம்ல்ல.'

'எம்மா ராயப்பன் வேதக்காரன், அவன பாதர் சபையிலருந்து செலவழிச்சு படிக்க வைக்காரு, நமக்கு எந்தச் சபை இருக்கு, தெரியலையே.'

'..........'

'வேதத்துல சேந்திட்டா என்னையும் ராயப்பனோட சேர்த்துப் படிக்க வைப்பாரு, சேரட்டுமா, சொல்லும்மா.'

'ஏல, அதென்ன கூறுகெட்டதனமா பேசுற, அதவிட படிக்காம ஆடு மாடு மேய்ச்சாலும் பரவால்ல அந்தப் பேச்சு மட்டும் பேசிறாத, ஒங்கய்யா காத்துக்கு எட்டுச்சுனா தாட்பூட்னு குதிக்கப் போறான்.'

'மொதல்ல ராயப்பன் ஒரு முடிவு சொல்லட்டும், அதுக்குப் பெறவு பாப்பம், பாதர்கிட்ட லெட்டர் வாங்கிட்டுப் போனாத்தான் பாலிடெக்னிக்ல சேப்பாங்க'

'சாப்பாடு படிப்பு எல்லாமே இலவசம்தானடா'

'எல்லாமே இலவசம், அவங்க சபையிலருந்து நடத்துற பள்ளிக் கூடம், அவங்களுக்குப் போகத்தான் நமக்கு எடம்.'

'அங்க வேதத்துல சேரச் சொல்லமாட்டாங்களே.'

'தெரியல, ஏற்கனவே கழுத்துல சிலுவைய தொங்கவிட்டாச்சு. கோயில்ல போயி முட்டாங்கால்தான் போடல.'

தூத்துக்குடியில் ஜெஸ்ஸியின் வீட்டைக் கண்டுபிடிப்பது அவ்வளவு சிரமமானதில்லை. ஏற்கனவே ராயப்பன் இரண்டு மூன்று முறை வந்திருக்கிறான் என்பதைவிடவும் சார்லஸ் கோவில் எங்கேயிருக்கிறது

என்று கேட்டாலோ அல்லது அரசாங்க ஆஸ்பத்திரி எங்கே இருக்கிறது என்று கேட்டாலோ சின்னப்புள்ளைக்கூட வழி காட்டிவிடும். ராயப்பனும் கருத்தமுத்தும் வேகமாக நடந்துகொண்டிருந்தார்கள். கருத்தமுத்து தன்னுடைய தகரப்பெட்டியைத் தலையில் வைத்திருந்தான். ராயப்பன் துணிப்பை ஒன்றை கையில் பிடித்திருந்தான். கல்லூரியில் சேர இன்னும் பத்து நாட்கள் இருந்தபடியால் ராயப்பன் கருத்த முத்துவைச் சேர்த்துவிடுவதற்காக உடன் வந்திருந்தான்.

இருவரும் நடந்துகொண்டே இருந்தார்கள். குடிசைகள் வந்து கொண்டே இருந்தன. தென்னங் கிடுக்குகளால் வேயப்பட்ட நூற்றுக் கணக்கான குடிசைகள், குடிசையின் காம்பவுண்டுக்குள் சரம் சரமாய் தொங்கும் காய்களுடன் முருங்கை மரங்கள். பாதங்கள் புதையும் மணல் பாதை நடக்க சிரமமாயிருந்தது. கால்கள் இரண்டையும் வலுக்கட்டாய மாகத் தூக்கி இழுத்து வைத்து நடக்க சங்கடமாயிருந்தது. ஒரு வழியாக சார்லஸ் கோயிலின் கோபுரம் தெரிந்தது.

‘முத்து இந்தா இருக்குப் பாரு இதுதான் சார்லஸ் கோயில். இத நல்லா அடையாளம் பாத்துக்கோ, கோயிலுக்கு வடக்க மொதத் தெருவுல, கெழக்கயிருந்து அஞ்சாவது வீடுதான் ஜெஸ்ஸியோட வீடு. எல்லா குடிசையும் ஒன்னுபோல்தான் இருக்கும், பாத்துப் போகணும்.’

ராயப்பனையும் கருத்தமுத்துவையும் ஜெஸ்ஸி எதிர்பார்த்திருக்க மாட்டாள். குடிசைக்கு முன் உட்கார்ந்து பாத்திரம் தேய்த்துக் கொண்டிருந்தவள் ஆச்சரியத்தால் கண்களை அகல விரித்தபடி நின்றாள். தகரப் பெட்டியை இறக்கி வைத்த முத்துவின் கையில் தண்ணீர் செம்பைக் கொடுத்தாள். ராயப்பனும் ஒரு செம்புத் தண்ணீரை காலி பண்ணினான்.

‘இவன இங்க செண்ட்மேரீஸ் பாலிடெக்னிக்ல சேக்கப்போறன், பாதர் லெட்டர் குடுத்திருக்காரு, நான் காலேஜ்ல சேர இன்னும் பத்து நாள் இருக்கு, இவன சேத்து விட்டுட்டு நான் ஒடனே போயிருவன், இவன் ஹாஸ்டல்ல இருப்பான்.’

‘டேய், முத்து பெரிய பையனாகிட்டடா, வளர்ந்துக்கிட்டே போற, பன ஒசரம் போயிருவ போலருக்கு.’

‘மாமாவ எங்க ஜெஸ்ஸி காணோம்.’

‘ஆஸ்பத்திரிக்கு ஒரு சவ்வாரி போயிருக்காரு, இப்ப வந்துருவாரு, நீங்க வர்றது தெரிஞ்சா பஸ்டாண்டுக்கு வண்டி கொண்டாந்திருப்பாரு.’

சுவர்களில் மாட்டப்பட்டிருந்த இந்துக் கடவுள்களின்

படங்களையும், அவைகளுக்கு மாலைகள் போட்டு அலங்கரித் திருப்பதையும் இருவரும் ஆச்சரியமாய் பார்த்தார்கள். அடுத்த வரிசையில் மாதா படமும் இயேசு படமும் மாட்டப்பட்டிருந்ததை ஜெஸ்ஸி காட்டினாள்.

'இதெல்லாம் அவருக்கும் அவுக அம்மாவுக்கும். இது எனக்கு மட்டும்.'

'ஜெஸ்ஸியக்கா ஒன்னய வேதக் கோவில் கும்பிடவிடுறாரா? இல்ல அவுக சாமியத்தான் கும்பிடனுங்காரா.'

'டேய், சார்லஸ் கோவில் இந்தாருக்கு, மாதா கோயில் தூரம், என்னய ரிக்‌ஷாவுல வச்சு கூட்டிட்டுப் போயி பூசை முடிச்சப் பெறகு கூட்டிட்டு வருவார்டா.'

'அவுக அம்மா ஒன்னும் சொல்லாதா.'

'நம்ம மாதாவுக்கும் சேர்த்துப் பூபோடும். தங்கமான குணம். கால் கொஞ்சம் ஒச்சம். வேல வெட்டி செய்ய முடியாது. எல்லா வேலையும் அவரே கூடமாட செய்வாரு.'

ஜெஸ்ஸி வேகவேகமாக சமையல் செய்தாள். முருங்கை காய்களையும், வீட்டுக்குப் பின்னால் இருந்த வட்டமான உறைக் கிணற்றையும் கருத்தமுத்து ஆச்சர்யமாய் பார்த்தான்.

'தண்ணி உப்புத் தண்ணிடா, கடல் தண்ணி மாதிரியே இருக்கும். ஒரு சொட்டு வாயில வைக்கமுடியாது. அப்படியே ஓங்கரிக்கும்.'

சார்லஸ் கோவிலின் கோபுரத்தை உற்றுப்பார்த்துக் கொண்டிருந்தான் கருத்தமுத்து. புதிதாகக் கட்டப்பட்டிருந்தது. இப்போது கோவிலில் யாருமே இல்லாததால் கோவில் வெறிச்சோடிக் கிடந்தது. ஜெஸ்ஸி சந்தோஷமாக வேலை செய்துகொண்டிருந்தாள். அவள் கருத்தமுத்துவை அடிக்கடி சீண்டிப் பார்க்க தவறவில்லை.

'டேய், ராயப்பா படிக்கப் போற காலேசும் முத்து படிக்கப்போற பள்ளிக்கூடமும் தூரமாடா.'

'இப்பிடி எதுக்க எதுக்கதான், ரோட்டுக்கு தெக்க காலேசு, வடக்க அவன் படிக்கப்போற பாலிடெக்னிக் அவ்வளவுதான்.

'டேய், முத்து வீட்ட நல்லா அடையாளம் பாத்துக்கோடா ராயப்பன் கூடத்தான் வரனும்னு இல்ல, எப்பனாலும் ஒனக்கு லீவு கெடச்சா வாடா.'

'..........'

'என்னடா ஒன்னும் சொல்ல மாட்டேன்க, ஒனக்கு அவ்வளவு

கெராக்கியாடா.'

'சரிக்கா, வாரன்.'

'டேய், ராயப்பா அம்மா எப்பிடிடா இருக்கா, நல்லா இருக்காளா? தொன தொனனு பேசுவா, நிய்யி ஒன்னும் கண்டுக்கிராத, ஜேசு மிக்கேல் சம்பளம் தாரானா?'

'அவனப் பத்தி ஒரு பிரச்சினையுமில்ல, இவதான் எப்பப் பார்த்தாலும் நச்சரிப்பா.'

'நீ இங்க வாக்கப்பட்டு வந்தது, அதுவும் ஒரு இந்து மாப்பிள்ளைக்கு வாக்கப்பட்டது, பாதருக்குப் பிடிக்கலையாம், ஓயாம சொல்லிக்கிட்டே இருக்கா.'

'இவள கெடுத்ததே அந்தப் பாதர்தானே. இல்லனா நம்ம குடும்பம் இந்தக் கெதிக்கு வந்திருக்காது. நம்ம அய்யா நம்மள விட்டுட்டு ஓடியிருக்க மாட்டாரு. நம்மளும் நாலு பேரப்போல நல்லா கெளரவமா இருந்திருப்போம்.'

'ஜெஸ்ஸியக்கா அத சொல்ல மறந்துட்டனே, அய்யா பிழைக்க மாட்டாராம். அதுக்குப் பெறவு ரெண்டாட்ட அம்மா போயி பாத்திட்டு வந்தா, அண்ணன் பாக்க வர முடியாதுனு சொல்லிட்டான், நான் அன்னைக்குப் போனதோட சரி.'

சுற்றிலும் தென்னங்கிடுக்கால் வேயப்பட்டிருந்த ஓலை மறைவில் ரிக்ஷா வந்து நின்றதை யாரும் கவனிக்கவில்லை. ஜெயபால் அரவமில்லாமல் வீட்டுக்குள் நுழைந்தவுடன் ராயப்பனையும் முத்துவையும் கண்டவுடன் சிரித்த முகமாய் வரவேற்றான்.

'வாங்க மாப்பிள்ள வாங்க, திடுதிப்னு வந்து நிக்கீகளே.'

'இவன பாலிடெக்னிக்ல சேக்கனும் மாமா, ஏங்கூட இதுவரைக்கு ஒன்னாப் படிச்சவன், கஷ்டப்பட்ட குடும்பம், நம்ம பாதர்தான் சப்போட் பண்ணியிருக்காரு.'

'நீங்க எதுல சேரப் போறீங்க.'

'காலேஜ்ல மாமா இன்னும் பத்துநாள் இருக்கு. இங்கதான் இவனோட பள்ளிக்கூடத்துக்கு எதிரா.'

'ஜெஸ்ஸி... ஏய்... ஜெஸ்ஸி, நான் போயி மீனு வாங்கியாரன் சீக்கிரமா சோத்தப் பொங்கு.'

'இல்லங்க இன்னக்கி மீனு வேண்டாம், எல்லாமே ரெடி பண்ணிட்டன், அவங்க சாப்பிட்டுட்டு இப்ப கௌம்பனும், நீங்ககூட

போய்ட்டு வாங்க, பஸ்ல போனா நேரமாகும், ரொம்ப தூரம்.'

எல்லோருமே சாப்பிட்டு முடித்தார்கள். கருத்தமுத்தும் ராயப்பனும் ஏறிக்கொள்ள, ஜெயபால் ரிக்ஷாவை மிதித்தான். மணல்கள் பதியும் தெருக்களைக் கடந்து மெயின்ரோட்டுக்கு வந்தபோது விசாலமான அந்தச் சாலையில் நிறைய வாகனங்கள் போய்க்கொண்டிருந்தன. இரு மருங்கிலும் பெரிய பெரிய கட்டிடங்களைப் பார்த்தபோது கருத்தமுத்து வாயைப் பிளந்தான்.

'இங்க கடல் இருக்குனு சொன்னாங்க. காணலியே.'

'கடல் கெழக்க இருக்கு நம்ம இப்ப மேற்காம போறம்.'

ஜெயபால் இருவருக்கும் ஒவ்வொன்றாய் விளக்கிச் சொல்லிக் கொண்டே வந்தான். ஓரிடத்தில் காம்பவுண்டுக்குள் மலை மலையாய் தேங்காய்கள் குவிந்து கிடப்பதைக் கண்டான். இவ்வளவு தேங்காய்களை ஒரே இடத்தில் அவர்கள் பார்த்ததே இல்லை. ரிக்ஷாவுக்குள்ளிருந்து எட்டி எட்டிப் பார்த்தார்கள். அந்த இடத்தை ரிக்ஷா கடந்தபோது தேங்காய் எண்ணெயின் வாசனை கமகமவென்று மூக்கைத் துளைத்தது.

'நம்ம தலைல தேய்க்கிறம்ல்ல தேங்காய் எண்ணெய் அது தயாரிக்கிற இடம் இதுதான்.'

ஜெயபால் ரிக்ஷாவை அந்தக் கம்பெனியின் காம்பவுண்ட் சுவரோரம் நிறுத்தினான். மூவரும் உள்ளே எட்டிப்பார்த்தார்கள். கண்ணுக்கு எட்டிய தூரம் உடைத்த தேங்காய் முறிகள் காய வைக்கப்பட்டிருந்தன. கரிசல் காட்டில் பருத்தி வெடித்துக் கிடப்பதைப் போல் தரையில் எட்டும் மட்டும் வெள்ளை வெளேர் என்று கிடந்த தேங்காய் முறிகளை ஆச்சரியமாய் பார்த்தார்கள். நிறைய பெண்கள் தலையில் முக்காடு போட்டுக்கொண்டு கூடைகளில் எதையோ சுமந்து கொண்டிருந்தார்கள்.

'இந்தா காய வச்சிருக்காகல்ல மாப்பிள்ள, ரெண்டு மூனு நாள்ல தேங்காய்ல உள்ள தண்ணியெல்லாம் காய்ஞ்சிரும். அதுக்குப் பெறகு சிரட்டை தனியாவும் தேங்காய்ப்பருப்பு தனியாவும் வந்திரும், இப்படி உருண்டை உருண்டையா பனியாரம் மாதிரி, அது பூராவும் எண்ணெய்யா இருக்கும், அதக்கொண்டு போய் மிசின்ல போட்டு பிழிஞ்சுதான் எண்ணெய் எடுப்பாங்க. சிரட்டைய எல்லாத்தையும் கரிமூட்டம் போடுறவுக வந்து வாங்கிட்டுப் போயி கரியாக்கி வித்துருவாங்க.'

புறப்பட்டுக் கொஞ்சதூரம் போன பிறகு ரோட்டுக்கு இடதுபுறம் படர்ந்த ஆலமரம். அதனடியில் உறைக்கிணறு, தண்ணீர்த்தொட்டிகள் நிறையப் பேர் தெலாவில் தண்ணீர் இறைத்துக் குளித்துக்கொண்டும், துணிகள் துவைத்துக்கொண்டும் இருந்தார்கள். ஆலமரத்தின் விழுதுகளுக்கு நடுவில் நாக்கைத் துருத்தியபடி இசக்கியம்மன். கையில் சூலாயுதம். பார்க்கவே பயங்கரமாக இருந்தது. அம்மனுக்கு நேர்ச்சையாய் சாத்திய பட்டு வஸ்த்திரங்கள், அருகில் குமிந்து கிடந்தன. வாடிய மாலைகளும், காய்ந்த எலுமிச்சம் பழங்களும், அடுப்பெரித்த கருநிறக் கற்களும் நிறைந்து கிடந்தன. சரம்சரமாய் தொங்கிய மணிகள், சுற்றிவருபவர்கள் ஓசை எழுப்பினர்.

ஜெயபால் ஒவ்வொரு இடமாக விளக்கிச் சொல்லிக்கொண்டே வந்தான். இருவரும் ஆச்சரியமாய் கேட்டுக்கொண்டே வந்தார்கள். இசக்கியம்மன் கோயிலைத் தாண்டியவுடன் மயானம் ஆரம்பித்தது. ரிக்ஷா போகப்போக மயானம் நீண்டுகொண்டே சென்றது. முடிவே இல்லாதது போல் வந்துகொண்டே இருந்தது. ஒவ்வொரு சுடுகாட்டுக்கும் வாசல் இருந்தது. இரும்பு கேட் இருந்தது.

'மொத்தம் பனிரெண்டு சுடுகாடு. இந்த ஊர்ல எங்க செத்தாலும் இங்கதான் வரணும். அதாவது ஒவ்வொரு ஜாதிக்கு ஒரு சுடுகாடு. அந்தந்த ஜாதி ஆட்கள அந்தந்த சுடுகாட்டுக்குத்தான் கொண்டு போகணும். சிலதுகள்ல எரிப்பாக. இன்னும் சிலதுகள புதைக்க மட்டும் செய்வாங்க. அந்தா நடுவுல கல்லறைகளா தெரியுது பாருங்க, அது வேதக்காரவுகளுக்கு, அவுக எரிக்கமாட்டாங்க. பொதச்சு குழிமேல கல்லறை கட்டி சிலுவைய வச்சிருவாங்க. இந்தப் பன்னிரெண்டு சுடுகாடும் அந்தக் காலத்துலயே வெள்ளக்காரன் கெட்னது. ராத்திரி பகலா வாட்ச்மேன் உண்டு. அனாவசியமா யாரும் உள்ள போக முடியாது.'

பேசிக்கொண்டே ரிக்ஷா மிதித்த ஜெயபால் சடக்கென்று திருப்பி இடது பக்கம் உள்ள பெரிய கேட்டின் முன்னால் நிறுத்தினான். வாட்ச்மேன் வேகமாக ஓடிவந்தான்.

'யாரப் பாக்கணும்.'

'பாலிடெக்னிக்ல இவன சேக்கணும்.'

'எந்தப் பங்குலருந்து வாரீக.'

'கோயில்பட்டி பங்கு, பாதர் லெட்டர் இந்தாங்க.'

வாட்ச்மேன் லெட்டரை வாங்கி மேலும் கீழும் பார்த்தான். உறையின்மேல் வைக்கப்பட்டிருந்த ரப்பர் ஸ்டாம்பின் மீது

நம்பிக்கை வைத்து கேட்டை திறந்துவிட்டான். ரிக்ஷா மணலுக்குள் திணறியது. கண்ணெட்டும் தூரம் வரை மணல் மணல் மணல். பூவரசு மரங்களும் வேப்ப மரங்களும், வாகை மரங்களும் நிறைந்து இருந்தன. பெரிய பெரிய கட்டிடங்கள் தெரிந்தன.

கண்ணில் தட்டுப்பட்ட போர்டுகளையெல்லாம் கருத்தமுத்தும் ராயப்பனும் வாசித்துக்கொண்டே வந்தார்கள். சென்மேரீஸ் அச்சகம், சென்மேரீஸ் ஓட்டுனர் பயிற்சிப் பள்ளி, சென்மேரீஸ் நர்சரி, ஆரம்ப பாடசாலை, உயர்நிலைப் பள்ளி, சென்மேரீஸ் தொழில்நுட்பப் பள்ளி இன்னும் ஏதேதோ பள்ளிகள் வந்துகொண்டேயிருந்தன. ஆசிரியர் பயிற்சி நிறுவனம் என்று எழுதப்பட்டிருந்த பெரிய கட்டிடத்தின் முன் ரிக்ஷாவை நிறுத்தினான். பாதர் கொடுத்தனுப்பிய கடிதத்தை எடுத்துக்கொண்டு வாட்ச்மேனிடம் காட்டினான். பாலிடெக்னிக் இருக்கும் இடத்தை அடையாளம் காட்டினான். மணலுக்குள் ரிக்ஷா போகாதாகையால் மூன்று பேரும் நடந்து சென்றார்கள். சுடுகாட்டின் கடைசி சுவரை ஒட்டி பதின்மூன்றாவது சுடுகாட்டைப் போல் நீண்டிருந்தது கட்டிடம். பாதர் காணிக்கைராஜ் என்ற போர்டு தொங்கிய அறையின் முன்னால் போய் நின்றவுடன் வெள்ளை வேஷ்டி, வெள்ளை முழுக்கை சட்டையணிந்த, கண்ணாடியணிந்த, ஒல்லியான ஒரு நபர் உட்கார்ந்திருந்தார். வேகமாக அறைக்குள் போன ராயப்பன், ஸ்தோத்திரம் சொல்லியபடியே அவர்முன் மண்டியிட்டான். பாதர் ராயப்பனின் தலையில் கை வைத்து ஆசீர்வதித்தார். பாதர் கடிதத்தை நிதானமாக வாசித்து முடித்தார்.

'இந்துப் பையனா.'

'ஆமா, பாதர், ஞானஸ்தானம்தான் எடுக்கல, மத்தப்படி நம்ம கோயிலுக்குத்தான் வாரான், பாதர் ஒங்ககிட்ட சொல்லச் சொன்னாரு, இந்த வருஷம் ஞானஸ்தானம் எடுத்திருவான்.'

ஜெயபாலையும், கருத்தமுத்துவையும் பாதர் அறைக்குள் அழைத்தான் ராயப்பன். முத்துவை ஏற இறங்கப் பார்த்த பாதர் ராயப்பனிடம் பேசினார்.

'சேட்ட பண்ணக்கூடாது. ஒழுங்கா இருக்கணும். இல்லனா வீட்டுக்கு அனுப்பிருவம், நல்லா படிக்கணும்.'

'கஷ்டப்பட்ட பையன் பாதர், மூனு வருஷம் எங்கூடத்தான் படிச்சான். எங்க பங்கு பாதருக்கு நல்லா தெரியும். இல்லனா லெட்டர் குடுப்பாரா, சொல்லுங்க பாதர்.'

வரிசையாய் சுவரோரமாய் வைக்கப்பட்டிருந்த தகரப் பெட்டிகளின்

வரிசையில் கருத்தமுத்து தன் பெட்டியையும் இறக்கி வைத்தான். ஜெயபாலும் ராயப்பனும் புறப்பட்டார்கள். கருத்தமுத்து இலேசாய் கண்கலங்கி முகம் சுளித்தான்.

'டேய் முத்து எதுக்குடா வருத்தப்படுற, இன்னும் பத்து நாள்தான்டா, நான் வரப் போற காலேசும் பக்கம்தான், அதுக்கு மேலனா ஜெஸ்ஸி வீடு கிட்டத்துலதான ஜெயபால் மாமா பாத்துக்கிருவாருடா, தைரியமா இரு.'

ரிக்ஷாவை மணலில் உருட்டிக்கொண்டு இருவரும் புறப்பட்டுப் போனார்கள். தொழிற்கல்வி பயிலும் நாற்பத்து எட்டுப் பேர் அந்த நீண்ட வராண்டாவில் பெட்டிகளை வரிசையாக வைத்திருந்தார்கள். மூன்றாமாண்டு, இரண்டாமாண்டு, முதலாமாண்டு என்று வரிசைப்படி வைக்கப்பட்டிருந்தன பெட்டிகள். வேப்பமரங்களும் பூவரசு மரங்களும் நிறைந்த வனாந்திரம் மாதிரியான சூழல் கருத்தமுத்துக்குப் பிடித்திருந்தது. அதையெல்லாம்விட அவனை ஆச்சரியப்பட வைத்தது பொன்நிறமாய் மின்னும் தவிட்டு மணல்தான். அள்ளி அள்ளிப் பார்த்தான். பட்டறைப் பையன்கள் என்று இவர்களை அழைத்தபோது என்ன என்று தெரியாமல் முழித்தான். இரண்டு நாட்கள் சென்ற பின்தான் தெரிந்தது, அருகில் ஒரு தச்சுப்பட்டறை இருப்பதும், தச்சுத் தொழில் படிக்கிற பள்ளிக்கூடமும் ஒன்றாகச் சேர்ந்திருப்பதும் தச்சுப்பட்டறைக்கு எதிர்புறம் பிரிண்டிங் பிரஸ், அதற்கு அடுத்து மாட்டுக்கூடம், கோழிப்பண்ணை. கொஞ்சம் தள்ளியிருந்தது பிரதர்களும், பாதர்களும் தங்கியிருக்கும் பங்களா போன்ற நீண்ட விடுதிக் கட்டிடங்கள். பின்புறம் சமையல்கூடம். நட்ட நடுவில் சர்ச். உயர்ந்த கோபுரம். ஐந்து அடுக்கு கெபி. ஒவ்வொரு அடுக்கிலும் அப்போஸ்தலர்களின் முழு உருவச் சிலைகள். கருத்தமுத்து தனி உலகில் சஞ்சரித்தான். ஏராளமான பிள்ளைகள் படிக்கும் பள்ளிக் கூடமும் உள்ளேயே இருந்தது.

சாலையில் ரிக்ஷாவில் வரும்போது ஜெயபால் காட்டிய பன்னிரெண்டு சுடுகாட்டுக்கு அடுத்து இருப்பதுதான் இந்த காம்பவுண்ட் சுவர் என்பதை அறிந்துகொள்ள மூன்று நாட்களானது முத்துக்கு. முதன் முதலாக விடுதியின் வாசலில் நின்று கிழக்காமல் பாத்தான். உடை மரங்களும், எருக்கலை செடிகளும், முள்மரங்களும் நிறைந்த சுடுகாடு. வடகோடியில் எரியூட்டி பிணம் எரிக்கும் தகனமேடை. அருகில் ஆட்கள் உட்கார தகரக் கொட்டகை. வட்டவடிவமான சின்ன உறைக்கிணறு. கயிறுகட்டி தொங்கும் வாளி. பன்னிரெண்டு

சுடுகாட்டில் ஒன்று கல்லறைகளால் நிரம்பிய கிறிஸ்தவர்களுக்கான சுடுகாடு. இன்னொன்று புதைக்க மட்டுமே செய்யும் ஜாதிய வழக்கமுள்ளவர்களின் சுடுகாடு. மற்ற பத்திலும் எப்போதும் புகை வந்துகொண்டேயிருக்கும். காற்று கிழக்கேயிருந்து மேற்காமல் வீசும்போது கருத்தமுத்து தங்கியிருக்கும் ஹாஸ்டல் விடுதி பிண நாத்தத்தால் புகை மண்டிவிடும். முதலாமாண்டு பையன்கள் மட்டுமே மூக்கைப் பொத்திக்கொண்டு நின்றார்கள். மற்ற பையன்கள் அவர்களைப் பார்த்துச் சிரித்தார்கள். சாப்பிட்டுக்கொண்டிருந்த கருத்த முத்துக்கு பிணவாடை பிடிக்கவில்லை. கஸ்பார் என்கிற மாணவன் சொன்னான்.

'எல்லாம் பத்து நாளைக்குத்தான், பெறகு எல்லாம் சரியாப் போகும், மொதல்ல வந்த புதுசுல நானும் ஒன்ன மாதிரிதான் ஓராட்ட வாந்திகூட எடுத்தேன். இப்ப அந்த வாடை பழகிப்போச்சு. ஒரு நாளைக்கு அந்த வாடை இல்லன்னா எதையோ இழந்தது மாதிரி இருக்கு. நல்லா இழுத்து மூச்சுவிடு. ஏம்னா நாளைக்கு உன்னய எரிக்கும்போதும், என்னய எரிக்கும் போதும் இதே வாட வாசனதான் வரும், வித்தியாசமே கெடையாது. ஒலகத்துக்கே பொது வாசனை ஒரே வாசனை இது ஒன்னுதான் அதாவது உன்னயைவே நீ முகர்ந்து பார்க்கும் வாசனை.'

கஸ்பார் சொன்னவுடன் அவனையறியாமலேயே மூக்கை நன்றாக உள்ளிழுத்தான் முத்து. பழக்கப்பட்ட வாசனையாய் மாறிக் கொண்டிருந்தது பிணவாடை.

பள்ளிக்கூடத்தில் பூடிக்கிற மாணவர்களின் விடுதி தனியாக இருந்தது. நூற்றுக்கணக்கான மாணவர்கள் இருந்தாலும், நாப்பத்தெட்டு பட்டறை மாணவர்களுடன் சேர்ந்துவிடாமல் பார்த்துக்கொண்டார்கள் பாதர்கள். பட்டறை மாணவர்கள் பத்தாம் வகுப்பை முடித்துவிட்டு படிப்பைத் தொடர இயலாமல், இரண்டு மூன்று வருடங்கள் வீட்டில் சும்மா இருந்துவிட்டு வேறு வழியில்லாமல் இங்கு வந்து படிப்பவர்கள். வயது மூத்தவர்களாக இருப்பதோடு, எல்லா கெட்ட பழக்கங்களும் உள்ளவர்கள். பள்ளிக்கூடம் படிக்கிற சின்னப் பையன்கள் இவர்கள்கூட சேர்ந்து கெட்டுப் போய்விடக்கூடாது என்று சேரவிட மாட்டார்கள். அது உண்மையும்கூட. பட்டறைப் பையன்களில் நிறையப் பேர் பீடி, சிகரெட் பிடித்தார்கள். எல்லா கெட்ட பழக்கங்களும் அவர்களிடம் இருந்தன. பேசாமல் வீட்டுக்கே ஓடிவிடலாமா என்று நினைத்தான் கருத்தமுத்து. ஆனாலும்

வைராக்கியம் வைத்துப் படித்தான்.

பத்துப் படிக்கும்போது ஹாஸ்டலில் போலீஸ் வந்து இமயகிரியை கைது பண்ணிவிட்டுப் போனதை நினைத்துப்பார்த்தான். இங்கே எல்லோரையும் கைது பண்ண வேண்டியதிருக்கும் என்று நினைத்துக் கொண்டான். சண்டை, சச்சரவுகள், அடிதடி, கேலி, கிண்டல்கள், கெட்டவார்த்தைகள் சர்வ சாதாரணம். இவர்களை பாதர்கள் கண்டுகொள்வதே இல்லை. நாசமா போங்கள் என்பது மாதிரியே இருப்பார்கள்.

அருள்ராஜ், தைனஸ், அல்போன்ஸ் மூவரும் மயானத்திற்குள் போய் பேசிக்கொண்டிருந்தார்கள். மற்ற இருவரும் புகைத்துக் கொண்டிருந்தார்கள். பிணம் ஒன்று எரிந்துகொண்டிருந்தது. அப்போதுதான் அவனை முதன்முதலாய் பார்த்தான் கருத்தமுத்து. கன்னங்கரேர், ஒத்தக்கண், தாடி, மீசை, விகாரமும், கையில் தோளை ஒட்டி வெள்ளிக் காப்பு, கஞ்சாவாடை குப்பென்றடிக்க கையில் தடியுடன் வந்து நின்றான். கருத்தமுத்து பதறிப்போனான்.

‘என்னடா தைனஸ், இது யாரு புள்ளயாண்டன், புதுசா இருக்கு.’

‘ஏய், அரியான் மொத வருஷப் பையன், பேரு முத்து’

‘யேய்யா நமக்கு எந்த ஊரு’

‘கோவில்பட்டி’

‘ரொம்ப தூரமா’

‘ஆமா’

‘சரி, நல்லா படியும், எதுக்கு இப்பிடி வாடிப் போயிருக்க, நல்லா படி சாப்பிடு, சந்தோஷமா இரு.’

‘அரியான், புதுப் பையன்தான, போகப்போக சரியாப் போகும்.’

அரியான் புகைத்துக் கொண்டிருந்த கஞ்சா பீடியை வாங்கி தைனசும், அல்போன்சும் ஆளுக்கு ரெண்டு இழுப்பு இழுத்துவிட்டு கொடுத்தார்கள். அரியான் பார்த்துக்கொண்டே நின்றான். கருத்தமுத்து ஆச்சரியமாய் பார்த்தான். கஞ்சா வாடையும் பிணவாடையும் சேர்ந்த புதுவித வாடை அந்த இடத்தை ஆக்கிரமித்துக்கொண்டது. கருத்தமுத்து குமட்டலை உணர்ந்தான். ஹாஸ்டலுக்கும் பன்னி ரெண்டாவது சுடுகாட்டுக்கும் இடையில் இருந்த சுவற்றில் ஓராள் உள் நுழைந்து வருவதற்குத் தோதாக வட்ட வட்டமாக ஓட்டை போட்டு வைத்திருந்தார்கள் பட்டறை மாணவர்கள். இவர்கள் சுவரின் மறைவில் சுடுகாட்டுக்குள் நின்று பேசிக்கொண்டிருந்தாலும்

ஹாஸ்டலில் நடப்பதை இங்கிருந்தும், இங்கே நடப்பதை ஹாஸ்டலில் இருந்தும் பார்க்க முடியும்.

ஹாஸ்டல் வராந்தாவில் நின்றுகொண்டு சமையல்காரரிடம் ஏதோ பேசிக்கொண்டிருந்த பாதர் காணிக்கைராஜ் நால்வர் கண்களுக்கும் தெரிந்தார். அங்கிருந்து பாதர் பார்த்தால் நாம் நிற்பது தெரியுமே என்று யாரும் கொஞ்சங்கூட பயப்படவில்லை. கருத்தமுத்து மட்டுமே கொஞ்சம் பயந்தவனாக உடைமர நிழலில் நின்றவன் மரத்தின் தூரோடு ஒளிந்தான்.

'டேய்... முத்து எதுக்குடா இப்படி பயப்படுற, பாதரக் கண்டா பயப்படக் கூடாதுடா, அவங்க நம்மள ஒன்னுமே செய்யமாட்டாங்க, நமக்காகவே கர்த்தர் அவங்கள அனுப்பியிருக்காரு அதனால பயப்பட வேண்டியதில்ல. பேய்களுடன் வாழும் அரியானைப் பார்த்து வேணா பயப்படு.'

இரண்டாம் ஆண்டு மாணவர்கள் மூன்றாம் ஆண்டு மாணவர்கள் எல்லாருமே அரியானுடன் நல்ல பழக்கம் வைத்திருந்தார்கள். இங்கு எல்லாருமே இமயகிரி அண்ணனை மாதிரியே இருந்தார்கள். இமயகிரியை போலீஸ் பிடித்துப்போனது மாதிரியே இவர்களையும் பிடித்துப் போய்விடுமோ என்று பயந்தான் கருத்தமுத்து. அரியான் பொட்டலமாக வைத்திருந்த மூட்டையிலிருந்து இரண்டு மூன்று தேங்காய் முறிகளை எடுத்துக் கொடுத்தான்.

'இது என்னது அண்ணே'

'டேய்... முத்து, இந்தாடா தின்னுடா நல்லாயிருக்கும், தேங்காமுறி தாண்டா, காய்ஞ்சு போயிருக்கு வேற ஒன்னுமில்ல, பக்கத்துல தேங்காய் எண்ணெய் அரைக்கிற கம்பெனி இருக்கு, களத்துல காய வச்சிருப்பாகல்ல அத காக்கா தூக்கியாந்திரும், காக்காய்களுக்கும் அரியானுக்கும் நல்ல பழக்கம்.'

பிணங்களை அடக்கம் பண்ணிவிட்டு அல்லது எரியூட்டிவிட்டு நடக்கும் சடங்குகளில் சோறு வைத்தல் என்பது முக்கியமானது. அடக்கம் பண்ண வந்தவர்கள் வைத்த சோற்றை காக்காய் உண்ட பிறகே அவர்கள் வீடு திரும்பவேண்டும் என்பது ஐதீகம். ஏதாவது ஒரு சுடுகாட்டுக்குப் பிணம் தினமும் வந்துகொண்டேயிருப்பதால் சோறு கிடைத்துக்கொண்டேயிருக்கும். மரநிழல்களில் ஆளரவமற்ற உடை மரநிழல்களிலும், வேப்பமரக் குளிர்ச்சியிலும் ஏராளமான காக்கைகள் நிறைந்து கிடந்தன. அரியான் சனீஸ்வரனின் வாகனங் களான காக்கைகளுடன் தினம் உரையாடினான். எமனும் அரியானும்

113

ஒன்றாக முன்பின் அமர்ந்து வேப்பமர நிழலில் சாராயம் குடிப்பதைக் காக்கைகள் அறியும். பிணத்தைப் புணரும் பேய்மனிதர்கள் வந்தால் காட்டிக் கொடுப்பவை அண்டங் காக்கைகளே. காக்கைக் கூட்டம் கூப்பாடு போட்டால் அரியான் சுதாரித்துக்கொள்வான். கோபுரச் சிலுவைகளில் அப்போஸ்தலர்களின் தோள்மேல் அமரும் சனீஸ்வர வாகனங்கள்.

கொஞ்ச நாளிலேயே கருத்தமுத்துக்கு இந்த இடம் பிடித்துப் போயிற்று. பிணங்கள் எரிவதைப் பார்க்கவும், பிணவாடைப் புகையைச் சுவாசிக்கவும் பழகிக்கொண்டான். முதலாமாண்டு மாணவர்களிடம் சரியாகக்கூட பேசாத அரியான் கருத்தமுத்துவிடம் சகஜமாகப் பழகினான். காரணம் கருத்தமுத்துவின் தோற்றமும் வயதுக்கு மீறிய வளர்த்தியும்கூட காரணமாக இருக்கலாம்.

அன்று சாயங்காலம் பையன்கள் அவரவர் இடங்களில் அமைதியாக படித்துக்கொண்டிருந்தார்கள். சுடுகாட்டுக்குள் ஒரு ரிக்ஷா நிற்பது தெரிந்தது. கேட்டை திறந்து உள்ளே வரவேண்டுமானால் அரியானின் அனுமதியில்லாமல் வரமுடியாது. பிணங்களும், பேய்களும், முனிகளும்கூட அரியானின் கண்ணுக்குத் தப்ப முடியாது. கருத்தமுத்து நைசாக வெளியேறி ஓட்டை வழியே உள் நுழைந்து மயானத்துக்குள் எட்டு வைத்தான். எருக்களஞ் செடிகள் அடர்ந்த குறுமணலில் ஒருத்தி மல்லாக்கப் படுத்திருக்க அவளின் மேலேறி சவ்வாரி போட்டு ரிக்ஷாக்காரன் புணர்ந்துகொண்டிருந்தான். பிணம் எரியும் தாழ்வாரத்தின் அடியில் கனன்று கொண்டிருந்தது இறுதி நெருப்பு. கருத்தமுத்துவை அவர்கள் கவனிக்கவில்லை. சேலை முந்தானையை சுருட்டி தலைக்கு வைத்திருந்தாள். குறுமணல்கள் மெத்தையாய் கொட்டிக் கிடந்தன.

தெற்காமல் திரும்பி நடந்து பிணம் எரியும் தகன மேடைக்குப் பக்கத்தில் வந்தான். பிணம் எரியும் ஜ்வாலையின் வெளிச்சத்தில் அரியான் உட்கார்ந்து சாராயம் குடித்துக் கொண்டிருந்தான்.

'என்னடே... முத்து இந்நேரம்'

'அரியாண்ண ஒரு ரிக்ஷா நிக்குது பாத்தயா, அதப் பாத்துத்தான் வந்தன், ஸ்டடி நேரம் பையன்க படிக்கிறாங்க, தெரியாம வந்துட்டன்.'

'அந்த ரிக்ஷாவா, நம்ம பீட்டர் பய வந்திருப்பான், மஞ்சக் குருவிய கூட்டிட்டு வருவான். படுத்துக் கெடந்துட்டு போயிருவான் கேட்ட பூட்டிட்டன்ல, இங்க யாரும் வரமுடியாது.'

இதுவரை அரியான் ஆயிரக்கணக்கான பேய்களைப் பார்த்திருப்பான்.

பேய்களோடும் பிணங்களோடும்தான் வாழ்க்கை. அரியானின் அப்பன் அய்யனுவின் பேரைக் கேட்டால் மட்டக்கடை ஏரியாவே கதி கலங்கும். அவனும் சுடுகாட்டுக்குக் காவல் இருந்தவன்தான். வாரிசுப்படி அவன் அப்பன் காலமாக அரியான். பேய்களையும் முனிகளையும் பிணங்களையும் கையாளக் கற்றுக்கொடுத்தது அய்யனுதான். அரியானின் விளையாட்டுப் பொருட்களே மண்டை யோடுகளும், முழங்கை முழங்கால் எலும்புகளும்தான். முழங்கையின் நீண்ட எலும்பில் ஒரு குழல் செய்து கொடுத்திருந்தான் அய்யனு. வித்தியாசமான சத்தம் எழுப்பும் அந்தக் குழலை அரியான் ஊதிக் கொண்டு விளையாட, பிணம் எரிப்பான் அய்யனு.

அரியான் தன்னிடம் இப்படி கேட்பான் என்று கருத்தமுத்து நினைத்துக்கூடப் பாத்திருக்கமாட்டான். அப்படி ஒரு கேள்வியை கேட்டான்.

'டேய்... முத்து இதுவரைக்கு நிய்யி ஒரு பொம்பளையிட்டயாவது போயிருக்கியாடா.'

'இல்லண்ணே'

'டேய், பொய் சொல்லாத'

'சத்தியமா இல்லண்ணே'

'ஏற்பாடு பண்ணுனா போறயா'

'வேண்டாம்ண்ணே'

'போடா, பயந்தாங்கொள்ளி'

ரிக்ஷாக்காரன் அரியானிடம் வந்தான். இருவரும் சினைப்பீடியை பரிமாறிக்கொண்டார்கள். கஞ்சா புகை வாசனையும், பிணவாடையும் முத்துக்குப் பழகிப் போய்விட்டிருந்தது.

'இது யாருண்ணே'

'பட்டறப் பையன், மொத வருஷம்'

'மஞ்சக் குருவி ரிக்ஷாவுலதான் உக்காந்திருக்கா போறதா. இருந்தா போகச் சொல்லு'

'மாட்டம்னு சொல்றான், கேட்டுப் பாத்தன்'

ரிக்ஷாக்காரனும் அரியானும் பீடி குடித்துக்கொண்டே பேசிக் கொண்டிருந்தார்கள். பிணம் எரியும்போது டப் டப் என்று வெடிக்கிற சத்தம் அடிக்கடி கேட்டுக்கொண்டிருந்தது. கொட்டகையின் பக்கத்தில் ஒரு பெரிய போர்டு ஒன்று கிடந்தது. அதைத் தனக்கு

115

வேண்டும் என்று ரிக்ஷாக்காரன் கேட்டுக்கொண்டிருந்தான்.

'இது ஒனக்கு எதுக்குடா'

'எனக்கில்ல மஞ்சக் குருவிக்கு'

'அவ இத கொண்டுபோயி என்ன செய்யப் போறா'

'மழ பேஞ்சா வீட்டுக்குள்ள மழத்தண்ணி இறைக்குதாம், மறைவா சாத்தி வைக்க.'

'தூக்கிட்டுப் போடா, ரிக்ஷாவுல வச்சு கொண்டு போயிருவியா'

போன மாசம் ஒருநாள் சாயங்காலம் கோடை மழை. சூறைக் காற்று. அரியான் சுடுகாட்டுக் கொட்டகையில்தான் இருந்தான். சுளிக் காற்று புயலைப் போல் சுழட்டி சுழட்டி வீசியது. நிறைய பொருட்கள் காற்றில் பறந்துபோனதைப் பார்த்தான். ஒரு காக்காயைக்கூட காணவில்லை. ஒருவேளை புயல்தான் எல்லா காக்கைகளையும் கொண்டு போய் கடலில் போட்டுவிட்டதோ என்று கவலையோடு காற்றின் ஊழித் தாண்டவத்தைக் கொட்டகைக்குள்ளிலிருந்து பார்த்துக் கொண்டிருந்தான் அரியான். உய் உய் என்ற இரைச்சல் காதைப் பிளக்க காற்று அள்ளிக்கொண்டு வந்து குறுமணல்களை முகத்தில் எறிந்தது. அவன் தூணோரம் சாய்ந்துகொண்டு கிழக்காமல் திரும்பிக் கொண்டான். பிணம் எரியும் புகைகள் வளைந்து வளைந்து சுழன்று சுழன்று சுவரில் கலந்துகொண்டிருந்தன. இலேசான தூத்தல்தான். காற்றுத்தான் பெருங்காற்று. சுழற்றி சுழற்றியடித்தது. மேற்கேயிருந்து இந்த போர்டு பறந்து வந்து டமார் என்று விழுந்தது. அரியான் தூக்கி வந்து இங்கே போட்டு வைத்திருக்கிறான்.

'டேய், முத்து அந்த போர்ட தூக்கியாந்து, அவன்கிட்ட கொடுடா, கொண்டு போகட்டும்.'

'யேய், தம்பி பொறுடா, நம்ம ரெண்டு பேரும் சேந்து தூக்கிட்டுப் போயி ரிக்ஷாவுல வச்சிருவம்.'

முத்துவும் ரிக்ஷாக்காரனும் எதிரும் புதிருமாய் நின்றுகொண்டு போர்டை தூக்க புரட்டினார்கள். ஒட்டியிருந்த மணல்கள் உதிர்ந்தன. அதில் உள்ள வாசகத்தை கருத்தமுத்து வாசித்தான்.

'வருத்தப்பட்டு பாரம் சுமக்கிறவர்களே நீங்கள் எல்லோரும் என்னிடத்தில் வாருங்கள். நான் உங்களுக்கு இளைப்பாறுதல் தருவேன்.'

இருவரும் போர்டை தூக்க வசம் பார்த்துக்கொண்டிருந்தார்கள். அரியான் பக்கத்தில் வந்தான்.

'யேல, முத்து போர்டுல என்னல எழுதியிருக்கு'

கருத்தமுத்து அந்த பைபிள் வாசகத்தை வாசித்துக் காண்பித்து, அதன் அர்த்தத்தை விளக்கிச் சொன்னான். அரியானுக்குச் சிரிப்பை அடக்க முடியவில்லை. இருமல் வந்துதான் சிரிப்பை நிறுத்தியது.

'அந்தக் காலத்துலயே ஏசுநாதரு, மஞ்சக்குருவி வீட்ல மாட்டும் படியா ரொம்ப சரியா சொல்லியிருக்காரு,' ஏல யேய் இத சரியா மஞ்சக்குருவி வீட்டுக்கு முன்னால தெருவுல போறவங்க வாரவுங்க பாக்கும்படியா மாட்டு, எழுத்த மறைக்க வேணாம்டா.'

மூன்று பேரும் சிரித்துக் கொண்டார்கள். ரிக்ஷாவுக்குள் போர்டை ஏற்ற மஞ்சக்குருவி கூடப்பிடித்துத் தூக்கினாள். முத்துவின் அருகில் வந்து அவள் குனிந்தபோது சாராய வாடை குப்பென்று அடித்ததை முகர்ந்த முத்து முகம் சுளித்தான்.

'தம்பி யாரு'

'இந்தப் பள்ளிக்கூடத்துல படிக்கிற பையன்னு அரியாண்ணன் சொன்னான்.'

'படிக்கிற பையனுக்குச் சுடுகாட்டுல என்ன ஜோலி.'

'அதா ஒன்னய ஓக்க வந்திருக்கான், சும்மா கெடயேன்'

'அப்பனா வரச் சொல்லு, நான் ரெடி, என்னடா தம்பி வர்ரியா, அக்கா சொல்லித்தாரன்டா.'

ரிக்ஷாக்காரன் சிரித்துக்கொண்டு நின்றான். போர்டின் வாசகத்தை முத்து முணுமுணுத்தான்.

சூறைக் காற்றடித்தது, போர்டு காற்றில் பறந்து வந்தது, அரியானிடம் வந்து சேர்ந்தது. ரிக்ஷாக்காரன் மஞ்சக்குருவியை புணருவதற்காக மயானத்துக்குக் கூட்டி வந்தது, அங்கு தான் வந்தது எல்லாம் எப்படி சாத்தியமாயின. தொடர்பற்று நடந்த சம்பவங்களுக் கிடையே தொடர்பு வந்தது எப்படி? நடக்கிற சம்பவங்கள் வெவ்வேறானாலும் ஒன்றுக்கொன்று தொடர்புகள் உண்டா? பைபிள் வாசகம் மஞ்சக்குருவிக்காக எழுதப்பட்டதா? கருத்தமுத்து சிந்தித்த படியே நின்றான். ரிக்ஷா புறப்பட்டுச் சென்றது. கதவை சாத்திவிட்டு அரியான் இருக்கும் இடத்திற்கு வந்தான் கருத்தமுத்து. பிணம் எரியும் திண்டுப் பக்கத்தில் கிடந்த குத்துக்கல்லில் உட்கார்ந்திருந்தான் அரியான்.

'என்னடா முத்து... குருவி போயிருச்சா'

'ம்... போயிட்டாண்ண'

‘பாவம், குருவி பறந்து போகாம ரிக்‌ஷாவுல போகுது.’

அரியான் தன் எண்ண ஓட்டங்களை ஏழெட்டு வருஷங்களுக்கு முன் ஒரு நடு இரவில் கொண்டுபோய் நிறுத்தினான். இரவின் மயான அமைதி. பிணம் ஏதும் எரியவில்லை. ஆனாலும் காவல் காக்க வேண்டும். செய்வினை செய்பவர்கள், மந்திரவாதிகள் தலைப் புள்ளையின் மண்டையோடு திருட சமயம் பார்த்திருப்பார்கள். கொஞ்சம் அசந்தாலும் போச்சு, சுவர் தாண்டிக் குதித்து முதல்நாள் எரிந்த பிணத்தின் சாம்பலைக் கிளறி மண்டையோட்டை எடுத்துப் போய்விடுவார்கள். இதில் பெரிய சங்கடம் என்னவென்றால், முதல்நாள் தீமூட்டிவிட்டுப் போனவர்கள், காலையில் தீ ஆத்துதல் சடங்கிற்காகச் சுடுகாடு வருவார்கள். அப்போது அங்கம் கரைப்பதற்காகச் சாம்பல் எடுத்துக் கொடுப்பது அரியானின் வேலை. விவரமான ஒரு சிலர் மண்டையோட்டை காண்பிக்குமாறு கேட்பார்கள். சாம்பல்கள் படிந்த சூடாறாத தலைமாட்டிலிருந்து மண்டையோட்டை குச்சியால் தூக்கிக் காட்டுவான். களவாடப்பட்டிருந்தால் கால்க்காசுகூட கொடுக்கமாட்டார்கள். கூலி வாங்குவதற்காகவே மண்டையோட்டை பாதுகாக்கவேண்டும்.

மையவாடிக்குக் கொண்டு வரப்படுகிற பிணம் ஆணா, பெண்ணா, தலைச்சன் பிள்ளையா என்பதை அறிய ராப்பாடிகள், மருளாளிகள், பேய், பிசாசு, பில்லிசூன்யம் விரட்டும் மந்திரவாதிகள் பிண ஊர்வலத்திற்குள் உறவினரைப் போல ஊடுருவிவிடுவார்கள். கொஞ்சகொஞ்சமாக இறந்தவரின் பூர்வீகம் முதல் அத்தனையையும் விசாரித்துத் தெரிந்துகொள்வார்கள். தலைப்பிள்ளையா இல்லையா என்பதையும் கண்டுபிடித்துக் காரியத்தில் இறங்கி மண்டையோட்டை திருடிவிடுவது வழக்கம்.

இலேசான சாரல் விழுந்துகொண்டிருந்தது. கும்மிருட்டு. கிறிஸ்தவசுடுகாட்டு வழியே வந்துகொண்டிருந்தான் அரியான். தன்னுடைய இரண்டு நாய்களும் பக்கத்திற்கு ஒன்றாய் வர, ஏதாவது அரவம் தெரிகிறதா என்று தேடியபடியே வந்தான் அரியான். கிறிஸ்தவர்களின் சுடுகாட்டில் சிலுவைகள் தாங்கிய ஏராளமான விதவிதமான கல்லறைகள் வரிசை வரிசையாய் இருந்தன. ஒரு கையில் டார்ச் லைட். இன்னொரு கையில் கம்பு. பாய்ந்து செல்லும் ஒளி வெள்ளத்தில் சிலுவைகள் மின்னின. கல்லறைகளைச் சிதைத்து வளர்ந்து கிடந்த எருக்களைச் செடிகளை உற்றுப் பார்த்தபடியே வந்தான்.

கீழோரம் கோட்டைச் சுவரை ஒட்டிய கல்லறையின் மேல் இருவர்

உட்கார்ந்திருப்பதைப் பார்த்தான். இன்னொரு கல்லறையில் மறைந்து கொண்டு உற்றுப்பார்த்தான். ஒரு பெண்ணை கல்லறையின் சுவரில் சாய்ந்துகொள்ள வைத்து ஒருவன் புணர, மற்ற இருவர் அவளுடைய கைகளைப் பிடித்துக்கொள்ள கல்லறையின் மேல் உட்கார்ந் திருந்தார்கள். வாயைத் துணியை வைத்து அடைத்திருந்தார்கள். ஆனாலும் அப்பெண் தொடர்ந்து திமிறியபடியும், முனங்கியபடியும் இருந்தாள். மூன்று பேர், தான் ஒத்தையாள். அரியான் சற்றே யோசித்தான். சமயங்களில் எதிராளியின் கை ஓங்கிவிட்டால் போச்சு நட்ட நடு ராத்திரி, உதவிக்கு யாரும் வரமாட்டார்கள். பகலில் என்றால் பிணம் பதியும் அதிகாரிகள் இருப்பார்கள்.

முழுத் தைரியத்தையும் வரவழைத்துக்கொண்டான். பக்கத்துக் கல்லறை மறைவிலிருந்து திடீரென வெளிப்பட்ட அரியான் பயங்கர கூச்சலிட்டவாறே நின்றபடியே புணர்ந்துகொண்டிருந்தவனின் கணுக்காலில் ஓங்கியறைந்தான். அவன் போட்ட கூச்சலால் பேய்களும் பிணங்களும்கூட நிலை குலைந்திருக்கும். எதிராளியை யோசிக்க விடாமல் பயப்பட வைக்கும் தொழில்நுட்பம் அரியானுக்குக் கை வந்த கலை. அதை அவன் கற்றுக்கொண்டது பேய்களிடமும் முனிகளிடமும் அன்றாடம் எரிந்து சாம்பலாகும் ஆயிரமாயிரம் பிணங்களிடமும்.

பலத்த அறையில் கணுக்கால் ஒடிந்தவன் ஓட முயன்று தோற்று மணலில் சாய்ந்தான். மேலேயிருந்து குதித்தோடிய இருவரையும் விரட்டிச்சென்ற நாய்கள் கவ்விப் பிடித்தன. கெண்டைக்கால் சதை கிழிந்து ரத்தம் சொட்ட உட்கார்ந்தான் ஒருவன். இன்னொருவனின் வேஷ்டியை கவ்விப் பிடித்த நாயிடம் வேஷ்டியை உருவிவிட்டு நிறை அம்மணமாய் தப்பிப் போயிருந்தான். அந்தப் பெண் ஆடைகளைச் சரிசெய்துகொண்டிருந்தாள். இருவரையும் அடிப்பதற்காகக் கம்பை தலைக்குமேல் ஓங்கினான். காலில் விழுந்து கும்பிடவும் விட்டு விட்டான். டார்ச்லைட் அடித்து அந்தப் பொம்பளையை பக்கத்தில் வரவழைத்து லைட் வெளிச்சத்தில் அடையாளம் பார்த்தான். யாரென்று தெரியவில்லை. கொஞ்ச வயசுக் குமரி. குடும்பப் பெண் மாதிரி இருந்தாள்.

'எந்த ஏரியாம்மா ஒனக்கு.'

'போல்டன் புரம்'

'இங்க எப்படி வந்த'

'இந்தா இருக்கானே இவன்கூட பழக்கம். இன்னைக்கி வீட்ல வேண்டாம், வெளில போயி ஜாலியா இருக்கலாம்னு கூட்டிட்டு

வந்தான். எனக்கு இந்த இடமெல்லாம் தெரியாது. அவன நம்பி வந்தன். இங்க வந்தப் பெறவுதான் தெரியுது. மத்த இரண்டு பேரு இங்க இருக்கிறது. இவனோட பிரண்டுகளாம். அவங்களுக்கும் நான் படுக்கணுமாம். முடியாதுனு மல்லுக்கட்டுனன். வாயப் பொத்தி வலுக்கட்டாயமா செஞ்சாங்க.'

கணுக்கால் ஒடிந்து கீழே கிடந்தவனை உற்றுப்பார்த்தான். காலைப் பிடித்தபடி முணங்கிக்கொண்டு கிடந்தான். கண்களிலிருந்து கண்ணீர் வழிந்தது.

'யேல, ஒனக்கு எந்த ஏரியா'

'சுப்பையா முதலியார்புரம்'

'சுப்பையா முதலியார்புரமா, அங்க யாருல'

'..........'

'ஓங்க அப்பன் பேரு என்னல'

'பிரான்சிஸ்'

'தோணிக்குப் போறான பிரான்சிஸ் அவன் மகனாள'

'ஓங்க அண்ணனுக்கு இப்பத்தானல கல்யாணம் முடிஞ்சது'

'அந்தப் பய யாரு'

'எங்கூட வேலை செய்றான்'

'பாத்தா வயதானவன் கெணக்கா இருக்கான்'

'கல்யாணம் முடிஞ்சு ரெண்டு புள்ள இருக்கு.'

கெண்டக்கால் சதை பிஞ்சு ரத்தம் ஒழுக உட்கார்ந்திருந்தவனிடம் வந்தான் அரியான். அவன் பரிதாபமாக ஏறிட்டுப் பார்த்தான்.

'ஏல, கல்யாணமாகிபுள்ள இருக்னு சொல்றான உண்மையா'

'ஆமாண்ண'

'அங்க என்ன இருக்கோ அதுதான இவக்கிட்டயும் இருக்கு இவகிட்ட தங்கத்தால செஞ்சது இருக்கா.'

'அண்ணே இனிமேப்பட வரலண்ணே'

'ஓங்க ரெண்டு பேர்த்தையும் கொன்னு கல்லறையோட கல்லறையா இருக்கட்டும்னு மணல்ல பொதைக்கப் போறன்.'

'அண்ணே சத்தியமா இனிமெ வரமாட்டோம்ன்ன'

அரியானின் காலைப் பிடித்து இருவரும் கெஞ்சினார்கள். சத்தம் போட்டு அழுதார்கள். தூரத்தில் எங்கேயோ ஆந்தை அலறும் விகாரக்

குரல் கேட்டது. இவ்வளவுக்குப் பிறகுதான் அரியானுக்கு அந்தப் பொம்பிளையின் நினைப்பு வந்தது. ஏறிட்டுப் பார்த்தான். பக்கத்தில் இருட்டுக்குள் இருட்டாய் நின்றுகொண்டிருந்தாள். அரியானைப் பாக்க பயந்து தலை கவிழ்ந்துகொண்டாள்.

அவள் கசங்கிப்போய் நின்றாள். அரியானைப் பார்த்து பயந்தாள். தலை கவிழ்ந்து நின்றவளை பரிதாபமாகவே பார்த்தான். அவள் அழுதுகொண்டிருந்தாள்.

'இங்க கேளுபுள்ள, கல்யாணம் ஆகும் முன்னயே கண்ட பயக கூட படுன்னு கூட்டிவிடுறானே, இந்தப் பயல நம்பலாமா. சொல்லு என்ன பேசாம நிக்க.'

'..........'

'நீ எந்த ஏரியா'

'சுப்பையா முதலியார்புரம்தான்'

'ஆரு மக, சொல்லு புள்ள'

'ஜேம்ஸ் இருக்கார்ல்ல'

'தச்சுப்பட்டறையில வேல செய்றானே...'

'அவரோட மகதான்'

'சரி, இங்க கேளு, ஒன்னய கல்யாணம் பண்ணாம வேற ஒருத்திய கல்யாணம் பண்ணுனா ஏங்கிட்ட வந்து சொல்லு, பய, தலைய தனியா எடுத்து என்னோட நாய்க்குப் போட்றன்'

'அண்ணே, இவளையே கட்டிக்கிறன் சத்தியமா வேற கல்யாணம் பண்ணமாட்டன், என்னய நம்பு, இப்ப ஒன்னும் செஞ்சிராதண்ண, எங்கள விட்ரு'

'எப்படில, போவீக, நடக்க முடியுமா'

'பைய்யாப் பையா போயிருவம்ண்ண.'

'ஓம் பேரு என்ன புள்ள'

'புஷ்பம். குருவின்னு சொன்னாத்தான் தெரியும்.'

'ஒகோ, குருவியா, அதுதான் இப்பிடி பறந்து திரியுதோ.'

இடதுகால் வீங்கி இருந்தது. குருவியின் தோளில் கையைப் போட்டுக் கொண்டு நொண்டி நொண்டி எட்டு வைத்தான். இன்னொருவன் ரத்தம் ஒழுக எட்டு வைக்க முடியாமல் திணறிக் கொண்டிருந்தான்.

'ஒழுங்கா பொண்டாட்டி புள்ளய வச்சு காப்பத்தப் பாரு வம்பா

சீரழியாத, ஓம் பொண்டாட்டிட்ட இருக்குறதுதான் எல்லாப் பொம்பள கிட்டயும் இருக்கு, தெரியுதா, ஓடிப்போன அந்தப் பயல, நாளைக்கு இங்க வரச் சொல்லு. இல்லனா அரியான் அங்க வந்திருவாம்னு சொல்லு.'

பத்தாம் வகுப்பு படிக்கும்போது ஹாஸ்டலில் இருந்து போலீஸ்காரர்களால் பிடித்துக்கொண்டுபோன இமயகிரியைப் போலவே இங்கேயும் ஒரு பையன் இருந்தான். அவன் மூன்றாம் வருடம் படிக்கும் அருள்ராஜ். பாடப்புத்தகம் தவிர்த்து எல்லாப் புத்தகங்களும் எப்போதும் அவன் கையில் இருக்கும். அவனும் அரியானும் ரொம்ப நெருங்கிய நண்பர்கள். சாராயம், சிகரெட், பொம்பளை எல்லாம் உண்டு. கருத்தமுத்து அருள்ராஜிடம் புத்தகம் வாங்கிப் படிக்கும் பழக்கம் உண்டு.

பெரும்பாலும் பட்டறைப் பையன்கள் என்று சொல்லப்படுபவர்கள் இடையில் படிப்பை நிறுத்தியவர்கள், படிப்பை நிறுத்திவிட்டு இரண்டு மூன்று ஆண்டுகள் சுற்றித் திரிந்தவர்கள் என்று இருப்பதால் மற்ற பள்ளிக்கூடத்து மாணவர்களுடன் சேரவிடாமலே வைத்திருப்பார்கள். பீடி சிகரெட் குடிப்பவர்களை எத்தனை கண்டித்தாலும் ஒன்னும் செய்யமுடியவில்லை. ஆகவே வார்டன் காணிக்கைராஜ் பாதர் வித்தியாசமான ஒரு ஏற்பாடு செய்தார். ஞாயிற்றுக் கிழமைதோறும் சாயங்காலம் நான்கு மணியிலிருந்து ஆறு மணிவரை ஞானபோதனை வகுப்புக்கு ஏற்பாடு செய்தார். பெண்கள் கல்லூரியில் பேராசிரியராக இருக்கும் ஏஞ்சல் சிஸ்டர் ஞானபோதனை வகுப்பெடுக்க வந்தது. கட்டாயம் எல்லா மாணவர்களும் கலந்துகொள்ளவேண்டும் என்ற காணிக்கைராஜ் பாதரின் உத்தரவு வேறு. கலந்துகொள்ளும் மாணவர்களுக்கு டீ, பிஸ்கட் கொடுக்கவும் ஏற்பாடு செய்திருந்தார். சந்தோஷமாகப் பையன்கள் கலந்துகொண்டனர்.

கருத்தமுத்தும் அருள்ராஜும் முதல்வாரம் போனதோடு சரி. அப்புறம் ஞானபோதனை வகுப்புக்குப் போகவே இல்லை. காணிக்கைராஜ் பாதர் கூப்பிட்டுவிட்டு ஒரு குட்டிப் பிரசங்கம் பண்ணினார். இருவரும் கேட்பதாக இல்லை. வேறு வழியின்றித்தான் மூன்றாமாண்டு மாணவர்கள் இஷ்டப்பட்டால் கலந்து கொள்ளலாம். ஆனால் முதலாமாண்டு மாணவர்கள் கட்டாயம் கலந்துகொள்ள வேண்டும் என்று உத்தரவு போட்டார்.

கருத்தமுத்து முதலாமாண்டு மாணவன். கட்டாயம் ஞான போதனை வகுப்புக்குப் போயாகவேண்டும். காணிக்கைராஜ்

பாதர் கோபமாகக் கேட்டார்.

‘என்ன காரணத்துக்காக வகுப்புக்குப் போகலே.’

‘அந்த ஏஞ்சல் சிஸ்டர எனக்குப் பிடிக்கல’

‘என்னடா சொல்ற’

‘பைபிள் கதையா சொல்றாங்க, போரடிக்குது.’

‘நல்லதுக்குத்தானடா சொல்றாங்க.’

‘பாதர் எனக்கு அது புரியல பாதர், தூக்கமா வருது.’

‘கதை கேட்க என்னடா தூக்கம்’

‘பாதர் அது நம்ம நாட்டுக் கதையில்ல, அதுதான் தூக்கம்.’

‘நீ சொன்னபடி கேக்கமாட்ட, மூனு நாளைக்கு முட்டாங்கால் போட்டு சாப்பிடு, அப்பத்தான் அறிவு வரும்.’

கருத்தமுத்து பதிலுக்குக் காத்திருக்கவில்லை. வேகமாக நடந்து விடுதிக்குப் போனான். மத்தியான சாப்பாடு பரிமாறிக் கொண்டிருந்தார்கள். தன் பங்கு சாப்பாட்டை வாங்கிக்கொண்டு, இடது கையில் ஏந்தியபடியே முட்டுப்போட்டு சாப்பிட ஆரம்பித்தான். மற்ற பையன்கள் பார்த்துப் பார்த்துச் சிரித்தார்கள். கருத்தமுத்து தலை கவிழ்ந்தபடியே வேகவேகமாக சாப்பிட்டு முடித்தான். அவன் தண்டனையைப் பார்ப்பதற்காக காணிக்கைராஜ் பாதர் சாப்பிடும் இடத்துக்கு வந்தார்.

கருத்தமுத்து தான் சாப்பிட்ட தட்டை கழுவி டிராக்கில் கவுத்த போனபோது அருள்ராஜ் எதிர்ப்பட்டான். அவன் ஒன்றும் பேசிக் கொள்ளவில்லை. ஆனாலும் கருத்தமுத்துவை பரிதாபமாய் பார்த்தான். கருத்தமுத்து வகுப்புக்குக் கிளம்பியபோது வேப்ப மரத்திலும் பூவரசு மரத்திலும் அடைந்து கிடந்த காக்கைகள் ஒன்று போல் குரல் எழுப்பி பறந்தன. தன்னைக் கேலி செய்வது போலிருப்பதை உணர்ந்தான் கருத்தமுத்து. ஏஞ்சல் சிஸ்டரின் மேல் எரிச்சல் எரிச்சலாய் வந்தது. ஆனாலும் என்ன வந்தாலும் இனிமேல் போகமாட்டேன் என்று கறுவிக்கொண்டான்.

பள்ளி வளாகத்திற்குள் இருக்கும் கோவிலில் தினமும் காலையில் நடக்கும் திருப்பலி பூசைக்கு இரண்டு பிராட்டஸ்டெண்டு பையன் களுக்கும், மூன்று இந்துப் பையன்களுக்கும் விதிவிலக்கு அளிக்கப் பட்டிருந்தது. ஆனால் மாசக் கடைசி ஞாயிறான விசேஷ பூஜை வெளியில் நடப்பதால் இந்த மாதம் முதல் அனைவரும் கட்டாயம் கலந்துகொள்ளவேண்டும் என்று உத்தரவிடப்பட்டிருந்தது.

அந்தக் கோவில், நகரத்திற்குள் இருக்கும் சார்லஸ் கோவில். ஒருபக்கம் வருத்தம் இருந்தாலும், கருத்தமுத்துக்கு சந்தோஷமும் இருந்தது. ஹாஸ்டலுக்கு வந்த பின்னால் முதல்முறையாக ஜெஸ்ஸியை பார்க்க சந்தர்ப்பம் கிடைத்திருக்கிறது என்ற சந்தோஷம். ராயப்பனிடமிருந்து எந்தப் பதிலும் வரவில்லை. கல்லூரியில் சேர்ந்தானா? இல்லையா? என்றுகூட தெரியவில்லை. அவன் கடைசி ஞாயிற்றுக்கிழமைக்காகக் காத்திருந்தான்.

மூன்றாம் ஞாயிற்றுக் கிழமையும் ஞானபோதனை வகுப்புக்குக் கருத்தமுத்து போகவில்லை. ஆனால் காணிக்கைராஜ் பாதர் கூப்பிடுவதற்குப் பதில் ஏஞ்சல் சிஸ்டரே கூப்பிடுகிறாள் என்ற தகவல் வந்தபோது முத்து குழம்பினான். போகாமல் இருக்க முடியாது. பையன்கள் வந்து சொன்னபோது தயங்கி தயங்கியே கிளம்பினான். அவன் போய் அங்கே நின்றபோது எல்லா மாணவர்களும் போய் விட்டிருந்தார்கள். ஏஞ்சல் மட்டுமே தேவதையைப் போல் உட்கார்ந் திருந்தாள். சுத்த வெள்ளை ஆடை. தலையில் வெள்ளை துணியாலான கூந்தல்மூடி. மொத்தத்தில் கைவிரல்களும், முகமும் மட்டுமே தெரிந்தன. அவளுடைய முகம் பச்சைக் குழந்தையின் முகத்தைப் போலவே இருந்தது. ஆனால் குழந்தை முகத்தில் இருக்கும் நிச்சல செழுமை இல்லை. வெகுளி இல்லை. பிரகாசமில்லை. குழந்தையின் சிரிப்பில்லை. செடியிலிருந்து பிடுங்கி எடுக்கப்பட்ட சர்க்கரைப் பூசணிக்காயைப் போல் மஞ்சள் கலந்த சிவப்பாய். ஒரு ஷோகேஸ் பொம்மை மாதிரி உட்கார்ந்திருந்தாள் ஏஞ்சல்.

தன்னுடைய செருப்புக்களை வாசலில் கழட்டிவிட்டு, கையில் ஒரு புத்தகத்துடன் எதிரே நின்று இருகை கூப்பி வணக்கம் சொன்னான். பதிலுக்கு எந்த பிரதி செய்கையும் காட்டாமல் உற்றுப் பார்த்தாள்.

'ஓம் பேருதான் கருத்தமுத்தா'

'ஆமா சிஸ்டர்'

'எந்த ஊரு'

'கோவில்பட்டி'

'அது எந்தப் பக்கம் இருக்கு'

'இங்கேயிருந்து நேரா வடக்கால'

'சர்ச் இருக்கா'

'மூனு சர்ச் இருக்கு'

'சரி, எதுக்கு நீ ஞானபோதன வகுப்பு வர்ரதில்ல'

'..........'
'சொல்லுடா'
'சொல்லத் தெரியல சிஸ்டர்'
'சொல்லத் தெரியலயா, இது என்னடா பதில்.'
'சாப்பிடத் தெரியுதில்ல'
'..........'
'அப்ப சொல்லவும் தெரிஞ்சிருக்கனும்.'
'எனக்குப் புடிக்கல'
'என்னது புடிக்கல'
'ஒங்களோட ஞானபோதனைகள்'
'ஏன் புடிக்கல'
'பைபிளத்தான் எல்லோரும் படிக்கோம்ல்ல, அப்புறம் அதையே திரும்பத் திரும்ப சொன்னா எப்படி சிஸ்டர்.'
'..........'
'கோயில்ல பூசை வைக்கும்போது தெனமும் சாமியாரு அதத்தான் சொல்றாரு, சாப்பிடும் போது மூணாட்ட ஜெபம் சொல்றோம், ஓயாம அதையேதான் சொல்றாங்க, நீங்க என்னடானா ஞாயித்துக் கெழம ஒருநாள் பிரியா இருக்கலாம்னு பாத்தா நீங்க வந்து பைபிளத்தான் சொல்றீக. எத்தனாட்டத்தான் அதையே கேக்கிறது சிஸ்டர்.'

ஏஞ்சல் சிஸ்டர் கருத்தமுத்துவையே கண் இமைக்காமல் பார்த்துக் கொண்டிருந்தாள். அவன் சொன்ன அந்த வாசகத்தை மீண்டும் மீண்டும் மனசுக்குள் அசை போட்டுப்பார்த்தாள். 'எத்தனாட்டத்தான் அதையே கேக்கிறது, படிக்கிறது.' தன் வாழ்நாள் முழுவதையும் அந்த ஒற்றைப் புத்தகத்திற்கு அர்ப்பணித்துவிட்டு கர்த்தருடன் ஐக்கியமாகிவிட்ட தன்னைப் போன்ற ஆயிரமாயிரம் கன்னியாஸ்திரிகளையும், கிறித்தவ துறவிகளையும் நினைத்துப்பார்த்தாள். அவள் ஏதோ ஒன்றை நினைவு கூர்ந்தவளைப் போல மௌனித்திருந்தாள்.

'அது என்ன புஸ்தகம்.'

தான் கையில் வைத்திருந்த புத்தகத்தை ஏஞ்சல் சிஸ்டரிடம் நீட்டினான். வாங்கிக்கொண்ட சிஸ்டர் முகப்பு அட்டையை உற்றுப் பார்த்து வாசித்தாள். நெற்றியைச் சுருக்கி முகம் சுளித்தாள்.

மார்க்சியம் என்றால் என்ன?

'இதையெல்லாம் படிக்கக் கூடாது தெரியுமா, நீ இதையெல்லாம் படிக்கப் போய்த்தான் இப்படியெல்லாம் பேசுற'

'நான் ஏதாவது தப்பா பேசிட்டனா சிஸ்டர்'

'தப்பா பேசல. இதை இங்க படிக்கக்கூடாது தெரியுமில்லையா, யார் உனக்குக் கொடுத்தது.'

'யாரும் கொடுக்கல சிஸ்டர். என்னோட சொந்த புக்'

'பகுத்தறிவுனா என்ன, சுயமரியாதைனா என்ன சொல்லு'

'யார் என்ன சொன்னாலும் அப்படியே ஏத்துக்காம பகுத்தறிஞ்சு பாத்து, ஏத்துக்கணும், அதான் பகுத்தறிவு.'

'சுயமரியாதைனா என்னனு சொல்லு'

'நான் ஒங்கள பாக்க வந்தப்போ நான் வணக்கம் போட்டன். ஆனா பதிலுக்கு நீங்க வணக்கம் போடல. என்னோட சுயமரியதைய இழந்துதான் நான் ஒங்ககிட்ட பேசிக்கிட்டு இருக்கன், அப்புறம் இவ்வளவு நேரமாகியும், இத்தன பெஞ்சுக கெடந்தும் என்னய உட்காரச் சொல்லல, இதையெல்லாம் தாங்கிக்கிட்டு என்னோட சுயமரியாதைய இழந்தும் நான் ஒங்களோட பேசிக்கிட்டு இருக்கன்'

'முத்து இங்க கேளு நான் ஒரு கல்லூரி பேராசிரியை நீ ஒரு மாணவன், எப்படி ஒன்ன உக்கார சொல்ல முடியும்.'

'நீங்க பாடம் நடத்தும் போது மாணவ மாணவிக ஒக்காந்துதான இருக்காக'

'அது கல்லூரி வகுப்பு, இது அப்படியில்ல, ஒன்னய வெசாரிக்க வரச் சொல்லியிருக்கன், அதனால ஒக்கார சொல்ல முடியாது.'

'பகைவனுக்கும் அன்பு காட்டச் சொல்றார் இயேசு.'

'நீ பகைவனில்லை'

'அப்புறம் என்னது'

'பக்குவமில்லாத சிறுவன்.'

'சிறுவனிடம் அன்பு காட்டக் கூடாதா'

'கட்டாயம் காட்ட வேண்டும். வா, இப்பிடி உக்கார்.'

'ரெண்டு வாரமா வரல, காணிக்கைராஜ் பாதர் என்ன பனிஸ்மெண்ட் குடுத்தாரு.'

'மொத வாரம் முட்டாங்கால் போட்டு சாப்பிடச் சொன்னாரு ரெண்டாம் வாரம் நின்னுக்கிட்டே சாப்பிடச் சொன்னாரு, சாப்பிட்டன்,

எனக்கு ஒன்றும் தெரியல, இந்த வாரம் என்ன செய்யப் போறாரோ தெரியல.'

'இந்த வாரம் பட்டினி போடுவாரு'

'கெடக்க வேண்டியதான்'

'ரொம்ப அசால்ட்டா சொல்ற, பட்டினி கெடந்திருவியா'

'என்ன சிஸ்டர் இப்பிடி கேக்கீக, தெனம் தெனம் நம்ம நாட்ல எத்தன லட்சம் பேரு பட்டினியா கெடக்காங்க தெரியுமா, ஒருவேளை சோறுகூட இல்லாம'

'கருத்தமுத்துவ பட்டினிப்போட நான் விரும்பல'

'எனக்குப் புரியல சிஸ்டர்'

'அடுத்த வாரத்திலருந்து ஒழுங்கா வர்ரேனு உத்திரவாதம் கொடுத்தா, இன்னக்கி கிளாசுக்கு வந்ததா எழுதியிருவன்.'

'சிஸ்டர் பொய் சொல்லலாமா.'

'என்ன பொய் சொன்னன்'

'வகுப்புக்கு வராமலே வந்தான்னு எழுதுறது'

'இப்ப எங்கூடத்தான இருக்க, இதுதான் வகுப்பு. நம்ம ஞான போதன பத்தித்தான் பேசிக்கிட்டு இருக்கோம்.'

'சிஸ்டர் நான் பட்டினி கெடந்தாலும் கெடப்பனே ஒழிய அடுத்த வாரம் கட்டாயம் வருவேன்னு சொல்ல முடியாது.'

'இது போக வேற என்ன புக்ஸ் வாசிக்க'

'பெரியார், அறிஞர் அண்ணா புக், பாரதி, பாரதிதாசன், எல்லாம் படிப்பன்'

'ஆனா பைபிள் மட்டும் படிக்கமாட்ட'

'தெனமும் அதத்தான நீங்க சொல்லித்தர்ரீக, கோயில்ல அத தான் சாமியார் பிரசங்கம் பண்றார், படிக்க வேண்டியதில்ல, கேட்டாலே போதும் சிஸ்டர்'

'அதுதான் கேக்கவும் வரமாட்டேங்க.'

'நீங்க வேற ஏதாவது புதுசா சொன்னா வரலாம், அந்த ஒரு புஸ்த்தகத்தை விட்டு வரணுமில்ல. ஒங்க கிட்ட வேற புஸ்த்தகம் இருக்கா, இருந்தா குடுங்க படிக்கிறன்.'

'சரி, முத்து ஒன்னய மாதிரி ஆட்கள திருத்த முடியாது, நீ கிளாசுக்கு வா, இல்ல வராம இரு, உன்னிஷ்டம், ஒங்க வார்டன் பாடு, ஓம்பாடு.'

மறுநாள் மாணவர்கள் சாப்பிட உட்கார்ந்தார்கள். வீடரிடமிருந்து எந்தத் தகவலும் வரவில்லை. கருத்தமுத்துக்கு எந்தத் தண்டனையும் இல்லாதது ஆச்சரியமாக இருந்தது. தொடர்ந்து எந்த ஞாயிற்றுக் கிழமையும் போகவில்லை. ஆனால் காணிக்கைராஜ் பாதர் முத்துவைக் கூப்பிடவில்லை. தண்டனை கொடுக்கவில்லை. அதைப் பற்றி பேசவே இல்லை. முத்துக்கு ஆச்சரியமாக இருந்தது. அடுத்த ஞாயிறு ஞானபோதனை வகுப்பில் முதல் ஆளாக முத்து உட்கார்ந் திருந்தான். அவனைப் பார்த்ததும் ஏஞ்சல் சிஸ்டருக்கு உள்ளே சந்தோஷம் குறுஞ்சிரிப்பு பொத்துக்கொண்டு வந்தது. பைபிள் கதைகள், கர்த்தர் நோயாளிகளை சொஸ்தப்படுத்திய அற்புதங்கள் என்று இயல்பாகப் பாடம் நடத்தினாள். வகுப்பு முடிந்து பையன்கள் அனைவரும் விடுதிக்குப் போய்விட்டார்கள். முத்து மட்டும் போகவில்லை.

'என்ன முத்து ரூமுக்கு போகலையா.'

'சிஸ்டரப் பாத்திட்டுப் போகலாம்னு இருக்கன்.'

'வேற ஏதாவது சொல்லனும்னா சொல்லு.'

'ரெண்டு வாரமா நான் வகுப்புக்கு வரல, ஆனா காணிக்கை ராஜ்பாதர் பனிஸ்மெண்ட் எதுவுமே குடுக்கலே எப்பிடி.'

'இங்க கேளு முத்து, என்னால நிய்யி பட்டினியா கெடக்கக் கூடாது, அது பாவம், அதுதான் நீயும் வகுப்புக்கு வந்ததா எழுதி அனுப்பிட்டேன்.'

'சிஸ்டருங்க, பாதருங்க பொய் சொல்லலாமா'

'சொல்லலாம்'

'சொல்லலாமா, எங்கள மட்டும் பொய் சொல்லக்கூடாதுனு பாடம் நடத்துறீங்க.'

'இங்க கேளு முத்து, ஒருவன் சொல்கின்ற பொய், நன்மை பயக்குமென்றால் பொய் சொல்வது தப்பில்லை.'

'பைபிள்ல சொல்லியிருக்குதா'

'பைபிள்ல சொல்லல திருக்குறள்ல வள்ளுவர் சொல்லியிருக்காரு.'

'சிஸ்டர், நீங்க திருக்குறள் படிப்பீகளா.'

'திருக்குறள் மட்டுமல்ல நீ படிக்கிற அத்தனை புஸ்த்தகத்தையும் நாங்க விரும்பி படிப்போம்.'

'நிஜமாவா டீச்சர்'

'பொய் சொல்லல, நிஜமா சொல்றன், எங்க காலேஜ்க்கு வா, பக்கத்துல மரியம் ஹவுஸ்னு ஒரு ஹாஸ்டல் இருக்கும். அங்க வந்து ஏஞ்சல் சிஸ்டரப் பாக்கனும்னு சொல்லு, ஒனக்கு நெறய்ய புத்தகம் நான் தர்ரேன்.'

ஒரே நொடியில் ஏஞ்சல் சிஸ்டர் வேற சிஸ்டராக மாறிப்போனாள். இதுவரை தான் புனைந்து வைத்திருந்த சிஸ்டர்களின் பாதர்களின் பிம்பங்கள் சுக்கு நூறாய் உடைந்து நொறுங்கி விழுந்தன. குழப்பத் துடன் விடுதிக்கு நடந்துகொண்டிருந்தான். காணிக்கைராஜ் பாதர் கடவுளாகத் தெரிந்தார். எல்லா பாதர்களும், கன்னியாஸ்திரிகளும் எல்லா புத்தகங்களும் படிப்பார்கள் என அறிந்தபோது சந்தோஷப்பட்டான். காக்கைகள் தூக்கிவந்து போட்ட காய்ந்த தேங்காய் முறிகள் வேப்பமரத்தடிகளில் கிடந்தன. அரியானைப் பார்க்கும்போது கொடுக்கலாம் என்று நாலைந்தை எடுத்து வைத்துக்கொண்டான். அவன் சந்தோஷமாக விடுதிக்குள் நுழைந்தான்.

விடுதிக்கு நேரெதிரே அச்சடிக்கும் பிரஸ் இருந்தது. இரவு பகல் எந்நேரமும் சடக் சடக் சடக் சத்தம் கேட்டுக்கொண்டேயிருக்கும். பிரஸ் அய்யாவாக இருப்பவர் பாதர் ஞானமணி. பையன்கள் வைத்துள்ள பட்டப்பெயர் முண்டக் கண்ணன். கோழிமுட்டை மாதிரி இருக்கும் பெரிய கண்களை உருட்டி உருட்டிப் பேசும்போது எதிரே நின்று பேசுபவருக்குக் கொஞ்சம் பயமாகவே இருக்கும். அவர் கையில் பைபிளோ, ஜெபமாலையோ இல்லாமல் பார்க்க முடியாது.

பிரஸ்ஸில் ஏழெட்டுப் பேர் வேலை பார்த்தாலும் மூன்று ஊமை பையன்கள் அச்சகத்தொழில் கற்றுக்கொள்ள வேலை செய்கிறார்கள். விடுதியில் தங்கிக் கொள்ளும் அவர்களை எப்போதும் சேர்ந்தேதான் பாக்கமுடியும். பூவரசு மர நிழலில் வட்டமாக அமர்ந்து கொண்டு கைஜாடை போட்டுப் பேசுவதை பட்டறைப் பையன்கள் ஒளிந்து நின்றுதான் பார்க்க வேண்டும். திடீரென்று பாய்ந்து வந்து மண்ணை வாரி இறைத்து விரட்டுவார்கள். அன்றைக்கும் அது மாதிரிதான் மூன்று பேரும் வட்டமாக உட்கார்ந்திருந்தார்கள். கருத்தமுத்து கொடிக்காப்புளி மரத்தூரில் மறைந்துகொண்டு பார்த்துக்கொண்டிருந்தான். கைஜாடையை காணவில்லை. சிரிப்பையும் காணோம். மொத்தத்தில் அவர்கள் மூவரும் இவ்வளவு மௌனமாக உட்கார்ந்திருந்ததைப் பார்த்ததே இல்லை.

அடுத்து இருந்த வேப்பமரத்தின் தூருக்குள் ஒளிந்துகொண்டு

உற்றுப்பார்த்தான். இப்ப கொஞ்சம் கிட்டத்தில் இருந்ததால் மூன்று பேருடைய முகமும் நன்றாகத் தெரிந்தது. கீழோரம் உட்கார்ந்திருந்த செல்வராஜ் ஏங்கி ஏங்கி அழுதுகொண்டிருந்தான். மற்ற இருவரும் அவனைத் தேற்றிக்கொண்டிருந்தார்கள். மற்றொருவன் அவன் கண்ணைத் துடைத்துக்கொண்டிருந்தான். ஏங்கி ஏங்கி அழுததால் செல்வராஜ் முகம் வீங்கி கண்கள் சிவந்து பார்க்கவே பரிதாபமாக இருந்தது. இவ்வளவு சோகமாக அவர்களைப் பார்த்ததே இல்லை.

என்றைக்காவது எதிரே பார்த்துவிட்டால் சிரித்த முகமாய் வணக்கம் சொல்லிப்போகும் அந்த மூன்று ஊமையர்களையும் நினைத்துக்கொண்டான். கருத்தமுத்து சற்றும் தயங்காமல் மரத்தூரின் மறைவிலிருந்து வெளிப்பட்டான். முத்துவை அவர்கள் எதிர் பார்த்திருக்க மாட்டார்கள். கொஞ்சம் பதட்டமடைந்தாலும், சுதாரித்துக் கொண்டார்கள். முத்து உட்கார்ந்தவுடன் மூவர் வட்டம் விரிந்து நால்வர் வட்டமாக மாறியது. செல்வராஜின் கண்களை ஜாடையால் காட்டி ஏன் அழுகிறாய் என்று கைஜாடை காட்டிக் கேட்டான். அக்கம் பக்கம் யாரும் இல்லை என்று சுற்றிலும் பார்த்துக்கொண்டு ஜாடையில் சொல்ல ஆரம்பித்தார்கள்.

அவர்கள் மூன்று பேர் சொல்வதையும் கவனமாகக் கேட்டான் புரிவதற்குக் கொஞ்சம் சிரமப்பட்டாலும் கஷ்டப்பட்டு புரிந்து கொண்டான்.

முண்டக்கண் ஞானமணி பாதர் செல்வராஜை போட்டோ எடுத்து, வாய் பேசாத, காது கேளாத ஊமை என்று காட்டி, தையல் வேலை தெரியும், ஆகவே தையல் மிஷின் வாங்க உதவி செய்யும்படி வெளிநாட்டு நபர்களுக்கு அனுப்பியிருக்கிறார். அதில் ஒரு நல்ல உள்ளம் படைத்த நபர் அருமையான சின்ன மோட்டார் பொருந்திய காலால் மிதிக்க தேவையில்லாத ஒரு தையல் மிஷினை இங்கே அனுப்பியிருக்கிறான். அந்த மிஷினைப் பெற்றுக்கொண்ட ஞானமணி பாதர், செல்வராஜிடம் கொடுக்கவில்லை.

ஒரு கல்லூரி பேராசிரியை சில நோட்டீஸ்கள் அடிப்பதற்காக பிரஸ்சுக்கு வருவாளாம். அவளும் ஞானமணி பாதரும் ஆபிஸ் ரூமுக்குள் கதவை சாத்திக்கொண்டு மணிக்கணக்கில் பேசுவார்களாம். இவர்கள் சந்தேகப்பட்டு ஓட்டை வழியே பார்த்தபோது பாதரின் எதிரே உட்கார்ந்திருந்தவளின் கவுட்டுக்குள் பாதருடைய இரு கால்களும் இருந்ததாம். அப்புறம் அரைமணி நேரம் கழித்துப் பார்த்தபோது பாதரின் மடியில் உட்கார்ந்திருந்தாளாம். வேலை

செய்கிற அத்தனை பேரும் தினம் மாறி மாறிப் பார்த்து ரசிப்பார்களாம்.

செல்வராஜ்க்கு வந்த தையல் மிஷினை அந்தப் பொம்பளையிடம் கொடுத்துவிட்டதாகவும், கேட்டதுக்கு அடிக்க வந்ததோடு வேலையை விட்டு விரட்டிவிடுவேன் என்று சொல்லி மிரட்டுவதாகவும் சொன்னார்கள்.

இதைச் சொல்லி கருத்தமுத்துக்குப் புரியவைக்கும் முன் ஒரு பெரிய மௌன நாடகத்தையே நடத்திக் காட்டிவிட்டார்கள். பாதரைக் காட்ட முண்டக்கண். பொம்பளையைக் காட்ட மாரில் கையைவைத்துக் காட்டியது. அவள் குடை பிடித்து வருவதை நடந்து நடித்துக் காட்டி புரியவைத்தது. தையல் மிஷினை சொன்னபோது இருகைகளையும் கவுத்தி வைத்துக் காலால் தைப்பது மாதிரியே தைத்துக் காட்டியது. பாதரின் கால்கள் அவளின் கவுட்டுக்குள் இருப்பதை நடித்துக் காட்டியது. அவள் பாதர் மடியில் உட்கார்ந்திருப்பதையும், பாதர் முத்தம் கொடுப்பதையும் யதார்த்தமாக நடித்துக் காட்டியபோது கருத்தமுத்து அமைதியாகப் பார்த்துக்கொண்டிருந்தான்.

தைரியமாக இருக்கும்படியும் எப்படியும் தையல் மிஷினைத்தான் வாங்கித் தருவதாகவும் சொன்னபோது, மூவரும் கும்பிட்டார்கள். சொல்லியாச்சு எப்படி வாங்கிக் கொடுப்பது என்று தெரியவில்லை. அப்போது அவனுக்குப் பளிரென்று ஞாபகத்திற்கு வந்தவன் மூன்றாமாண்டு அருள்ராஜ். எப்படியாவது அவனைப் பார்த்து விஷயத்தைச் சொல்லி யோசனை கேட்பதற்காக நேரம் பார்த்துக் கொண்டிருந்தான்.

அருள் அந்தோணியும் அவனும் டீ குடிக்க வெளியே போயிருக் கிறார்கள் என்று கேள்விப்பட்டு தேடிச் சென்றான். சாலையோரக் கடையில் இருவரும் உட்கார்ந்து பீடி குடித்துக்கொண்டிருந்தார்கள். முத்துவைப் பார்த்ததும் பெஞ்சில் உட்காரும்படி சைகை செய்தார்கள்.

'என்னடா முத்து, இந்தப் பக்கம்'

'ஓங்களத் தான்ன பார்க்க வந்தன்'

'அப்படியா என்ன விஷயம்'

'மோசமான விஷயம்ண்ணே'

'என்னடா மோசமான விஷயம்'

இருவரிடமும் கருத்தமுத்து ஒன்றுவிடாமல் ஞானமணி பாதர் கதையைச் சொல்லி முடித்தான். பாதர்களில் நல்ல பாதர் கெட்ட பாதர் என்று முத்திரை குத்துவதற்கான மதிப்பீட்டு அளவுகோலே

பொம்பிளை விஷயம்தான். பெண்களிடம் எதிரே நின்று பேசாத பாதர்களும் உண்டு. பெண்கள் நெருங்கி நின்றால்கூட தூரத் தள்ளி நின்று பேசும் பாதர்களும் உண்டு. அந்த வகையில் தைனஸ் பாதர் யோக்கியவான். உன் உடுப்பும் வேண்டாம், வாத்தியார் வேலையும் வேண்டாம் என்று தூக்கி எறிந்துவிட்டு பாமாவைக் கூட்டிக்கொண்டு ஓடிப்போனார்.

பாமா என்று கூப்பிட்டு வந்த பாத்திமாவும் ஒரு கன்னியாஸ்திரி தான். யாருமே பாத்திமா என்று கூப்பிடுவதில்லை. சுருக்கமாகப் பாமா பாமா என்றே கூப்பிடுவார்கள். முகம் மட்டுமே காட்டித் திரியும் கன்னியாஸ்திரிகளில் முகம் என்று சொல்லி முழு நிலவைக் காட்டித் திரிந்த கன்னியாஸ்திரி பாமா. கரகம், பரதநாட்டியம், பறையாட்டம், குச்சுப்பிடி அனைத்திலும் பாமாவின் பங்களிப்பு உண்டு. பள்ளி, கல்லூரிகளில் நடைபெறும் விழாக்களில் பாமாவின் பங்களிப்பும், அவருடைய மாணவர்களின் பங்களிப்பும் முக்கியமாக இடம்பெறும். தைனஸ் பாதர் நாடகம் நடிப்பதில், நாடகம் தயாரிப்பதில் மிகுந்த ஈடுபாடுகொண்டவர். குறைந்த வயது, ஒரே பள்ளியில் வாத்தியார் வேலை. அரசல் புரசலாக விஷயம் பேசப் பட்டவுடன் பாமா சிஸ்டர் வெகுதூரம் ராயப்பன்பட்டிக்கு மாற்றப் பட்டார். தைனஸ் பாதர் பைபிளை வெறுத்தார். சிலுவையை மறந்தார். இப்படி எத்தனையோ பாதர்களும் கன்னியாஸ்திரிகளும் தங்கள் உடுப்பைப் கழற்றி திருச்சபையிடம் ஒப்படைத்திருக்கிறார்கள். முதலில் வேலை மறுக்கப்பட்டுவிடும். புதிதாக வேலை தேடுவது என்பது சாதாரண விஷயமில்லை. ஆனாலும் தைனஸ் பாதர் உடுப்பை கழற்றிவிட்டு, பாமாவை கரம் பிடித்தார். இருவரும் கர்த்தரின் பாதத்திலேயே தங்களின் புதிய வாழ்க்கையை அமைத்துக் கொண்டார்கள்.

ஒவ்வொரு மாதமும் கடைசி ஞாயிற்றுக் கிழமை தாமஸ் பாதர் அங்கே வருவார். அவர் இது மாதிரி பத்து இருபது மடங்களுக்கு சுப்பீரியர் பாதர். உண்மையில் தாமஸ் பாதரை இயேசுவின் மறுபிறப்பு என்றுகூட சொல்லலாம். ஒரு சிறுவன் போய் அவர்முன் நின்றாலும் அவர் கொடுக்கிற மரியாதை. அவருடைய எளிமை, அவருடைய பணிவு எல்லாமே அவரை மதிப்பு மிகுந்த பாதராக மாற்றி வைத்துள்ளன. எல்லா குறைபாடுகளையும் ஒவ்வொரு மாசம் கடைசி ஞாயிற்றுக்கிழமை வந்து வாங்கி, அது பற்றி உடனே முடிவு எடுப்பார். அவர் போப்பாண்டவரின் அழைப்பின் பேரில் இரண்டு தடவை வாடிகன் போய்வந்தவர். வருகிற ஞாயிற்றுக்கிழமை அவரின்

வருகைக்காகக் காத்திருந்தனர் அருள்ராஜும் கருத்தமுத்தும் மற்ற வாய் பேச முடியாத மூவரும்.

சிலுவையில் தொங்கும் இயேசுவின் பெரிய சொரூபத்தினடியில் கம்பீரமாக தாமஸ் பாதர். பயந்துபோய் முகங்களில் சந்தோஷமின்றி நிறைய பாதர்கள் உட்கார்ந்திருந்தனர். நிறைய விஷயங்கள் பேசப்பட்டன. தாமஸ் பாதர் இதே மடத்தில் கண்காணிப்பாளராக இருந்தபோது இரவு மாணவர்களின் விடுதியை நள்ளிரவு சுற்றிப் பார்ப்பாராம். ஒருநாள் இரவு சுற்றிப் பார்த்துக்கொண்டு வரும்போது தூங்கும் மாணவர்களிடமிருந்து சிறுமுனகல். பாதர் கிட்டத்தில் போய் பார்த்தார். ஒரு சிறுவன் குளிரில் நடுங்கிக்கொண்டு படுத்துக் கிடக்கிறான். டவுசர் தவிர உடம்பை போர்த்திக்கொள்ள ஏதுமில்லை. கைகள் ரெண்டையும் கவுட்டுக்குள் ஒட்டியபடி சுருண்டு... பாதர் தாமஸ் சற்றும் யோசிக்காமல் தான் அணிந்திருந்த வெள்ளைக்கோட்டை கழற்றி, பையனை மூடிவிட்டு வெறும் பனியனுடன் அறைக்குள் போய்விட்டார். விடிந்தபோது பையன் திகைத்துப் போய்விட்டான். அதிரியான் பாதர்தான் இது தாமஸ் பாதரின் கோட்டு என்பதை அடையாளம் சொன்னவர். பையன் தாமஸ் பாதரின் அறைக்குப் போனபோது, ஒரு நல்ல போர்வையும், டவுசர் சட்டையும் கொடுத்து ஆசீர்வதித்தபோது அழுதாராம். இது மாதிரி நிறைய சம்பவங்களுக்கு சொந்தக்காரர் தாமஸ் பாதர்.

8

யாரும் எதிர்பார்த்திருக்க மாட்டார்கள். வாய்பேச முடியாத செல்வராஜ் தாமஸ் பாதரிடம் கடிதத்தைக் கொடுத்ததும் அழுகையைக் கட்டுப்படுத்த முடியாமல் ஓ... என்று கதறிவிட்டான். பாதர் பதறிப் போனார். அவனை அப்படியே கட்டிப்பிடித்துக் கண்ணீரைத் துடைத்து ஆசுவாசப்படுத்தினார். மயான அமைதி. ஞானமணி பாதர் பீதியுடன் உட்கார்ந்திருந்தார். மற்ற பாதர்களுக்கு என்ன ஏதென்று புரியவில்லை. தாமஸ் பாதர் லெட்டரைப் படித்து முடித்ததும் ஞானமணி பாதரை ஏறிட்டுப் பார்த்தார். சப்த நாடியும் நடுங்கிப்போன ஞானமணி பாதர் நிலைகுலைந்து போனார்.

'அந்தப் பொம்பள யாரு'

'காலேஜ் புரபொசர் பாதர்'

'அவளுக்கு இங்க என்ன சோலி'

'காலேஜ் பாரம் எல்லாம் அச்சடிக்க வராங்க'

'இனிமேல் அந்த அம்மா இங்க வரக்கூடாது. தையல் மிஷின் யாருகிட்ட இருக்கு'

'அவங்க கிட்டத்தான் இருக்கு'

'எதுக்கு அங்க கொடுத்திங்க பாதர்'

'இங்க சும்மா இருந்தா, துரு ஏறிரும். அதான் அங்க குடுத்துத் தைக்கச் சொன்னன் பாதர், அவங்களுக்குனு கொடுக்கல'

'எந்த நன்கொடை வந்தாலும், என் பார்வைக்கு வரனும், முறைப்படி வரவு வைக்கனும், நீங்க முறைப்படி எதுவும் செய்யல'

'சரியா, ஒரு மணி நேரம் தர்ரேன். மிஷின் இங்க வரணும்'

ஞானமணி பாதர் நிலைகுலைந்து போனார் என்றுதான் சொல்ல வேண்டும். இதற்கெல்லாம் காரணம் அருள்ராஜும் கருத்தமுத்தும்தான் என்றும் தெரியும். ரௌடிப் பட்டத்துடன் அலையும் அருள்ராஜை எதிர்த்து பாதர்களில் பெரும்பாலோர் எதுவுமே பேசுவதில்லை. ஏனெனில் சுப்பிரீயர் பாதர் அருள்ராஜுக்கு நெருக்கம் என்பதும் தங்களைப் பற்றிய எல்லா அசிங்கங்களும் அருள்ராஜுக்குத் தெரியும் என்பதால் பாதர்கள் அவனைக் கண்டுகொள்வதில்லை.

ரிக்ஷாவில் தையல் மிஷினை ஏற்றிக்கொண்டு அந்த டீச்சர் வந்தாள். அந்த டீச்சரை ஒருவார்த்தைகூட பேசவிடவில்லை தாமஸ் பாதர்.

'தயவு செய்து திரும்பிப் போகலாம் மேடம்'

'பாதர் அதுவந்து...'

'நீங்கள் போய் வாருங்கள் அம்மா'

'பாதர்...'

'தயவு செய்து போய் வாருங்கள் அம்மா'

மிஷினைக் கண்ணால் கண்டதும் ஊமையன் செல்வராஜ் கண்களில் தாரைதாரையாகக் கண்ணீர். தாமஸ் பாதரின் கால்களில் ஓடிப்போய் விழுந்தான். பாதர் எழுந்து நின்று இருதோள்களையும் பிடித்துத்தூக்கி, கட்டிக்கொண்டார். அவன் இன்னும்கூட அழுது கொண்டிருந்தான். அவன் தலை முடியைக் கோதிவிட்டார்.

சரியாக ஒரு வாரம்தான். ஞானமணி பாதர் வெகுதூரம் ராயப்பன்பட்டி மடத்துக்கு மாற்றப்பட்டார். இந்த விஷயத்தைக் கருத்தமுத்து அரியானிடம் சொன்னபோது அரியான் சொன்னான்.

'அய்யாமார் மடத்துக்குள்ளயிருந்து ஒத்தப் பேய்தான் வெளியே போயிருக்கு. இன்னும் ஏகப்பட்ட பேய்க உள்ள இருக்கு, இங்க ஏங்கிட்ட இருக்கிற பேய்களவிட ரொம்ப ஆபத்தான பேய்க அந்தப் பேய்க!'

எப்படா ஞாயிற்றுக்கிழமை வருமென்று எதிர்பார்த்துக் கொண்டிருந்தான் கருத்தமுத்து. ஏஞ்சல் சிஸ்டரும் கருத்தமுத்தும் இப்போது நல்ல நண்பர்களாகிவிட்டனர். இவனிடமிருந்து சில புத்தகங்களை வாங்கிப் படிப்பதாக ஒரு பேச்சும் உண்டு. எது எப்படியோ ஞானபோதனை வகுப்பு நன்றாகப் போய்க் கொண்டிருந்தது. ஞானமணி பாதர் விஷயம் பாதர்கள் முழுக்க ஒரு அதிர்ச்சியை உண்டாக்கியிருந்தது. அருள்ராஜும் கருத்தமுத்தும் அய்யாமார் மடத்தில் தனித்த மரியாதையுடன் திரிந்தார்கள்.

கருத்தமுத்து சொல்லச் சொல்ல மிக கவனமாகக் கேட்டுக் கொண்டிருந்தாள் ஏஞ்சல் சிஸ்டர். முகத்தில் எந்தவிதமான பிரதிபலிப்புமில்லை. வேண்டா வெறுப்பாகக் கேட்கிறாளா இல்லை வருத்தத்தை அடக்கிக்கொண்டு இருக்கிறாளா என்று அனுமானிக்க இயலவில்லை. ஒரு கட்டத்தில் கருத்தமுத்து சொல்வதையே நிறுத்திவிட்டான்.

'என்ன முத்து நிறுத்திட்ட சொல்லு'

'நீங்க கேட்கிறது மாதிரி தெரியலை அதான்'

'கேட்டுக்கிட்டுத்தான இருக்கன், ஒறங்கலையே'

'இல்ல எந்தவிதமான சலனமுமில்ல அதான்'

'கைதட்டச் சொல்றயா, இல்ல விசில் அடிக்கனுமா'

'சரி சிஸ்டர் நான் ஒங்ககிட்ட சொல்லல சிஸ்டர்'

'இங்க கேளு முத்து, இப்ப வரைக்கு நீ சொன்னதெல்லாம் மிக மிக சாதாரணமான விஷயம். பெரிய விஷயமில்ல'

'என்ன சிஸ்டர் இப்பிடி சொல்றீக'

'இதுல என்ன இருக்கு முத்து'

'ஞானமணி பாதர் காலால டீச்சர நோண்டுனது'

'தப்பில்ல, அந்த டீச்சர் எதிர்ப்பு தெரிவிக்காத வரைக்கு அது தப்பே இல்ல'

'சிஸ்டர், அப்படின்னா எதுக்கு வெளியில பாதர், சிஸ்டர்னு சொல்லிக்கிட்டு இருக்கனும்'

135

‘இங்க கேளு முத்து ஆண்டவரோட படைப்புல எல்லாமே பாவச் செயலுக்கு உட்படக் கூடியதுதான், பாவமன்னிப்பு என்பது, தான் செய்த பாவங்கள மன்னிச்சு சுத்தப் படுத்திக்கிறதுதான், ஞானமணி பாதரும் மனுஷர் தானே, ஆண்டவர் இல்லையே.’

‘தப்பு செஞ்சிட்டு எத்தன தடவையும் மன்னிப்பு வாங்கிக் கிறலாம்னா பாவம் எப்பிடி கொறையும்’

‘சாமியார் பாவமன்னிப்பு குடுத்தாலும், ஆண்டவர் கண்ணுலருந்து தப்ப முடியாது. கடைசிக் காலத்துல விசாரணைக் காலத்துல கர்த்தர் அவங்கள நரகத்துக்குத்தான் அனுப்புவாரு, சொர்க்கம் அவனுக்குக் கெடையவே கெடையாது’

‘எல்லா பாதர்களும் சிஸ்டர்களும் கர்த்தருக்கு ஊழியம் செய்ய விரும்பி வந்தவங்கனு நெனைக்காத முத்து, அப்படியெல்லாம் ஒன்னும் கெடையாது’

‘சிஸ்டர், என்ன சொல்றீங்க சிஸ்டர்’

‘உண்மையைச் சொல்றன் முத்து, இப்ப என்னயை எடுத்துக்கோ நான் சிஸ்டராவன்னு கனவுலயும் நெனக்கல, ஆனா சிஸ்டரா வந்து நிக்கேன். வெளியிலருந்து பாக்கிறவங்களுக்கு ஒன்னுமே தெரியாது, அதே மாதிரிதான் பாதர்களும். ஊழியத்துக்குனு விரும்பி வந்தவங்க ரொம்ப ரொம்பக் குறைவு’

ஞான போதனை வகுப்புக்கள் முடிந்து பையன்கள் அனைவரும் போய்விட்டார்கள். வெளியில் மாலைநேரக் காற்றின் குளிர்ச்சி. கூடடையும் பறவைகளின் கெச்சட்டம். இரை தேடிய அனுபவங்கள் நாளை என்ன, எங்கே, எப்போது, எந்தத் திசை போன்ற கவலையே இல்லாமல் காச் பூச் என்று கூச்சலிட்டு அடையும் பறவைகள். ஏஞ்சல் சிஸ்டர் ஜோல்னா பையைத் தோளில் அணிந்திருந்தாள். கூடவே கருத்தமுத்து. மரங்களின் கீழ் புள்ளி புள்ளியாய் பரவிக்கிடந்த பறவை எச்சங்களை ரசித்துப் பார்த்தாள். எச்சங்களில் கட்டி கட்டியாய் ஒட்டியிருந்த வேப்பமுத்துக்களையும் அத்திப்பழ விதைகளையும் குனிந்து கையில் எடுத்தாள். அதில் ஒட்டி யிருந்த மணலை ஊதித் தள்ளினாள். சுத்தமான வேப்பமுத்து விதைகள்.

‘முத்து இந்தப் பறவைக எல்லாத்தையும், இந்த மரங்கள்தானே சுமக்கிறதா நம்ம நெனச்சிட்டு இருக்கோம்’

‘ஆமா, சிஸ்டர், இந்தா ஆயிரக்கணக்கான பறவைகள் அடஞ்சு கெடக்கு மரங்கதான சொமக்குது’

'அதுதான் இல்ல முத்து, இந்த ஒலகத்துல இருக்கிற அத்தனை மரங்களையும் பறவைகதான் சொமக்குது'

'சிஸ்டர், நீங்க சொல்றது எனக்கு ஒன்னும் விளங்கல சிஸ்டர், வெவரமா சொல்லுங்க'

இருவரும் நடந்துகொண்டே மாதா கெபியின் முன்னால் வந்து நின்றார்கள். ஐந்து அடுக்குகள் கொண்ட கெபியின் கோபுரம் வண்ண விளக்குகளால் அலங்கரிக்கப்பட்டிருந்தது. கெபியின் வாசல்களில் முதல் அடுக்கில் கிறிஸ்துவும் அடுத்தடுத்த அடுக்குகளில் அப்போஸ்தலர்களும் நிறுவப்பட்டிருந்தார்கள். கெபியின் சுவர்களில் பைபிள் வாசகங்கள் எழுதப்பட்டிருந்தன. கருத்தமுத்து ஒரு வாசகத்தை மனசுக்குள் வாசித்தான்.

'காண்டாமிருகம் உன்னிடத்தில் சேவிக்க சம்மதிக்குமோ. அது உன் முன்னணைக்கு முன்பாக இராத்தங்குமோ. படைச்சால்களை உழ நீ காண்டாமிருகத்தைக் கயிறு போட்டு ஏரிலே பூட்டுவாயோ. அது உனக்கு இசைந்து பரம்படிக்குமோ. அது அதிக பலமுள்ளதென்று நம்பி அதனிடத்தில் வேலை வாங்குவாயோ! உன் தானியத்தை அது உன் வீட்டில் கொண்டுவந்து, உன் களஞ்சியத்தில் சேர்க்கும் என்று நீ அதை நம்புவாயோ'

'அதாவது முத்து இந்தப் பறவைகளும் வௌவால்களும்தான் இந்த மரங்கள் எல்லாத்தையும் சொமந்து அலைந்து வனமெல்லாம் வெதைக்குது, ஆக பறவைகள் மரங்களைச் சொமக்கல, மரங்கள பறவைகள்தான் சொமக்குது'

'சிஸ்டர் நீங்க என்ன பாடத்துல புரபசர்'

'விலங்கியல் பேராசிரியை'

'எனக்குப் பறவைக, விலங்குகள்னா உயிர் சிஸ்டர்'

'முத்து உனக்கு இன்னொரு விஷயம் தெரியுமா'

'சொல்லுங்க சிஸ்டர்'

'பறவைகள் விலங்குகள் மனுஷன் இல்லாம உயிர்வாழ முடியும். ஆனா பூச்சிகள் இல்லாம, பறவைகள் இல்லாம மனுஷனால உயிர்வாழ முடியாது'

'உண்மை சிஸ்டர்'

'இதுக்கெல்லாம் நீ படிக்கிற பெரியார் ஏதாவது வழி சொல்லி யிருக்காரா முத்து'

‘சிஸ்டர் பெரியார் ஒரு சமூக சீர்திருத்தவாதி’

‘அப்படின்னா பறவைகள், விலங்குகள், பூச்சிகள் எல்லாம் சமூகத்தோட அங்கங்கள் இல்லையா முத்து’

‘எனக்குச் சரியா புரியல சிஸ்டர்’

இருவரும் பேசிக்கொண்டு நிற்கும் போதே ஏஞ்சல் போக வேண்டிய பஸ் வந்தது. வழக்கமாக ஸ்தோத்திரம் சொல்லி பஸ் ஏறும் ஏஞ்சல் வழக்கத்திற்கு மாறாக, அவன் தலையில் ஐந்து விரல்களை வைத்து அழுத்தி கட்டைவிரலால் அவன் நெற்றியை அழுத்தி காட் பிளஸ் யு சொன்னபோது முத்து ஆச்சரியப்பட்டுப் போனான். பஸ்ஸில் ஏறி உட்கார்ந்த பின்னரும் ஜன்னல் வழியே கைநீட்டி டாட்டா சொன்னது, சிரித்தமுகமாய் கையசைத்தது எல்லாமே இதுவரைதான் பார்த்தே அறியாத கன்னியாஸ்திரி ஏஞ்சல். ஒருவித குழப்பத்துடன் விடுதிக்குத் திரும்பிக் கொண்டிருந்தான்.

படர்ந்த புளியமரத்துக்கு அடியில் இருக்கும் இசக்கியம்மனின் பீடத்திற்கு முன்னால் தீபம் எரிந்துகொண்டிருந்தது. ரோட்டில் செல்லும் பெரும்பாலான வாகன ஓட்டிகள் இசக்கியைக் கையெடுக்காமல் போவதில்லை. எதிரே இருக்கும் பன்னிரெண்டு சுடுகாட்டுப் பேய்களும் இசக்கியம்மனிடம் மண்ணைக் கவ்வ வேண்டும் என்பான் அரியான். இசக்கிக் கோவில் தெலா கிணற்றில் தண்ணீர் இறைத்து யாரும் குளிக்கலாம். கல் தொட்டிகளில் தண்ணீர் நிரம்பியபடியே இருக்கும். குளிக்கிற தண்ணீர் பாயும் இடத்தில் கும்பலாகப் பதியமிட்டுள்ள அரளிச்செடிகளில் செவ்வரளிப் பூக்கள் பூத்துச் சொரிந்து கிடக்கும். சடைசடையாய் கூந்தல் புரள, உத்திராட்ச கொட்டைகள் கழுத்து நிறைய, மஞ்சள் சேலை அணிந்த மாரியம்மாள் இசக்கியின் முன்னால் சம்மணமிட்டிருப்பாள். திருநீறு நிறைந்த வெண்கலத்தட்டின் சூடத்தில் எப்போதும் தீபம் எரியும். தினம் ஆயிரம் கைகள் தொட்டு கண்களில் ஒற்றிக் கொள்ளும். இசக்கியின் கண்கள் ஒளிரும் தீபம்.

ஏஞ்சல் சிஸ்டரின் பஸ் சுடுகாடுகளைத் தாண்டி எண்ணெய் மில் தாண்டி அவளுடைய விடுதியை நோக்கி போய்க்கொண்டிருந்தது. ஆனால் ஏஞ்சலின் மனசோ பல்லாண்டுகள் பின்னோக்கி எதிர் திசையில் ஓடிக்கொண்டிருந்தது. பஸ்ஸின் ஜன்னல் வழியே ஊடுருவும் குளிர்காற்று தன்னுடைய தலைகவசத்தையும் தாண்டி ஜில்லிட்டது. தன் கைப்பையைத் தொட்டுப் பார்த்து கருத்தமுத்து தனக்குக் கொடுத்த அண்ணாதுரை எழுதிய தம்பிக்கு

புத்தகத்தைத் தொட்டுப் பார்த்துக்கொண்டாள். பஸ் கடற்கரை சாலையை அடைந்துவிட்டது. அடுத்த நிறுத்தம் அவள் இறங்க வேண்டியது. அவள் வெள்ளை பொம்மையைப் போல் நடந்து சென்றாள். அவளின் இளமை மாணவப் பருவம் எல்லாவற்றையும் ஊருக்கு அனுப்பியிருந்தாள்.

மேற்குத் தொடர்ச்சி மலையடிவாரம் இயற்கை எழில் கொஞ்சும் சிவகிரி அருகில் கல்லுப்பட்டி கிராமம். டொமினிக் - ஆரோக்கியமேரி. ஒரே பள்ளிக்கூடத்தில் இருபதாண்டுகளாக வாத்தியார் வேலை செய்யும் தம்பதிகள். துள்ளித் திரியும் கன்றுகள் என இரண்டு பெண் பிள்ளைகள். மூத்தவள் அன்னமேரி. இளையவள் ஏஞ்சல். எட்டாம் வகுப்புவரை தன் அம்மா அப்பா வேலை பார்க்கும் பள்ளியில் படித்துவிட்டு ஒன்பதாவது வகுப்புக்கு சிவகிரி போகவேண்டும். பால விநாயகர் உயர்நிலைப்பள்ளி. வாத்தியார் மகள் என்றால் சும்மாவா. அதுவும் ரெண்டு வாத்தியார் மகள் இல்லையா. கிராமத்திலிருந்து சிவகிரி போய்வர அழகான சைக்கிள் ஒன்று வாங்கி கொடுத்தார். சுற்றியுள்ள கிராமத்து ஜனங்கள் எல்லாம் வந்து பார்த்துவிட்டுச் சென்ற சைக்கிள். தன் மகள் சைக்கிள் சவாரி போகும்போது ஒளிந்து நின்றுகூட ரசித்து அழகு பார்த்தார் டொமினிக் வாத்தியார்.

'பொம்பளப் புள்ளைக்கு எதுக்கு சார் படிப்பு, கையெழுத்துப் போட தெரிஞ்சா போதாதா, அதுக்கு மேல படிச்சு என்ன செய்யப் போகுது.'

டொமினிக் வாத்தியாருக்குக் கோபம் பொத்துக்கொண்டு வரும். கன்னாபின்னா என்று கத்துவார். இடையிடையே பைபிள் வாசகத்தை மேற்கோள் காட்டிப் பேச தவறமாட்டார். மகள்கள் இருவரையும் டாக்டராகவோ கலெக்டராகவோ ஆக்காமல் விட மாட்டேன் என்று சபதம் போட்டுப் படிக்க வைத்தார். ஏஞ்சல் படித்த அதே பள்ளியில் சொக்கநாதன் புத்தூர் கிராமத்திலிருந்து பாண்டியன் ஒன்பதாவது வகுப்பில் சேர்ந்தான். கல்லுப்பட்டி தாண்டித்தான் பாண்டியன் தன் ஊருக்குச் செல்லவேண்டும். ஊர்பிள்ளைகள் எல்லாம் நடந்துசெல்ல ஏஞ்சல் மட்டும் சைக்கிளில் இரட்டை ஜடை சகிதம் பறக்கும்போது எல்லாரும்தான் ஆச்சரியமாகப் பார்த்தார்கள். பாண்டியனும்தான் பார்த்தான். நடந்து செல்லும் மாணவர்களைக் கடந்து சைக்கிள் செல்லும்போது ஏஞ்சல் எழுப்பும் மணியோசை எல்லாரையும் பொறாமைப்பட வைத்தது.

139

மலையடிவாரத்திற்கே உரிய சாரல். காலையில் தூறலாய் நனைத்துக்கொண்டிருந்தது. பாண்டியனும் மற்ற பிள்ளைகளும் விளையாட்டும் சிரிப்புமாய் தூக்குவாளிகள் பைகூடுகள் தொங்க சாரலில் நனைந்தபடி சென்று கொண்டிருந்தார்கள். தூரத்தில் ஏஞ்சல் சைக்கிளை நிறுத்திவிட்டு என்னமோ செய்துகொண்டிருந்தாள். கிட்டத்தில் போய் பார்த்த போதுதான் தெரிந்தது. சைக்கிள் செயின் கழன்று வசமாய் மாட்டிக்கொண்டது. ஏஞ்சலால் ஒன்றும் செய்ய இயலவில்லை. மாணவர்கள் சுற்றிநின்று பார்த்துவிட்டு மௌனமாக போய்விட்டார்கள். ராஜ் சொன்னான்,

‘தலையில வச்சு சொமக்கட்டும். தெனம் தெனம் கிளிங் கிளிங்னு பெல் அடிச்சிட்டு பறந்தேயில்ல சிட்டுக்குருவியாட்டம், இப்ப என்ன செய்வ.’

பாண்டியன் மட்டும் போகாமல் நின்றுகொண்டான். மற்ற பிள்ளைகள் போய்விட்டார்கள். பாண்டியன் தன் பைக்கூட்டையும் தூக்குவாளியையும் ஓரமாக வைத்துவிட்டு சைக்கிள் பக்கத்தில் போய் உட்கார்ந்தான். தன்னுடைய ஆட்காட்டி விரலால் சைக்கிள் செயினை எடுத்துப் பார்த்தான். கை விரலெல்லாம் கிரீஸ் பட்டு கருப்பானதுதான் மிச்சம். சாரலில் நனைந்த ஏஞ்சல் பரிதாபமாய் நின்றாள். அவளின் நெற்றியில் மழைத்துளிகள் முத்து முத்தாய் ஒட்டியிருக்க துடைக்கக்கூட முடியாமல் கையெல்லாம் கிரீசுடன் நின்றாள். உபயோகித்த குச்சிகள் எல்லாம் ஒடிந்து ஒடிந்து போயின. வசமாக இடையில் சிக்கிக்கொண்டது செயின். பாண்டியனுக்கு சரியான யோசனை தோன்றியது.

எழுந்து போய் தன் பைக்கூட்டுக்குள்ளிருந்து ஜாமெட்ரி பாக்ஸை எடுத்து வந்தான். அதற்குள்ளிருந்த காம்பஸை எடுத்து நேராக குச்சி மாதிரி நிமிர்த்தினான். ஏஞ்சல் பார்த்துக்கொண்டே நின்றாள். உள்ளேவிட்டு இடையில் சிக்கியிருந்த செயினை கிண்டி வெளியே தூக்கினான். செயின் வெளியே வந்துவிட்டது. ஆனால் காம்பஸ் நன்றாக வளைந்துவிட்டது. அவக்தவக்கென்று புறப்பட்டார்கள். எப்படியும் லேட்டாகத்தான் போகவேண்டும். பிரேயர் முடிந்துவிடும். ஏஞ்சல் சொன்னாள்.

‘டேய், பாண்டி, பின்னால உட்கார்ரா, பிரேயருக்குள்ள போயிரலாம். நான் மட்டும் போனா நீ வர முடியாது, ஏறுடா, யோசிக்காத.’

‘ஏய்... ஏஞ்சல் ஒங்க அப்பா அடிக்கப் போறாரு.’

‘அத நான் பாத்துக்கிறேன்டா.’

ஏஞ்சல் சைக்கிளை வேகமாக மிதித்தாள். சந்தோஷத்தில் ஏறி ஏறி உன்னி உன்னி மிதித்ததில் பறந்து சென்றது சைக்கிள். பள்ளிக்கூட அருகில் தான் இறங்கிறேன் என்று சொல்லியும் கேட்காமல் பள்ளிக்கூட வாசலிலேயே போய் நிறுத்தினாள் சைக்கிளை. எல்லாரும் பார்த்தார்கள். ஏஞ்சல் எதுவும் நடக்காதது மாதிரி வகுப்புக்குள் நுழைந்தாள்.

அன்று ஞாயிற்றுக்கிழமை. பாண்டியன் பையன்களுடன் குதியாளம் போட்டு விளையாடிக்கொண்டிருந்தான். டொமினிக் வாத்தியார் பாண்டியனைத் தேடி வருவார் என்று எதிர்பார்க்கவில்லை. சுற்றுவட்டாரத்தில் டொமினிக் வாத்தியாரைத் தெரியாதவர்கள் இருக்க முடியாது என்பதற்கு அவர் பார்த்த வாத்தியார் வேலை மட்டும் காரணமில்லை அவர் வைத்திருக்கும் புல்லட் மோட்டார் சைக்கிளும் காரணம். தன் மனைவி ஆரோக்கியமேரியைப் பின்னால் வைத்துக்கொண்டு டப்டப் டப் டப்பென்று பெரிய சத்தத்துடன் கம்பீரமாக வலம் வருவதும் காரணம்.

டொமினிக் வாத்தியார் பாண்டியன் வீட்டுக்கு முன்னால் வந்து புல்லட்டை நிறுத்தியவுடன் சிறு கூட்டம் கூடிவிட்டது. கம்பீரமாக நடந்து வீட்டின் முன்னால் வந்து நின்றார் டொமினிக் வாத்தியார்.

'பால விநாயகர் பள்ளியில படிக்கிற பாண்டியன் வீடு'

'இது தான்ய்யா, என்ன விஷயம்'

'அந்தப் பையன பாக்கனும்'

எங்கேயோ விளையாடிக் கொண்டிருந்த பாண்டியனைக் கூட்டிவர பையன்கள் ஓடினார்கள். கூட்டத்தோடு கூட்டமாகப் பாண்டியன் வந்தான். வந்திருப்பது இன்னார் என்று கண்டுகொண்டான். பயம் அப்பிக்கொண்டது. ஓடிவிட முடியாது. சைக்கிளில் ஏஞ்சல் பின்னால் உட்கார்ந்துபோனது அவள் அப்பாவுக்குத் தெரிந்து விட்டது. தான் மாட்டேன் வேண்டாம் என்று சொன்னதையும் மீறி அவள்தான் ஏற்றிப்போனாள் என்று சொல்லிவிட வேண்டும் என்று நினைத்துக் கொண்டான்.

'சார்... வணக்கம் சார்'

'ஓம் பேருதான் பாண்டியனா'

'ஆமா சார்'

'எதுக்குடா இப்பிடி பயப்படுற, கை கட்டாதடா, நேரா நில்லுடா, ஏஞ்சல் வகுப்புலதான நிய்யும் படிக்க'

‘ஆமா சார்’

‘நல்லா படிக்கனும்டா, அன்னைக்கி சைக்கிள் செயின எடுத்து மாட்டிவிட்ரப்ப ஒன்னோட காம்பஸ் கருவி வளஞ்சு போச்சில்லடா’

‘ஆமா சார், என்னோடதுதான் சார், வளஞ்சு போச்சு’

‘இந்தாடா இத வச்சுக்கோ, ஜாமட்ரி பாக்ஸ் வேணுமில்லடா’

‘நான் அத வச்சே சமாளிச்சிருவன் சார்’

‘புடிடா, ஏஞ்சல் அன்னைக்கே வாங்கி குடுக்கச் சொன்னா’

விலை உயர்ந்த ஜாமெட்ரி பாக்ஸ் பாண்டியன் திருப்பித் திருப்பி பார்த்தான். ஏஞ்சலின் சிரித்த முகம் ஜாமெட்ரி பாக்ஸ்ஸில் தெரியுமோ! பாண்டியன் பார்த்துக்கொண்டே இருந்தான். முதுகில் தட்டிக் கொடுத்துவிட்டு டொமினிக் புறப்பட்டுப் போனார். வண்டி மறைந்தாலும் டப் டப் டப் சத்தம் வெகுநேரம் கேட்டபடியே இருந்தது.

ஏஞ்சல் சிஸ்டர் பழைய நினைவுகளை அசை போட்டபடியே படுக்கையில் சாய்ந்தாள். கருத்தமுத்துவை நினைத்துக்கொண்டாள். வெகுளியான அவனுடைய முகத்தை நினைத்துப் பார்த்தாள். அவன் படிக்கின்ற புஸ்த்தகங்களை ஒவ்வொன்றாக நினைவுபடுத்திப் பார்த்தாள். சிவகிரி பால விநாயகர் உயர்நிலைப் பள்ளியின் மூன்றாண்டு படிப்பு அவளுக்குப் பல சோகமயமான விஷயங்களைக் கற்றுத் தந்தது. பாண்டியன் அந்தச் சின்ன வயசிலும் கஷ்டத்திலும் தினமும் நடந்தே சென்று படித்தும் என்னைவிட அதிகம் மார்க் எடுத்து பாஸ் பண்ணியவன். அந்த மூன்றாண்டுகளில் பத்தாம் வகுப்பு பரீட்சை முடிந்த அன்றுதான் மனம்விட்டுப் பேசினான்.

‘ஏஞ்சல், இனிமே என்னய நீ பாக்க முடியாது, ஒன்னய நான் பாக்க முடியாது’

‘ஆமாடா, வருத்தமாயிருக்குடா பாண்டியா’

‘அடுத்து என்ன படிக்கப் போற’

‘நீ என்னடா படிக்கப் போற’

‘காலேஜ்ல படிக்க வசதியில்ல. டீச்சர் டிரெய்னிங் சேரலாம்னு இருக்கன், முடிச்சிட்டா வாத்தியாரா ஆயிரலாம்’

‘டேய், நானும் அங்கயே வர்ரேண்டா. ரெண்டு பேரும் சேர்ந்தே படிப்போம்டா. ஒன்னய பிரிய மனசில்லடா’

‘அப்பன்னா ஒங்க வீட்ல கேளு, ரெண்டு பேரும் டீச்சர் டிரெய்னிங்

போவம், ஒங்க அப்பா அம்மா மாதிரியே நம்ம ரெண்டு பேரும் டீச்சராயிருவம்'

கதவு சுண்டப்படும் சத்தம் கேட்டது. தன் நிலை மறந்து யோசனையில் ஆழ்ந்துவிட்ட ஏஞ்சல் வேகமாகப் போய் கதவைத் திறந்தாள். வெளியே சமையல்காரன் செந்தூர் நின்று கொண்டிருந்தான்.

'என்னம்மா இன்னும் சாப்பிட வரலே. எல்லாரும் சாப்பிட்டு போயாச்சும்மா. நீங்க ஒராள்தான் பாக்கி'

'செந்துரு, இன்னக்கி எனக்குப் பசிக்கல செந்துரு, சாப்பாடு வேண்டாம்'

'என்னம்மா ஒடம்பு சரியில்லையாம்மா'

'இல்ல செந்துரு மனசு சரியில்ல'

'சிஸ்டர், இப்பிடி சொல்லலாமா'

'செந்துரு நாளைக்கி சொல்றன்'

'சரிம்மா, தூங்குங்கம்மா'

செந்தூர்பாண்டி ஒல்லிப்பாச்சா. ஆறடி உயரம். பொம்பிளை நடை. பொம்பிளைப் பேச்சு. எப்பவும் சட்டையில்லாத வெற்றுமேல். தாவணியைப் போல் போட்டுள்ள துண்டை இழுத்து இழுத்து மார்பை மூடும் அரை திருநங்கை. செந்தூரின் கை வண்ணத்தில் யாராவது ஒரே ஒருநாள் சாப்பிட்டுவிட்டாலும் போதும், அப்புறம் வாழ்நாள் முழுக்கவும் செந்தூரை மறக்கவே முடியாது. அவனிடம் இருக்கும் பெண்மையின் நளினங்களும், பேச்சும், சிரிப்பும், நடையும்கூட உணவில் கலந்துவிடும். இந்தப் பதினைந்து ஆண்டுகளில் அவன் சந்தித்த ஆயிரமாயிரம் கன்னியாஸ்திரிகளின் சோகப் பெருமூச்சுக் களும், வசீகர அழகுகளும், அபூர்வ சிரிப்புக்களும், அவர்கள் சொன்ன வண்டி வண்டியான சோகக் கதைகளையும் சுமந்து திரிபவன். எத்தனை வருடங்கள் ஆனாலும் கிணற்றுக்குள் போட்ட கருங்கல் எவ்வித மாற்றமும் இன்றி தரையோடு தரையாய் புதைந்து கிடக்குமோ அத்தனை ரகசியங்களும், சோகங்களும். கன்னியாஸ்திரிகள் எறிந்த கருங்கற்கள் செந்தூர் மனசின் அடியாழத்தில் புதைந்து கிடக்கின்றன. கர்த்தரின் முன்னால் அழும் கன்னியாஸ்திரிகள் அடுத்து அழுவது செந்தூர்பாண்டியின் முன்னால்தான். கன்னியாஸ்திரிகளின் பெருமூச்சுக்களையும், நிராசைகளையும், கண்ணீரையும் தாங்கிக் கொள்ளும் வல்லமையைச் செந்தூர் முருகனும் இயேசு கிறிஸ்துவும் சேர்ந்தே கொடுத்திருப்பார்கள். ஏஞ்சல் சிஸ்டரின் வருத்தம்,

பட்டினிக்கான காரணம் எப்படியும் செந்தூரான் காதுக்கு வராமல் போகாது.

பத்தாம் வகுப்பு ரிசல்ட் வந்தபோது ஏஞ்சலைவிடவும் பாண்டியன் அதிக மார்க் எடுத்து பாஸ் பண்ணியிருந்தான். வாத்தியார் வேலைக்கு மனுப்போடும் வேலைகளில் தீவிரமாயிருந்தான். ஆனால் டொமினிக் வாத்தியார் வீட்டில் புயல் உருக்கொண்டது. தீவிரமடைந்து சேதாரத்தை உண்டுபண்ணியது. டொமினிக் வாத்தியார் ருத்ர தாண்டவம் ஆடினார்.

'அப்பா எனக்கு காலேஜ்க்குபோக இஷ்டமில்லப்பா'

'இஷ்டமில்ல சரி, காரணம் வேணுமில்ல'

'எனக்கு வாத்தியாராக ஆசை'

'காலேஜ் படிச்சு ஹைஸ்கூல் வாத்தியாரா போ'

'இல்லப்பா, என்னய விடுங்கப்பா'

'என்னுடைய ரெண்டு புள்ளைங்களும் கலெக்டர் ஆகவேண்டாம், டாக்டர் ஆகவேண்டாம், ஆனா மாஸ்டர் டிகிரி படிச்சே ஆகணும், இது என் லட்சியம்'

'அதுதான் அக்கா படிக்காலப்பா'

'நீயும் எம்.ஏ. முடிக்கனும், டொமினிக்கோட மக்க ரெண்டு பேரும் எம்.ஏன்னு ஊர் பூரா பேசணும், ஏஞ்சல் இது என் லட்சியம்டா, அப்பா சொல்றத கேள்'

ஏஞ்சலை இரவு தின்றுகொண்டிருந்தது. அறைக்குள் அவள் ஏஞ்சல் சிஸ்டராக இல்லை. சிவகிரி பள்ளியில் பயிலும் பத்தாம் வகுப்பு மாணவியாக உட்கார்ந்தும், நடந்தும், படுத்தும். அறையில் இரவு விளக்கு மட்டுமே எரிந்துகொண்டிருந்தது. பாண்டியனின் நினைவுகளை அழித்து அழித்துத் தோற்றவள் கருத்தமுத்துவை நினைத்து நினைத்து மனசைக் குழப்பினாள். சற்று தூரத்திலிருந்து கடலலைகளின் பேரிரைச்சலையும், தடதடத்துச் செல்லும் கூட்ஸ் ரெயிலின் சத்தத்தையும், பஞ்சாலையொன்றின் சைரனையும் செவிமடுத்தாள். கன்னியாஸ்திரி மடம் மௌனித்துக் கிடந்தது.

கதவு சுண்டப்படும் சத்தம் கேட்டு சமநிலைக்கு வந்தாள். பயத்துடனே யூதாஸ் வழியே எட்டிப் பார்த்தாள். வெளியே செந்தூர். கதவைத் திறந்தாள். கையில் செம்புடன் செந்தூர்.

'ஏஞ்சலம்மா இத குடிங்க, பால் காய்ச்சி, பனங்கல்கண்டு போட்டுக்

கொண்டாந்திருக்கன்'

'எதுக்குச் செந்துரு கஷ்டப்படுற'

'ஒன்னுமே சாப்பிடாம வெறும் வகுத்துல, எப்பிடிம்மா தூக்கம் வரும், இத குடிச்சிட்டுப் படு தாயி'

செந்தூர்பாண்டி கைகளை அகலமாக லாத்தி லாத்தி நடந்து போவதையும், பெண்களைப் போல் மாராப்பை இழுத்து இழுத்து மூடுவதையும் அறையின் வாசலில் இருந்து பார்த்துக்கொண்டு நின்றாள். என் பாட்டி தான் மறுபிறவியாக செந்தூராக பிறந்திருக்கிறாள் என்று நினைத்துக்கொண்டாள். அறையைப் பூட்டிவிட்டு செந்தூர் கொடுத்த பாலைக் குடித்தாள். பாலும் பனங்கற்கண்டும் இளஞ்சூடும், செந்தூரின் பரிவும் கலந்திருந்தது. தொண்டையின் வறட்சியும், வயிறின் பசியும் மெல்ல மறைவது போலிருந்தது. ஆனாலும் இரவு மீண்டும் மீண்டும் வந்து தாக்கியது. சிவகிரியின் மலையழகை மீண்டும் அசைபோட்டாள்.

9

வாத்தியார் வேலை படிப்புக்கு முற்றுப்புள்ளி வைத்ததோடு கல்லூரியில் சேர்க்க விண்ணப்ப பாரமும் வாங்கி வந்துவிட்டார் டொமினிக் வாத்தியார். வேறு வழியே இல்லை ஏஞ்சலுக்கு. முதல் முறையாக யாருக்கும் தெரியாமல் ரகசிய இடத்தில் பாண்டியனைச் சந்திக்க ஏற்பாடு செய்தாள். தன்னுடைய கிராமமான சொக்கநாதன் புத்தூரிலிருந்து சிவகிரி செல்லும் காட்டுப்பாதையில் ஒரு சின்ன அந்தோணியார் கோவில் உண்டு. அங்கே மாசம் ஒரு தடவை மட்டுமே பெரிய அளவில் திருப்பலி பூஜை நடைபெறும். அங்கே காத்திருந்தான் பாண்டியன். எத்தனையோ முறை சந்தித்திருந்தாலும் இன்று வந்த படபடப்பு என்றைக்கும் வந்ததில்லை.

பொய் சொல்லிவிட்டு பாண்டியனை வரச்சொல்லி சந்திக்கும் தைரியம் ஏஞ்சலுக்கு எப்படி வந்தது என்று தெரியவில்லை. மலைச் சரிவுகளில் ஏராளமான ஆடு மாடுகள் மேய்ந்துகொண்டிருந்தன. ஆடு, மாடு மேய்ப்பவர்கள் இவர்கள் உட்கார்ந்து பேசுவதை வேடிக்கை பார்த்துக் கொண்டிருந்தார்கள்.

'டேய்... பாண்டியா என்னய மன்னிச்சிருடா'

'என்னனு சொல்லு, ஏஞ்சல் எதுக்கு அழுவுற'

‘காலேஜ்ல சேக்க அப்பா அப்ளிகேசன் போட்டுட்டார்’

‘சந்தோஷம். ஏஞ்சல் எம்ஏ., எம்எஸிசினுபோட்டுக்க, நான் வெறும் எஸ்எஸ்எல்சி’

‘டேய்.. சொல்லாதடா, நான் என்னடா செய்யனும்’

‘இன்னையிலருந்து பாண்டியன்ட்ட பேசுறத நிறுத்து, ஒழுங்கா காலேஜ்ல சேர்ந்து படிச்சு, ஓங்கப்பா ஆசையை நெறவேத்து, வீணா குழப்பாத ஏஞ்சல், எனக்குத் தக்கன ஒரு படிப்பு ஒரு வாத்தியார் வேல போதும், நீ பணக்கார வீட்டுப்புள்ள, படிக்க வைக்க வசதியிருக்கு. படிக்க மட்டும் படி, எனக்கு வசதியில்லையே என்ன செய்ய’

‘டேய், பாண்டியா என்னய மறந்துறாதடா, நான் ஒன்னய மறக்கவே மாட்டேன்டா’

ஏஞ்சல் சிஸ்டருக்கு தூக்கம் வரவில்லை. புரண்டு புரண்டு படுத்தாள். பாண்டியனும் சிவகிரி பால விநாயகர் பள்ளியும், மலையடிவாரமும், திருகு கள்ளிச் செடிகளும், ரோட்டின் இருபுறமும் வனாந்திரமாய் நிற்கும் எலுமிச்சைத் தோட்டங்களும்தான் நினைவுக்கு வந்தன. தூத்துக்குடி கல்லூரியில் அப்பா பெருமையாய் சேர்த்து விட்டதும், பாண்டியன் வாத்தியார் பயிற்சி பள்ளியில் சேர்ந்ததும் வந்துபோனது.

கல்லூரியில் சேர்ந்து ஏழெட்டு மாசம் கழித்து ஊருக்குப்போன போது பாண்டியனைத் தனியாக சந்தித்தாள். பாண்டியன் இரண்டே வார்த்தையில் தன் பேச்சை முடித்துக்கொண்டான்.

‘ஏஞ்சல், நீ காலேஜ்க்கு போனபின் என்கூட பேசுவது நல்லதல்ல. உங்கள் அப்பா விருப்பப்படியே எம்.ஏ. படிச்சு, எம்.ஏ. படிச்ச மாப்பிள்ளையைத் திருமணம் செய்துகொண்டு நல்லா இரு. இனிமேல் நாம் சந்திப்பது நல்லதல்ல, வீணான பிரச்சினைகள் வேண்டாம்’

ஏஞ்சல் எவ்வளவு நேரம் அந்த இடத்தில் உட்கார்ந்திருந்தாள் என்று தெரியாது. மலையடிவார பாறைகள் எல்லாம் உருண்டுவந்து தன் மேல் விழுவது மாதிரி உணர்ந்தாள். ஏதோ ஒன்று பிடிபட்டது. அந்தஸ்து என்பது அகங்காரங்களின் கூட்டு என்பதை உணர்ந்து கொண்டாள். முதல் முறையாகத் தன் அப்பா டொமினிக் வாத்தியாரை வில்லனாகப் பார்த்தாள். சராசரியிலிருந்து விலகி வேற பாதையில் பயணிக்க தொடங்கினாள். எதையும் ஒரு முறைக்கு இருமுறை கேட்டால்தான் பதில் பேசினாள். அலங்காரங்களில் நாட்டத்தைக்

குறைத்துக்கொண்டாள். அவள் தனிமைக்குள் பிரவேசிப்பதை விரும்பத் தொடங்கினாள். நண்பர்களைச் சந்திப்பதை அறவே நிறுத்திக் கொண்டாள். மௌனமொழி கற்க இயலாததால் டொமினிக் வாத்தியாரும் ஆரோக்கியமேரியும் கஷ்டப்பட்டார்கள்.

நாட்கள் ஓடிக்கொண்டிருந்தன. சார்லஸ் கோயிலுக்குப் போகும் போதெல்லாம் எப்படியாவது ஜெஸ்ஸியின் வீட்டுக்குப் போய்வர வேண்டும் என்ற கருத்தமுத்துவின் எண்ணம் இன்று நிறைவேறி விட்டது. மற்ற பையன்கள் எல்லாம் கோயிலுக்குள் நுழைந்தவுடன் நைசாக பாதரின் கண்களிலிருந்து விலகி தெருவில் நடந்தான். அதிகாலையில் தன் வீட்டின் படல் கதவை தட்டுவது யார் என்று யோசித்தவளாகக் கதவை திறந்தாள். சந்தோஷத்தில் வாயடைத்துப் போனாள் ஜெஸ்ஸி.

'டேய், முத்து இன்னக்கித்தான் கண்ணு தெரிஞ்சதோ ஒனக்கு, என்னடா நெனச்சிட்டு இருக்க ராஸ்கல், போன வாரம் வருவேன்னு ராயப்பண்ணன் சொன்னான், வரல. டேய், போன வாரம் மீன் வாங்கி பொரிச்சு வச்சேன்டா'

'மாமாவ எங்க ஜெஸ்ஸி காணோம்'

'விடிய ஒரு ரெயில் வரும். சவ்வாரி கெடைக்கும். போயிருக்காக. இருடா முத்து காப்பி போடுறன் குடி. சோறு பொங்கி சாப்பிட்டுட்டுப் போடா'

'இப்ப நான் ஒன்னய பாக்க வரல. சார்லஸ் கோயில்ல பூசைக்கு வந்திருக்கன், தெரிஞ்சுக்கோ. ஹாஸ்ட்டல விட்டு வெளிய விடமாட்டேன்காங்க, பூசை முடியவும் பையன்களோட பையனா வரிசையில போயிறனும்'

ஜெஸ்ஸி காப்பி தம்ளரை நீட்டினாள். பாயில் உட்கார்ந்திருந்த முத்துவின் ஓரத்தில் உட்கார்ந்து அவன் கழுத்தை ஒத்தக் கையால் வளைத்து இழுத்துத் தன்னோடு சேர்த்து வைத்துக் கொண்டாள்.

'காப்பி கொட்டியிறப் போகுது ஜெஸ்ஸி'

'கொட்டட்டும் மேலெல்லாம் சிந்தட்டும்'

அவளின் அனல் மூச்சில் முத்து பஸ்பமாகிக்கொண்டிருந்தான். இருவரும் பாயில் உருண்டார்கள். ஜெஸ்ஸி வெறிகொண்டு புரட்டி எடுத்துக் கொண்டிருந்தாள். கருத்தமுத்து மரக்கட்டையாய் அவளின் இழுப்புக்கெல்லாம் உருண்டு கொண்டிருந்தான்.

பாதரின் பிரசங்கம் தெளிவாய் கேட்டது. 'கிறிஸ்துவால் படைக்கப்

பட்டுள்ள அனைத்து ஜீவராசிகளும் பாவம் செய்யத் தக்கனவாகவே படைக்கப்பட்டிருக்கும் போது ஆதாமும் ஏவாளும் மட்டும் எப்படி விதிவிலக்காக இருக்கமுடியும். பாவக்கனியை ருசிக்கும் ஆசை வெளியிலிருந்து வரவில்லை. அவர்களுடைய இரத்த நாளங்களிலே புதையுண்டிருந்த ஆசையே தூண்டலால் வந்து பாவமாக மாறியது'

இருவரும் எழுந்து உட்கார்ந்த போது முத்து அழுகுகிறவனைப் போல் உட்கார்ந்திருந்தான். அவன் எதையோ இழந்தவனைப் போலிருந்தான்.

'டேய்... முத்து என்னடா, இப்பிடியிருக்க, ஏன்டா'

'ஜெஸ்ஸியக்கா இப்ப நீ குண்டாயிட்ட, ஒன்னோட வெயிட்ட என்னால தாங்க முடியல'

'சீ... போடா, இந்த வெயிட்ட தாங்க முடியலனா நீ எந்த வெயிட்ட தாங்கப்போற, டேய்... முத்து அடுத்த ஞாயித்துக்கெழம மத்தியானம் வாடா, மீன் வாங்கி வச்சிருக்கேன்'

பூஜை முடிந்து போனதற்கான கடைசி மந்திரத்தை சாமியார் சொல்லி முடித்தார். ஆட்கள் வெளியேறத் தொடங்கினார்கள். கருத்தமுத்து கோயிலின் சுவரோரமாக வந்து நின்றுகொண்டான். பையன்கள் வரிசையாக நிற்க தொடங்கினார்கள். கருத்தமுத்து கோயிலுக்குள் போகாமல் டிமிக்கி கொடுத்த விஷயம் கருத்த முத்துக்கும் ஜெஸ்ஸிக்கும் மட்டுமே தெரியும். பையன்கள் வரிசையாக நடந்துகொண்டிருந்தார்கள். இசக்கியம்மன் கோயிலில் நிறையப் பேர் குளித்துக் கொண்டிருந்தார்கள். செவ்வரளிப் பூக்கள் துணிப்பாய் பூத்து சொரிந்திருந்தன. சில ஆடுகள் கோயிலைச் சுற்றித்திரிந்தன. ஜடாமுடி பெண் கோயிலுக்கு முன் சம்மணமிட்டு உட்கார்ந்திருந்தாள்.

சமநிலையில் நிற்காது, ஒரு எந்திரம் முன்னும் பின்னும் ஆடிக் கொண்டிருந்தது. கருத்தமுத்து அதன் ஆட்டத்தை நிறுத்தி சமன்செய்ய எவ்வளவோ முயன்றும் நிற்காமல் ஆடிக்கொண்டே இருந்தது. மூன்றாமாண்டு வாத்தியார் பிரான்சிஸ் இதைக் கவனித்துவிட்டார். முத்துவை உற்றுப்பார்த்தார்.

'டேய்... இங்க வாடா'

'வணக்கம் சார்'

'அந்த மிஷினுக்கு அடியில வச்சிருந்த மரச்சக்கை வெலகிப் போயிருச்சில்ல, பெறகு மிஷின் ஆடாம என்ன செய்யும், வேற சக்கை ஒன்னு தயார் செஞ்சு அடியில வைடா, இதே கனம் இருக்கனும்

இல்லனா அந்தப் பக்கம் சாஞ்சிக்கிட்டு இருக்கும், வாட்டம் சரியா இல்லனா, மர இழைப்பு சரியா வராது'

கருத்தமுத்து அப்போதுதான் கீழே குனிந்து பார்த்தான். மிஷினுக்குள் மரச்சக்கை ஒன்று விலகி நசுங்கிக் கிடந்தது. மிஷின் ஆடுவதற்கான காரணத்தைக் கண்டுபிடித்துவிட்டான். அதே நீள கனமுள்ள ஒரு மரச்சக்கையைத் தயார் செய்து அடியில் வைக்க வேண்டும். பக்கத்தில் கடைசல் மிஷினில் வேலை செய்து கொண்டிருந்த அல்போன்ஸ்ஸிடமிருந்து ரம்பத்தை வாங்கினான். மரத்துண்டு ஒன்றை எடுத்து இடது காலால் அழுத்தி ஏறி நின்று கொண்டு, இரண்டாகப் பிளப்பதற்காக அறுத்தான். கட்டை உருண்டு போய்விட ரம்பம் காலில் பாய்ந்தது. இடது காலின் பெரு விரலுக்கிடையில் ரம்பம் ஆழமாகப் பதிந்து இரண்டாக சதையைக் கிழித்துவிட்டது. ரத்தம் கொட்டியது. நொண்டி நொண்டி வாத்தியாரிடம் ஓடினான். கால்பட்ட இடமெல்லாம் தரையில் ரத்தம் கொட்டியது. ஐந்து விரல்களையும் இணைத்து ரத்தம் வெளியேறாதபடி கயிற்றால் இறுக்கிக் கட்டினார்கள். மாணவர்களின் கூட்டம் அதிகமாகியது. ஆட்டோ முழுவதும் கால் வைத்த இடத்தில் கசிந்தது ரத்தம். திரு இருதய மருத்துவமனையில் கருத்தமுத்து சேர்க்கப் பட்டான். தையல்கள் போட்டும் ரத்தம் நிற்கவில்லை.

வீட்டுக்கு கடிதம் போட்டால் அம்மாவும் அய்யாவும் அலறிக் கொண்டு வருவார்கள். பாவம் அலைய வைக்கவேண்டாம் என்று முடிவுசெய்து பேசாமல் இருந்தான். முத்துவின் பக்கத்தில் ஒரு வெள்ளைக்காரன் கைகால்களில் பெரிய கட்டுப்போட்டு படுத்திருந்தான். வந்த இடத்தில் விபத்துக்குள்ளாகி சிகிச்சை, வெள்ளைப் புறாக்களைப் போல் ஓடியாடி சுறுசுறுப்பாய் திரியும் நர்ஸ்கள், டாக்டர்கள். திரும்பிய பக்கமெல்லாம் சுவரை அலங்கரிக்கும் பைபிள் வாசகங்கள், போட்டோக்கள். அமைதியான இடம். மரங்களால் ஆசிர்வதிக்கப்பட்டு நிழல்கள் சூழ்ந்த குளிர்ச்சியான இடம்.

அந்த வெள்ளைக்காரன் இன்னொரு தேசத்துக்காரன். அவனைப் பார்ப்பதற்குக்கூட தினமும் ஆட்கள் வந்துகொண்டிருந்தார்கள். தன்னைப் பார்க்க ஒருவர் கூட வரவில்லையே என்ற ஏக்கம் முத்துக்கு ஒருபுறம் இருந்தாலும், இதென்ன முட்டாள்தனமான நெனப்பு நம்ம ஊரா மாமன், மச்சினன், அக்கா, தங்கச்சி என வருவதற்கு மேலும் நாம் ஆஸ்பத்திரியில் இருப்பது யாருக்குத் தெரியும் என்று தன்னையே

தேற்றிக்கொண்டான்.

பார்வையாளர்கள் நேரம். ஆஸ்பத்திரியில் பார்வையாளர்கள் கூட்டம் நிரம்பி வழிந்தது. நோயாளிகள் சற்றே தங்களை ஆசுவாசப் படுத்திக்கொள்ள தோதான நேரம். பழங்கள், ரொட்டிகள், சுடுதண்ணீர் அழுகை சிரிப்பு அரவணைப்பு சந்தோஷம். யாருமற்ற அனாதையாய் கருத்தமுத்து. தான் படுத்திருக்கும் பெட்டுக்கு அடுத்த பெட்காரர்தான் முத்துக்குச் சோறு வாங்கி கொடுப்பது, தண்ணீர் கொண்டு வருவது எல்லாமே. இன்னும் காலை அமுக்கி தரையில் வைத்தால் பாதத்தில் ரத்தம் கொப்பளிக்கிறது. தையல் பிரிந்துவிடுமென்று நடக்க அனுமதிக்கவில்லை. புரண்டு படுக்கவும் எழுந்து உட்காரவும்கூட சிரமப்பட்டான், அழுதான்.

இந்த ஒரு வாரத்தில் தான் உணர்ந்த தனிமையை நினைத்து ஆச்சரியப்பட்டான். அறிந்த மனிதர்களின் முகமோ பேச்சோ இல்லாமல் இந்த ஏழு நாட்களை அவன் கடத்த பட்டபாடு பெரும்பாடாயிற்று. அன்றும் இதேபோல்தான் இரவு தூக்கம் இல்லாமல் புரண்டு கொண்டிருந்தான். காலில் ரத்தம் கசிவது நின்று விட்டாலும்கூட வலி இருந்தது. சில நோயாளிகளின் முனங்கல்கள். இன்னும் சிலரின் விசும்பல்கள். இதற்கு மத்தியில் பெரும் குறட்டையின் சத்தமும், அடர்ந்த வனத்தைப்போல கிளை பரப்பியிருந்த மரக்கிளைகளுக்கிடையில் ஓயாத பறவைகளின் சிறகசைப்பு. தூரத்தில் தடதடத்துச் செல்லும் ரெயிலின் சத்தம். மெஜிரா கோட்ஸ் மில்லின் சங்கு சத்தம். குழந்தையின் அழுகையை அடக்க போராடும் தாயின் குரல். தாய் நோயாளியா? இல்லை பார்க்க வந்து துணைக்கிருப்பவளின் குழந்தையா? தெரியவில்லை. முத்து புரண்டுபடுத்தான். இரவில் தூக்கமில்லாவிட்டால் பகலில் தூக்கம் வரவேண்டுமே. பிளாட்பாரங்களில் பொது இடங்களில் மரத்தடியில் சுகமாகப் படுத்துறங்கும் மனிதர்கள் பாக்கியவான்கள் என்று நினைத்துக்கொண்டான். தலைக்குமேல் சுழலும் காற்றாடியைப் பார்த்துக் கொண்டிருந்தவன் எப்போது தூங்கினான் என்று தெரியாது.

காலையில் மெதுவாக எழுந்துபோய் பாலையும் ரொட்டியையும் வாங்கிவந்தான். ரொம்ப அசதியாக இருக்கவே தூங்கிப் போனான். கண்முழித்தபோது திடுக்கிட்டான். தன் கட்டிலின் மேல் உட்கார்ந்து தன் தலையைத் தடவிக்கொண்டிருந்தாள் ஏஞ்சல் சிஸ்டர். அவள் கண்கள் கலங்கியிருந்தன. வேகமாக எழுந்து உட்கார எத்தனித்தான். ஏஞ்சல் முதுகை ஒரு கையால் ஏந்தி மறு கையால்

அணைத்துத் தூக்ினாள். கஞ்சிபோட்டு தேய்க்கப்பட்ட வெள்ளை வெளேரென்று இருந்த அந்தத் தூய்மையான வெள்ளாடை மணத்தது. முத்து மூச்சை இழுத்தான். செயற்கை மோகமற்ற பெண்ணின் இயற்கை வாசம்.

முதன் முறையாக ஒரே கட்டிலில் அருகருகே அமர்ந்து ஒரு ஆடவனின் முகத்தை உற்றுப்பார்த்தாள் ஏஞ்சல். அவள் கண்கள் பனித்தன.

'டேய்... நேத்து ஞானபோதன கிளாஸ்சுக்கு நீ வரல, என்னன்னு கேட்டப்போதான், சொன்னாங்க'

'போன செவ்வாய், இன்னைக்கி செவ்வாய் எட்டு நாளாச்சு'

'ஞாயித்துக்கெழம மட்டும்தான ஒங்ககிட்ட வர்ரன், தகவல் தெரிய வாய்ப்பில்லையே'

தான் வாங்கி வந்திருந்த ஆரஞ்சுப் பழங்களையும், அதைப் பிழிந்து சாப்பிடுவதற்கு வாங்கி வந்திருக்கும் பிழிப்பானையும் கூடையிலிருந்து வெளியே எடுத்தாள். பழங்களைத் தோலுரிக்கத் தொடங்கினாள்.

'மிஷின்ல வேலை செய்யும் போது கவனமா செய்யனும்'

'இல்ல ஏஞ்சல் சிலிப்பாகிருச்சு'

'டேய், நான் சிஸ்டர்டா'

'சாரி, சிஸ்டர், மன்னிக்கனும்'

'தெரியும்டா, நீ வேணும்னே பெயர் சொல்லுவே'

'அய்யய்யோ அப்பிடியெல்லாம் இல்ல, சத்தியமா தெரியாமத்தான் சொல்லிட்டன், வாயில வந்திருச்சு'

'டேய், நீ சத்தியம் பண்ணாத, நீ பெரியாரப் படிக்கிற, சாமி இல்லனு வாதம் பண்ணுவே, பெறகு எப்படிடா சத்தியத்த நம்புவ'

'சாமி வேற, சத்தியம் வேற'

'எப்படிடா, சொல்லு'

'சாமி கும்பிடாதவங்க சத்தியத்துப்படி நடக்கமாட்டாங்க அப்படின்னு நெனைக்கிறதும், சாமி கும்பிடுறவங்க சத்தியத்துக்குக் கட்டுப்பட்டு நடப்பாங்கனு நம்புறதும் தப்பு'

'கதைய ஆரம்பிச்சிட்டயா, பேசாம தூங்குடா'

'தூக்கம் வரமாட்டேங்கு, ஜெபம்பண்ணி என்னய தூங்க வைங்க சிஸ்டர்'

‘டேய்… இப்ப சாத்தப் போறன், ஒன்னய ஜெபம் பண்ணி தூங்க வைக்கவாடா இயேசு ரத்தம் சிந்தினாரு’

‘நீங்க தான சிஸ்டர் சொல்றீக, என்னிடம் வாருங்கள் உங்களுக்கு இளைப்பாறுதலை தருவேன்னு’

பிழிந்த பழச்சாற்றை தம்ளரில் ஊற்றி முத்துவிடம் நீட்டினாள். படுக்கையில் பின்னால் நகர்ந்து சாய்ந்துகொண்டு வாங்கினான். அவன் குடிப்பதைத் தாய்மையுடன் பார்த்துக்கொண்டிருந்தாள் ஏஞ்சல் சிஸ்டர். இதுவரை யாருமே வராத ஒரு நோயாளியைப் பார்க்க ஒரு தேவதை வந்திருப்பதையும், அது ஆரஞ்சுச்சாறு பிழிந்து அருகில் அமர்ந்து ஊட்டிவிடுவதையும் அதிசயமாகப் பார்த்தார்கள் மற்ற நோயாளிகள். ஏஞ்சல் விடைபெற்றுப் போகும்போது வாஞ்சையுடன் அவள் பார்த்த பார்வை பல்லருத்தம் கொண்டது. தாய்மையும் சேவையும் சேர்ந்த குழந்தைப் பார்வை.

ஏஞ்சல் நடந்துபோய் கண்ணிலிருந்து மறையும்வரை ஜன்னல் வழியாகப் பார்த்துக்கொண்டிருந்தான் கருத்தமுத்து. ஏஞ்சல் பிழிந்து கொடுத்த ஆரஞ்ச் சாறு இன்னும் தொண்டையில் திகட்டியது. மீதமுள்ள பழங்களை அவன் தலைமாட்டில் வைத்துவிட்டுப் போயிருந்தாள். சில எட்டுக்கள் நடப்பதற்கு அனுமதித்திருந்தார் டாக்டர். காயம்பட்ட காலை அழுத்தித் தரையில் ஊன்றாமல், கொஞ்ச தூரம் நடந்து பார்த்தான் கருத்தமுத்து.

ஆஸ்பத்திரியின் பக்கத்திலேயே ஒரு கட்டிடம் தெரிந்தது. மரங்களால் சூழப்பட்ட அக்கட்டிடம் என்னவென்று தெரியவில்லை. இன்னும் கொஞ்சம் நடந்து ரொம்ப அருகில் போய்நின்று உற்றுப் பார்த்தான். ‘திரு இருதய தொழுநோய் மருத்துவமனை’ என்ற போர்டை வாசித்தவன் ஆச்சரியமாய் பார்த்துக்கொண்டிருந்தான். மரங்களில் நிறைய பறவைகள் அடைந்து கிடந்தன. கல்லெறிய முடியாத கைகளையுடைய மனிதர்கள் வாழும் அவ்விடத்தில் பறவைகள் அடையத்தானே செய்யும்.

கொஞ்சம்கூட எதிர்பார்க்கவில்லை. வாய்பேச முடியாத அந்த நால்வர்களும் கருத்தமுத்துவைச் சுற்றி நின்றுகொண்டிருந்தார்கள் தையல் மிஷினை வாங்கிக் கொடுத்ததோடு ஞானமணி பாதரை கண்காணாத இடத்துக்கு மாற்றிவிட்டதால் அவர்களுக்கு சந்தோஷம் தாங்கவில்லை. காலில் போட்டிருக்கும் கட்டை தொட்டு தொட்டுப் பார்த்தார்கள். அவர்கள் வாங்கி வந்திருந்த பழங்களையும் பிஸ்கட்டையும் முத்து அன்போடு பெற்றுக்கொண்டான். தினமும்

திருப்பலிபூசையில் சாமியார்முன் மண்டியிட்டு நாக்கைநீட்டி இயேசுவின் அப்பத்தைப் பெற்றுக்கொள்ளும் இந்நால்வருக்கும் அந்த அப்பம் சொற்களாக மாறாதா என்று நினைத்துக்கொண்டான். அவர்கள் விடைபெற்றுப் போனபின் அவ்விடம் வெறுமையாய் இருப்பதை உணர்ந்தான். சைகைகளின் மூலமே அவ்விடத்தை கலகலப்பாக்கியதோடு, அவர்கள் கொண்டுவந்திருந்த அன்பை ஆஸ்பத்திரி முழுவதும் தூவிவிட்டுப் போய்விட்டார்கள். பேசித்தான் தெரிவிக்க வேண்டுமா அன்பை.

இன்றைக்கு எப்படியாவது தொழுநோய் மருத்துவமனையை பார்த்துவிட வேண்டும் என்று நினைத்துக்கொண்டான். டாக்டரும் கொஞ்ச தூரம் நடக்கலாம் என்று அனுமதித்திருந்தார். கருத்தமுத்து கிந்திக் கிந்தி நடந்து ஒருவாறாகத் தொழுநோய் மருத்துவமனையின் முன்னால் வந்து நின்றான். மருத்துவமனையைச் சுற்றிலும் செடி கொடிகள் காய்கறித் தோட்டங்கள் பச்சைப் பசேல் என்று பார்க்கவே ரம்மியமாய் இருந்தன. சுத்தம் என்றால் அப்படியொரு சுத்தம் இரண்டொரு கன்னியாஸ்திரிகள் கண்ணில் பட்டார்கள். வணக்கம் வைத்தான். இவன் காலில் உள்ள காயத்திற்கான கட்டைப் பார்த்து தொழுநோயாளியோ என்று உடல் முழுவதையும் பார்த்தாள் அந்த கன்னியாஸ்திரி. தடயங்கள் ஏதும் அகப்படவில்லை போலும் பார்வையை முகத்திற்குத் திருப்பினாள். ஏஞ்சலை நினைத்துக் கொண்டான் கருத்தமுத்து.

அங்கு வேலை செய்துகொண்டிருந்த தொழுநோயாளிகளைப் பார்த்து ஆச்சரியப்பட்டுப் போனான் கருத்தமுத்து. இரண்டு கைகளிலும் முற்றாக விரல்கள் அழுகி, மொட்டை மொட்டையான கைகள். விரல்களே இல்லாத கைகள். மூக்குத் தெரியாமல் உள் அமுங்கி முகம் விகாரமாகி சப்பட்டையாக, அடக் கடவுளே. கால்களின் விரல்கள் ஒன்றோடொன்று மேலேறி விகாரமாகக் குட்டி ஆமையைப்போல். கருத்தமுத்து திகைத்துப் போனான். அவர்கள் செடிகளுக்குத் தண்ணீர் ஊற்றிய காட்சியை ரசித்துப்பார்த்தான். நீண்ட கம்பில் வாளியைத் தொங்கவிட்டு, முழங்கையில் கம்பை ஏந்தி இருவர் இருவராகச் செடியின் அருகில் வாளியை இறக்கியவுடன், கம்பை உருவியதும் காலால் வாளியைச் சாய்த்துத் தண்ணீர் ஊற்றிய வுடன், வாளியின் கைப்பிடிக்குள் கம்பை ஓட்டி, முழங்கையால் ஏந்திக் கொண்டு சந்தோஷமாக வேலை செய்துகொண்டிருந்தார்கள்.

கொஞ்சம் தள்ளி, ஒரு கன்னியாஸ்திரி தொழுநோயாளி ஒருவனின்

கால்களில் கட்டுப்போட்டுக்கொண்டிருந்தாள். கருத்தமுத்து கிட்டத்தில் போய் உற்றுப்பார்த்தான். இரண்டு கால்பாதங்களும் அழுகி சீல் வடிந்துகொண்டிருந்தது. அதைத் துடைத்துக் கழுவி ஒத்தி எடுத்து பஞ்சால் அமுக்கி, பார்க்கவே அருவருப்பாய் இருந்தது. கருத்தமுத்து வணக்கம் சொன்னபோது மரியாதையாக அந்த கன்னியாஸ்திரி ஸ்தோத்திரம் சொன்னாள்.

'நீங்க யாரு, இங்க யாரப் பாக்கனும்'

'சிஸ்டர் நான் ஆஸ்பத்திரியில பெட்ல இருக்கன். கால்ல அடிபட்ருச்சு, பாலிடெக்னிக் படிக்கேன், இவங்களையெல்லாம் பாத்திட்டுப் போகலாம்னு வந்தன்'

'அப்படியா, பாருங்க, நல்லா பாருங்க'

'சிஸ்டர் நான் அவங்கள தொட்டுப் பாக்கலாமா'

'தாராளமா தொடலாம், கட்டித் தழுவக்கூட செய்யலாம். தொழுநோய் தொத்துநோய் கெடையாது, பரம்பரை நோயும் கெடையாது, பாக்க விகாரமா இருக்கும்'

தண்ணீர் ஊற்றிக்கொண்டிருந்தவர்கள் சாப்பிடுவதை ஆச்சரியமாய் பார்த்தான். விரல்கள் இல்லாத மொட்டைக் கைகளால், இரண்டு கைகளாலும் கரண்டியைப் பிடித்துக்கொண்டு, கரண்டியில் உணவை அள்ளி, அண்ணாந்து வாயில் போட்டு, அந்த பரிதாபமான காட்சியைக் காண முடியாதவனாய், பழைய இடத்துக்கே வந்தான். இரண்டு கைகளிலும் கட்டுப்போட்ட ஒருவனுக்கு, கன்னியாஸ்திரி தன் கைகளில் கரண்டியை வைத்துக்கொண்டு, அவனுக்குச் சோறூட்டிக் கொண்டிருந்தாள். சின்னக் குழந்தையைப் போல் அவனும் வாயைத் திறந்து திறந்து உணவை வாங்கி சாப்பிட்டான். அப்படியே அந்தக் கன்னியாஸ்திரியின் காலில் விழுந்து இரு கால்களையும் இறுகப் பற்றிக்கொண்டு, அவள் பாதத்தில் தன் முகம் புதைத்து ஆசைதீர அழவேண்டும் போலிருந்தது. அவன் வைத்த கண் வாங்காமல் பார்த்துக்கொண்டே நின்றான்.

சோறூட்டிக் கொண்டிருந்த கன்னியாஸ்திரி சிரித்த முகமாய் எழுந்து யாரையோ வரவேற்கவும் யாரென்று பின்னால் திரும்பிப் பார்த்தான். ஏஞ்சல் சிஸ்டர் சிரித்த முகமாய் வந்துகொண்டிருந்தாள். இரண்டு கன்னியாஸ்திரிகளும் ஸ்தோத்திரம் சொல்லிக்கொண்டனர்.

'நீங்க என்ன சிஸ்டர் இந்தப் பக்கம்'

'இந்தா இருக்காரு பாருங்க இவர் பேரு முத்து. வெறும் முத்து

இல்ல, கருத்தமுத்து'

'சரி, சொல்லுங்க'

'சென் மேரீஸ்ல பாலிடெக்னிக் கோர்ஸ் படிக்கார்'

'சரி சிஸ்டர், ஒங்களுக்கு ஒறவா'

'ம்ம்ம்... ஒரு வழில ஒறவுதான். அவன் மாணவன். நான் டீச்சர்'

'சிஸ்டர், நீங்க காலேஜ்லதான வேல பாக்குறீங்க'

'ஆமா, சிஸ்டர், வாரம் ஒரு நாள் ஞானபோதனை கிளாஸ் எடுக்க அங்க போவன், அப்ப கெடச்ச பையன் இவன்'

'கால்ல என்ன சிஸ்டர்'

'கடவுளே இல்லனு நெனச்சுக்கிட்டே மரத்த அறுத்திருக்கான் பாருங்க, கடவுள் நான் இருக்கேன்னு காட்டிட்டார்'

'நீங்க சொல்றது புரியல சிஸ்டர்'

'கண்ட கண்ட புஸ்த்தகங்கள படிப்பான். யாரு என்ன சொன்னாலும் கேள்வி கேப்பான், கடவுள நம்பமாட்டான், எவ்வளவோ சொல்லியாச்சு திருத்த முடியல'

'சிஸ்டர், ஏஞ்சல் சிஸ்டர் சொல்றத நம்பாதிங்க. அவங்க பொய் சொல்றாங்க. துறவிங்க பொய் சொல்லக்கூடாது, கடவுள நம்ப மாட்டன்னு சொன்னாங்கல்ல, அப்பிடி இல்ல, இப்ப நான் கொஞ்ச நேரத்துக்கு முன்னாடி கடவுளப் பாத்தன்'

'இந்தா பாத்தீகளா சிஸ்டர் இப்படித்தான் ஏதாவது உளறுவான்'

தான் இங்கே வந்தபோது இந்த சிஸ்டர் இரு கைகளிலும் கட்டுப் போட்டிருந்த ஒருவனுக்குக் கரண்டியால் சோறு ஊட்டிக் கொண்டிருந்ததையும், கால்களில் வடிந்த சீழ்களைத் துடைத்து தொழுநோயாளிக்கு மருந்து கட்டிக்கொண்டிருந்ததையும் அதைப் பார்த்த எனக்கு உங்கள் கால்களில் விழுந்து பாதத்தில் முகம் புதைத்து அழவேண்டும் போல் இருந்தது என்பதையும் சொன்னவன், நான் உங்களைக் கடவுளாக பார்க்கிறேன் என்று சொன்னான்.

'அப்படியெல்லாம் சொல்லாத முத்து, கடவுளின் உத்திரவை நாம் நிறைவேற்றுகிறோம், அவ்வளவுதான்'

ஏஞ்சல் சிஸ்டரும், புஷ்பம் சிஸ்டரும் சிரித்துக்கொண்டார்கள். புஷ்பம் சிஸ்டர் தான் நர்ஸ் ஆவோம் என்றோ தொழுநோயாளி களுக்குப் பணிவிடை செய்வோம் என்றோ கனவிலும் நினைத்திருக்க வில்லை. ஆனால் விதி இங்கே கொண்டுவந்து நிறுத்திவிட்டது.

புஷ்பம் கிறிஸ்தவக் குடும்பப் பெண்ணாக இருந்தாலும் கன்னியாஸ்திரியாக அவளும் விரும்பவில்லை, அவள் குடும்பமும் விரும்பவில்லை. புஷ்பத்தின் அக்கா லூர்துமேரி வாழ்க்கைப்பட்டு மறு வருஷமே பிரசவத்திற்கு வந்திருந்தபோது புஷ்பம் பத்து படித்துக் கொண்டிருந்தாள். லூர்து நிறை சூலியாய் வயிற்றைத் தள்ளிக் கொண்டு திரிந்ததை ரசித்து ரசித்துப் பார்த்துச் சிரித்தாள் புஷ்பம். இன்னும் சில நாட்களிலேயே தான் கொஞ்சி விளையாட அக்காள் லூர்து ஒரு குழந்தை பெற்றுக்கொடுத்துவிடுவாள் என்று நாட்களை எண்ணிக்கொண்டிருந்தாள். அன்றைய இரவும் அப்படித்தான் இருள் கவ்விக்கிடந்தது. ஊர் நன்றாக உறங்கிக்கொண்டிருந்தது. லூர்துமேரி முனங்கிக்கொண்டு முழித்திருந்தாள். தன் இரு கைகளாலும் இடுப்பைப் பிடித்துக்கொண்டு கழுத்தை அண்ணாந்து வாயை வாயைத் திறந்தாள். மேல் மூச்சு வாங்கினாள். புஷ்பமும் அவள் அம்மாவும் லூர்துவின் பின்னாலயே திரிந்தார்கள். லூர்து சுவரைப் பிடித்தாள், குனிந்தாள், நிமிர்ந்தாள், நேரம் செல்லச் செல்ல கண்கள் நிலை குத்தி மூச்சுத் திக்கு முக்காட ஆரம்பித்தது. லூர்து துவண்டு போனாள்.

இரவோடு இரவாக மாட்டுவண்டி பூட்டிக்கொண்டு பெரியாஸ்பத்திரி கொண்டு போனார்கள். லூர்துவை வண்டியிலிருந்து துணிப் பொட்டலத்தைப் போல்தான் இறக்கினார்கள். அவள் கண்கள் இரண்டும் வெள்ளைவெளேர் என்று வானத்தைப் பார்த்து நிலைகுத்தி நின்றதை புஷ்பம் உற்றுப்பார்த்துக்கொண்டு தலைமாட்டில் அழுது கொண்டிருந்தாள். இமைகள் அசைவற்று அப்படியே இருந்தன. வாய் இலேசாக திறந்திருந்தது. சாமம் போல் தகவல் சொல்லப்பட்டது. தாயும் மகளும் இறந்துபோய்விட்டார்கள். குழந்தை வயிற்றுக் குள்ளேயே இறந்துவிட்டபடியால் பிரசவிக்க இயலாமல் லூர்துமேரி உயிரைவிட்டாள்.

தான் விளைவித்த பொருளை விற்பனைக்காக வண்டியில் ஏற்றி சந்தைக்குக் கொண்டுபோன சம்சாரி அப்பொருள் விற்பனையாகாமல் அதே வண்டியில் திரும்பி வரும்போது அடையும் வேதனை இருக்கிறதே அதை அனுபவித்தவர்களுக்குத்தான் தெரியும். புஷ்பம் நொடிந்து போனாள். வண்டி ஊருக்குள் நுழைந்தபோது ஊரே கூப்பாடு போட்டது. கனத்த இதயத்துடன் புஷ்பம் பைபிளைத் திறந்தாள். எழுத்துக்கள் சிற்றெறும்பு கூட்டம்போல் தென்பட வரிசை பிடித்து ஒரு வாக்கியத்தை வாசித்தாள்.

'காற்றைப் பார்ப்பவன் விதைக்கமாட்டான். மேகத்தைப் பார்ப்பவன் அறுவடை செய்யமாட்டான்'

ஆஸ்பத்திரியில் ஓய்வுநேரம் கிடைக்கும் போதெல்லாம் கருத்தமுத்து மெல்ல மெல்ல நடந்து தொழுநோய் மருத்துவமனைக்கு வந்து புஷ்பம் சிஸ்டரிடம் பேசிக்கொண்டிருப்பதை வழக்கமாக்கி கொண்டிருந்தான். ஏஞ்சல் தன்னைப் பற்றிய எல்லா விவரங்களையும் புஷ்பம் சிஸ்டரிடம் சொல்லியிருந்ததால் புஷ்பம் சிஸ்டர் ஒரு அன்னியனைப் போல் நடத்தாமல் வெகுநாட்கள் பழகியவனிடம் பழகுவதைப் போல் இயல்பாகப் பேசினாள். அக்காள் பிரசவிக்க இயலாமல் இறந்த கதையை அழுதுகொண்டே சொல்லி முடித்தாள்.

'மரணம் எந்த ரூபத்திலும் வரும், அதை எதிர்கொள்ள தயாராய் இருக்க வேண்டும் என்று தினமும் சொல்லும் நீங்கள் இப்படியொரு முடிவு எடுத்தது தப்பில்லையா சிஸ்டர்.'

'பயம். மரண பயம். என்னக்கா மரணிக்கும் வரை கூடவே இருந்து கவனித்தவள் நான். அந்த நிலை குத்திய திறந்த விழிகள் இன்னும் என் மனசை விட்டு அகலவேயில்லை'

'ஏஞ்சல் சிஸ்டரான கதை உங்களுக்குத் தெரியுமா சிஸ்டர்'

'ஏஞ்சலோட முழுக்கதையும் எனக்குத் தெரியும், அவளால கடைசி வரைக்கு மனச மாத்திக்கிற முடியல'

'அதே மாதிரிதான் நீங்களும் கன்னியாஸ்திரி ஆன கதை'

'ஆமா... முத்து அந்த பயத்துலதான் தாம்பத்யமே வேண்டாம்னு கன்னியாஸ்திரியா மாறினன்'

'இப்ப சந்தோஷமா இருக்கீகளா'

'ரொம்ப சந்தோஷமா இருக்கன் முத்து. இந்தத் தொழுநோயாளி களின் அழுகிய கால் கைகளைச் சுத்தப்படுத்தும்போது நான் தாம்பத்ய சுகத்தை அடைகிறேன். அவர்களும் அவர்களின் குடும்பமும் என்னைக் கையெடுத்துக் கும்புடுகிற ஒவ்வொரு தடவையும் நான் மகிழ்ச்சியின் உச்சத்திற்கே போகிறேன். இதுவெல்லாம் போக நான் செய்யும் இந்த ஊழியம் கர்த்தருக்கானதல்ல, என் அக்காள் லூர்து மேரிக்கானது. அவளுக்குச் சொர்க்கத்தில் ஆண்டவர் நிரந்தர இடமளிக்க நான் செய்யும் யாகங்கள். அவ்வளவுதான் முத்து, இன்பம் தாம்பத்யத்தில் மட்டுமல்ல'

வெளி வராண்டாவில் ஒரு தொழுநோயாளி உட்கார்ந்திருந்தான். அவன் குழந்தையைக் கையில் வைத்திருந்தான். எதிரே ஒரு பெண்

அமர்ந்திருந்தாள். முத்து அவர்களையே உற்றுப் பார்த்தான்.

'இவரு பேரு செல்லத்துரை. இவருக்கு நோய் முற்றா குணமாகி ரெண்டு வருஷம் ஆச்சு. ஆனா ஊருக்குப் போக முடியல, வெளியில தலகாட்ட முடியல. பொது இடங்களில் தனிமைப்படுத்தப்பட்டு, அவமானப்படுத்தப்படுறாரு, நோய் முற்றா குணமாப் போச்சுனு சர்ட்டிபிகேட் குடுத்திருக்கோம், ஆனா பஸ்சுல கூட ஏத்தமாட்டேங்கான், ஓட்டல்ல சாப்பாடு தரமாட்டேங்கான், அப்புறமென்ன பிச்சைதான் எடுக்கனும், அதான் இங்கயே தங்கிட்டாரு, இது அவரோட மனைவி, கொழந்த.'

அவருடைய சப்பட்டை வாய்ந்த முகத்தையும், மூக்கு உள் அமுங்கியிருக்கும் விகாரத்தையும், இரண்டு கைகளும் விரல்கள் இல்லாமல் மொட்டையாக இருப்பதையும் கால்விரல்கள் எத்துப் பித்தாய் மேல் நோக்கி வளைந்து இருப்பதையும் பார்த்தவன் பெருமூச்சு விட்டான்.

'சிஸ்டர், அவரு கொழந்தைய தொடலாமா'

'இங்க கேளு முத்து, தொழுநோய் தொத்து வியாதி கிடையாது. பரம்பரை வியாதியும் கெடையாது. குணப்படுத்தக்கூடிய நோய். ஆனா நோய் குணமான பெறவு, அந்த உறுப்புக்கள் அப்பிடியேதான் இருக்கும், வளராது. அந்த விகாரம்தான் இவங்கள தனிமைப் படுத்துது'

'சிஸ்டர் ஒன்னு கேக்கலாமா'

'எனக்கு குஷ்டரோகம் வரணும். இங்க சேந்து வைத்தியம் பாக்கணும், புஷ்பம் சிஸ்டர் கையால'

'அடே... முட்டாள் ஏன்டா இப்பிடி யோசிக்கிற'

'நீங்க இங்க வந்து இந்த நோயாளிகளுக்குச் சேவை செய்யனும்ங் கிறதுக்காகவே ஆண்டவர் பேறுகாலம் ஆக விடாம, செஞ்சிருக்காரு, அவரோட நோக்கம் ஒங்கள இங்க ஊழியம் செய்ய அனுப்பனும்ங்கிறது'

'டேய்... முத்து நான் ஒரு நாளும் இப்பிடி யோசிக்கலடா, இப்ப என் மனசு இன்னும் கொஞ்சம் லேசா ஆயிட்டதுடா'

புஷ்பம் சிஸ்டரின் அலுவலகத்தில் பஞ்சுத் துண்டுகளால் நிரம்பிய கூடைகள் நிறைய இருந்தன. இரத்தமும் சதையும் துடைக்கப்பட்ட பஞ்சுகள். சுவரில் பல போட்டோக்கள் மாட்டப்பட்டிருந்தன. முத்து உட்கார்ந்திருந்தான். மருந்துப் பெட்டிகளை அடுக்கி ஒழுங்குபடுத்திக் கொண்டிருந்தாள் புஷ்பம் சிஸ்டர்.

‘என்ன முத்து ஒரு மாதிரி சோகமா இருக்க’

‘இன்னைக்கி சாயங்காலம் ஆஸ்பத்திரியிலருந்து டிஸ்ஜார்ஜ்’

‘நல்லதுதானடா, நல்லா குணமாகியிருச்சில்ல, அப்புறமென்ன சந்தோஷமா போக வேண்டியதான’

‘நாளைக்கு புஷ்பம் சிஸ்டர பாக்க முடியாது, பேசவும் முடியாது, அதுதான் கவல’

‘நீ எப்பனாலும் இங்க வாடா, ஏஞ்சல் சிஸ்டர கேட்டதா சொல்லு, பாத்து வேலை செய்டா, மிஷின்ல வேலை செய்யும் போது கவனமா வேலை செய்யனுமில்ல’

‘சிஸ்டர் என்னய ஆசீர்வதிங்க சிஸ்டர்’

‘காட் பிளஸ் யு’

புஷ்பம் சிஸ்டர் கருத்தமுத்துவின் தலைமேல் கைவைத்து ஆசீர்வதித்தாள். முத்து இலேசாக கண் கலங்கினான். மாதாவைப் பற்றி பல பேர் பல கதைகள் சொல்லக் கேட்டிருக்கிறான். அந்த கன்னிமாதாவை இன்று கண்களால் நேரில் பார்த்தான். ஆசீர்வாதமும் பெற்றுக்கொண்டான். சுவரில் எழுதப்பட்டிருந்த ஒரு வாசகத்தை வாசித்துக்கொண்டே அங்கிருந்து கிளம்பினான்.

‘நீங்கள் விளைவித்த தானியங்களுக்கு முழுவதுமாய் உரிமை கொண்டாடாதீர்கள். உங்களின் தானியக்கதிர்களை நம்பித்தான் ஆண்டவர் ஓராயிரம் பறவையினங்களையும் ஈ, எறும்புகளையும் உண்டுபண்ணினார்’

வேப்பமரங்கள் உதிர்த்த இலைகள் மணலை மூடிக்கிடந்தன. வெய்யில் உறைக்கத் தொடங்கிவிட்டது. கோடையில் உறைக் கிணறுகளில் தண்ணீர் உள்வாங்கி தரையைத் தொட்டுவிடும். இரவு முழுக்கவும் கருத்தமுத்துக்கு ஒரே யோசனை. அதிரியான் பாதர் தன்னை என்ன காரணத்திற்காகக் கூப்பிட்டு விட்டிருக்கிறார் என்று பலவாறு யோசித்தான். அதிரியான் பாதருக்கு இன்னுமொரு பெயர் கைவேலைய்யா. பாதர்களிலேயே கீழ்த்தரமான வேலைகளைச் செய்யும் பாதர் அதிரியான். நல்ல கருப்பு, ஒல்லி, வளர்த்தி எப்போதும் ஜெபமாலையும் கையுமாய் தனிமையில் இருப்பார்.

அய்யாமார் மடத்துக்குச் சொந்தமான பசுமாடுகளையும், கோழிப்பண்ணைகளையும் கவனித்துக் கொள்வதோடு முயல் வளர்ப்பையும், மீன், ஆட்டிறைச்சி, மாட்டிறைச்சி ஆகியவற்றை வாங்கி வருவதையும் கவனித்துக்கொள்ள வேண்டும். வாரத்தில்

ஏழு நாட்களும் உணவுப் பட்டியல் அதிரியான் பாதரிடமே இருக்கும். புதிதாக சீமைப்பன்றி பண்ணை ஒன்று அமைக்கவேண்டும் என்று ஓயாமல் சொல்லிக்கொண்டிருப்பார்.

சுண்டக் காய்ச்சிய மஞ்சள் நிறம் மாறாத சுத்தமான பசும்பாலை தினம் குடிக்கும் பாதர்கள் அதிரியான் பாதரை நினைத்துக் கொள்வார்கள். அதிரியான் பாதருக்கு உதவியாளனாக முத்தையா கோனார். பால் கறப்பது, மாடுகளைக் குளிப்பாட்டுவது, தீவனங்கள் போடுவது என பம்பரமாய் சுழன்று வேலை செய்வான். கருத்தமுத்து அதிரியான் பாதரின் முன்னால் நின்றுகொண்டு ஸ்தோத்திரம் சொன்ன போது அவர் கோழிமுட்டைகளை எண்ணிக்கொண்டிருந்தார். அவரின் சுவரில் மாட்டப்பட்டிருந்த வாசகத்தை கருத்தமுத்து முணுமுணுத்தான்.

'எவனொருவன் தன்னை உயர்த்திக்கொள்கிறானோ அவன் தாழ்த்தப்படுவான், எவனொருவன் தன்னைத் தாழ்த்திக் கொள்கிறானோ அவன் உயர்த்தப்படுவான்.' வாசகத்திற்கு ஏற்ற பாதர் என்று நினைத்துக்கொண்டான்.

'ஸ்தோத்திரம் பாதர்'

'ஸ்தோத்திரம் டா'

'பாதர் என்னய கூப்பிட்டு விட்டதா சொன்னாங்க, நேத்துதான் பாதர் நான் வந்தன்'

'கால் சரியாப் போச்சாடா'

'ஆமா பாதர்'

'டேய் முத்து வெய்யில் காலம் ஆரம்பிச்சிருச்சு தண்ணி தரைக்கு போயிருச்சு, புதுசா ஒரு உறைக்கெணறு பதிக்கனும்டா, பையன்கள சேத்துக்கோ, சரின்னு சொன்னா, இன்னைக்கே உறைகள கொண்டாரச் சொல்லிருவன்'

கருத்தமுத்துக்கு ஒரே சந்தோஷம். அவன் வேகவேகமாக அருள்ராஜிடம் சென்றான். விஷயத்தைச் சொன்னதும் இருவரும் அரியானைத் தேடி சுடுகாட்டுக்குள் போனார்கள். சுடு மணலில் கால் வைக்க இயலவில்லை. செருப்புக்கு இடையில் புகுந்துகொள்ளும் மணல்கூட கங்காய் பொசுக்கியது. தகரக் கொட்டகையின் மேலோரம் அரியான் தூங்கிக்கொண்டிருந்தான். பக்கத்தில் இரண்டு நாய்களும் படுத்துக் காவலிருந்தன. இருவரையும் கண்டவுடன் வாலை ஆட்டி அரியானைப் பார்க்க அனுமதியளித்தது. புதிய நபர்கள் சாமானியமாக

கிட்டத்தில் நெருங்கிவிட முடியாது. உடனடியாக அரியானை எழுப்பாமல், அவன் தலைமாட்டில் இருந்த சிகரெட் பாக்கெட்டிலிருந்து ஒரு சிகரெட்டை எடுத்துப் பற்றவைத்தான் அருள்ராஜ். பிணம் எரியும் புகை, காற்றின் திசையில் போய்க்கொண்டிருந்தது. மண்சட்டியின் ஓடுகளும் வாடிய மாலைகளும் சிதறிக்கிடந்தன.

வெள்ளைக்காரன் காலத்தில் கட்டிய நுரைக்கல் ஒன்றை எடுத்து அருள்ராஜ் கையில் வைத்திருந்தான். பஞ்சுபோல் எடையே இல்லாவிட்டாலும் கருங்கல்லைவிட உறுதியானது என்று பலமுறை அரியான் சொன்னதை நினைத்துக்கொண்டான். உடைமரமும் பிரண்டைச் செடிகளும் நிரம்பிய அந்த இடம் கொஞ்சம் குளிர்ச்சியாய் இருந்தது. மத்தியான வெய்யில் பொரிந்து கொண்டிருந்தது.

உறைக் கிணறு பதிப்பது என்பது கருத்தமுத்துக்கும் அருள்ராஜ்க்கும் மிகவும் சந்தோஷமான வேலை. வட்ட வட்டமான சிமெண்ட் உறைகளைத் தரைக்குள் இறக்க வேண்டும். முதல் உறையை வட்டமாக வைத்துக்கொண்டு வட்டத்திற்குள் இருக்கும் மணலை வெளியே அள்ளித் தட்டியவுடன் அந்த உறை தானாக மண்ணிற்குள் இறங்கி விடும். அடுத்த உறையை அதன்மேல் தூக்கி வைக்கவேண்டும். அதாவது சிமெண்ட் உறையின் உள்வட்டத்திற்குள் இருக்கும் மண்ணை அள்ள அள்ள உறைகளை மேலே மேலே அடுக்கிக்கொண்டே போகவேண்டும். அதாவது வட்ட வடிவமான நாணயத்தை ஒன்றின் மேல் ஒன்றாக அடுக்குவதைப் போல. மேலேயிருந்து மண்சரிந்து விடாமல் உறைகள் தாங்கிக்கொள்ளும். கிணற்றுக்குள் இறங்கி வாளியில் மணலை அள்ளிவிட்டால் மேலேயிருந்து மணலை வாங்கி தரையில் கொட்ட வேண்டியது. ஒரு இரவுக்குள் உறைக்கிணறு தயாராகிவிடும்.

ஸ்டோர் பொறுப்பு அதிரியான் பாதரிடம் இருந்ததால் என்ன கேட்டாலும் கொடுப்பார். பக்கோடா போட்டுக்கொள்ள மக்காச்சோள மாவு, மிளகாய் பொடி, எண்ணெய், இரும்புச்சட்டி கொடுப்பார். மொத்தமாக பக்கோடா தயாரித்து உறைக் கிணற்றுக்காக வேலை செய்த பையன்கள் பகிர்ந்துகொள்வார்கள். பால் பவுடர் வேண்டும் மட்டும் தருவார். ஆகவே கிணறு தோண்ட நான் நீ என்று பையன்கள் போட்டி போடுவார்கள்.

ஒரு வழியாகத் தூக்கம் களைந்து அரியான் எழுந்து உட்கார்ந்தான். கண்களைக் கசக்கியபடியே இருவரையும் உற்றுப்பார்த்தான். கொவ்வைப் பழமாய் சிவந்திருந்தன அரியானின் கண்கள்.

'என்னண்ணே ராத்திரி தூக்கமில்லையா'

'எட்டாம் நம்பர்ல ராத்திரி ஒரு சம்பவம் நடந்து போச்சு, தூக்கம் கெட்டுப்போச்சு'

'என்னண்ணே நடந்துச்சு, வேற ஏதும் சண்ட சச்சரவா'

'சண்டை எதுக்கு வரப்போகுது, எல்லாம் பொம்பள விவகாரம்தான்'

'யாரு மஞ்சக்குருவி வந்தாளா'

'அவ வந்தா வந்த சோலியப் பாத்திட்டுப் போயிருவாள'

'பெறகு யாருண்ணே வந்தா'

'நம்ம கோட்டிக்காரப் பழனிய ரெண்டு பயக தள்ளிட்டு வந்துட்டான், அவ பாவம் கூப்பாடு போட்டு ஒரே ரகளை'

'அடப்பாவிகளா, யாருணே அது'

'அடையாளம் தெரியல அடிவாங்கிட்டு ஓடிட்டான்'

எட்டாம் நம்பர் சுடுகாடு என்பது கிறிஸ்தவர்களுக்கானது. அந்த ஒன்றில் மட்டுமே கல்லறை கட்டிக்கொள்ள முடியும். மற்ற சுடுகாடுகள் எல்லாம் புதர் மண்டி, முள்ளும் முடலுமாக இருக்கும். எட்டாம் நம்பர் சுடுகாடு மட்டும் அவ்வளவு சுத்தமாக இருக்கும். ஏராளமான சிலுவைகள் தாங்கிய கல்லறைகள். பல வண்ணங்களில். அரியான் சுற்றிப்பார்த்துக் கொண்டே வந்தான். ரெண்டாம் நம்பரில் எரிந்துகொண்டிருந்த பிணத்தைச் சுற்றி யாரையும் காணோம். வெட்டியான் எங்கேயாவது உறங்கிக்கொண்டிருப்பான் அல்லது வீட்டிற்குப் போய் பெண்டாட்டியுடன் சல்லாபம் முடித்துவிட்டு வருவான். சுற்றுமுற்றும் லைட் அடித்தான். ஆளரவத்தைக் காண வில்லை.

அப்படியே மேற்காமல் நடந்து சுவரோரமாக வந்துகொண்டிருந்தான். எட்டாம் நம்பர் கல்லறைச் சுடுகாட்டுக்குள்ளிருந்து பொம்பிளை அலறும் சத்தம் கேட்டது. நன்றாக உற்றுக்கேட்டான். சந்தேகமே இல்லை பொம்பிளையின் சத்தமேதான். கூடவே அவளை அதட்டி பணிய வைக்கும் ஆணின் சத்தமும் கேட்டது. கும்மிருட்டு. சில் வண்டுகளின் ரீங்காரம். மழைத் துளிகளைப்போல் தலைக்குமேல் பறந்து திரியும் மின்னெட்டாம் பூச்சிகள். நாய்களை ஏவிவிட்டால் நிலைமை மோசமாகிவிடும். எதிர்ப்பு இருந்தால் பார்த்துக் கொள்ளலாம் என எண்ணியவாறே அரிவாளை மட்டும் வைத்துக் கொண்டு, சத்தம் வந்த திசையை நோக்கி மெல்ல எட்டு வைத்தான். கல்லறையின் மேல் நின்றுகொண்டு எலிகளின் நடமாட்டத்தை

கவனித்துக்கொண்டிருந்த ஆந்தை ஒன்று சத்தமே எழுப்பாமல் அமைதியாகப் பறந்து சென்றது. அலறல் சத்தம் குறைந்து இப்போது இலேசான முனகல் சத்தம் மட்டுமே கேட்டது. கிட்ட நெருங்கிப் போகவும் பயம். ஒன்றுக்கு மேற்பட்டவர்கள் இருந்தால் என்ன வேண்டுமானாலும் நடக்கலாம். கொஞ்சம் தூரத்தில் நின்றுகொண்டே லைட்டை அடித்தான். இரண்டு பேர் தலைதெறிக்க ஓட்டம் பிடிப்பது தெரிந்தது. லைட் வெளிச்சத்தில் அடுத்த சுடுகாட்டு சுவரில் ஏறிக் குதிப்பது தெரிந்தது. மெல்ல நடந்து இடத்தை அடைந்தான்.

பாட்டரி லைட்டின் வெளிச்சத்தில் தலைவிரிகோலமாய் அரைகுறை ஆடையுடன் பழனியம்மாள். ரவிக்கைப்பட்டனை மூடும்படியும் சேலையை நன்றாகக் கட்டும்படியும் அதட்டியபடியே கம்பை ஓங்கினான். அவக்தவக்கென்று எழுந்துகொண்டவள் அடித்து விடுவான் என்று பயந்தபடியே கையெடுத்துக் கும்பிட்டாள். இசக்கியம்மன் கோயிலை சுற்றிக்கொண்டு திரியும் பழனியம்மாள் அரைக்கோட்டி. பாழாய்போன கடவுள் பைத்தியங்களை அழகாகவே படைத்துவிடுகிறார். எத்தனை அழுக்குடன் திரிந்தாலும் பெண்களின் எடுப்பான உறுப்புக்கள் பைத்தியங்களுக்கு மட்டுமேயான விசேஷம் போலும். பழனியம்மாள் யாரென்றோ எங்கிருந்து வந்தாள் என்றோ தெரியாது. இசக்கியம்மனின் கால்மாட்டுக்கு வந்து மூன்று வருடமாகிறது. எப்போதும் சிரித்துக்கொண்டும் முணுமுணுத்துக் கொண்டும் இருப்பது அவளது விசேஷம். மூடத் தெரியாத முந்தானை திறந்தே கிடக்கும். வாளிப்பான மார்பகங்கள். ஆண்களோ பெண்களோ நரைத்தமுடி உள்ள பைத்தியங்களை யாராவது பார்த்திருக்கிறீர்களா? ஒரு வேளை பைத்தியங்களின் தலைமுடியை நரைக்க விடுவதில்லை என்று கடவுள் செய்துவிட்டாரோ.

இரவு முழுக்க எரிந்து பஸ்பமாகி சாம்பலாகிப்போன பிணத்தின் உறவினர்கள் தீ ஆற்றுவதற்கும் அங்கம் கரைக்க சாம்பல் எடுப்பதற்கும் கூட்டமாக வந்தார்கள். வெட்டியான் சாம்பல்களை நன்றாக மகிர்ந்து ஆறவிட்டு வைத்திருந்தான். அவர்கள் கொண்டு வந்திருந்த கலயத்தில் சில எலும்பு சில்லுகளையும், கொஞ்சம் சாம்பலையும் அள்ளிப்போட்டு துணியால் மூடிக்கட்டி உரியவரின் கையில் கொடுத்தான்.

‘ஜாக்கிரதை இனிமேல் கரைக்கிற எடத்துக்குப் போறவரைக்கு கையிலதான் இருக்கணும், தரையில் வச்சிரக் கூடாது. யார் கையிலயாவது இருக்கணும்’

'வேன் வெளிய நிக்குப்பா, நேரா ஆத்துக்குத்தான்'

வெட்டியானுக்கும் அரியானுக்கும் உடையவர்கள் கொஞ்சம் பணம் கொடுத்தார்கள் தகரக் கொட்டகையின் மேலோரம் அசந்து தூங்கிக் கொண்டிருந்த பழனியம்மாளை அரியான் எழுப்பினான்.

'இது யாருடா அரியான்'

'நம்ம கோட்டி பழனி. ராத்திரி ரெண்டு பயக இங்க தள்ளிட்டு வந்துட்டான். பாவம். நிம்மதியா ஒறங்கட்டுமேனு இங்க படுக்க வச்சன்'

பழனியம்மாளுக்குக் கொடுக்கச் சொல்லி கொடுத்த பணத்தை அரியான் அவளிடம் கொடுத்தான். இரு கைநீட்டி வாங்கிக் கொண்டவள் கும்பிட்டாள்.

'போ போயி சாப்பிடு'

'...........'

'பாவம் ஆரு பெத்த புள்ளையோ கண்காணாத எடத்துல வந்து சீரழியுது'

'குடிகாரப்பயக குத்துக்கல்லுல சேல கட்டியிருந்தாக்கூட உத்துப் பாக்கான்'

'நேத்து ரெண்டு பயகலும் சுவரேறிக் குதிச்சிட்டான் இல்லனா வசமா சமட்டியிருப்பன் சமட்டி'

சுடுகாட்டுக்கு வெளியே இசக்கியம்மன் கோயில் பக்கத்தில் நிறுத்தியிருந்த வாகனத்தில் ஏறி அங்கம் கரைக்க புறப்பட்டுப் போனார்கள். இசக்கியம்மன் கோயிலுக்கு முன்னால் உள்ள அரளிச் செடிப் புதர்களில் செவ்வரளிப் பூக்கள் பூத்து சொரிந்திருந்தன. தெலா கிணற்றிலிருந்து இரண்டு பேர் தண்ணீர் இறைத்துக் கல் தொட்டிகளை நிரப்பிக் கொண்டிருந்தார்கள். பழனியம்மாள் இசக்கியம்மன் கோயில் அரசமர நிழலில் உடல் சாய்த்தாள்.

சிரித்த முகமாக உட்கார்ந்திருக்கும் அருள்ராஜையும் கருத்த முத்துவையும் பார்த்த அரியான் கண்களைக் கசக்கியபடியே சிகரெட் பெட்டியைத் தலைமாட்டில் தேடினான். காணவில்லையென்றவுடன் இருவரையும் உற்றுப் பார்த்தான். அருள்ராஜிடமிருந்து வாங்கியவன் பற்றவைத்துப் புகையை ஊதினான்.

'என்னடே மத்தியான வெய்யில்ல'

'அரியாண்ணே இன்னக்கி ராத்திரி உறைக்கிணறு தோண்டனுமாம்.

அதிரியான் பாதர் சொன்னாரு'

'தோண்டிட்டா போச்சு'

'அன்னைக்கு மாதிரி இன்னைக்கும் ஒன்ன கணக்குப் பண்ணிரு மத்தப்படி எல்லாம் பாதர் தாரம்னு சொல்லிட்டாரு'

'டேய், போனவட்டமே, அந்தப் பய பன்னியக் காணும்னு சுடுகாட்டையே சுத்திச் சுத்தி வந்தாம்டா'

'பெறகு'

'பெறகென்ன எனக்குத் தெரியவே தெரியாது, நான் பாக்கவே இல்லனு சொல்லிட்டன்'

'அப்ப இன்னைக்கு வேண்டாம்ங்கயாணே'

'துப்புக் கெடச்சிட்டா கேவலம்டா, போலீஸ் கீலீஸ்னு போய்ட்டா எல்லாத்துக்கும் சங்கடம்'

'துப்பு கெடச்சாத்தான போலீசுக்கு போவான்'

'ஒரு நேரத்தப் போல ஒருநேரம் இருக்காதுடா, ரொம்ப ஜாக்கிரதையா இருக்கணும், களவு அழக கெடுத்திடும்'

அரியான் வருத்தப்பட்டானே ஒழிய பட்டைச் சாராயத்தையும் பன்றிக்கறியையும் நினைத்தவுடன் நுனி நாக்கில் எச்சில் ஊறியது. பையன்களிடம் சரி சொல்லியனுப்பிவிட்டு ஆகவேண்டிய வேலைகளை கவனித்தான். தார்ப்பாய்ச்சல் கட்டினான். கையில் மண்வெட்டியுடன் புறப்பட்டான். சுடுகாட்டின் வாசலோரம் குழி தோண்டினான். வெளிப்பட்ட எலும்புகளையும் மண்டை யோட்டையும் தூரத் தூக்கி எறிந்தான். தன் காலத்திற்கு முன்னால் புதைத்த எலும்புகளாக இருக்கவேண்டும் என்று எண்ணிக் கொண்டான். மேலே அகலமாகவும் ஆழம் போகப்போக குறுகலாகவும் தன் இடுப்பளவு தோண்டி முடித்துவிட்டு காத்திருந்தான்.

கருத்தமுத்தும் அருள்ராஜும் ஒரு வாளி நிறைய கோதுமைக் கஞ்சி, மீதமாகிப்போன மக்காச்சோள உப்புமா, இன்னும் சப்புச் சவர்கள் உள்ள கழிவுகளுடன் அரியானிடம் வந்தார்கள். அவன் தோண்டி வைத்திருந்த குழியை நோட்டம் விட்டார்கள்.

'அரியாண்ணே குதிச்சு வெளிய வந்திருமா'

'இவ்வளவு ஆழம் எம்பிக்குதிக்க முடியாது. இடுப்பளவு தோண்டியிருக்கன், கீழ குறுகலா இருக்கிறதால எம்பிக்குதிக்க முடியாது. பயமில்ல, காவல் இருக்கணும், இல்லனா கூப்பாடு போட்டு

ஊரக் கூட்டிரும், அந்தப் பன்னிக்காரப்பய இங்கிட்டுத்தான் அலைவான், தெரிஞ்சு போச்சுனா கேவலம், பய பெரிய வம்பு புடிச்ச பய சும்மாவிட மாட்டான்'

பொழுது சாய்ந்துகொண்டிருந்தது. அரியான் தோண்டி வைத்திருந்த குழியைக் கருத்தமுத்தும் அருள்ராஜும் பேப்பரை வைத்தும் அட்டைகளை மேலே பரப்பியும் மூடினார்கள். அரியான் கோளாறாக பேப்பர் தெரியாமலும், குழிக்குள் சரிந்துவிடாமலும் இருக்கும் படியாக மணல்களைப் பரப்பினான். இப்போது பார்ப்பதற்குக் குழி இருப்பதே தெரியாது. தன்தரை மாதிரியே கண்ணுக்குத் தெரியும். வாளியில் இருந்த கோதுமைக் கஞ்சி, சோறு, மற்ற கழிவுகளை அதன் மேல் பரப்பினார்கள்.

சுடுகாட்டின் வாசலைத் திறந்து வைத்துவிட்டு மூன்று பேரும் செடி மறைவில் ஒளிந்துகொண்டார்கள். மாலை மஞ்சள்வெய்யிலில் கண் கூசியது. குமுக்காய் வளர்ந்திருந்த எருக்களைச் செடியில் பூக்கள் மொட்டுக்களாய் சொரிந்திருந்தன. சில பூக்களைப் பறித்துப் பிதுக்கி பிதுக்கி 'சொடக்' போட வைத்தான் அருள்ராஜ். சுவரின் ஓட்டை வழியே நாய் ஒன்று தலை நீட்டியது. காரியத்தைக் கெடுத்துவிடும். பரபரக்க மூன்று பேரும் மறைவிலிருந்து வெளிப்பட்டு கல்லெறிந்து விரட்டினார்கள். எறிபட்ட நாய் வந்த ஓட்டை வழியே தாவிக் குதித்துத் தலைதெறிக்க ஓடியது. நல்லவேளை இல்லையென்றால் மூன்று பேருக்கும் பன்றிக்கறிக்குப் பதில் நாய்க்கறிதான் கிடைத்திருக்கும்.

கொஞ்ச நேரம்தான் வாசல் வழியே பன்றி ஒன்று தலை நீட ...யது. நாய்கள் இரண்டையும் இலேசாக அதட்டி சைகை காட்டிப் படுக்க வைத்தான். தன் எஜமான் கட்டளையிடுவார், பாய்ந்து சென்று கவ்விப் பிடிக்கவேண்டும் என்று பம்மி பதுங்கி காதுகள் விடைக்க காத்திருந்தன நாய்கள். அந்த இரண்டு நாய்களைப் போலவே மூன்று பேரும் தலை தெரியாமல் தரையோடு தரையாகப் பம்மிக் கொண்டார்கள். பன்றி தன்னுடைய மூஞ்சியைத் தரையில் உரசியபடியே இவர்கள் அமைத்திருந்த வாரிக்குழியை நோக்கி மெல்ல ஊர்ந்துகொண்டிருந்தது. அரியான் சுதாரித்துக்கொண்டான். இன்னும் நாலே எட்டுத்தான், பன்றி தலைகுப்புற வாரிக்குழிக்குள் பாய்ந்துவிடும். வீர் வீரென்று கால்களை உதைத்துக்கொண்டு கூப்பாடு போடும். சடக்கென்று சுருக்குக்கம்பியை நீட்டி கழுத்தை இறுக்கவேண்டும். சத்தம் கேட்டு ஆட்கள் கூடிவிட்டால் போச்சு.

இதுவரை காணாமல்போன களவுபோன அத்தனை பழிகளும் தன்மேல் விழுந்துவிடும். பயல்களின் படிப்பும் பறிபோய்விடும். அய்யாமார் மடத்துக்கும் கெட்டபெயர் வந்துவிடும். அரியான் பதை பதைக்க உட்கார்ந்திருந்தான்.

பன்றி வாரிக்குழியை நெருங்கிவிட்டது. தன் மூஞ்சியைக் கோதுமைக் கஞ்சியில் வைத்து மோப்பமிட்டபடியே ஒரு எட்டுத்தான் வைத்தது. மணல் பரப்பியிருந்த பேப்பர் கிழிந்து உள்ளே விழ பன்றி தலை குப்புறக் குழிக்குள் விழுந்தது. ஒரே நேரத்தில் மூன்று பேரும் ஓட இரண்டு நாய்களும் பின்தொடர்ந்தது. பின்னங்கால்கள் இரண்டும் மேலே இருக்க பன்றி கால்களை உதைத்தபடியே துள்ளிக் கொண்டிருந்தது. கையில் கம்பைப் பிடித்துக்கொண்டு நுனியில் வட்டவளையமாகக் கட்டியிருந்த சுருக்குக்கம்பியை பன்றியின் தலை வழியே நுழைத்து, கழுத்தை இறுக்கினான் அரியான். இப்போது பன்றி கத்த முடியாமல் துருட் துருட் என்று மூச்சுவிட்டபடியே கால்களை உதைத்தது. பன்றி உதைய உதைய சுருக்குக்கம்பி நன்றாகக் கழுத்தை இறுக்க பன்றி உதைவதை நிறுத்தித் தன் மூச்சைவிட்டது.

மூன்று பேரும் குழிக்குள்ளிருந்து பன்றியை மேலே தூக்கினார்கள். அரியான் கை காட்டிய உடனே அருள்ராஜ் ஓடிப்போய் வாசலை சாத்தி விட்டு வந்தான். பன்றியை வெளியே தூக்கிப்போட்டதும் இம்மிகூட தடயமில்லாமல் குழியை மூடினார்கள். கால்த் தடங்கள் தெரியாமல் மூன்று பேரும் பன்றியை மறைவிடம் தூக்கிப் போனார்கள். இலேசாக இருள் கவ்வத் தொடங்கியிருந்தது. கருத்த முத்தும் அருள்ராஜும் வேகவேகமாக சுவர் ஓட்டைக்குள் நுழைந்து அதிரியான் பாதரின் அறைக்கு முன்னால் நின்றார்கள்.

'என்னடா கழிசட நாய்களா பன்னிய புடிச்சிட்டீங்களா'

'அய்யா சீக்கிரம் சாவியக் குடுங்கய்யா, நேரமாகுது கெணத்து வேலைய ஆரம்பிக்கனும்'

'நாய்களா காலைல கெணறு இல்ல, அம்புட்டுத்தான், அய்யா சொன்னார்னு அரியான்கிட்ட சொல்லிரு'

'மொத்தம் எத்தன உறைக எறக்கனும்ய்யா'

'அங்க கெடக்கிறத அம்புட்டும் எறக்கிருங்கடா'

அதிரியான் பாதர் ஸ்டோர் சாவியை எடுத்து வந்து கருத்தமுத்துவின் கையில் கொடுத்தார். இருவர் முகத்திலும் ஒரே சந்தோஷம். முகம் தெரியாத அளவுக்கு இருட்டிவிட்டது. இருவரும் ஸ்டோர் ரூமை

திறந்து தேவையான இரும்புச் சட்டிகள், வாளிகள், எண்ணெய் டின், மசாலாப் பொடி, உப்பு எல்லாவற்றையும் எடுத்துக்கொண்டு அரியானிடம் போனார்கள். அரியான் தேவையான கறிகளை அறுத்து எடுத்துவிட்டு மீதியை வைத்திருந்தான். இரண்டு நாய்களின் வயிறும் இழுக்க முடியாமல் நிறைந்து கிடந்தன. கொண்டுவந்த சாமான்களை எல்லாம் வைத்துவிட்டு அவசர அவசரமாகக் குழி தோண்டினார்கள். பூமணல் எவ்வளவு ஆழம் தோண்டினாலும் மணல்தான். ஒரு காலத்தில் இந்த இடமெல்லாம் கடலாக இருந்து பின்னர் மாறிப் போனது என்று அரியான் சொன்னதை அருள்ராஜ் நினைத்துக் கொண்டான். தேவையான கறிபோக ஒரு துரும்பு மச்சம்கூட இல்லாமல் குழிக்குள் போட்டு மூடினார்கள். தடயங்கள் இல்லாமல் அழித்தார்கள். அரியான் மூன்று கற்களைத் தூக்கிவந்து முக்கோண அடுப்பு தயார்செய்தான். தேவையான விறகுகள் ஏராளமாகக் கிடந்தன. பிணம் எரிக்கும் இடத்தில் விறகுக்கா பஞ்சம்.

கருத்தமுத்து, அருள்ராஜ், மனுவேல், குழந்தையேசு, சவேரியார், அல்போன்ஸ் ஆகிய ஆறுபேரும் உறைகளை ஒவ்வொன்றாய் பூமிக்குள் இறக்கிக்கொண்டிருந்தார்கள். நான்கு பேர் வெளியே நின்றுகொள்ள கிணற்றுக்குள் இருவர் மணலை அள்ளிவிட உறைகள் ஒவ்வொன்றாய் இறங்கிக்கொண்டிருந்தன. பஞ்சாலையிலிருந்து இரவு சங்கு ஊதும் சத்தம் இருமுறை கேட்டது. இடுப்பளவு தண்ணீர் வரவும் உறைகள் சரியாகப் போயிற்று. கயிற்றைப் பிடித்துக்கொண்டு இருவரும் மேலேறினார்கள்.

ஆறு பேரும் தண்ணீர்த்தொட்டியில் போய் குளித்தார்கள். மேலில் ஒட்டியிருந்த மணல்கள் போய்விட்டாலும் தலையில் ஒட்டிய மணல்கள் முடிகளுக்குள் சிக்கிக்கொண்டு உறுத்தின. அவசர அவசரமாக மயானத்திற்குள் ஓட்டை வழியே நுழைந்தார்கள். அரியான் எல்லா வேலைகளையும் முடித்து தயாராய் வைத்திருந்தான். பன்றிக்கறியின் வாசனை மூக்கைத் துளைத்தது. ஆறு பேரும் வட்டமாய் உட்கார்ந்தார்கள். அரியான் சாராயக்கேனை தூக்கி நடுவில் வைத்தான். அகப்பையால் அள்ளி அள்ளி கறியைத் தட்டத்தில் போட்டான். அவரவருடைய சாப்பாட்டுத் தட்டைகொண்டு வந்திருந்தார்கள்.

‘சரி, சரக்கு யார் யாருக்கெல்லாம் வேணும்’

‘அரியாண்ணே இங்க ஒரு கிளாஸ் ஊத்து’

‘நீ குடிப்பேனு தெரியும்டே, புதுசா வந்திருக்கிற நாலு பேர்ல

யாருக்கு வேணும்'

'அவங்களுக்குக் குடிச்சு பழக்கமில்லண்ணே, வழக்கம்போல நம்ம மூனு பேருதான்'

மற்றவர்கள் கறியைத் திங்க அரியானும் கருத்தமுத்தும், அருள் ராஜும் சாராயம் குடித்துக்கொண்டே கறியைத் தின்றார்கள். வைத்த கண் வாங்காமல் பார்த்துக்கொண்டிருந்த இரண்டு நாய்களுக்கும் அகப்பையால் அள்ளி கறி வைத்தான். ஆவலுடன் லப் லப்பென்ற சத்தத்துடன் தின்றன.

'வேற யாருகிட்டயாவது சொன்னா அம்புட்டுத்தான் தாமஸ் அய்யா காத்துக்கு போயிரும், நம்ம நாலு பேரும் அவுட்டு. அதிரியான் பாதரும் அவுட்டு'

'மத்த பாதருகளப் பத்தி பயமில்ல. நம்மளவிட மோசமானவங்க, பொம்பளப் பொறுக்கிக, எவனும் யோக்கியதைக் கெடையாது, எந்தெந்தப் பொம்பளையோட எந்தெந்தப் பாதர் தொடர்பு வச்சிருக்கான்ங்கிற லிஸ்ட் என் கையில இருக்கு. கீச் பூச்னா வண்டவாளம் தண்டவாளம் ஏறிறும், ஒருத்தனும் வாய் தொறக்க மாட்டான்'

வட்டமாய் உட்கார்ந்து கொண்டு பலப்பல பேச்சுக்களைப் பேசிக் கொண்டு சாராயம் குடித்தபடியே உட்கார்ந்திருந்தார்கள். அரியான் ஊத்திக்கொடுத்த சாராயத்தை எல்லாம் இருவரும் காலிபண்ணிக் கொண்டிருந்தார்கள்.

'டேய்... அருளு போன ஞாயிற்றுக்கிழமை ஆமைக்கறி கொண்டாந்து கொடுத்தியே ரொம்ப டேஸ்ட்டுடா'

'ஆமைக்கறி டேஸ்ட்டுனு மட்டும்தான சொல்ற அது எப்படி வந்துச்சுனு தெரியுமா'

'ஹாஸ்டல்ல போட்டதுதான, வேற யாரு கொடுத்தாடா'

'அது பெரிய கதண்ணே'

'அண்ணன்கிட்ட சொல்லக்கூடாத கதையாடா'

'இது மாதிரி அய்யாமார் மடத்துல ஆயிரம் கதை இருக்கு. அதுல இதுவும் ஒரு கதை அம்புட்டுத்தான்'

போன வாரம் மெடிக்கல் அய்யா கஸ்பார் பாதருக்கும் அருள் ராஜ்க்கும் ஒரு சிறு பிரச்சினை ஏற்பட்டது. மலையாளத்திலிருந்து பாப்பச்சன் என்கிற பையன் படித்துக்கொண்டிருந்தான். சிவப்பு என்றால் அப்படி ஒரு சிவப்பு. முகம் இலேசாக பெண் சாயலில்

இருக்கும். வெள்ளந்தியான பையன். அவன் சிரித்தால் அழகான குமரிப்பெண் சிரிப்பது மாதிரியே இருக்கும். ஏதோ ஒரு காரணத்திற்காக வார்டன் தேடுவதாகச் சொல்லி பையன்கள் தேடி வந்தார்கள். ஹைஸ்கூல் ஹாஸ்டல் பையன்கள் இந்தப் பக்கம் வரவே மாட்டார்கள். இரண்டு பையன்களைப் பார்த்ததும் அருள்ராஜ் அவர்களைக் கூப்பிட்டு விசாரித்திருக்கிறான்.

'டேய், இங்க என்னடா சோலி ஒங்களுக்கு'

'அண்ணே இந்த பாப்பச்சன வார்டன் கூப்பிட்டு விட்டாரு. எங்க தேடியும் காணலை, அவன தேடிட்டு இருக்கோம்'

'டேய், அவன் இங்கெல்லாம் வரமாட்டான், பாப்பச்சன் அந்த மலையாளத்துப் பையன்தான, நேரா மெடிக்கல் அய்யா ரூமுக்கு போங்க. அங்கதான் இருப்பான் போய்ப் பாருங்க, எந்தய்யானு தெரியுதாடா, கஸ்பார் அய்யாடா'

'ப'னா வடிவில் மூன்று பக்கமும் அறைகள். நடுவில் மைதானம் போன்ற காலியிடம். அந்த இடத்தில் கம்பீரமாய் நிற்கும் இயேசு சிலை. சிலையைச் சுற்றிலும் வட்டத்தொட்டி. தாமரை இலைகள் தண்ணீரில் மிதக்க ரம்மியமான இடம். பையன்கள் இருவரும் கஸ்பார் பாதரின் அறையின் காலிங்பெல்லை அழுத்தி விட்டுக் காத்திருந்தார்கள். பாதர் அறையைத் திறந்தார். அறை முழுக்க அட்டைப் பெட்டிகளும், மருந்து பார்சல்களும் நிறைந்து கிடந்தன. அலமாரிகளில் அடைத்து வைக்கப்பட்டிருந்த மருந்து பாட்டில்கள். கஸ்பார் அய்யா கதவைத் திறந்தவுடன் ஒரு விதமான மாத்திரை கவுச்சி குப்பென்று அடித்தது. வாசலில் நின்ற இரண்டு பையன் களையும் பார்த்தார்.

'என்னடா வேணும், மாத்திரை வேணும்னா ஜன்னலைத் தட்ட வேண்டியதுதான, ஏன்டா கதவத் தட்டுறீங்க'

'மாத்திரை வேண்டாம் பாதர்'

'பெறகு என்னடா வேணும்'

'பாப்பச்சன் இங்க இருக்கானானு கேக்க வந்தோம்'

'இங்க இருக்காம்னு யார்டா சொன்னா, ஒங்க வார்டன் பாதர் சொல்லி விட்டானா'

'இல்ல பாதர் அவர் சொல்லல'

'வேற ஆர்டா சொன்னா'

'பட்டறைப் பையன்களோட ஹாஸ்டலுக்கு தேடிப் போனோம்,

ஒங்க ரூம்ல இருப்பாம்னு அருள்ராஜ் அண்ணன்தான் சொல்லி விட்டான்'

'சரி, சரி இங்க இல்லனு போய் சொல்லுங்க'

கஸ்பார் பாதர் கதவை அறைந்து சாத்தினார். மனசு படபடத்தது. ஆங்காரம் கூடியது. ஏற்கனவே பட்டறைப் பையன்களை ரௌடிகள் மாதிரி நினைத்துக்கொண்டிருப்பவர். கோபத்தில் ஜன்னலைத் திறந்தார். கைகளில் சிரங்குடன் நின்றுகொண்டிருந்த இரண்டு பையன்களுக்கு மாத்திரை கொடுத்தார். களிம்பு கொடுத்துக் கொண்டே பேசினார்.

'டேய், போகும்போது பட்டறைப் பையன்களோட ஹாஸ்டலுக்கு போயி, அருள்ராஜ் இருந்தாம்னா கஸ்பார் அய்யா ஒடனே வரச் சொன்னார்னு சொல்லுங்கடா'

'சரிங்க அய்யா'

கஸ்பார் பாதருக்கு இருப்புக் கொள்ளவில்லை. கதவைத் திறந்து வைத்துக் காத்திருந்தார். கோபம் தலைக்கேறிக்கொண்டிருந்தது. முகத்தைக் கடுகடுப்பாய் வைத்துக்கொண்டு காத்திருந்தார்.

'நண்பனாக இருந்தாலும் சரி, பகைவனாலும் சரி ஆங்காரம் கூடாது. ஆங்காரம் கொள்பவன் அழிந்து போகக்கடவான். இன்று பகைவன்போல் தோன்றுபவன் நண்பனாகவும், நண்பன்போல் தோன்றுபவன் பகைவனாகவும் மாறிப்போவான். எவன் ஒருவன் ஆங்காரத்தை முற்றாக விட்டொழிக்கிறானோ அவனே செழிப்பான்'

வாசலில் வந்துநின்று ஸ்தோத்திரம் சொன்ன அருள்ராசை முறைத்துப் பார்த்தார். பதில் ஸ்தோத்திரம்கூட சொல்லவில்லை. கடுகடுத்த முகத்தைப் பார்த்து அருள்ராஜ் குழப்பமடைந்தான்.

'பாதர் கூப்பிட்டதா ஹைஸ்கூல் பையன்க சொன்னாக'

'பாப்பச்சன் இங்க இருக்காம்னு சொன்னது நீ தானடா'

'அங்க தேடி வந்தாங்க, இங்க இல்ல, கஸ்பாரய்யா ரூம்ல போயி பாருங்கனு சொன்னன்'

'இங்க இருக்காம்னு நீ எப்பிடிடா சொல்லலாம்'

'இருக்காம்னு சொல்லல பாதர், இருப்பான் போயி பாருங்கனு சொன்னன்'

'எத வச்சு இங்க இருப்பாம்னு சொன்ன'

'பாதர் அடிக்கடி அவன ஒங்க ரூம்ல பாத்திருக்கன், நேத்துக்கூட

மருந்து பெட்டிகள நீங்க அடுக்கிக்கிட்டு இருக்கும் போது அவனும் ஒங்ககூட அடுக்குவதை பாத்தன், அன்னைக்கி மாத்திரைகள எண்ணி எண்ணி டப்பாவுக்குள்ள போட்டத பாத்தன். அதுதான் இங்க இருந்தாலும் இருப்பான் போய் பாருங்கனு சொன்னன் பாதர்'

'என்னோட ரூம்ல யார் இருப்பா இருக்கமாட்டாங்க, யார் ரூம்ல யாரு இருப்பானு பாக்கிற வேலைய விட்டுட்டு ஒழுங்கா படிக்கிற வேலையப்பாரு. இல்லனா சீட்டக் கிழிச்சு வீட்டுக்கு அனுப்பச் சொல்லிருவன்'

முகம் குராவிப்போய் வந்த அருள்ராசைப் பார்த்ததும் கருத்தமுத்து பதறிப்போனான். எப்போதும் கலகலப்பாக இருக்கும் அருள்ராஜின் முகம் இவ்வளவு இறுக்கமாக இருந்தது கிடையாது.

'என்னடா அருள், ஏன்டா இப்பிடி இருக்க, இஞ்சி தின்ன கொரங்கு மாதிரி மூஞ்சிய உம்முனு வச்சிக்கிட்டு'

'........'

'சொல்றா என்னனு சொல்லாம, இப்பிடி இருந்தா எப்படி'

'அந்த கஸ்பார்.....யா, என்னமா பேசுறான்'

'ஏல, அவனுக்கும் ஒனக்கும் என்ன வந்துச்சு'

'பாப்பச்சன் பய, அங்க இருப்பான் போய் பாருங்கனு சொன்னது தப்பாப் போச்சாம். சீட்டக் கிழிச்சிருவேன்னு மிரட்றான், அடிக்காறது ஒன்னுதான் கொற'

'நீ ஏம்ல, வாயமூடிக்கிட்டு இருந்த. பாப்பச்சன்ங்கிறது, பையன்தான பாதர், பொம்பளப் புள்ள இல்லியே, பெறகு எதுக்கு இப்பிடி பயப்படுறேங்கனு கேட்க வேண்டியதுதானே. சின்னப் பயக குண்டிய தடவுற பயலுக்குக் கோபம் என்ன கோபம்'

இருவரும் பலப்பல பேச்சுக்களை பேசிக்கொண்டிருந்தார்கள். கஸ்பார் பாதரை எப்படி எதில் சிக்கவைத்துப் பழிதீர்த்துக் கொள்ளலாம் என்று யோசித்துத் திட்டம் தீட்டி வைத்துக் கொண்டார்கள். மாசம் ஒரு தடவையோ ரெண்டு தடவையோ ஒன்பதாம் வகுப்பு படிக்கும் மார்ட்டினைப் பார்ப்பதற்காக அவனின் அம்மா வருவாள். மார்ட்டின் பயலின் அம்மாவின் நிறம், அவளுடைய ஆடைகள், அலங்காரங்கள், பேச்சு, சிரிப்பு எல்லாமே யாரையும் ஆசைப்பட வைத்துவிடும். துறவியும் எம்மாத்திரம்.

10

கருத்தமுத்து சொல்லச் சொல்ல வாய்பிளந்து கேட்டுக்கொண்டிருந்தான் அருள்ராஜ்.

'இங்க கேளுடா அருளு, மொதல்ல மகனும் அம்மாவும் சேர்ந்துதான் கஸ்பார் பாதர் ரூமுக்குள்ள போவாக. அப்படியே வைத்தியம் பாக்கிறது மாதிரி பேசிக்கிட்டே இருப்பாக. கொஞ்சம் மாத்திரை, மருந்துப்பாட்டல் எல்லாத்தையும் கையில வச்சுக்கிருவா, கொஞ்சம் நேரம் கழிஞ்சதும்,ஏதாவது வாங்கிட்டு வரச்சொல்லி மார்ட்டின் பயல கடைக்கு அனுப்பிருவாரு. கடைக இங்ஙன எங்க இருக்கு, ரோட்டுக்குப் போய்ட்டுவர எப்படியும் அரைமணி நேரமாகும், மார்ட்டின் பய வெளிய போனதும் கதவ சாத்திருவாரு, பய வர்ர வரைக்குக் கதவு பூட்டியேதான் இருக்கும்.'

'ஏன்டா முத்து மத்த ரூம்ல அய்யாமாரு இருக்காகல்ல இதையெல்லாம் பாக்க மாட்டாகளா.'

'அவரவர் அவரவரோட சோலியத்தான் பாக்கனும் பிறத்தியாரோட விஷயங்கள்ல தலையிட்டு நேரத்த வீணாக்ககூடாதுனு பைபிள்ல இருக்காம்ல்ல, அதனால மத்தவங்க எதையும் கண்டுக்கிறமாட்டாங்க.'

'வசதியாப் போச்சுடா, எப்ப வருவானு சொல்லு, அன்னைக்கி வச்சிக்கிருவம் வெளையாட்ட, ரொம்ப ஓவரா மெரட்றாம்டா, ஒரு வழி பண்ணியாகனும்டா.'

அவர்கள் ஒவ்வொரு சனி, ஞாயிற்றுக்கிழமைகளையும் கண்காணித்தார்கள். இருவரும் பழிவாங்க காத்திருந்தார்கள். மார்ட்டின் பயலிடமும் நைசாகப் பேசி அம்மா வரும் தேதி கிழமையை உறுதி செய்துகொண்டார்கள். எதற்கும் அரியானிடம் ஒரு வார்த்தை சொல்லி யோசனை கேட்கலாம் என்று சொல்லி யோசனை கேட்டார்கள். அவன் சொன்ன யோசனைகளையும் ஏற்றுக் கொண்டார்கள். குளத்தங்கரை திட்டில் மீனுக்காகக் காத்திருக்கும் கொக்கைப்போல் காத்திருந்தார்கள். ஞாயிற்றுக்கிழமை மீனைப் போல் நீந்தி வந்தது.

முதல் பூஜை முடிந்து சில பாதர்கள் அவரவர் அறைகளுக்குள் வந்து தாழிட்டுக்கொண்டார்கள். கஸ்பார் பாதரின் அறை திறந்தே இருந்தது. இரவில் ஊர்ந்துவரும் எலியைப் பிடிப்பதற்காகக் கண்களை உருட்டிக்கொண்டு காத்திருக்கும் ஆந்தை, கூகைகளைப் போல

கருத்தமுத்தும் அருள்ராஜும் வேப்பமரத்தடியில் காத்துக்கிடந்தார்கள். அரியானின் யோசனையை மீண்டும் ஒருதடவை அசைபோட்டுப் பார்த்துக்கொண்டார்கள். அல்போன்ஸ் இவர்களுடன் உட்கார்ந் திருந்தான். வெய்யில் ஏறிக்கொண்டிருந்தது.

மார்ட்டின் பயலும் அவனுடைய அம்மாவும் தூரத்தில் வருவது தெரிந்தது. பறவையைக் கண்டுவிட்ட வைரியைப் போல் படபடப்பானார்கள். மார்ட்டின் பயலின் அம்மா கவர்ச்சியாக உடை உடுத்தியிருந்தாள். கதவு திறந்தே கிடந்தது. தட்டித்தான் திறக்க வேண்டும் என்றில்லை. கேட்டுத்தான் கொடுக்க வேண்டுமென்ப தில்லை. இருவரையும் பாதர் சிரித்த முகத்துடன் வரவேற்றார். இருவரும் அறைக்குள் போய் உட்கார்ந்துகொண்டார்கள். இப்போது மார்ட்டின் பயல் எப்போது வெளியே போவான் என்று காத்திருந்தார்கள்.

மணலோடு மணலாய் சிதறிக்கிடந்தன வேப்பமரம் உதிர்த்த வெண் பூக்கள். இதமான நிழல் இருந்தும் இருவர் மனசும் கொதித்துக் கொண்டிருந்தது. ஒரு சிறந்த வேட்டைக்காரனின் வெற்றியே காத்திருத்தலும் துல்லிய தாக்குதலும்தான். அவர்கள் காத்திருந்தார்கள். மார்ட்டினை காணவில்லை.

'ஏன்டா அருளு, இருபத்துநாலு மணி நேரமும் கதவையும் திறக்காம, ஜன்னலையும் திறக்காம எப்படிடா இந்த பாதர்கள் ரூமுக்குள்ளயே அடஞ்சு கெடக்காங்க'

'அவங்ககூட இயேசு இருக்கார்'ல்ல'

'ஏல, ஓத வாங்காத'

'பைபிள் படிப்பாங்க, ஜெபமாலை உருட்டுவாங்க, தூங்குவாங்க'

மார்ட்டின் பயல் வேகமாக வெளியே வந்தான். பாதர் கொடுத்த ரூபாயை மடித்துப் பைக்குள் வைத்தான். கண்மறையும்வரை காத்திருந்தார்கள். இப்போது பாதரின் அறைக்கதவு சாத்தப்படுவதற் காகக் காத்திருந்தார்கள். கஸ்பார் பாதர் வெளியே வந்து எட்டிப் பார்த்துவிட்டு உள்ளேபோய் கதவைப் பூட்டிக்கொண்டார். இலை போட்டுத் தண்ணீர் தெளித்தாயிற்று. சோறு பரிமாற வேண்டுமே. அரியான் சொல்லிக்கொடுத்த பிளான்களை மீண்டும் ஒருமுறை மனதுக்குள் ஓட்டிப் பார்த்துக்கொண்டார்கள். அல்போன்ஸ் பயலின் சட்டையைக் கழற்றி கையில் வைத்துக்கொண்டார்கள். அல்போன்ஸை தூக்கித் தோளில் போட்டான் கருத்தமுத்து. தொங்குகிற அவன் கால்களைத் தூக்கிப் பிடித்துக்கொண்டான் அருள்ராஜ். தொக்கு

தொக்கென்று ஓடி அய்யாமார் மடத்துக்குள் நுழைந்த உடனேயே இருவரும் அழுது கூப்பாடு போட்டார்கள். அல்போன்ஸ் செத்த சவமாய் தோளில் கண்களை மூடிக்கொண்டு கிடந்தான்.

'அய்யய்யோ… அய்யா, கஸ்பாரய்யா காப்பாத்துங்கய்யா… அய்யோ… அய்யய்யோ… இயேசுவே மாதாவே, கஸ்பாரய்யா கதவத் தொறங்கய்யா'

கஸ்பார் அய்யா கதவைத் திறக்கவில்லை. கஷ்டப்பட்டு மருந்துப் பாட்டிலை திறந்து கொண்டிருக்கிறாரோ என்னவோ. இருவர் போட்ட கூப்பாட்டில் மத்த பாதர்கள் கதவைத் திறந்து எட்டிப்பார்த்தார்கள். இன்னும் சில பாதர்கள் இங்கேயே வந்துவிட்டார்கள். இருவரும் கதவை டமார்… டமார் என்று தட்டினார்கள். அல்போன்சை வாசலுக்கு முன்னால் படுக்கப்போட்டார்கள். அருள்ராஜ் அல்போன்சின் வெற்றுடம்பில் நெஞ்சைத் தடவிக் கொடுத்தான். கொஞ்சநேரம் கழித்து பாதர் கதவைத் திறந்தார். சரியாக வாசலுக்கு எதிரே மாட்டப்பட்டிருந்த படத்தில் இயேசு சிலுவையில் தொங்கிக்கொண்டிருந்தார். சிலுவையோடு இணைத்து ஆணி அடிக்கப்பட்டிருந்த விரித்த உள்ளங்கையிலிருந்தும் பாதத்தின் மேல் பாதம் வைத்து அடிக்கப்பட்டிருந்த ஆணியின் காயத்திலிருந்தும், ஈட்டியால் குத்திய விலாவிலிருந்தும் சொட்டுச் சொட்டாய் இரத்தம் வழிந்து கொண்டிருந்ததை வாசலில் கூடியிருந்த அனைவரும் பார்த்தனர். கஸ்பார் பாதரின் அறை முழுவதும் இயேசுவின் இரத்தக்கறை துளித்துளியாய் படிந்திருந்தது. உள்ளே மரியாளின் இலேசான விசும்பல் கேட்டது.

'பாதர் வேகமா ஓடியாந்தான் பாதர், படியில தட்டி அப்படியே பெஞ்சுல போயி முட்டி விழுந்துட்டான் பாதர், மூச்சுப்பேச்சு இல்ல பாதர் காப்பாத்துங்க பாதர்'

ஒன்றும் நடக்காதது மாதிரி மற்ற பாதர்கள் அவரவர் அறைகளுக்குப் போய் கதவைப் பூட்டிக்கொண்டார்கள். ஏழெட்டு பையன்கள் மட்டுமே சுற்றி நின்றார்கள். மருந்துப் பெட்டிகளால் நிறைந்திருந்த அறையில் மறையக்கூட இடமில்லை. மார்ட்டின் அம்மா அப்படியே வெளியேறி மரத்தடியில் போய் நின்றாள். தூரத்தில் மகன் வந்துகொண்டிருந்தான். பாதர் கைகளைப் பிடித்து பல்ஸ் பார்த்தார். பாட்டிலில் இருந்த தண்ணீரை முகத்தில் தெளித்தார். அல்போன்ஸ் கண்களை இலேசாக முழித்துப்பார்த்தான். பாதர் சில மாத்திரைகளைக் கொடுத்தார்.

'அதிர்ச்சிதான்டா, பயப்படும்படியா ஒன்னுமில்ல, கூட்டிட்டுப் போயி இந்த மாத்திரையக் குடுத்தா சரியாப் போகும்'

அல்போன்ஸ் எழுந்து சட்டையை வாங்கி தன் முகத்திலும் மேலிலும் பட்டிருந்த தண்ணீரை எல்லாம் துடைத்துவிட்டு, சட்டையைத் தோளில் போட்டுக்கொண்டு மெதுவாக எட்டு வைத்தான். இருவரும் கைத்தாங்கலாக அல்போன்சை கூட்டிக் கொண்டுபோனார்கள். உச்சி மத்தியான வெய்யில் சுள்ளென்று உறைத்துக் கொண்டிருந்தது. மார்ட்டினும் அவனுடைய அம்மாவும் மெயின்கேட்டைத் தாண்டி ரோட்டில் இறங்குவது தெரிந்தது.

'யேல, அல்போன்ஸ், சாப்பிட்டுட்டு பேசாம படுத்துக்கோ'

'இந்தக் கதையெல்லாம் எனக்கும் தெரியுமில்லடே, ஆமைக்கறி எப்படி வந்துச்சு அதச் சொல்லு'

'கொறக் கதையவும் கேளு அரியாண்ணே. இந்த சம்பவம் நடந்து பத்து நாள் கழிச்சு ரெண்டு பேரும் கஸ்பார் பாதர் அறைக்கு போனோம். பாதரோட வரவேற்பு பலமாயிருந்தது'

'பாதர் ஸ்தோத்திரம் பாதர்'

'வாடா அருள், வாடா முத்து, என்னடா சொல்லுங்கடா'

'சும்மாதான் அப்பிடியே பாதரப் பாத்துட்டுப் போகலாம்னு வந்தோம், வேறொன்னுமில்ல பாதர், ரெண்டு பேரும் நல்லாத்தான் இருக்கோம்'

'சும்மா என்னடா சும்மா, கழிசடை நாய்களா வந்தா வந்த விஷயத்த சொல்லுங்க'

'பாதருகிட்ட ஒரு விஷயம் கேக்கனும்'

'என்ன விஷயம்டா நாய்களா கேளுங்கடா'

'பாதர் ரெண்டு மூனு ஞாயிற்றுக்கெழம போயிருச்சு ஒருநாள்கூட கறி எதுவும் போடல'

'கறிபோடலனா ஒங்க அய்யாகிட்டப் போய் கேளுங்க, ஏங்கிட்ட வந்து கேட்டா எப்பிடிடா'

'வார்டன்தான் போடனும்னு கெடையாது, நீங்க நெனச்சாலும் போடலாம் பாதர்'

'ரூபாய்க்கு நான் எங்கடே போக, பேசாம போங்கடா நாய்களா'

'சரி, போறம் பாதர், தாமஸ் அய்யா போனவாரம் வரல, என்னைக்கி வாரார்னு சொல்லுங்க பாதர்'

‘அவர எதுக்குடா நீங்க தேடுறீங்க’

‘பாதர் மார்ட்டின் பயலோட அம்மா அதுக்குப் பெறகு வரலையா பாதர்’

‘..........’

‘சரி... வாடா முத்து போவம்’

‘டேய்... டேய்... நில்லுங்கடா நாய்களா’

பாதர் வேகமாக அறைக்குள் போனார். டிராயரைத் திறந்து ஒரு பேப்பரை எடுத்து ஏதோ எழுதினார். கவருக்குள் போட்டு ஒட்டினார். இரண்டு பெரிய அட்டைப் பெட்டிகளைத் தூக்கிக்கொண்டு வந்து வைத்தார். கவரை முத்துவிடம் நீட்டினார்.

‘டேய் கழுசர நாய்ங்களா, இந்த ரெண்டு பெட்டியவும் தூக்கிக்கோங்கடா, நேரா தந்தி ஆபிஸ் தாண்டுன ஒடன அந்தோணியார் மெடிக்கல்னு ஒரு மருந்துக்கடை இருக்கும். அங்க கொண்டு போயி இந்தப் பெட்டிகள எறக்கிட்டு இந்த கவர கஸ்பாரய்யா கொடுத்தார்னு குடுங்கடா. பணம் குடுப்பாரு, ஒங்களுக்கு வேண்டிய கறிய வாங்கிட்டு மிச்ச ரூவாய இங்க கொண்டாங்க, ஒங்க வார்டன் அய்யா கேட்டா, கஸ்பாரய்யா பணம் குடுத்தார்னு மட்டும் சொல்லனும், வேற எதுவும் சொல்லக்கூடாது. வழியில யாராவது என்னது, எங்க கொண்டு போறங்கனு கேட்டா, சென் மேரீஸ், கன்னியாஸ்திரி மடத்துக்குனு சொல்லனும் தெரிஞ்சதா, தூக்கிட்டுக் கௌம்புங்கடா நாய்களா’

அருள்ராஜூம், கருத்தமுத்தும் ஆளுக்கொரு பெட்டியைத் தலையில் வைத்துக்கொண்டு நடந்தார்கள். மெயின் கேட்டில் வாட்ச் மேன் மரியலூயிஸ் என்ன ஏதென்று விசாரித்தான். பாதர் சொல்லியிருந்தபடியே இருவரும் சொன்னவுடன் போகவிட்டான். அவர்கள் இருவரும் அந்தோணியார் மெடிக்கலுக்கு முன்னால் வந்து நின்றபோது வேர்த்து விறுவிறுத்துப் போனார்கள். பாதர் கொடுத்த கவரை உடைத்துப் படித்தார். எதுவும் பேசவில்லை. டிராயரை திறந்து ரூபாய் நோட்டுக்களை எண்ணினார். கத்தையாகக் கொடுத்த ரூபாய் நோட்டுக்களைப் பெற்றுக்கொண்ட இருவரும் கசாப்புக் கடைக்குப் புறப்பட்டார்கள். பெரிய பெரிய ஆமைகள் மல்லாக்க படுக்க வைக்கப்பட்டிருந்தன. வெள்ளையான அடிவயிற்றில் கடைகளின் இனிசியல்கள் எழுதப்பட்டிருந்தன. அவர்கள் தேவையான ஆமைக் கறிகளை வாங்கிக்கொண்டு புறப்பட்டார்கள்.

'அரியாண்ணே ஆமக்கறி வந்த பாத தெரியுதா'

'அப்ப இனிமேப்பட என்ன வேணும்னாலும் கஸ்பார் பாதருகிட்ட போயிர வேண்டியதான்'

'இல்லனா மார்ட்டின் பயலோட அம்மாவ அங்க விடுவமா'

கருத்தமுத்தும் அருள்ராஜும் தலைமுட்ட சாராயம் குடித்தார்கள். மற்ற பையன்கள் பன்றிக்கறி சாப்பிட்டதோடு சரி. பாத்திரம் பண்டங்களை எல்லாம் சேர்த்துத் தூக்கிக்கொண்டார்கள். அருள்ராஜ் லம்பி லம்பி தள்ளாடி நடந்தான். கருத்தமுத்து உளறினான். இவர்களைப் பார்த்த மற்ற பையன்கள் ஒதுங்கிக்கொண்டார்கள்.

போதை தெளிய வேண்டுமானால் குளித்தே ஆகவேண்டும். இல்லையென்றால் வீடுபோய் சேரமுடியாது. இசக்கியம்மன் கோவில் தெலா கிணற்றில் ஒரு குளிப்பு போட்டால் கொஞ்சம் சொக்குவிடும் என்று கடும் போதையில் மரத்தடியில் வந்து நின்றான் அரியான். நன்றாகக் குளித்துவிட்டு ஈர வேஷ்டியை மடித்து முழங்கால்வரை கட்டிக்கொண்டு நெற்றியில் மட்டுமல்ல மேலெல்லாம் பட்டை தீட்டிக்கொண்டு புறப்படத் தயாரானார், வள்ளி நாயகம்பிள்ளை வாத்தியார். இரண்டு வேளையும் குளிப்பு இங்கேதான், வீடும் தோதாகப் பக்கத்தில்தான், அரியானைக் கண்டதும் நின்றார்.

'வாங்க வாத்தியாரய்யா, குளிச்சாச்சா'

'யாரு, அடேடே, அரியானா நல்ல இருக்கியாடே'

'என்னமோ ஓங்க பேரச் சொல்லி இருக்கன் வாத்தியாரய்யா'

'இசக்கியாத்தா பேரச் சொல்லுடா, நம்மட்ட என்ன இருக்கு'

'என்ன இருந்தாலும் நீங்க வாத்தியாரய்யா இல்லையா'

இரண்டு நாளைக்குமுன் நடந்த ஒரு சம்பவத்தை வாத்தியார் அரியானிடம் சொல்லத் தொடங்கினார். புளியமர நிழல் தோதா இருந்தது. வாத்தியாருக்குத் தலைவழியே குளித்த சொக்கு. அரியானுக்குத் தலைமுட்ட குடித்த சொக்கு. தெலா தண்ணீர் விழும் சத்தம் கேட்டுக்கொண்டே இருந்தது. யார் யாரோ தலை வழியே தண்ணீரை ஊற்றிக்கொண்டே இருந்தார்கள்.

இரண்டு நாளைக்கு முன்னால் சாயங்காலம், வள்ளிநாயகம் பிள்ளை வாத்தியார் இசக்கியம்மன் கோயிலை நோக்கி வந்து கொண்டிருந்தார். மூனாம் நம்பர் முனியசாமி எதிர்பட்டான். நேரம் ஆகிவிடும் என்று பிள்ளையவாள் விலகிநடந்தார். ஆனால்

பின்னாலிருந்து முனியசாமியின் குரல் தாட்டீகமாக கேட்டது.

'யோவ்... வாத்தியார கொஞ்சம் நில்லும்'

'யாரு முனியசாமியா, வாப்பா, வா, நான் கவனிக்கலையே'

'எனக்கொரு உண்மை தெரிஞ்சாகணும், பல பேருகிட்ட கேட்டாச்சு, ஒரு பயலும் பதில் சொல்லமாட்டேங்கான்'

'என்னனு சொல்லுப்பா, அப்பத்தான பதில் சொல்ல முடியும்'

'இது எவ்வளவு பெரிய ஊரு'

'ஆமாப்பா பெரிய ஊருதான், அதுக்கென்ன'

'இவ்வளவு பெரிய ஊர்ல மூனு நாளா ஒருத்தரும் சாகலனா, நான் என்ன மண்ணவா திங்க முடியும், எனக்கு ஒரு பதில் சொல்லிட்டுப் போரும்'

'இதுக்குப் பதில் எமன்கிட்டத்தானப்பா கேக்கனும் என்கிட்ட கேட்டா எப்படி'

'எமன்கிட்ட காரணத்த கேட்டுச் சொல்லும். நீரு வாத்தியாருதான, நாலெழுத்து படிச்சவர்தான'

'எமன்கிட்ட போகும் போதுதான முனியசாமி கேக்க முடியும், இப்ப எப்படி போறது'

'எனக்காக நீரு போகணும், அது என்னனு விசாரிச்சு சொல்லனும், ஒம்மாள முடியலனா வேற யாரால முடியும்'

'சரிப்பா நான் எமன்கிட்ட கேட்டுட்டு வந்து சொல்றன்ப்பா'

'கட்டாயம் சொல்லணும், ஒரு நூறு ரூபா இருந்தா குடுத்திட்டுப் போங்க வாத்தியாரய்யா, காலையிலிருந்து கொல பட்டினி, சாராயம் குடிக்கக்கூட பைசா இல்ல'

மேலெல்லாம் ஈரம், உடைகள் எல்லாம் நனைந்த உடைகள் தன் உள்ளங்கைக்குள் சுருட்டி வைத்திருந்த நூறு ரூபாயை எடுத்துக் கொடுத்தார். இரு கையேந்தி பவ்யமாக வாங்கிக் கொண்டான்.

'நாளைக்குத் திருப்பிக் குடுத்துறன் வாத்தியாரய்யா'

'திருப்பித் குடுக்கிறது இருக்கட்டும்டா முனியா, பிழைக்கத் தெரியாம பிழைச்சா இப்பிடித்தான் பட்டினி கெடக்கனும்'

'புரியும்படியா சொல்லுங்க வாத்தியாரய்யா'

'நீ மூனாம் நம்பர் வெட்டியான்தான'

'ஆமாய்யா'

‘இந்த ஊருலயே ரொம்பவும் கொறையா இருக்கிற ஜாதிக்கான சுடுகாடு மூனாம் நம்பர் சுடுகாடு, சரியா’

‘ஆமாங்கய்யா, சரிதான்’

‘பெறகு எப்பிடிடா தெனம் பிணம் வரும்’

‘அய்யா ஜாதிக்கொரு சுடுகாடுனு அந்தக் காலத்துலயே வெள்ளக் காரன் கட்டி, தனித்தனி கேட் போட்டு, தனித் தனி பூட்டும் போட்டு வச்சிட்டுப் போய்ட்டான், அந்தப் படிதான நாங்க தொழில் செய்யணும்’

‘ஒனக்குக் கொஞ்சம்கூட புத்தி இல்லடா முனியசாமி, வெள்ளக்காரன் ஜாதிக்கு ஒன்னுனு தனித்தனியா சுடுகாடுதான கட்டுனான். சாகுற வரைக்கு ஒரே ஆள்தான் அந்தந்த சுடுகாட்ல வெட்டியான் வேல பாக்கணும்னு உயிலா எழுதி வச்சிருக்கான்’

‘கொஞ்சம் வெளக்கமா சொல்லுங்கய்யா’

‘டேய், இந்த மாசம் நீ மூனாம் நம்பரு, அடுத்த மாசம் நீ நாலாம் நம்பரு, அதுக்கடுத்த மாசம் அஞ்சாம் நம்பரு அப்படியே எல்லாரும் மாறி மாறி பாக்க வேண்டியதுதானே, சரி சமமா சம்பளம் கெடைக்குமில்ல’

‘சரியான ஐடியா வாத்தியார, இவ்வளவு நாளா இந்த ஐடியா எனக்குத் தெரியலையே, நாளைக்கே வெவகாரத்த ஆரம்பிச்சிட்டா போச்சு’

வள்ளிநாயகம் பிள்ளை வாத்தியார் நூறு ரூபாயும் கொடுத்து முனியசாமிக்கு சூப்பரான ஐடியாவும் கொடுத்து அவனை சூடேற்றி விட்டுக் கிளம்பும்போது நேரம் ஆகிவிட்டது. ஈர உடைகள் உடல் சூட்டில் காய்ந்துவிட்டிருந்தன.

முனியசாமி ஏற்கனவே போதையில் இருந்தான். வாத்தியார் கொடுத்த நூறு ரூபாயில் மீண்டும் சாராயத்தை ஊற்றினான். போதை எப்படி ஏறியதோ அதேபோல் வாத்தியார் சொன்ன யோசனையும் போதையைப் போலவே தலைக்கேறியது. அவன் நேராக ஏழாம் நம்பர் சுடுகாட்டுக்குள் நுழைந்தான். கையில் நீண்ட கம்புடன் எரியும் பிணத்தை சுற்றிச் சுற்றி வந்துகொண்டிருந்தான் வெட்டியான் கருப்பன். தள்ளாடி தள்ளாடி வரும் தன் மாமன் முனியசாமியைக் கண்டதும் தானாக வந்த சிரிப்பை அடக்கிக் கொண்டான். கல்லறைச் சுடுகாடான எட்டிலும், முனியசாமியின் மூனாம் நம்பரிலும் புகை தெரியவில்லை. மற்ற சுடுகாடுகளில்

பிணங்கள் வெந்துகொண்டிருந்தன.

'வாங்க மாமோவ் வாங்க'

'..........'

'என்ன மாமா வாங்கனு கேட்டா பதிலையே காணோம்'

'டேய்... மூனு நாளா ஒன்னுகூட வரல, பட்டினியாக் கெடக்கேன், ஒனக்குக் கேலியா இருக்கு'

'மாமா அதுக்கு நான் என்ன செய்ய முடியும், எமன்கிட்ட போய் கேளும்'

'நீங்க தான்டா எனக்கு எமன். வரும்படி உள்ள மயானத்தை யெல்லாம் நீங்க வச்சிக்கிட்டு, ஒன்னுமில்லாதை என்கிட்ட குடுத்திட்டீக'

'நகராட்சி ஆபிசருங்ககிட்டப் போயி கேளுங்க'

'இந்த மாசத்துலருந்து மாத்தி மாத்தித்தான் பாக்கனும் நான் இங்க வந்திருவன், நீ மூணாம் நம்பருக்கு போ'

'இங்க கேளுங்க மாமா வீணா தகராறு பண்ணாதீங்க, ஒங்கப்பன் செத்ததுக்குப் பதில்தான ஒன்னய போட்ருக்கு. ஒங்கப்பன் எத்தனாம் நம்பருல்ல வேலைபாத்தான், இதே மூனாம் நம்பரு. பெறகு எதுக்கு இங்க வந்து கண்டதக் கழியதப் பேசுறீரு, பேசாமப் போரும், அதுக்கு மேலனா அதிகாரிகளைப் போயிபாரும், வம்பு பண்ணாதிரும்'

பிணம் கொளுந்துவிட்டு எரிந்துகொண்டிருந்தது. மேகாற்றில் புகைகள் எழும்பி வட்ட வட்டமாய் கிழக்காமல் காற்றோடு போயின. நூற்றாண்டுகளாய் பிணங்கள் குவிந்தாலும் அக்னியும் மண்ணும் அத்தனையையும் தின்றுவிட்டு பசியடங்காமல் இன்னும் அகோரப் பசியுடன் காத்திருந்தன. நீர், நிலம், காற்று, ஆகாயம், நெருப்பு, வாழ்வு தந்து, வாழ்ந்து முடித்தவர்களை வாரி எடுத்துக் கொள்ளும் ஐம்பூதங்கள்.

ஒரு கட்டத்தில் போதை தலைக்கேறி, வார்த்தைகள் தடித்து முனியசாமி கற்களை எடுத்து கருப்பனை எறிந்தான். இரண்டு மூன்று கல்லெறிகளுக்கு விலகிக்கொண்ட கருப்பன், கையில் வைத்திருந்த கம்பால் மண்டையில் ஒரே அடி முனியசாமியின் மண்டை உடைந்து ரத்தம் வழிந்தது.

'இந்தமானைக்கு ஒழுங்கா போயிரு, இல்ல கொன்னு இந்தப் பொணத்தோட கூடவச்சு எரிச்சிருவன்'

தன் மேலெல்லாம் ரத்தம் ஒழுக முனியசாமி வெளியேறிக் கொண்டிருந்தான். பிணம் நன்றாக எரிந்துகொண்டிருந்தது. மறுநாள் சாயங்காலம் பிள்ளையவாள் கிணற்றுக்குக் குளிக்க வந்தார். முனியசாமி தலையில் கட்டுடன் காத்திருந்தான்.

'வாத்தியாரய்யா, கும்புடுறன், இந்தாங்கய்யா நீங்க குடுத்த நூறு ரூபா, கைராசிக்காரரய்யா நீங்க'

'முனியசாமி என்னப்பா சொல்ற'

'ஒங்ககிட்ட கடன் வாங்குனதுக்கு மறுநாளே ஒன்னுல்ல ரெண்டில்ல மூனு வந்துருச்சு, ஒரே நாள்ல நல்ல வரும்படி'

'எமன் கண்ண தொறந்திட்டான், சரி, தலையில என்னப்பா கெட்டு, காயம் போல இருக்கு'

'கருப்பன் பயலுக்கு வரும்படி இல்லையாம், ஜாதிவிட்டு சாதி எரிக்க முடியுமா? அவன் கீழ் ஜாதிக்கு எரிக்கிற பய, நான் பிராமணர்களுக்கு எரிக்கிறவன், வம்பு பண்ணாத போடானு சொன்னன், கல்லெடுத்து எறிஞ்சிட்டு ஓடிட்டான்'

முதலாமாண்டு சொல்லிக் கொடுக்கும் வாத்தியார் ஜூலியான்ஸ் மதியம் சாப்பாட்டுக்கு சைக்கிளில் வீட்டுக்குப் போய் சாப்பிட்டு விட்டு வருவார். இரண்டாமாண்டும் மூன்றாமாண்டும் சேர்த்துப் பாடம் நடத்தும் வாத்தியார் பிரான்சிஸ் பர்னான்டோ வீட்டுக்குச் சாப்பிட போகமாட்டார். ஒரு பையனைப் போய் சைக்கிளில் சாப்பாடு வாங்கிக்கொண்டு வரும்படி சொல்லித்தான் சாப்பிடுவார். பெரும்பாலும் குட்டையன் சவேரியார்தான் சாப்பாடு எடுக்கப் போவது வழக்கம். அன்றைக்கு சவேரியாருக்கு உடம்புக்கு முடியவில்லை. பிரான்சிஸ் வாத்தியார் கருத்தமுத்துவைக் கூப்பிட்டார்.

'டேய் முத்து எங்க வீடு எங்க இருக்குனு தெரியுமாடா'

'மட்டக்கடைப் பஜார்ல இருக்குனு சவேரியார் சொல்வான்'

'சைக்கிள் நல்லா ஓட்டுவியாடா'

'ஓட்டுவேன் சார்'

'சரி, சைக்கிள எடுத்துக்கோ, நேரா மட்டக்கடைப் பஜார் போயிரு, அதுலருந்து வடக்காம திரும்புனா மில் குடோன் வரும், அதுக்கு எதிரே மச்சாடோ அன் சன்ஸ் அப்படின்னு ஒரு பெரிய கடை இருக்கும், அதுக்குப் பின்னாடி ரெண்டு வேப்ப மரம் வாசலுக்கு அங்கிட்டும் இங்கிட்டும் இருக்கும். கதவ ஓட்டி மாதா சொருபம் இருக்கும் அதுதான்டா என் வீடு. போ, போயி சாப்பாடு எடுத்திட்டு

வா, பாத்துப்போகனும்.'

கருத்தமுத்துக்கு வீட்டைக் கண்டுபிடிப்பது சிரமமே இல்லை. பெருச்சாளிக்குத் தெரியாத படப்படி ரகசியம் உண்டா? வேப்ப மரத்தடியில் சைக்கிளை நிறுத்திவிட்டு வாசலில் நின்று குரல் கொடுத்தான். வயதான பாட்டி வந்து கதவை திறந்தது.

'யாருப்பா, என்ன வேணும்'

'பாட்டி சாருக்கு சாப்பாடு வாங்க வந்தன் பாட்டி'

'அடடே, படிக்கிற பையனா, அவன எங்க சவரிய, ஒன்னய ஒரு நாளும் நான் பாக்கலியே'

'அவனுக்குக் காய்ச்சல் பாட்டி'

'வா... உள்ள வா, அந்த ரூம்ல செத்த உட்காரு, அஞ்சு நிமிஷத்துல எடுத்தாறன்'

விசாலமான வீடு. வேறு யாரையும் காணவில்லை. எங்கே திரும்பினாலும் இயேசு, மாதா, அப்போஸ்தலர்களின் போட்டோக்கள். அந்த அறையில் கிடந்த முக்காலியில் உட்கார்ந்தான். எதிரே பெரிய ரேடியோ பெட்டி. ஒரு சின்ன நாய்க்குட்டி பின்னங்கால்கள் மடக்கி முன்னங்கால்களை ஊன்றி உட்கார்ந்துகொண்டிருக்க, அதன் எதிரே கூம்புவடிவ ஒலிபெருக்கி சாய்த்து வைக்கப்பட்டிருக்கும் படம். அந்தக் குட்டிநாய் ஒலிபெருக்கியிலிருந்து வரும் சங்கீதத்தை உற்று ரசித்து லயிப்பதைப் போல் உட்கார்ந்துகொண்டிருந்தது. அதனடியில் எழுதப்பட்டிருந்த ஆங்கில எழுத்தின் வாசகத்தை எழுத்துக் கூட்டிப் படித்தான்.

'ஹிஸ் மாஸ்டார்ஸ் வாய்ஸ்'

அந்தக் காலத்தில் புகழ்பெற்ற ஒரு ரேடியோ கம்பெனியின் பெயர். ஆனால் ரேடியோவை எப்படி பாட வைப்பது என்று கருத்தமுத்துக்குத் தெரியவில்லை. மினுங்கும் நாய்க்குட்டியவே பார்த்துக் கொண்டிருந்தான். வாசல் கதவு திறக்கும் சத்தம் கேட்டது. கருத்தமுத்து ஏறிட்டுப் பார்த்தான். ஒல்லியான, வளர்த்தியான, கொஞ்ச வயசு பொம்பிளை ஒருத்தி வேகமாக இதே அறையை நோக்கி வந்து கொண்டிருந்தாள். அறைக்குள் நுழைந்தவுடன் கருத்தமுத்து தன்னை யறியாமல் எழுந்து நின்றான். இதுவரை இல்லாத சோப்பு, பவுடர் வாசனையை அந்த அம்மாதான் கொண்டுவந்திருக்க வேண்டும். சமையல் வாசனையை மறக்கடித்துவிட்டது.

'என்னப்பா அவன எங்க, சவரிய'

‘அவனுக்குக் காய்ச்சலு, அதான் நான் வந்தன்’

‘ஓம் பேரு என்னப்பா’

‘எம் பேரு முத்து’

‘எந்த ஊருப்பா’

‘கோவில்பட்டிம்மா’

‘அம்மா இல்லப்பா டீச்சர், கோவில்பட்டி எங்கயிருக்கு’

‘இங்கயிருந்து ஒரு மணி நேரம் பிரயாணம் டீச்சர், எட்டயபுரத்துக்கு மேற்க இருக்கு’

‘ரேடியோ போடத் தெரியாதாப்பா, சவரி வந்தாம்னா மொத வேல அத நோண்டுறதுதான்’

சொல்லிக்கொண்டே அமலி டீச்சர் முத்துவின் பின்னால் நின்றுகொண்டு ரேடியோவின் ஸ்விட்சை ஆன் செய்தாள். மஞ்சள் கலரில் பாய்ந்துவந்த வெளிச்சத்தில் எண்கள் மிதந்தன. முத்து கவனமாகப் பார்த்துக்கொண்டிருந்தான். முத்துவின் தோளில் முழங்கையை ஊன்றியபடியே, ரேடியோவின் முள்ளை நகர்த்தினாள். கர்புர்ரென்று சத்தம் எழுப்பியது ரேடியோ. கைகளின் ஸ்பரிசம் தன் தோளில் பட்ட உடனேயே அவக்தவக்கென்று எழுந்தான் கருத்தமுத்து.

‘சும்மா உட்காருப்பா எதுக்கு எந்திரிக்க’

பின்னால் நின்றுகொண்டு இரண்டு தோள்களையும் பிடித்து அமுக்கி முக்காலியில் உட்கார வைத்துவிட்டு, ரேடியோவின் பேண்ட்டை மாற்றிவிட்டு அலை வரிசையைத் தேடினாள். இப்போது கருத்தமுத்துவின் முதுகில் சாய்ந்து அவனுடைய தோள்பட்டைகளில் தன் முழங்கைகளை ஊன்றிக்கொண்டு நாடியை முத்துவின் பின்தலையில் உரசியபடி ரேடியோவை திருக்கிக்கொண்டிருந்தாள்.

‘உனக்குத் தெரியுமா நான் உன்னை நினைப்பது’

கணீரென்று ஒலித்த பாட்டை பாடவைத்து சவுண்டை ஏற்றிவிட்டு நகர்ந்தாள். கருத்தமுத்து இலேசாக திரும்பிப்பார்த்தான். கறுப்பு பாவாடையுடனும், சந்தனக் கலர் ரவிக்கையுடனும் இருந்தாள். எவ்வித விரசமுமின்றி பழைய சேலை ஒன்றை எடுத்து கட்டிக் கொண்டிருந்தாள். கருத்தமுத்து உதடுகள் உணர்ந்து மேலண்ணம் ஒட்டிப்போயிற்று. நாக்கால் எவ்வளவு தடவியும் ஈரப்பசையை காணவில்லை. தண்ணீர் கேட்பதற்காக எழுந்தான். பழைய சேலையை அரை குறையாய் சுற்றிக்கொண்டு வந்த அமலி டீச்சர்.

‘என்ன வேணும், ஏங்கிட்ட சொல்லுப்பா’

‘கொஞ்சம் குடிக்க தண்ணி வேணும் டீச்சர்’

‘இருப்பா நீ உட்காரு, நான் கொண்டாரன்’

ரேடியோவில் இப்போது சினிமா பாட்டு முடிந்து ஏதோ பேச்சு கேட்டது. தண்ணீர் செம்பை வாங்கி ஒட்டிக்கிடந்த உதடுகளை ஈரமாக்கிக் கொண்டான். மீண்டும் ரேடியோ பெட்டியில் முள்ளை அங்கிட்டும் இங்கிட்டும் நகர்த்தி டியூன் செய்தாள் அமலி டீச்சர். அவள் குனிந்து இருந்தாள். தன் முந்தானை சரிந்து தரையில் கிடந்தது. தன்னுடைய வனப்பான மார்பகங்கள் வெளியே தெரிவதைப் பற்றிய சிந்தனையே அவளிடம் இல்லை. வேறொரு நிலையத்தில் சினிமா பாட்டுப் பாடுவதை கண்டுபிடித்துப் பாடவைத்து நிமிர்ந்தாள்.

டிபன் பாக்ஸில் சாப்பாடு வைத்துக் கூடைக்குள் வைத்துக் கொண்டு வந்தது பாட்டி. பாட்டியிடமிருந்து கூடையை வாங்கிய டீச்சர், முத்துவிடம் கொண்டுவந்து கொடுத்தது. சைக்கிள் ஹாண்ட்பாரில் கூடையை மாட்டிய முத்துவின் முன்னால் வந்து நின்றது டீச்சர்.

‘தம்பி, சாயங்காலம் வரும்போது சாருகிட்ட மாத்திரை வாங்கிட்டு வரணும்னு சொல்லிருப்பா’

‘சரி டீச்சர்’

‘மறந்துறாத, சொல்லிரு, சாருக்கு ஞாபக மறதி ஜாஸ்தி’

முத்து லாவகமாக சைக்கிளை மிதித்துக் கொண்டிருந்தான். எதிர் வெய்யில் முகத்தில் சுள்ளென்று உறைத்தது. அவன் டீச்சரின் செயல்களை இயல்பாக எடுத்தாலும் மனசு குறுகுறுத்துக்கொண்டே வந்தது. மறக்காமல் மாத்திரை விவகாரத்தை சொல்ல வேண்டும் என நினைத்துக் கொண்டான்.

கருத்தமுத்து பள்ளிக்கூடத்துக்கு முன்னால் சைக்கிளை நிறுத்தி சாப்பாட்டுக் கூடையை கையில் எடுத்த போதுதான் கவனித்தான், பையன்கள் எல்லோரும் ஒன்றாகக் கூடியிருந்ததையும், இரண்டொரு பாதர்கள் அவர்களுடன் நிற்பதையும். சாப்பாட்டை வாத்தியாரின் இடத்தில் வைத்துவிட்டு வேகவேகமாகக் கூட்டத்தை நோக்கி நடந்தான்.

அதாவது காலையில் பள்ளிக்கூடம் போன பின்பு பட்டறைப் பையன்கள் நாப்பத்தெட்டு பேரின் துணிமணிகள் அனைத்தையும் யாரோ திருடிச் சென்றுவிட்டார்கள். பெட்டிக்குள் இருந்த

துணிகள் மட்டும் தப்பித்தன. வெளியே கிடந்த எதுவுமே இல்லை. வருத்தத்துடன் பையன்கள் கூடிநின்றார்கள். வாத்தியாரின் சைக்கிளில் அருள்ராசை ஏற்றிக்கொண்டு வேகமாக வெளியேறினான் கருத்த முத்து. மெயின்கேட்டில் வாட்ச்மேன் மரிய லூயிஸ் சேர் போட்டு சௌகர்யமாக உட்கார்ந்திருந்தான். வேகமாக வரும் இருவரையும் மறித்தான்.

'துணிப்பொதி யாரும் கொண்டுட்டு போறாங்களா'

'பெரிய பொதி இப்பத்தான் ஒருத்தன் கொண்டு போறான், கேட்டேன், வெளுக்குறதுக்கு அழுக்குத் துணிக கொண்டு போறன்னு சொன்னான்'

'பட்டறைப் பையன்களோட துணிகளப் பூராத்தையும் களவாண்டுட்டுப் போறான் வாட்ச்மேன்'

'சேசுவே... தெரியாமப் போச்சே, வேகமா போங்கப்பா நேரா பழைய துணி வாங்குற கடைக்குப் போங்க, புடிச்சிறலாம், கர்த்தரே ஏழைகளைக் காப்பாற்றியருளும்'

முத்து ஓங்கி ஓங்கி சைக்கிளை மிதித்தான். தந்தி ஆபிஸ் குறுக்கு சந்து வழியாகப் போய் சின்னக் கோயிலுக்கு முன்னாடி வந்து மார்க்கெட்டை நெருங்கினான். பழைய துணிகள் வாங்கும் கடைகள் வரிசையாக இருந்தன. சந்தேகப்படும்படி துணிகள் கொண்டு வந்தால் தகவல் தரச் சொல்லிவிட்டு மறைந்து நின்றார்கள்.

பெரிய துணிப்பொட்டலத்தைத் தலையில் சுமந்தபடி ஒருவன் வந்தான். கடையின் முன்னால் இறக்கி வைத்துவிட்டு சுற்றும் முற்றும் பார்த்தான். அவன் பொட்டலத்தின் மேல் கட்டியிருந்த போர்வையும், போட்டிருந்த சட்டையும் ஹாஸ்டல் பையனுக் குரியவை என்பதை அடையாளம் கண்டுகொண்டார்கள். கடைக்காரர் இவர்கள் இருவரையும் கண்டவுடன் திருதிருவென்று முழித்தார். பின்னாலிருந்து வந்து அருள்ராஜ் கெட்டியாக இறுக்கிப் பிடித்தான். முன் பக்கமாக வந்து முகத்தில் ஓங்கி ஒரு குத்துவிட்டான் கருத்தமுத்து. திருடன் நிலை குலைந்துபோனான். கடைக்காரர் கூப்பாடு போட்டார்.

'தம்பிகளா, இங்க வச்சு அடிக்காதிக'

'அய்யோ அம்மா, ஐயய்யோ'

அதே துணிப்பொதியை அவன் தலை மேலேயே ஏற்றி சுமக்க வைத்து ஹாஸ்டலுக்குக் கொண்டுவந்தார்கள். ஏராளமான கூட்டம். தாமஸ் பாதர் வேறு வந்திருந்தார். விஷயம் கேள்விப்பட்டு

இங்கேயே வந்துவிட்டார். மரத்தில் கட்டி வைப்பதற்காகக் கயிறு கொண்டுவந்தான் ஒரு மாணவன். கூட்டத்தில் நின்றுகொண்டிருந்த சீனிப்பாண்டி ஓங்கி ஒரு மிதி மிதித்தான். குப்புற விழுந்த திருடனை ஓடிப்போய் மிதித்தான். தாமஸ் பாதர் கூப்பாடு போட்டார்.

'டேய்... அடிக்காதங்கடா, பாவம்டா, பாவம்டா'

தாமஸ் பாதரின் முன்னால் கொண்டு வந்து நிறுத்தினார்கள். அவனை வாஞ்சையோடு பார்த்தார்.

'எந்த ஊர்டே ஒனக்கு'

'சொந்த ஊரு வி.கே. புரம் பாதர். குற்றாலத்துல ஒரு ஓட்டல்ல வேல பாத்தன் பாதர். பொம்பள சீக்கு வந்திருச்சு. அதனால நிக்க முடியல. வேல பாக்க முடியாததால வெளிய போன்னு சொல்லிட்டாங்க. ஏதாவது வேலை கெடைக்குமானு விசாரிக்க வந்தன். இன்னைக்கி முழுவதும் சாப்பிடல பாதர், பட்டினியா கெடக்கன், பசி வயித்தக் கிள்ளுச்சு. அதான் இந்த துணிமணிகள திருடிட்டன் பாதர். என்னய மன்னிச்சுக்கோங்க பாதர், இனிமே நான் திருட மாட்டன் பாதர்'

தாமஸ் பாதர் அவனை ஏற இறங்க பார்த்தார். அவர் கண்களில் அருள் சுரந்தது. மன்னிப்பு என்ற வார்த்தை அவர் நெஞ்சைத் தொட்டிருக்கவேண்டும். பக்கவாட்டுப் பைக்குள்ளிருந்து கத்தையாக ரூபாய் நோட்டை எடுத்தார். நூறு ரூபாய் தாளை எடுத்துத் திருடனிடம் நீட்டினார்.

'போடா, போயி ஏதாவது வேலைபாரு, திருடக் கூடாதுடா, இவங்களும் ஒன்னய மாதிரி ஏழை எளியவங்கதான், திருடுறது பாவம்டா, போ'

திருடன் மெதுவாக எட்டு வைத்துத் தெற்காமல் நடந்தான். மாணவர்கள் துணிப்பொதியை அவிழ்த்து அவரவர் உருப்படிகளை அடையாளம் பார்த்து எடுத்துக்கொண்டிருந்தார்கள். யாருடைய துணியும் காணாமல் போகவில்லை. கூட்டம் கலைந்து கொண்டிருந்தது. அருள்ராசை மட்டும் தன்னுடன் வரும்படி சைகை செய்த தாமஸ் பாதர் வேகமாக அறையை நோக்கி நடந்தார். அறைக்குள் அருள்ராஜ் நுழைந்தவுடன் வாசல் கதவுகளையும் ஜன்னல் கதவுகளையும் சாத்தினார். அருள்ராசை உட்காரும்படி சைகை செய்தார். ஏதோ படபடப்பாகக் காணப்பட்டார்.

'டேய்... அருள், அய்யா இப்ப ஒரு சந்தேகம் கேட்பார், அய்யா

இப்பிடி கேட்டார்னு யாருகிட்டயும் சொல்லக்கூடாது'

'சத்தியமா சொல்ல மாட்டேன்யா'

'இந்தத் திருட்டுப் பய ஓயாம பொம்பள சீக்கு, பொம்பள சீக்குனு சொன்னானே அப்படின்னா என்னடா அருள்'

அருள்ராஜுக்குச் சிரிப்பை அடக்க முடியவில்லை. தாமஸ் பாதர் முன்னால் யாரால் சிரிக்க முடியும். சுப்பிரீயர் பாதர். எத்தனையோ மடங்களுக்குத் தலைவர். மாசத்தில் பாதி நாட்கள் வெளிநாடுகளில் சுற்றுபவர். போப்பாண்டவரால் பாராட்டப்பட்டவர். அவரை நேரடியாகச் சந்தித்து பேசும் பாக்கியம் பெற்றவர். இவரைக் கண்டாலே ஓடி ஒளியும் பாதர்களும் கன்னியாஸ்திரிகளும் ஏராளம் ஏராளம். அவர் முன்னால் சரிசமமாக உட்காரும் பாக்கியம் எனக்கு.

'என்னடா அருள் ஊமை மாதிரி நிக்கிற சொல்லுடா'

'............'

'ஏம்டா தெகைக்க, அய்யாகிட்ட சொல்லமாட்டியா'

'அதாவது பாதர், அது ஒரு சீக்கு பாதர்'

'சீக்குனு தெரியும்டா, பொம்பளச் சீக்குனு சொன்னான'

'அதாவது பாதர் இப்ப புருஷன் பொண்டாட்டி இருக்காக. ரெண்டு பேரும் உறவு வச்சுக்கிட்டா அது நடைமுறை. ஒரு ஆண் பல பெண்களோட உறவு வைக்கிறது, ஒரு பெண் பல ஆண்களோட உறவு வைக்கிறது தப்பு பாதர்'

'டேய்... அருள், சீக்குனு சொன்னான்டா'

'அப்படி மாறி மாறி பல பேர்ட்ட போனா சுத்தம் கெட்டுப் போயி உறுப்பு அசிங்கமா போயிரும். ஆண் உறுப்புலயும், பெண் உறுப்புலயும் கொப்புளம் கொப்புளமா வந்து புண்ணாகிரும். சாமானியமா புண் ஆறாது. அதுக்குப் பேரு தான் பாதர் பொம்பளச் சீக்கு, இது ஒரு மோசமான நோய் பாதர், சாமானியமா குணமாகாது, வேலை செய்ய முடியாது'

'அந்தத் திருடன் பாவம்டா அருள், மொதல்லயே தெரிஞ்சா நம்ம கஸ்பார் பாதருகிட்ட மாத்திரை வாங்கி குடுத்திருக்கலாம்'

'நெறய்யா ஊசி போடணும் பாதர், மாத்திரையில கேட்காது'

'டேய்... அருள், இதெல்லாம் ஒனக்கு எப்பிடிடா தெரியும்'

'புஸ்த்தகத்துல படிச்சேன் பாதர்'

'தெரிஞ்சு வச்சுக்கிறது தப்பில்லடா. நம்ம பையன்க அப்படியெல்லாம்

கெடையாதுல்லடா'

'அதெல்லாம் கெடையாது பாதர்'

'சரி, நீ போய்ட்டு வாடா, தாமஸ் அய்யா இப்படியெல்லாம் கேட்டாருனு சொல்லாதடா, ஒம் மனசுக்குள்ளயே வை'

ஸ்தோத்திரம் வைத்துவிட்டு அருள்ராஜ் வெளியில் வந்தான். சாயங்காலத்தின் குளிர்ச்சிக் காற்று இதமாக இருந்தது. தாமஸ் பாதரை நினைத்து சிரிப்பு வந்தாலும்கூட அவர் மேல் மரியாதைகூடியது.

தாமஸ் பாதரை அப்படியே அசை போட்டான். அவர் நினைத்தால் தினம் ஒரு பெண்ணுடன் உறவுவைத்துக்கொள்ளலாம். வெளிநாடுகளில் சுற்றுபவர். யாரும் அவரைக் கேள்வி கேட்க முடியாது. துறவு என்பதற்கு இலக்கணமாக வாழ்பவர். இயேசுவைப் போன்றவர். இரக்க குணம் துறவிகளுக்கு உரியதல்லவா. போன மாசமும் இதே போல் ஒரு திருட்டு நடந்தது.

இரவு நடுச்சாமம். வாட்ச்மேன் மரிய லூயிஸ் பட்டறைப் பையன்களின் ஹாஸ்டலுக்கு வந்து கதவைத் தட்டினார். எல்லா பையன்களும் அலறியடித்துத் தூக்கக் கலக்கத்துடன் எழுந்தனர். மரிய லூயிஸ் பேயறைந்தவனைப் போல் நின்றுகொண்டிருந்தார். அவரால் இயல்பாகப் பேச இயலவில்லை. கை, கால்கள் நடுங்க நா குழறியது, ஒருவாறாக ஊகிக்க முடிந்த விஷயம். கூரை ஓட்டைப் பிரித்து ஸ்டோர் ரூமுக்குள் திருடன் புகுந்திருக்கிறான் என்பது. ஆளுக்கொரு விறகு கட்டையை எடுத்துக்கொண்டு ஸ்டோர் ரூமை சுற்றிலும் பையன்கள் நின்றார்கள். மரிய லூயிஸ் வாட்ச்மேனை காணவில்லை. அவர் மயக்கம்போட்டு விழுந்துவிட்டார். முகத்தில் தண்ணீர் தெளித்து வராண்டாவில் படுக்க வைத்தார்கள். வெளிப்பக்கம் பூட்டுத் தொங்கியது. ஏணி போட்டு ஏறிப் பார்த்தார்கள். ஓட்டைப் பிரித்து உள்ளே இறங்கிய திருடன் வசமாக மாட்டிக்கொண்டான். சுற்றிலும் பையன்கள் காவலுக்கு நின்றார்கள்.

விடிந்தவுடன்தான் கதவைத் திறந்தார்கள். தாடி மீசையுடன் ஒல்லியாகப் பரிதாபமாக ஒருவன் வெளியே வந்தான். அன்றைக்கும் தாமஸ் பாதர் அடிக்கவிடவில்லை. காலை சாப்பாடு கொடுத்து, கையில் காசும் கொடுத்து வழியனுப்பி வைத்தார். அதிரியான் பாதர் சொன்னார்.

'டேய், முத்து ஒரு போர்டு எழுதி ரோட்ல வைங்கடா, இங்கே திருட வருகிறவர்களுக்குப் பணம் தரப்படும்னு' அனைவரும் சிரித்தார்கள். தாமஸ் பாதரும் குலுங்கி குலுங்கி சிரித்தார்.

சாயங்காலம் பையன்கள் எல்லோரும் விளையாடிக்கொண்டு இருந்தார்கள். ஒரு பையன் வேகமாக வந்து ஒரு துண்டு பேப்பரை நீட்டினான். அருள்ராஜ்தான் வாங்கிப் படித்தான். கருத்தமுத்து, சந்திரசேகர், ஐஸக் மூவரும் உடனடியாக வார்டனை சந்திக்கவும் என்றிருந்தது. என்ன ஏதென்று விபரம் தெரியவில்லை. மூவரும் பாதர் அறையின் முன்னால் போய் நின்றபோது பாதர் ஏதோ கணக்கு எழுதிக் கொண்டிருந்தார்.

'ஸ்தோத்திரம் பாதர்'

'ஸ்தோத்திரம்'

'டேய், நீங்க ரெண்டு பேரும் இந்துப் பையன்க தானடா, நிய்யி பிராடெஸ்டென்ட் இல்லையா'

'ஆமா பாதர்'

'காலையில பூசைக்குப் போக வேண்டியதில்லை'

'ஆமா பாதர்'

'ஐசக்கும், சந்திரசேகரும், யூதாததேயு மடத்துக்கு ராத்திரி படுக்கப் போயிருங்க, காலைல எந்திரிச்சு, தென்னம் பிள்ளைகளுக்குத் தண்ணி ஊத்திட்டு, அங்கயே குளிச்சிட்டு, பாதருங்க கூடவே சாப்பிட்டு, ஹாஸ்டலுக்கு வந்தா போதும், சாயங்காலம் ஆறு மணிக்கு அங்க போயிரனும், படிக்கவேண்டிய புஸ்தகங்கள கையில எடுத்துக்கோங்க, ராத்திரி அங்க படிக்கனும். டேய், முத்து நீ தினமும் ஆறு மணிக்கு கன்னியாஸ்திரி மடத்துக்குப் போயிரனும், வாட்ச்மேன் ஒராள் லீவுல போய்ட்டானாம். அதனால இருக்கிற வாட்ச்மேனுகூட துணையா நில்லு, காலைல சமையல்காரன்கூடப் போய் காய்கறிங்க வாங்கிட்டு, அங்கயே சாப்பிட்டுட்டு நேரா ஹாஸ்டலுக்கு வந்துறனும்'

காலையில் பையன்கள் எல்லோரும் பூசைக்குப் புறப்பட்டுப் போனபிறகு எட்டு மணிவரை உறங்கும் உறக்கம் போச்சே என்று வருத்தப்பட்டார்கள் மூவரும். பூசைக்குக் கட்டாயம் வரவேண்டும் என்று சொன்னபோது முத்தும் சேகரும் நெற்றி நிறைய விபூதியுடன் போனபோது, பிரசங்கம் பண்ணிக்கொண்டிருந்த பாதிரியார் நாளைக்கு வரவேண்டாம் என்று சொன்னதைக் கருத்தமுத்து நினைத்துக்கொண்டான். காலை தூக்கம் போனாலும் தினமும் ஏஞ்சல் சிஸ்டரைப் பார்க்கப்போகிறோம் என்ற சந்தோஷம் அவனுக்கு உவப்பாய் இருந்தது.

அந்த நகரம் உருவான நாளிலிருந்து எத்தனையோ லட்சம் மனிதர்கள் பஸ்பமாகிப்போன, மண்ணோடு மண்ணாகிப்போன இடம் இந்தப் பன்னிரெண்டு சுடுகாடு, ஒரேயொரு இடுகாடு. பேய்களாகவும், பிசாசுகளாகவும், முனிகளாகவும் உருமாறி வாசம் செய்வோர், மறு பிறவியாக பாவங்களுக்குத் தக்க நாயாக, பன்றியாக, கழுதையாக, பூச்சியாக, புழுவாக, பறவைகளாகப் பிறந்து வாசம் செய்யும் உயிர்கள், பாவத்தின் சம்பளம் மரணம், பின்னர் மோட்சம், நரகம். சிலுவையணிந்து மோட்சம் சென்றவர்கள், நரகம் சென்றவர்கள் யார் யார்?

11

அரியான் முழுப் போதையில் மிதந்துகொண்டிருந்தான். நாலாம் நம்பர் சுப்பன் வேகமாக வந்தான். என்னமோ ஏதோவென்று எந்திரிச்சான்.

'அண்ணே அரியாண்ணே ஒரெட்டு, நாலாம் நம்பருக்கு வந்திட்டுப் போன்ன'

சுப்பனைப் பின்தொடர்ந்தான் அரியான். பிணம் எரிந்து கொண்டிருந்தது. பக்கத்தில் ஒருவன் உட்கார்ந்துகொண்டிருந்தான். சுப்பன் வேகமாகப்போய் கையில் கம்பை எடுத்துக்கொண்டு சிதையைச் சுற்றினான். அரியான் வந்து சேர்ந்தான்.

'என்னடா சுப்பா, என்ன விஷயம் இது யாருடா'

'இவனுடைய வேல, சவுரி முடி விக்கிற வேலையாம். மண் சுவர்கள்ல வீடு இருக்கும்போது, அந்தச் சுவர்கள்ல இருக்கிற இடுக்கு, பொந்து, பொடவுகள்ல கழிவு ரோமத்தைப் பொம்பளைகச் சொருவி வைப்பாகளாம். இப்ப ஏராளமான வீடுக கான்கிரீட் வீடுகளா கட்டுறதுனால கழிவு ரோமம் சுவர்களில் வைக்கிறதில்லையாம், அதனால தொழில் செய்ய முடியலையாம், சாப்பாட்டுக்கே வழி இல்லையாம்.'

'டேய், சுப்பா... அதுக்கு நம்ம என்னடா செய்ய.'

'கொறக் கதையவும் கேளு, அதனால பொம்பளைக பிணம் வந்தா, தலை முடிய இவன் எடுத்துக்கிட்டு நமக்குத் துட்டு குடுப்பானாம்.'

'யேல, மண்ணப் போட்டு மூடி மொழுகி தீ வச்சப் பெறவுதான போறாக உறவுக்காரங்க, பெறகு எப்பிடிடா தலைமுடிய எடுக்க.'

‘என்ன சாமி, அவங்க அங்கிட்டுப் போன ஒடன, தல மாட்ல மட்டும் கொஞ்சம் மண்ண நீக்குனாப் போதும் ஒரு வீச்சுல செரச்சு மொட்டையாக்கிட்டு முடிய எடுத்திட்டு மூடிட்டா போச்சு, அதென்ன வலிக்குது, ரத்தம் வருதுனு கத்தவா போகுது.’

அவன் சொல்வதை மிக கவனமாகக் கேட்டுக் கொண்டிருந்தான் அரியான். அவனுக்குச் சிரிப்பை அடக்க முடியவில்லை. சுப்பனும் அரியானும் சேர்ந்து சிரித்துக்கொண்டார்கள். இறந்துபோன ஒரு பெண்ணின் தலைமுடியை நடமாடும் ஒரு பொம்பிளை முடிந்து கொண்டை போட்டு, பூவைத்து, ஜடை பிண்ணிப் போவதை கற்பனை செய்து பார்த்தான். இரவில் தூங்கும்போது தனியே கழட்டி சுவரில் தொங்கும் அந்தக் காட்சியை நினைத்துப் பார்த்தான். கொஞ்சம் பலமாகவே சிரித்துவிட்டான்.

‘யேல, யே... மயிராண்டி, இங்க கேட்டுக்கோடா இந்து மத தர்மப்படி எறந்தபெறகு, அந்தப் பொணத்த எரிக்கும்போது முழுமையா எரிக்கணும். எந்த உறுப்புமே கோரப்படக் கூடாது, அப்படி கோரப்பட்ட பிணத்தோட ஆவி சாந்தமடையாது, ஆத்மாவும் அடங்காது போயிரும். அடுத்து நம்மள நம்பித்தான அவங்க எங்ககிட்ட பிணத்த ஒப்படைக்காங்க, நல்ல முறையில பஷ்பமாக்கி சாம்ப லாக்குறதுக்குப் பணமும் கொடுக்காங்க. நாங்க நம்பிக்கை துரோகம் பண்ணலாமாடா, ராப்பகலா பிணத்தோட கெடக்கோம், ஒன்னுல்லனா ஒன்னு ஒரே போடா போட்டுத் தள்ளிட்டா என்னடா பண்ண முடியும்’

‘என்ன சாமி, இப்படிப் பயப்படுறீக. கண்ணு, இருதயம், கிட்னியெல்லாம் எடுக்காக மயித்தப் புடுங்குனா என்ன கொறஞ்சு போயிரும்’

‘அடேய்... நீ சொல்றதெல்லாம் வாஸ்தவம்தான், இல்லனு சொல்லல. பிணத்தோட சொந்தக்காரங்களோட சம்மதத்துலதான் அதுகள எடுக்காங்க, களவாங்கல. அடுத்து சுடுகாட்டுக்கு வெளிய எதுவேணாலும் நடக்கலாம், இந்தக் கோட்டைக்குள்ள வந்துட்டா, அதுக்குப் பெறகு இங்க வேற சட்டதிட்டம்தான். ரோட்டோட அந்த வாழ்க்கை முடிஞ்சது. இங்க வந்த பெறவு உறவு முறைக கெடையாது, இங்க மட்டும் செய்ற சாஸ்திரம் சடங்கு மட்டும் தான் உண்டு. எமன், அக்னி பகவான், அப்புறம் நாங்க மட்டும்தான் உறவு.’

தலை முடி வாங்க வந்தவன் அரியான் சொன்னதைக் கேட்டுவிட்டு சோகமாக உட்கார்ந்திருந்தான். அவனால் பதில் ஏதும் சொல்ல

முடியவில்லை.

'நீங்க இப்பிடி சொல்றீக, தெருவுல எத்தன பேரு மண்டையோட்ட வச்சு தாயத்து விக்கான், வித்த காட்றான்.'

'டேய், அது எங்களுக்குத் தெரியாம களவாண்டுட்டுப் போறதுடா. நாங்க விக்கிறது கெடையாதுடா, டேய், நாங்க பாக்கிற தொழிலு வேணா, இழிவா தெரியலாம். இது எங்க தெய்வம் அரிச்சந்திரன் பார்த்த தொழில்டா. அவரோட வாரிசுகள்தான்டா நாங்க, அதனால போ, போயி வேற வேல வெட்டி செஞ்சு பிழைக்கிற வழியப்பாரு'

சவுரிமுடி வியாபாரி சோகத்தோடு நடந்து மறைந்தான். எட்டாம் நம்பர் கிறித்தவக் கல்லறைக்கு ஏராளமான கூட்டம் வந்தது. கணக்கு வழக்கு இல்லாத கூட்டம். கர்த்தருக்குள் நித்திரையானவர் பெரும் புள்ளியாக இருக்கவேண்டும் என்று நினைத்துக்கொண்டான். குதிரை பூட்டிய சாரட் வண்டியிலிருந்து பாதர் இறங்கினார். அலங்காரமாகச் செய்யப்பட்ட பெட்டி கவனமாக இறக்கப்பட்டது. யாராவது பெரிய புள்ளிகளின் பிணம் வந்தால் இந்த மாதிரி கூட்டம் வரும். இவரும் பெரிய முதலாளியாகத்தான் இருக்கவேண்டும். கணக்கில்லாத கூட்டம். ஏராளமான கார்கள் ரோட்டை அடைத்துக்கொண்டு நிறுத்தப்பட்டிருந்தன. சுற்றி நின்ற கூட்டத்தினர் மத்தியில் சாமியார் ஜெபங்களை சொல்லிக்கொண்டிருந்தார். கல்லறையின் வாசகங் களைப் பார்த்தபடியே அரியான் எட்டாம் நம்பருக்குள் நுழைந்தான்.

'நான் நல்ல ஓட்டத்தை ஓடினேன். என்னைக் கர்த்தர் இங்கே இளைப்பாற்றுகிறார்'

'நான் கர்த்தருக்குள் நித்திரையடைந்தேன். என் பாவத்தை மன்னித்து என்னை ஏற்றுக்கொள்ளும் பிதாவே'

'கர்த்தரின் மடியில் நான் இளைப்பாறுகிறேன். சொர்க்கம் என் சமீபத்தில்தான் இருக்கிறது'

சவப்பெட்டியின் மேல்மூடி திறந்தே வைக்கப்பட்டிருந்தது. அரியான் இலேசாக எட்டிப்பார்த்தான். உயர்ரக சென்ட் வாசனை மூக்கைத் துளைத்தது. யாராவது அறிமுகமானவர்கள் இருக்கிறார்களா என்று சுற்றும்முற்றும் பார்த்தான். தெரிந்த முகங்கள் தெரியவில்லை. சவக்குழி தோண்டியவர்கள், பெட்டியை உள்ளே இறக்கியவுடன் மண்ணைப் போட்டு மூடுவதற்காக மண்வெட்டியுடன் தயாராய் நின்றார்கள். பக்கத்துக் கல்லறையின் மேல் சாவாசமாக உட்கார்ந்து ஒருவன் சிகரெட் பிடித்துக்கொண்டிருந்தான். அரியான் நைசாக பேச்சுக்கொடுத்தான்.

'இது எந்தப் பங்கு'

'சின்னக் கோயில் பங்கு'

'ஏரியா'

'போல்டன்புரம்'

'போல்டன்புரத்துல யாரு'

'நம்ம ரெக்ஸ் பர்ணான்டோ, 'டெவோட்டா அன் கோ' கம்பெனியோட ஓனரு. ஏராளமா லாஞ்சி, படகு எல்லாம் இருக்கு, சிலோன், பர்மானு, சிங்கப்பூர்னு சரக்குகள் அனுப்புவாரு, பெரிய கோடீஸ்வரப் பிரபு'

'பாத்தால தெரியுதுல கூட்டம் செமக் கூட்டமாயிருக்கு'

'அதுமட்டுமா, அவரு போட்டு இருக்கிற சங்கிலி மோதிரம் எதையுமே கழட்ட வேண்டாம்னு சொல்லிட்டாங்க. ரெண்டு தங்கப்பல்லு வேற, அப்படியே உள்ள வச்சு பெட்டிய எறக்கச் சொல்லிட்டாங்க பையன்க, சங்கிலி இத்தாந்தண்டி, ரெண்டு கையிலயும் பெரிய பெரிய மோதிரம், பல்லு ரெண்டு தங்கப்பல்லு'

அரியானுக்கு பயம் பற்றிக்கொண்டது. கல்லறை கட்டுகிறவரை கண்ணும் கருத்துமாகக் காவல் காக்கவேண்டும் இல்லையென்றால் போச்சு. பிணத்தைத் தோண்டி தங்கம் எடுக்கிற பயல்கள் சுற்றிச் சுற்றி அலைகிறார்கள். கொஞ்சம் பயமும் பற்றிக்கொண்டது.

அடை மழைக்காலங்கள்தான் எமனுக்குப் பிடித்த காலம் போலும். ஐப்பசி, கார்த்திகை, மார்கழி மழை குளிர் காலங்களில் பிணங்கள் நிறைய வரும். அநேகமாக எல்லா சுடுகாடுகளிலும் புகைமூட்டம் மண்டியபடி இருக்கும். அக்னிபகவானும், பூமாதேவியும் தின்று தீர்க்கும் அரக்கர்களா? அவைகளின் அகோரப் பசியடங்காதா?

அரியானுக்கு நன்றாகத் தெரியும். ரெக்ஸ் பர்ணான்டோவின் குழியை எப்படியும் தங்கப்பல் திருடர்கள் வட்டமிடுவார்கள் என்று. கல்லறை கட்டிவிட்டால் அதை உடைப்பது சிரமம். வெறுங்கையும் சிரட்டையும்கூடப் போதுமானது, நேற்று மூடிய குழியைத் தோண்ட. வெட்டியானிடமும் சொல்லி வைத்திருந்தான். பட்டறைக்குப் போய் அருள்ராசையும் கருத்தமுத்தையும் பார்த்துச் சொல்லிவிட்டு வந்தான். அவன் பயப்பட்டது மாதிரியே ஆகிவிட்டது.

'டேய்... அருள், நீயும் முத்துவும் ரூமுக்குள்ள படுக்காம வராந்தாவுல படுத்துக்கோங்க. முத்து இன்னைக்கு நீ என்கூட இருக்கணும். கல்லறை கட்றவரைக்கும் கொஞ்சம் ஜாக்கிரதையா

இருக்க வேண்டியதிருக்கு. அப்பிடி ஏதாவதுனா ராத்திரியில வந்து ஒங்கள கூப்பிடதோதா இருக்கணும், ரூமுக்குள்ள படுத்தா எல்லாத்தையும் எழுப்பனும்'

'அரியாண்ண வராந்தாவுல கீழோரமா ரெண்டு பேரும் படுத்திருப்போம், இலேசா சைகை மட்டும் குடுத்தா போதும், எந்திரிச்சு வந்துருவோம், தைரியமா போண்ண'

'அடேய்... பேய்க்கும், பிசாசுக்கும், முனிக்கும், பிணத்துக்கும்கூட பயமில்லடா. இந்தக் களவாணிப் பயகலுக்குத்தான்டா பயப்பட வேண்டியதிருக்கு, புதைச்ச பிணத்தத் தோண்டி வெளிய எடுத்துப் போட்டுட்டாம்னா கேவலம் நமக்குத்தானடா, ஊரு சிரிக்காதா காவல்காரன பாத்து'

அரியானும் வெட்டியான் முனியனும் ஆளுக்கொரு இடத்தில் ஒளிந்துகொண்டு முழித்திருந்தார்கள். கும்மிருட்டு. கண்களுக்கு எதுவுமே தெரியவில்லை. ஏதாவது அசைந்தால் மட்டுமே அரிச்சலாய் தெரிந்தது. ஆந்தையின் சத்தம் விட்டுவிட்டு கேட்டுக்கொண்டேயிருந்தது.

அரியானுக்கே ஆச்சரியமாய் இருந்தது. இப்படி ஒரு இக்கட்டான சூழலில் உடல் தினவெடுக்குமா என்ன? அரியானுக்குக் காம உணர்வு தலை தூக்கியது. உடனே போய் மஞ்சக் குருவியுடன் உறவு கொண்டு விட்டு வரவேண்டும் போல் இருந்தது. குறைவாகத்தான் சாராயம் குடித்திருந்தான். போதையைக் கட்டுப்படுத்த முடியாவிட்டால் காரியம் கெட்டுப் போகுமே. கருமேகங்களில் ஒளிரும் நட்சத்திரக் கூட்டங்கள் கிளர்ச்சியூட்டின. எத்தனையோ முறை மஞ்சக்குருவியிடம் உறவுகொள்ள நினைத்துப் புறப்பட்ட போதெல்லாம் உடல் ஒத்துழைக்கவில்லை. பயம் காமத்தை உசுப்பிவிடுமா? இல்லை காமமும் பயமும் ஒன்றா? படபடப்புகள் அடங்கி நடுங்கி சரணாகதியடையும் இடம்தானே காமத்தின் உச்சம். பெண்களைக் குப்புறப் படுக்கவைத்து சிதையில் ஏற்றுவதும், ஆண்களை மல்லாக்கப் படுக்கவைத்து சிதையில் தீ மூட்டுவதும் ஏன் என்று தெரியுமா இவர்களுக்கு?

உயிர்ப்பை சுமந்த உயிரை உருவாக்கிய பெண்ணின் மாய உறுப்பான கர்ப்பப்பை முதன் முதலில் எரிந்து சாம்பலாகி பஸ்பமாகிப் போகவேண்டும். உயிர்க்கும் சக்தியை அக்னி தின்று தீர்க்கவேண்டும். உயிரைக் கடத்திய ஆணுறுப்பு, முழு உடலின் கடைசி உறு:ப்பான குறி. இறுதிச் சூட்டில் அக்னியிடம் இரையாக வேண்டும். பஸ்பமாகிப்

போன பிடி சாம்பலில்தான் அத்தனை உறுப்புக்களும் ஐக்கியம்.

அரியானால் தன் காம இச்சையை அடக்க இயலவில்லை. தன் முதுகில் வந்து விழுந்த சிறுகல் வந்த திசையில் ஏறிட்டுப் பார்த்தான். வெட்டியான் முனியன் தவழ்ந்து கொண்டே இவனை நோக்கி வருவது தெரிந்தது. இருவரும் பெரிய கல்லறையின் மறைவில் பதுங்கினார்கள். சுவரின் ஓட்டை வழியே முதல் உருவம் தலை நீட்டியது. கொஞ்ச நேரத்தில் இன்னொன்று. மூன்றாவதாக நுழைந்தவனின் கையில் அரிவாள் மின்னியது. மண்வெட்டி, கடப்பாறை நன்றாகத் தெரிந்தது. மூன்று பேர்.

அரியான் சுதாரித்துக்கொண்டான். மூன்று பேரை சமாளிப்பது என்பது சிரமம். கையில் ஆயுதம் வேறு வைத்திருக்கிறார்கள். வகைத்தப்பாக மாட்டிக்கொண்டால் போச்சு. களவாணிப் பயல்கள் கொலை செய்யவும் தயங்கமாட்டார்கள். அரியான் வேகமாக வெளியேறி பட்டறைக்குள் நுழைந்து வராந்தாவில் தூங்கிக் கொண்டிருந்த அருள்ராசையும் கருத்தமுத்துவையும் எழுப்பினான். மூன்று பேரும் மயானத்திற்குள் நுழைந்து எட்டாம் நம்பருக்குள் நுழைந்தபோது முனியன் குப்புறப் பதுங்கிக்கிடந்தான். சுவர் ஏறிக் குதித்துத் தப்பிவிடாதபடி பார்த்துக் கொள்ளவேண்டும். ஓட்டை வழி நுழைந்து ஓடிவிடாமலும் தடுக்கவேண்டும். யாராவது ஒருவன் பிடிபட்டாலும் போதும் மூன்று பேரையும் பிடித்துவிடலாம்.

மூன்று பேரும் குழியைத் தோண்ட ஆரம்பித்தார்கள். நாய்கள் இரண்டையும் ஆசுவாசப்படுத்தினான். கருத்தமுத்துவையும் அருள்ராசையும் சுவரின் ஓட்டைக்கு அந்தப்புறம் நிறுத்தினான். தலையை நுழைத்தவுடன் கழுத்தில் அறைய வேண்டும் என்று கைச் ஜாடையிலேயே சொல்லிக் கொடுத்தான். இருவருடைய கைகளிலும் விறகுக் கட்டைகள். பிணத்தைத் தொடுவதற்கு முன்னால் தாக்குதலை ஆரம்பிக்கவேண்டும் என்ற ஆவலில் முனியனும் அரியானும் மெல்ல மெல்ல ஒவ்வொரு கல்லறையாக மறைந்து மறைந்து பதுங்கிப் பதுங்கி கிட்டத்தில் போய்விட்டார்கள். ஒருவன் முழங்கால் அளவு தோண்டிய குழிக்குள் நின்றான். இன்னொருவன் கையில் கடப்பாறை. மற்றவனின் கையில் மண்வெட்டி.

பதுங்கிக் காத்திருந்து இரையின் மேல் பாயும் புலியைப் போல் பேயலறலுடன் பாய்ந்தான் அரியான். நாய்கள் இரண்டும் மின்னல் வேகத்தில் பாய்ந்தோடின. மூன்று பேரும் நிலை குலைந்து போயிருக்க வேண்டும். குழிக்குள் இருந்தவன் சுதாரித்து உன்னி மேலே

ஏறுவதற்குள் முனியன் அவன் காலில் பலமாக அடித்தான். அடிவசமாகப்பட்டிருக்கவேண்டும். அலறியபடியே காலைப் பிடித்துக் கொண்டு உட்கார்ந்துவிட்டான். திசைக்கொருவராய் ஓடியவர்களை விரட்டிச் சென்றான் அரியான். கெண்டைக்கால் சதையைக் கிழித்து கவ்விப்பிடித்ததால் நாய்களிடமிருந்து ஒருவன் தப்பிக்க போராடிக் கொண்டிருந்தான். கீழே விழுந்தவனின் மூஞ்சி முகரையெல்லாம் கடித்துக் குதறின நாய்கள். அரியான் கம்பை தலைக்குமேல் ஓங்கிய போது கையெடுத்துக் கும்பிட்டு காலில் விழுந்தான். நாய்களை அதட்டிய அரியான் தலைத்துண்டால் அவன் கழுத்தை இறுக்கினான்.

முன்னால் ஓடி சுவரின் ஓட்டை வழியே நுழைந்து தலையை நீட்டியவனின் கழுத்தில் ஓங்கியறைந்தான் அருள்ராஜ். அலறியபடியே எழுந்து நின்றவனின் கரண்டைக்காலிலும் முட்டுக்களிலும் மாறிமாறி அறைந்தான் கருத்தமுத்து. இவர்களின் அலறல் சத்தம் கேட்டு, பிணம் எரித்துக்கொண்டிருந்த மற்ற மூன்று வெட்டியான்கள் ஓடிவந்து சேர்ந்துகொண்டார்கள். நொண்டி நொண்டி நடந்த மூன்று பேரையும் மெல்ல மெல்ல கைத்தாங்கலாக மயானத்திற்கு வெளியே கூட்டி வந்து இசக்கியம்மன் கோயிலுக்கு முன்னால் உட்கார வைத்தார்கள். அடியின் வலி தாங்காமல் முனங்கிக்கொண்டே உட்கார்ந்திருந்தார்கள். முனியனை போலீஸ் ஸ்டேசனுக்கு அனுப்பினான்.

'அண்ணே போலீஸ் வேண்டாம்ணே, இனிமே இந்தத் திசைப் பக்கம் எட்டிப் பாக்கலண்ணே'

'ஒங்களுக்கு எந்த ஏரியால'

'சுப்பையா முதலியார் புரம்ண்ணே'

'ஒங்க மூஞ்சிகளப் பார்த்த ஒடனயே நான் நெனச்சன், சரியாப் போச்சு'

'அண்ணே போலீஸ் வேண்டாம்ண்ணே'

'அட, அறிவு கெட்ட பயகளா, சவத்த தோண்டி சங்கிலி களவாங்கீகளே பேயறைஞ்சுட்டா என்னடா செய்வீக'

'கோரம்பள்ளம் கொன்னய ராக்கங்கிட்டப் போயி மை மந்திரிச்சு வாங்கிட்டு வந்துருக்கோம். காத்து, கறுப்பு அண்டாது'

கோரம்பள்ளம் கொன்னயராக்கன் பேரைக் கேட்டாலே சுத்து வட்டாரம் குலை நடுங்கும். மாய மந்திரீக வேலைகள், சூன்யம் வைத்தல், மைவைத்தல், வீடுகளில் ஆவிகளை ஏவி தொந்தரவு செய்தல், வசியம் பண்ணுதல், பேய்விரட்டுதல், தகடுகட்டுதல்,

போன்ற வேலைகளில் கொம்பேறி. பொம்பிளைகளை வசியப் படுத்தலில் பெரிய கெட்டிக்காரன். எப்பேர்ப்பட்ட பொம்பிளை யையும் வசியப்படுத்தி, வசத்துக்குக் கொண்டுவருவதில் பெரிய கில்லாடி. அவன் கொடுத்த மையின் தைரியத்தில்தான் பிணம் தோண்ட துணிந்திருக்கிறார்கள் மூன்று பேரும்.

மூன்று பேரையும் போலீசில் ஒப்படைத்துவிட்டு எல்லோரும் இசக்கியம்மன் கோவில் தெலா கிணற்றில் ஆசைதீரக் குளித்தார்கள். பொழுதுவிடிய அச்சாரமாகக் கிழக்கு வெளுக்கத் தொடங்கியது. இசக்கியம்மன் கோயில் இச்சி மரத்தில் பறவைகளின் கெச்சட்ட ஒலி பலமாய் ஒலித்தது. எல்லோரும் இசக்கியம்மனை விழுந்து கும்பிட்டு திருநீறு பூசிக்கொண்டார்கள்.

'டேய், முனியா விடிஞ்ச ஒடனே ரெக்ஸ் முதலாளியோட கடையில போயி விஷயத்தைச் சொல்லி, சீக்கிரமா கல்லறை கட்டச் சொல்லு, நான் கோரம்பள்ளம் போயி இந்த ராக்கன் பயல பாத்திட்டு ஓடியாறன்'

பள்ளிக்கூடத்தின் கெபி முன்னால் இருந்த டீக்கடையில் டீ குடித்து சிகரெட் பற்ற வைத்தபோது பொழுது நன்றாக விடிந்துவிட்டது. கருத்தமுத்தும் அருள்ராஜும் ஹாஸ்டலுக்குள் நுழைந்தார்கள். முனியன் ரெக்ஸ் முதலாளியின் வீட்டுக்குக் கிளம்பினான் தகவல் சொல்ல. அரியான் மஞ்சக்குருவியின் வீட்டைப் பார்த்து நடந்தான். மத்தியான வரை மஞ்சக்குருவியுடன் இருந்துவிட்டு அதற்குப் பிறகு கோரம்பள்ளம் போகலாம் என்று எண்ணிக்கொண்டே சிக்னல் தாண்டிப் பிரியும் ரோட்டில் கால்வைத்தான். காமவுணர்வு தலை தூக்க வேகமாக எட்டு வைத்தான்.

மஞ்சக்குருவியின் வீட்டில் பூட்டுத் தொங்கியது. அரியானுக்குத் தெரியும் மஞ்சக்குருவியின் அத்தனை ரகசியங்களும். வீட்டிற்குப் பின்பக்கம் வந்தான், கதவு பூட்டியிருந்தது. இலேசாகக் கதவைத் தட்டினான். மஞ்சக்குருவியே கதவைத் திறந்தாள். தலைவாசல் கதவில் பெரிய பூட்டைப் போட்டு பூட்டி தொங்கவிட்ட பிறகு, புறவாசல் வழியாக வீட்டுக்குள் போய் உள் தாழ்ப்பாள் போட்டுக்கொள்வது. இந்த ரகசியத்தை அரியானிடம் மட்டுமே சொல்லியிருந்தாள்.

'என்ன மச்சானுக்கு விடியக் கருக்கல்லயே வெடச்சிருச்சாக்கும், ஏம் மச்சா அங்ஙனதான கோட்டிக்கார பழனி இருக்கா ஒரு முக்கு முக்கிக்கிற வேண்டியதான'

'இங்க கேளு குருவி, நீ நெனைக்கிற மாதிரி அரியான் ஒன்னும்

மிருகமில்ல, சுடுகாட்ல நான் பொணத்துக்கு மட்டும் காவல் இல்ல, கோட்டிக்கார பழனிக்கும் நான்தான் காவல். நான் இல்லனா இன்னேரம் அந்தப் புள்ளய கந்தல் கோளமாக்கியிருப்பாங்க, காவலா இருக்கிற நானே அந்தப் புள்ளய களவு செய்யலாமா'

'ரெண்டு மூனு வாரமா ஆள இந்தப் பக்கம் காணுமேனு வெளையாட்டுக்குச் சொன்னன், மனசுல எதுவும் வச்சுக்கிட்டு வராம இருக்காத.'

இரண்டு பேர் பழனியை சுடுகாட்டுக்குள் கொண்டு வந்தது, தான் விரட்டியடித்தது. அப்புறம் ரெக்ஸ் பர்ணான்டோவின் சாவு, தங்கத்தோடு புதைத்தது, களவாணிப் பயல்களை, போலீசிடம் பிடித்துக் கொடுத்தது, கஸ்பார் பாதரை மிரட்டி கருத்தமுத்தும் அருள்ராஜும் ஆமைக்கறி வாங்கியது போன்ற கிளுகிளுப்பான விஷயங்களை சொல்லிக்கொண்டிருந்தான்.

'அரியா மச்சான் இன்னைக்கி மத்தியானச் சாப்பாடு இங்க சாப்பிடு, சரியா'

'கோரம்பள்ளம் போகனும், கொன்னயராக்கன ஒரு விஷயமா பாக்கனும்'

கோரம்பள்ளம் கண்மாய் கடல் போல் காட்சியளித்தது. கரையின் மேல் சாவாசமாக நடந்து கொண்டிருந்தான் அரியான். கண்ணெட்டும் தூரம் வரை விளைந்து, பச்சை மாறி மஞ்சள் பாவித்துக் கிடந்தன நெற்பயிர்கள். இன்னும் ஒரு மாசத்தில் அறுவடை ஆரம்பித்துவிடும். கரையிலிருந்து பார்த்தால் யுத்த களம் மாதிரி தெரியும் வயல்வெளிகள். ஜனங்கள் பரபரப்பாக வேலை செய்துகொண்டிருப்பார்கள். அய்யாமார் மடத்துக்குச் சொந்தமான ஏராளமான வயல்கள் இங்கே உண்டு. எப்போதாவது விசுவாசம் பாதர் தட்டுப்படுவார். மடத்தில் இருக்கிற நேரத்தைவிட வயலில் இருக்கும் நேரமே அதிகம்.

கரைச்சரிவிலிருந்து இறங்கி ஊருக்குள் நுழைந்தபோது ஒரு செழிப்பான கிராமத்திற்குள் நுழைந்த அனுபவம் கிடைத்தது. ஊரைச் சுற்றிலும் பெரிய பெரிய படப்புக்கள், ஜோடி ஜோடியாய் காடிகளில் கட்டிக் கிடக்கும் காளைமாடுகள், குப்பை மேடுகள், செம்மைப்படுத்தப்பட்ட களங்கள் என்று கண்ணுக்கு ரம்மியமான காட்சிகளைப் பார்த்தான். தினமும் விடிந்ததிலிருந்து அடையும்வரை சுடுகாட்டையும், கல்லறைகளையும், பிணங்களையும் பார்த்த கண்களுக்கு வித்தியாசமானவற்றைப் பார்ப்பதில் சந்தோஷம் இருக்காதா என்ன? பிணமெரியும் புகை சுவாசித்த நாசி சுத்தமான

காற்றை இழுத்து உள்வாங்கியது. கொன்னயராக்கனின் வீட்டு முன்னால் இருந்த வேப்பமரத்தில் சிலர் கூட்டமாக உட்கார்ந் திருந்தார்கள். தான் வந்திருப்பதாக முகத்தை காட்டிவிடலாம் என்று உள்ளே எட்டிப் பார்த்தான். சிறு தெய்வங்களால் அலங்கரிக்கப் பட்டிருந்த பூஜையறையில் மாலைகளும், சந்தனமும், குங்குமமும், சாம்பிராணியும், பத்தியும், எலுமிச்சை பழங்களும் நிறைந்து கிடந்தன. கொன்னயராக்கன் முன்னால் இரண்டு பெண்கள் குறிகேட்டுக் கொண்டிருந்தார்கள். அரியானைப் பார்த்துத் தலையசைத்து அங்கீகரித்தான்.

தான் வந்திருக்கும் விஷயம், அவன் பின்னால் உள்ள வீட்டிற்கு போயிருக்க வேண்டும். ராக்கனின் மனைவி வந்து அரியானை வேறு வாசல் வழியாகக் கூட்டிக்கொண்டு போனாள். அரியான் பேய்களுடனும், முனிகளுடனும் வாழ்பவன், கொன்னயராக்கன் பேய்களையும், முனிகளையும் விரட்டுபவன். அரியானின் இடம் ஆடி அடங்குமிடம். ராக்கனின் இடம் ஆடி ஆடி அடங்காதவர்களின் இடம். அரியான் வரவேற்றுப் பாதுகாப்பவன். ராக்கன் விரட்டி அடிப்பவன். அரியானிடம் வருபவர்கள் வாடகைக் காரில் வருவார்கள். கொன்னய ராக்கனிடம் வருபவர்கள் சொந்தக் காரில் வருபவர்கள். அரியான் சிந்தித்தபடியே உட்கார்ந்திருந்தான். ராக்கனின் மனைவி காபி கொண்டு வந்து கொடுத்தாள்.

'என்ன தாயி, புள்ளைக எல்லாரும் நல்லாயிருக்காகளா'

'எல்லாரும் நல்லா இருக்காகண்ணே, ஒங்க மூத்த மக மாசமா இருந்தாளே என்ன புள்ளண்ணே பெத்திருக்கா'

'யாரு, இவ நாகம்மாளக் கேக்கையா, பொம்பளப்புள்ள, இது மூணாவது மத்த ரெண்டும் பையன்க'

'இங்ககூட ஒரு நாள் திருநீறு போடனும்னு கூட்டியாந்தீகளே, அப்ப நாலு மாசம்னு ஏங்கிட்ட சொன்னா'

'ஆமா தாயி அதுக்குப் பெறகு வாசியாப் போச்சு'

'இப்ப என்ன சோலியா வந்திருக்கீக? இல்ல சும்மா வந்தீகளா'

'இல்லம்மா ஒரு சோலியாத்தான் வந்தன், தம்பியப் பாத்து ஒரு விஷயம் பேச வேண்டியதிருக்கு'

குறிகேட்டவர்கள் எழுந்து போனவுடன் வேறு ஒரு பார்ட்டி உள்ளே வந்தது. கொஞ்ச நேரம் உட்காரச் சொல்லிவிட்டு வீட்டுக்குள் வந்தான் ராக்கன்.

‘அரியாண்ண ரொம்ப நாளைக்குப் பெறகு வந்திருக்கீக, இருங்க, சாப்பிட்டுட்டு சாயங்காலமா போகலாம், நீங்க போய்த்தான் பேய்கள காவல்காக்கனுமாக்கும்’

‘பேய்களுக்கு பயமே இல்லடா ராக்கா. இந்தக் களவாணிப் பயக, தேவிடியாப் பயக இவுகளுக்குத்தான் பயம், உள்ள ஒன்னு இருக்க ஒன்னு ஆகிப் போச்சுனா நம்மதான் பொறுப்பாகனும்’

‘சரி, அப்ப பேசிக்கிட்டு இரு ரெண்டே ரெண்டு பார்ட்டி தான் இருக்கு அனுப்பிட்டு வாரன்’

ராக்கன் வராண்டாவில் போய் சம்மணமிட்டான். எதிரே இருந்தவர்கள் பூசைக்கான எல்லா ஜாமான்களையும் எடுத்து முன்னால் வைத்தார்கள். தட்சனைப் பணத்தை எடுத்து ராக்கனிடம் நீட்டினார்கள். ராக்கன் கையில் வாங்காமல் தன் முன்னால் வைக்கும்படி சைகை செய்தான். கைகளில் சோவிகளை அள்ளி வைத்துக்கொண்டு எல்லா சாமிகளின் முன்னாலும் காண்பித்துவிட்டு, கடைசியாக சாம்பிராணிப் புகைமீது மூன்று சுற்று சுற்றிவிட்டுத் தரையில் உருட்டினான். எண்ணி மனக்கணக்குப் போட்டான். இப்படியே மூன்று தரம் உருட்டிவிட்டு பேச ஆரம்பித்தான்.

‘அஞ்சு, ஒரு நாலு, ஓம்போது, அப்புறம் மூனு, மொத்தம் பனிரெண்டு, பனிரெண்டுனா மூனு. ஒன்னுக்குள்ள ஒன்னுனா ரெண்டாகனுமே அது தானே வழக்கம், இது அங்கிட்டும் இல்லாம இங்கிட்டும் இல்லாம மூனாகுதே. மூனு அடங்காதே. அடங்காதத எப்பிடி அடக்க’

தன் உடம்பை இலேசாக சிலுப்பிக்கொண்டான். தன் முகத்தை இறுக்கமாக்கினான்.

‘கவனமா நல்லா கேட்டுக்கோ தாயி, மூக்கணாங்கயிறு போட்றலாம்னு பாக்க முடியமாட்டேங்கு, வசத்துக்குக் கொண்டாரது கொஞ்சம் கஷ்டம்தான். ரொம்ப பிரயாசைப்படனும், நீ மேட்டுக்கு இழுத்தா அது தாவுக்கு இழுக்கும், நீ தாவுக்கிழுத்தா அது மேட்டுக்கு இழுக்கும், என்ன செய்ய கெரக லட்சணம் அப்பிடித்தான் இருக்கு, கோளாறா. கொஞ்சம் ஆறப்போட்டுத்தான் வசத்துக்குக் கொண்டாரனும். அவசரப்பட்டா காரியம் கெட்டுப்போகும். அதோட மொதலுக்கே மோசம் வந்திரும். மருந்தக் குடிச்சிட்டு செத்துப் போயிருவேன்னு சொன்னா என்ன செய்ய’

‘அப்பிடித்தான சாமி ஒத்தக்கால்ல நிக்கா. நான் வாக்கப்பட்டா அந்த வேகாரிப் பயலுக்குத்தான் வாக்கப்படுவேன், இல்லனா

நாண்டுக்கிட்டு சாவேன்னு ஒத்தக்கால்ல நிக்கா, ஒத்தப் புள்ளையேனு பாக்கன், இல்லனா எப்பிடியும் போ கழுதனு விட்றலாம். நல்ல பெயன்னா நம்மளே முடிச்சு வச்சிறலாம், சுத்த வேகாரிப்பய, ஜாதியும் கீழ் ஜாதி, வேலயும் இல்லாம வெட்டியுமில்லாம சும்மா ஊரச் சுத்திட்டு அலையிற வேகாரி நாயி, அவனுக்குத்தான் வாக்கப் படுவேன்னா என்ன செய்ய'

மகளைப் பெற்றவளாக இருக்கவேண்டும். பாவம் ரொம்பவும் வருத்தப்பட்டாள். உடன்வந்திருக்கும் ஆம்பளை மௌனமாக உட்கார்ந்திருந்தார். ராக்கன் கொஞ்சம் நேரம்விட்டுப் பேசினான்.

'சரி தாயி இப்ப என்ன செய்யனும்னு சொல்லுங்க, வசத்துக்கு கொண்டு வந்துருவம், அவசரப்படாம இருக்கனும், நம்மளே காரியத்த கெடுத்துறக் கூடாது'

'அந்த வேகாரிப்பய கை கால் விளங்காம ஊருக்குள்ள காலக் கைய இழுத்துட்டு அலையனும், நாங்க சொல்ற மாப்பிள்ளைக்கு இந்தச் சிறுக்கி கழுத்த நீட்டணும். அத்தோட புருஷனுக்கு பொட்டிப் பாம்பா அடங்கிக் கெடக்கனும், புருஷன் அடிச்சாலும் புடிச்சாலும், நிய்யே தஞ்சம்னு காலச்சுத்திட்டு கெடக்கனும். எம்புட்டு செலவானாலும் துட்டப் பத்தி கவலயில்ல'

'அவன விடுதாயி, பாவம் அவன எதுக்கு நம்ம காலைக்கைய மொடக்கனும், நம்ம புள்ள நம்ம சொல் கேட்டு நம்ம வசத்துக்கு வரணும். அம்புட்டுத்தான. மத்தது எப்படிப்போனா என்ன, நம்ம காரியம் நெறவேறணும்.'

இதுவரை மௌனம் காத்த ஆம்பிளை இப்போது வாய் திறந்தார்.

'நிய்யி சொல்றதுதான் ராக்கா கரெக்ட். நம்ம நெனச்ச காரியம் நிறைவேறனும் அம்புட்டுத்தான. ஓம் புள்ள அரிப்பெடுத்து அலையிறா, அதுக்கு யார் பெத்த புள்ளையோ பாவம் அவன் கால கைய நம்ம எதுக்கு மொடக்கனும், ஓம் மாட்ட கெட்டுத் தரையில புடிச்சு கட்டு.'

வராந்தாவில் நடப்பதை எல்லாம் வீட்டுக்குள்ளிருந்து ஜன்னல் வழியாகவும், அரைக்கதவு திறந்தும் நன்றாக பார்க்கலாம். அரியான் கவனமாகக் கேட்டுக்கொண்டும் பார்த்துக்கொண்டும் இருந்தான். ராக்கனின் பெண்டாட்டி அரியானிடம் தீப்பெட்டியையும் பீடிக் கட்டையும் கொடுத்தாள்.

'என்னண்ணே... கவனமா கேக்கீக போலருக்கு. தெனமும் இதே சங்கதிதான், எம் பொண்டாட்டி அந்தப் பயகூடப் பேசுறா, அவன்

பொண்டாட்டி இவன்கூட ஓடிப்போய்ட்டா, எம்மக அடங்க மாட்டேங்கா, எதிராளி ரத்தம் கக்கி சாகணும், கை, கால் விளங்காம அலையணும் இதேதான் விடிஞ்சதுலருந்து அடஞ்சது வரைக்கு'

'பாக்கப்போனா ஒலகத்துல எல்லாருக்குள்ளயும் வன்மமும் கொலவெறியும் இருக்கு. வெளிய ஒரு ஆளாகவும் உள்ள வேற ஆளாகவும் வேஷம் கட்டிட்டு அலையிற மனுஷப் பயகதான் ஜாஸ்தி'

'அரியாண்ண கட்ன புருஷன விட்டுட்டு, நாலு புள்ளயவும் விட்டுட்டு இன்னொரு சின்னப்பயகூட ஓடிப்போற பலபட்டறைய என்ன செய்யச் சொல்ற, கட்டிப்போட்டாலும் அவ காலு இருக்குமா, நெற வீட்லருந்து சொல்றேம்ண்ணே ஆம்பளப் பயக பாவம், இந்த பொட்டச் சிறுக்கிகளால வம்பா சீரழியிறான். கொமரியா இருக்கும் போது எப்பிடி அலஞ்சாலும் விட்றலாம், கல்யாணம் முடிஞ்சு ஏழு புள்ளப் பெத்தப் பெறவு ஓடுனா, அரிப்பெடுத்த முண்டய என்னணே செய்ய முடியும்'

'மையவாடிக்குள்ளயும் இதே கூத்துதான் தாயி. தெனமும் எந்தக் கழுதையையாவது, நாலு பயக தள்ளிட்டு வந்துறான், பாத்தா எளவட்டப் பயகலா இல்ல, எல்லாப் பயகலும் கல்யாணம் முடிஞ்சு பேரன் பேத்திக எடுத்த பயக'

'அந்தப் பயகலோட பொண்டாட்டிமாருகிட்ட இருக்கிறதுதான இவகிட்டயும் இருக்கும், இல்ல இவகிட்ட இருக்கிறதுல தங்கமும் வைரமும் மின்னுதா, அதே மயிர்தான'

முதல் பார்ட்டி எழுந்துபோன பின்னால் வேறொரு பார்ட்டி ராக்கனின் முன்னால் வந்து உட்கார்ந்தது. இரண்டே இரண்டு பேர்தான். கணவன் மனைவியாக இருக்கவேண்டும். இருவருடைய முகமும் அருள் கெட்டுப்போயிருந்தது. சமூகத்தால், மருத்துவத்தால், சட்டத்தால் தீர்க்கமுடியாத ஏராளமான காரியங்களை கொன்னய ராக்கன் தீர்த்துக்கொண்டிருக்கிறான். சோவிகள் சொல்லும் சேதி யாரறிவார்.

ராக்கனின் சோவிகள் உருண்டோடின. சகுனியின் தாயக்கட்டையின் உருளலில்தானே குருஷேத்திரப் போர் உருக்கொண்டது. ஆயிரமாயிரம் உயிர்கள், பூமியை ரத்த சகதியாக்கிய கோரம். சகுனியின் எகத்தாள சிரிப்புத்தானே போர்க்களத்தில் யானைகளின் பிளிறல்களாகவும், குதிரைகளின் கனைப்புக்களாகவும் உருக்கொண்டது. மூன்றாவது தடவையாக உருட்டிய சோவிகளை உள்ளங்கையில் ஏந்தினான். முகம்சுளித்தான், கண்களை அகல விரித்தான். ஊதுபத்திகளின்,

சாம்பிராணிப் புகைவாசத்தில் மிதந்து வந்தன ராக்கனின் சொற்கள்.

'அய்யா, நீங்க பரிகாரம் வேண்டி வந்திருக்கீக. பரிகாரம் செய்றதுல பல வகையிருக்கு. ஜென்ம தோஷம், பட்சி தோஷத்துக்கு நான் பரிகாரம் பண்றதில்ல. அந்த சக்தி என்கிட்ட இல்ல. நீங்க வந்திருக்கிறது பட்சிதோஷ பரிகாரம்னு என்னால அனுமானிக்க முடியுது'

'அய்யா எனக்கு ரெண்டு புள்ளைக. ரெண்டுமே பொண் புள்ளைகதான். மூத்தவள கெட்டிக் குடுத்தாச்சு, ரெண்டு புள்ளைக பொறந்திருக்கு, ரெண்டுமே பொம்பிளைகதான். இந்த ரெண்டு புள்ளைங்க முகமும் கிளிமுகம் மாதிரியே இருக்கு. மூக்கு வெளிய நீட்டிக்கிட்டு, விகாரமா இருக்கு, ஊசி மூஞ்சியா பாக்க அருவெறுப்பா இருக்கு. டாக்டர்க எல்லார்கிட்டயும் காட்டியாச்சு, ஒன்னுமே செய்ய முடியாதுனு சொல்றாங்க. பெரியவங்க தோஷமா இருக்கும்னு சொல்லி ஒங்ககிட்ட போகச் சொன்னாங்க, அதுதானய்யா வந்தோம். எப்பிடியாவது அடுத்த புள்ளையாவது நல்லா பிறக்கனும்'

'ஒங்க வம்சத்துல யாராவது பறவைத் தோஷத்துக்கு காரணமா இருந்திருக்கலாம், என்னால சரியா அனுமானிக்க முடியாது, அதுக்கு வேற ஆட்க இருக்காங்க. அங்க போனா ஒங்களுக்கு விமோசனம் கெடைக்கும். அடுத்த புள்ளையும் இதே மாதிரிதான் பிறக்கும், ஏம்னா பட்சி தோஷம் நீங்குறது கஷ்டம்'

அந்த ஊரில் பேச்சியப்பன் பேரைக் கேட்டால் எல்லாருமே முகம் சுளிப்பார்கள். குடிகாரன், சண்டியர் பட்டம் வேறு. அன்றைக்கும் அதே மாதிரிதான் புளியமரத்தடியில் பதினைந்தாம் புலி ஆட்டம் ஆடிக்கொண்டிருந்தார்கள் சில பெரிசுகள். கிளி ஜோஸ்யம் பார்க்கிறவன் சத்தம் போட்டுக்கொண்டே வந்தான்.

'கிளி ஜோஸ்யம் பாக்கலியோ கிளி ஜோஸ்யம்'

புளியமரத்தடி கலகலப்பானது. கிளி ஜோஸ்யக்காரனைச் சுத்தி வட்டம் சுற்றி உட்கார்ந்தார்கள். குளத்துக்குக் குளிக்க வந்த சிலரும் சேர்ந்துகொண்டார்கள். ஒவ்வொருவருக்கும் சீட்டு எடுத்து பலாபலன்கள் சொல்லிக் கொண்டிருந்தான் ஜோஸ்யன். இளவட்டப் பயல் ஒருவனுக்குத் தேவதை படம் வந்தவுடன், சீக்கிரம் கல்யாணம் முடியும் என்று சொன்னவுடன் கூட்டம் சிரித்து மகிழ்ந்தது.

வடக்குப் பக்கமிருந்து பேச்சியப்பன் தள்ளாடியபடியே வந்தான். கூட்டம் அமைதியானது. இன்னும் சிலர் எழுந்து தள்ளிப்போனார்கள். கிளிப் பெட்டியின் பக்கத்தில் வந்து உட்கார்ந்தான் பேச்சியப்பன்.

'டேய் பேச்சியப்பன்கிற பேருக்கு ஒரு சீட் எடுறா'

'காணிக்கைய வைங்க சாமி'

'காணிக்கை வைக்கலனா சீட்டு எடுக்காதோ கிளி'

'காணிக்கை வைக்கலனா சீட்டு எடுக்காது சாமி'

'எங்க எடுக்கச் சொல்றா பாப்பம்'

'டேய், ராசாத்தி பேச்சியப்பன்கிற பேர் ராசிக்கு ஒரு சீட்டு எடுறா பாப்பம்'

பெட்டியின் கதவை நீக்கியவுடன் கழுத்து நீட்டி எட்டிப்பார்த்த கிளி வெளியே வராமல் அப்படியே நின்றது. சுற்றும் முற்றும் கழுத்துருட்டிப் பார்த்தது.

'என்னடா ராசாத்தி தெகைக்கிற, அய்யா பேருக்கு அருமையான சீட்டு ஒன்னு எடுத்துக் குடுடா'

'கீ... கீ... கீ... கீ...'

'காணிக்கை இல்லாம எடுக்க மாட்டியா'

'கீ... கீ... கீ... கீ...'

'பாத்தீகளா சாமி, நான் சொன்னேன்ல்ல, காணிக்கை வைக்காட்டா சீட்டு எடுக்காது'

'ஏன்டா... இந்த ஊரே என்னக் கண்டா பயப்படுது, பேச்சியப்பன் பேரக் கேட்டா சுத்து வட்டாரமெல்லாம் நடுங்குது, இம்புட்டுத் தண்டி கிளி என்னய மதிக்க மாட்டேங்கு, என்னடா...'

ஜோஸ்யக்காரனையும் கிளிப்பெட்டியையும் எட்டி உதைத்தான் பேச்சியப்பன். சற்றும் எதிர்பார்க்காத தாக்குதலால் நிலைகுலைந்து போனவன் மல்லாக்க விழுந்தான். தூரத்தில் போய்விழுந்த கிளிப்பெட்டிக்குள்ளிருந்து இரண்டு கிளிகளும் கீகீகீகீ என்று கத்திக் கொண்டே இருந்தன. எழுந்துகொண்ட ஜோஸ்யன் தன் வேஷ்டியை சரிசெய்துவிட்டு பெட்டியைத் தூக்க வேகமாக ஓடினான்.

'டே...ய், கொண்டாடா பெட்டிய, துட்டுக் குடுத்தாத்தான் சீட்டு எடுப்பியோ, யார்ட்ட காட்டுற வீறாப்ப'

ஜோஸ்யக்காரனிடமிருந்து பெட்டியைப் பிடுங்கினான். வேகவேகமாகக் குளத்தங்கரையின் மேல் ஏறினான். கெத்கெத்தென்று தத்தளித்துக் கொண்டிருந்த குளத்திற்குள் பெட்டியை எட்டி வீசினான். சொத்தென்று தண்ணீருக்குள் முங்கியது பெட்டி. இரண்டு கிளிகளும் ஒரே நிமிடத்தில் ஜலசமாதியாகிப் போனது. ஜோஸ்யக்காரன்

தலையில் அடித்துக்கொண்டு அழுதான். கூப்பாடு போட்டான். பேச்சியப்பன் எதையும் பொருட்படுத்தவில்லை. மேற்காமல் நடந்து தலை மறைந்தான்.

இடையிடையே புலம்பியபடியும் திட்டியபடியும் அழுது கொண்டிருந்தவனைச் சுற்றிலும் நின்றவர்கள் வேடிக்கை பார்த்தார்கள்.

'இவன இப்பிடியே விட்டா நம்ம ஊருப்பேரும் கெட்டுப்போகும், ஒரு பய மதிக்கமாட்டான்'

'சொல்றீக, என்ன செய்யனும்னு சொல்லுங்க செய்வோம், பேசிட்டு போய்ட்டா எப்பிடி'

'இந்த ரெண்டு கிளிய வச்சுத்தான்ய்யா எம் பொழப்பே நடந்துச்சு. பொண்டாட்டி புள்ளைக இன்னக்கி பட்டினியாத்தான் கெடப்பாக, இனி நான் கிளிக்குஞ்சு கண்டுபிடிச்சு எடுத்துப் பழக்கி தொழிலுக்கு வரணும்னா, ஒரு வருஷத்துக்கு மேலாகும். பெரிய கிளி வாங்கனும்னா ரூபா வேணும். அதுவும் உடனடியா கெடைக்காது. வேற வேலையும் செய்யத் தெரியாது. பாவிப்பய வெளங்கமாட்டான். கிளிங்கிறது கிளியில்ல, கிளிப்புள்ள. புள்ளயக் கொல பண்ணுன பய வெளங்குவானா, அவன் குடும்பம் வெளங்குமா, பட்சிதோஷம் புடிச்சா லேசுல வெலகுமா? என்னோட ரெண்டு பிள்ளைகளும் எப்பிடி தண்ணிக்குள்ள முங்கி துள்ளத் துடிக்க உசுர விட்டதோ அதே மாதிரி, உன் மனசு கொதிக்கனும், உன்னோட வாரிசு ஒச்சப்படணும், ஊர் சிரிக்கனும், அடேய்... நாங்க வள்ளியோட வாரிசுகள்டா, அந்த முருகப் பெருமான் ஒன்னய சும்மாவிட மாட்டான். ஆண்டாளும், மீனாட்சியும் வச்சிருக்கிற கிளியோட குஞ்சுகதான்டா நீ தண்ணிக்குள்ள முக்கிக் கொல பண்ணுன கிளி, ஒனக்குக் கைகால்க வெளங்காம போயிரும், பொட்டுப் பொடுக்குனு போயிருவ, ரெட்டக் கொல பண்ணிட்டு நிம்மதியா இருக்க முடியாதுடா'

ஜோஸ்யக்காரன் பேச்சியப்பன் போன திசையை நோக்கி மண்ணை வாரி வாரித் தூற்றினான். மூன்று தரம் தன் தலையிலும், நெஞ்சிலும் அடித்துக் கொண்டான். கூடியிருந்தவர்களைக் கையெடுத்துக் கும்பிட்டு விட்டு சோகமாக நடந்துபோனான்.

அந்தப் பேச்சியப்பன் மகன்தான் கன்னியப்பன். கன்னியப்பனின் பேரன்தான் கிளி மூக்குப் பிள்ளைகளின் அப்பன். தலைமுறைகள் கடந்தும் பட்சி தோஷம் துரத்துகிறது. அவர்களை அனுப்பிவிட்டு ராக்கன் மெதுவாக உள்ளே வந்தான்.

'அரியாண்ணே... பேய் பிசாசு முனிக எல்லாம் சௌக்கிய மாண்ணே'

'ராக்கா அதுக சௌக்கியமா இருந்தாத்தான ஒனக்குப் பெழைப்பு, அப்பத்தான யாரையாவது புடிச்சு ஆட்டும், அவ ஓங்கிட்ட பத்துநூற தூக்கிட்டு ஓடியாருவா'

'நீ சொல்றதும் சரிதான் அரியாண்ணன்'

'சரி இனி ஆளு இருக்கா அம்புட்டுத்தானா'

'என்னண்ணே திடு திப்னு சொல்லாமக் கொல்லாம வந்திருக்க என்ன விஷயம்'

'விஷயம் என்ன பெரிய விஷயம். எல்லாம் ஒரு சோலியாத்தான் வந்தேன். வாத்தியார் ஒருத்தரோட பொண்டாட்டி ஒரு விஷயம் சொல்லுச்சு, பாவம் அப்புராணி, ரெண்டு மூணு புள்ளைக வேற இருக்கு, வாத்தியாரு இன்னொரு வேகாரி கழுதகூட சேர்ந்துக்கிட்டு கூத்தடிப்பாரு போலருக்கு, வெளிய தெரியாம என்ன செய்யலாம்னு ஒரு யோசனை கேக்கத்தான் வந்தன், சொல்லு ராக்கா என்ன செய்யலாம்'

'மை ஒன்னு தாரன் ராத்திரி அவரு ஒறங்குனப் பெறவு உச்சி மண்டையில மிளகு தண்டி தடவி விட்றனும். ஒருபொடி ஒன்னு தாரன், பால்ல கலந்து அவருக்குத் தெரியாம எப்பிடியாவது குடிக்க வச்சிட்டா போதும், பய எப்பேர்ப்பட்ட கொம்பனானாலும் பொட்டிப் பாம்பா அடங்கிப் போயிருவான்'

'பணம் எவ்வளவு ஆகும் ராக்கா'

'பணம் பெறகு பாத்துக்கிறலாம், இப்பவே மையையும் பொடியையும் கொண்டுபோய் கொடு. கோளாறா போடச் செல்லு தெரிஞ்சு போச்சுனா பெறவு ஆளு களபட்ருவான். பெறகு சோறு சாப்பிடக்கூட இங்க வரமாட்டான்'

அரியான் புறப்படும் போது சாயங்காலம் ஆகிவிட்டது. கரைப் பாதைவழி போனால் சுற்றிப் போகவேண்டும் என்று வயக்காட்டுக்குக் குறுக்கே கூடி வரப்புக்களில் நடையைக் கட்டினான். ஆங்காங்கே கூட்டங் கூட்டமாய் கொக்குகள் நிறைபிடித்துப் புழுக்கள் பூச்சிகள் பொறுக்கித் திரிந்தன. வாய்க்காலுக்குள் கால் வழுக்கிவிடாதபடி வரப்பில் எட்டுவைத்து மெல்ல நடந்தான் அரியான். கொக்கைப் போலவே வெள்ளை வெளேர் ஆடையணிந்து வயலுக்குள் நின்றார் விசுவாசம் பாதர்.

'பாதர் ஸ்தோத்திரம் பாதர்'

'அடடே... அரியானா, எங்கடே போய்ட்டு வார, நல்லா

இருக்கியாடா அரியான்'

'கோரம்பள்ளத்துக்கு ஒரு சோலியா போனன் பாதர், குறுக்க கூடி மெயின் ரோட்டுக்கு போயிரலாம்னு இப்படி வாரன் பாதர்'

ஏழெட்டுப் பெண்கள் பாதரின் வயலில் வேலை செய்து கொண்டிருந்தார்கள். பாதர் வரப்போரம் நின்றுகொண்டிருந்தார். வெய்யில் தாழ்ந்துவிட்டபடியால் குடையை மடக்கி கையில் வைத்திருந்தார்.

'பாதர், நெல் வெளஞ்சுபோச்சு, நெல்ல எடுத்திட்டு என்ன போடலாம் பாதர்'

'போன வருஷம் மாதிரி நிலக்கடலை போடனும்டா அரியான், உளுந்து போட்டா ஈரக்காலுக்கும் அதுவுமா சதைக்காயா புடிச்சி பாதிக்கு மேல வம்பா போகுது'

'தண்ணி காணுமா பாதர்'

'காணும்டா காணலனாலும் பரவாயில்ல, கெணத்துலருந்து ரெண்டு தண்ணி விட்டாப்போச்சு'

அரியான் மெயின் ரோட்டை அடைந்தபோது வெய்யில் முற்றாக மறைந்து மஞ்சள் வெய்யில் தெரிந்தது. அவன் வேகமாக எட்டு வைத்தான். ராக்கன் கொடுத்தனுப்பிய மையையும் பவுடரையும் அடிக்கடி தொட்டுப் பார்த்துக்கொண்டான்.

கொன்னயராக்கன் சொன்ன பல விஷயங்களை அசைபோட்டான். இந்த மையும் பவுடரும் வேலை செய்யவில்லை என்றால் வாத்தியாருடைய தலைமுடி ஒரு முடி இருந்தாலும் போதுமென்றும், அவர் உடுத்திப்போட்ட ஆடையிலிருந்து ஒரே ஒரு நூலையும் எடுத்து வரும்படியும் சொல்லியிருந்தான். எப்படியோ வாத்தியாரும் டீச்சரும் இணக்கமானால் சரி என்று நினைத்துக்கொண்டே சாமிமார் மடம் தாண்டி கெபியையும் தாண்டி சுடுகாட்டுக்குள் நுழைந்தான்.

தன்னை யாரோ பார்க்க வந்திருக்கிறார்கள் என்று பையன்கள் சொன்னவுடன் யாராக இருக்கும் என்ற குழப்பத்துடனே கருத்தமுத்து வெளியே வந்தான். ராயப்பனைப் பார்த்ததும் அவனுக்கு சந்தோஷம் பிடிபடவில்லை. பேசுவதற்கே வார்த்தைகள் வரவில்லை.

'என்ன முத்து எப்பிடியிருக்க'

'நல்லாயிருக்கன், நீ எப்படியிருக்க'

'சார்லஸ் கோயிலுக்குக் காலை பூசைக்கு எல்லாப் பையன்களும் வாராங்க, ஒன்னயக் காணும்னு ஜெஸ்ஸியக்கா சொன்னா.

ஒங்க பையன்ககிட்ட வெசாரிச்சுருக்கா, இந்துப் பையன்களும், பிராட்டஸ்டென்ட் பையன்களும் இப்ப வர்ரதில்லனு சொன்னாங்களாம். நீ என்னயவும் ஜெஸ்ஸியவும் கம்ப்ளீட்டா மறந்திட்ட'

'இங்க கேளு ராயப்பா, ரொம்ப கெடுபிடி பண்றாங்க, வெளிய போக முடியாது. வேணும்னா கோட்டைச் சொவர் தாண்டி சுடுகாட்டுக்குள்ள போகலாம் வரலாம், வேற எங்கேயும் போகவே முடியாது'

'பாதரப் பாத்து நான் பேசட்டுமா, வர்ர ஞாயிற்றுக்கெழம மட்டும் லீவு குடுங்கனு கேக்கேன். ஜெஸ்ஸி வீட்டுக்குப் போய்ட்டு வா, ஒன்னய ஓயாம கேக்கிறா, எத்தன மாசம் ஆச்சு, நீ சரினு சொல்லு ஜெஸ்ஸி மாப்பிள்ளைய ரிக்‌ஷா கொண்டாந்து கூட்டிட்டுப் போகச் சொல்றன், காலையில போய்ட்டு மதியம் சாப்பிட்டுட்டு சாயங்காலம் திரும்பிரு.'

12

ஜெஸ்ஸியைப் பார்க்கப் போகிறோம் என்ற சந்தோஷத்தில் கருத்தமுத்து துள்ளிக்குதித்து நடந்தான். இசக்கியம்மன் கோவில் செவ்வரளிப் பதியத்தில் ஏராளமான பூக்கள் பூத்து சொரிந்திருந்தன. மயானத்தில் தினமும் வாய்க்கரிசி சோறு திங்க கூடிக்கிடக்கும் அண்டங்காக்கைகள் கூட்டம் இசக்கியம்மன் கோயில் வேப்ப மரத்திலும், அரசமரத்திலும் அடைந்துகிடந்தன. குளித்த தண்ணீர் பெருகும் அரளிச்செடிப் பதியத்திற்கு அடுத்த கிடங்கில் மேலெல்லாம் சகதியோடு புரண்டுகொண்டிருந்தன ஏழெட்டுப் பன்றிகள். நிறை சினையான பன்றி ஒன்று கன்னங்கரேரென்று வயிற்றைத் தள்ளிக் கொண்டு தண்ணீரை விட்டு வெளியேறி வாலை சுழட்டி சேற்றை வாரி அடித்தது. இரண்டு வரிசைகளாய் விடைத்து, நிலக்கடலைகளைப் போலும், சலங்கை கெச்சங்களைப் போலவும் இருந்த முலைக் காம்புகளை கூர்ந்து கவனித்தான். தரையைத் தொட்டுவிடுகிற மாதிரி தன் தாய்மையைச் சுமந்தபடி மேற்காமல் நகர்ந்தது சினைப்பன்றி.

கையில் கம்புடனும், பன்றிகள் பிடிக்கும் கண்ணிகளுடனும் சுற்றிச் சுற்றி வலம்வரும் பன்னி மாடனைக் காணவில்லை. பன்னிமாடனின் கண்ணில் மண்ணைத் தூவிவிட்டுத்தான் அரியான் திருட்டுத்தனமாகப் பன்னி பிடித்து, தனக்கும் திங்கத் தருகிறான் என்று நினைத்துக்கொண்டான். அரசாங்க ஆஸ்பத்திரி உள்வழியாகப் போய்விட்டால் சார்லஸ் கோவில் ரொம்ப பக்கம். ஆனால் ஒரு பயம்,

பிணம் அறுக்கும் அறையைக் கடந்துதான் போகவேண்டும். எந்நேரமும் அழுகையும் கூப்பாடுமாகக் கூடியிருக்கும் கூட்டம். சில சமயங்களில் நிறைய போலீஸ்காரர்களும் காத்துக் கிடப்பார்கள். அனாதைப் பிணமென்றால் நகராட்சி ஆட்கள் காக்கிச் சட்டைகளுடன் போலீஸ்காரர்களுடன் நிற்பார்கள். அனாதைப் பிணத்தை வண்டியில் வைத்துத் தள்ளும் நகராட்சிக்காரர்கள் போலீசாரிடம் கறாராகச் சொல்லிவிடுவார்கள்.

‘சார்... நீங்க போயி மயானத்துல இருங்க, பிணம் அங்க வந்திரும், இந்த நாத்தத்த சொமக்கனும்ல்ல, சும்மா முடியுமா? ஏதாவது மருந்து ஊத்துனாத்தான் வண்டி செல்ப் எடுக்கும். செத்து மூனுநாள் ஆச்சாம். புழுப்பத்தி நாத்தம் கொடலப் புரட்டுது, நாங்களும் மனுஷங்கதான, இதுல ஒழப்பிட்டுப் போய் சோறு திங்க முடியுமா சார்’

‘பிணம் அனாதைதான்டா இல்லேங்கள, போலீஸ் கேஸாகிட்டா அதக்கொண்டு போயி சாம்பலாக்குற வரைக்கு எங்க பொறுப்பு. சொந்த பந்தம்னு இருந்தா இந்தா பிடினு ஒப்படைச்சிட்டுக் கையெழுத்த வாங்கிட்டுப் போயிருவோம். இது அப்படி முடியாதில்ல, ரிக்காடாகிப் போச்சுனா நம்ம பொறுப்புத்தான்’

நாங்கள் போய் சுடுகாட்டில் காத்திருக்கிறோம், சீக்கிரம் பிணத்தை கொண்டுவந்து சேருங்கள் என்று சொல்லிவிட்டு இரண்டு போலீஸ்காரர்களும் சைக்கிளில் ஏறி மயானம் புறப்பட்டார்கள். பிணமேற்றிய வண்டி பஜாரில் ஊர்வலமாய் புறப்பட்டது. ஒவ்வொரு கடையின் முன்னாலும் வண்டியை நிறுத்தியவுடன் ஒருவன் துண்டேந்தி கடைக்கு முன்னால் போய் நின்றான். பிண வண்டியைப் பிடித்துக்கொண்டு நிற்கும் இருவரில் ஒருவன் ஓங்கி சத்தமாகக் கத்திக்கொண்டே இருந்தான்.

‘சாமி யோவ்... அனாதைப் பொணம் சாமி, ஏதோ ஒங்களால ஏன்டத செய்ங்க, கோடிப் புண்ணியம் சாமியோவ்.’

கொடுப்பதற்கு விருப்பம் இருக்கிறதோ இல்லையோ கடைக்கு முன்னால் பிணவண்டியை நிற்கவிடுவார்களா அஞ்சோ, பத்தோ, அம்பதோ, நூறோ கடை முதலாளிகள் உடனடியாகக் கொண்டு வந்து போட்டு அனுப்பினார்கள். இன்னும் சிலர் எதிர்பார்த்ததைவிட அதிகமாகவே கொடுத்து அனுப்பினார்கள். பஜாரை ஒரு ரவுண்டு அடித்துவிட்டு கடேசியாகச் சுடுகாட்டுப் பாதையில் வண்டி வேக மெடுத்தது. எரிக்கிறவனுக்கும் பங்கு கொடுக்கவேண்டும். ஒரே

வரியில் சொல்வான், நகராட்சி கொடுக்கிற பணம் மண்ணெண்ணெய் வாங்கக்கூட காணாது.

சார்லஸ் கோயிலைத் தாண்டி தெருவுக்குள் நுழைந்த முத்து மெதுவாக எட்டு வைத்தான். தென்னங்கிடுகுகளால் வேயப்பட்ட ஏராளமான ஓலைக் குடிசைகள். எல்லா குடிசைகளின் ஓரங்களிலும் முருங்கை மரங்கள் காய்த்துக் குலுங்கின. மணற்பாங்கான இடமாகையால் முருங்கை சரம் சரமாய் காய்த்துத் தொங்கியது. பூத்துக் குலுங்கிய வெள்ளை நிறப் பூக்களில் தேன்சிட்டு ஒன்று பறந்து பறந்து தேன் உறிஞ்சிக் கொண்டிருந்தது. தன் கட்டைவிரல் பருமன் உள்ள அந்தக் குருவிக்கு அலகு நீளமாய் இருந்ததை உற்றுப்பார்த்தான்.

ஜெஸ்ஸியின் குடிசையை ஒட்டியும் இரண்டு முருங்கை மரங்கள் காய்த்துக்குலுங்கின. படல் கதவை நீக்கிய உடனேயே ஜெஸ்ஸி சிரித்த முகமாய் எட்டிப்பார்த்தாள். அவளால் எட்டு வைக்க முடியவில்லை. நிறை சூலியாய் வயிற்றைத் தள்ளிக்கொண்டு மெல்ல எட்டு வைத்து வந்தாள். பார்க்க வேறு ஆள் மாதிரி மாறிப் போனாள். கருத்தமுத்து ஆச்சரியமாய் பார்த்தான். புதிதாகப் பார்ப்பவனைப் போல.

'என்னடா முத்து அப்பிடிப் பாக்க'

'ஜெஸ்ஸியக்கா அடையாளமே தெரியலக்கா, மொகமும் மாறிப் போச்சு, உடம்பும் மாறிப் போச்சு'

'ஆமா ஒரு வருஷமா வராம பாக்காம இருந்தா எல்லாம்தான் மாறிப்போகும்'

'ராயப்பன் வரலையாக்கா'

'ஏதோ முக்கியமான வேல இருக்காம்'

'மாமா'

'மாமா, ஆஸ்பத்திரிக்கு சவ்வாரிகொண்டு போயிருக்காக மத்தியானம் சாப்பிட வருவாக, டேய், குடிக்க என்னடா வேணும் சொல்லுடா'

'ஒன்னும் வேண்டாம்க்கா, தண்ணி கொண்டா போதும்'

'ஏன்டா ரொம்ப சலிச்சுக்கிற'

'மனசே சரியில்ல ஜெஸ்ஸியக்கா எப்பிடியாவது படிக்கனும் அப்படினுதான் படிக்கேன்'

மடத்திற்குள் பாதர்களின் செயல்பாடுகள், நடைமுறைகள்,

பெண் உறவு வைத்திருக்கும் பாதிரியார்கள், தாமஸ் பாதர் போன்ற தெய்வங்கள் எல்லாவற்றையும் ஒன்றுவிடாமல் சொன்னான். கருத்தமுத்து சொல்லச்சொல்ல எந்தவிதமான இம்மிகூட சலன மில்லாமல் கேட்டுக்கொண்டிருந்தாள் ஜெஸ்ஸி. கருத்தமுத்துக்கு ஆச்சரியமாக இருந்தது. ஜெஸ்ஸி கோபப்படவோ வருத்தப்படவோ இல்லை, மாறாக ரசித்து சிரித்துக்கொண்டிருந்தாள்.

'இங்க கேளுடா முத்து, இதெல்லாம் ஒனக்கு இங்க வந்தப் பெறவுதான் தெரியுது. பிறந்ததுலருந்தே எனக்கு இது தெரியும். எங்கய்யா எங்க அம்மாவ விட்டுட்டுப் போயி வேற கல்யாணம் பண்ணுனதே, எங்கூர் பாதராலதான். எங்க அம்மாவ திருத்தவே முடியல, கடேசியில எங்கய்யா பாவம் என்ன செய்வாரு, ஊர விட்டே போய்ட்டாரு'

'சாமி பேரச் சொல்லிட்டு இப்படி செய்றது பாவமில்லையா ஜெஸ்ஸியக்கா'

'அந்தப் பாவத்த மன்னிக்கிறதே அவங்கதானடா, பெறகு எப்பிடி பாவமாகும்'

'நீ இப்ப கோயிலுக்குப் போறதில்லையாக்கா'

'வாரம் தவறாம ஞாயித்துக் கெழம போயிருவன், மாமா ஒன்னும் சொல்லமாட்டாரு. ஒஞ்சாமிய நிய்யி கும்பிடு, என் சாமிய நான் கும்பிடுறன் பாரு, ஆனா சாமியாரு உபதேசியார் பொண்டாட்டிய வச்சிருக்கிற விஷயம் தெரிஞ்சது, அன்னையிலருந்து கோயிலுக்குப் போறத நிறுத்திட்டன்'

'எல்லா எடத்துலயும் இப்பிடித்தான்க்கா இருக்குமா'

'இங்க கேளுடா முத்து, எவ்வளவு நேரமாடா அந்த ஒத்தப் புஸ்த்தகத்தவே படிச்சிட்டும், பாத்திட்டும் இருப்பான், வேற வேலை அவங்களுக்குக் கெடையாது, தனிமைங்கிறது இலேசில்லடா, பாடாபடுத்தும். அப்புறம் அவங்க சாப்பிடுற சாப்பாடு இருக்கே ராஜா சாப்பிடுற சாப்பாடு, ஒடம்பு தெனவெடுத்துருச்சுனா சும்மா இருக்குமா, ஒறக்கம் வருமா, ஒடம்பும் மனசும் அலைக்கழியும், பாடாபடுத்தும்'

இன்று முத்து வருவான் என்று ராயப்பன் சொல்லியிருந்தபடியால் காலையிலேயே மீன் வாங்கிவந்து சமைத்து வைத்திருந்தாள். மடத்தில் சாப்பிட்டு நாக்கு செத்துப் போயிருந்ததாலோ என்னமோ முத்து நிறைய்ய சாப்பிட்டான். சந்தோஷமாக முன்னால் உட்கார்ந்து

வயிற்றைத் தள்ளிக் கொண்டு பரிமாறினாள் ஜெஸ்ஸி.

'ஜெஸ்ஸியக்கா அம்மா எப்பிடியிருக்கா'

'இப்ப அவபாடு ரொம்ப கொண்டாட்டம். தம்பி ராயப்பன் இங்க படிக்கான். நான் வாக்கப்பட்டு இங்க வந்துட்டேன். அண்ணன் ஜேசு மிக்கேல் ராவாபகலா வொர்க் ஷாப்புல கெடப்பான், பெறகென்ன அவ பாடு கொண்டாட்டம்தான், சாமியார் பங்களாவுல போய் குடியிருப்பா, ஆரு கேக்கப் போறா'

வெளியில் ரிக்ஷா வந்து நிற்கும் சத்தம் கேட்டது. ஜெஸ்ஸியின் புருஷன் சிரித்த முகமாய் வீட்டுக்குள் வந்தான். ஆஸ்பத்திரியில் குழந்தை பிறந்து சந்தோஷமாக வீட்டுக்குப் போகும் ஒரு சவ்வாரியை இறக்கிவிட்டு வந்ததாகவும், அவர்கள் கொடுத்த ஆரஞ்ச், ஆப்பிள் பழங்களையும் ஜெஸ்ஸியிடம் கொடுத்தான். அவன் பூசியிருந்த திருநீறையும் குங்குமத்தையும் கருத்தமுத்து உற்றுப் பார்த்தான்.

'என்னடே அப்பிடிப் பாக்க, ஒங்க அக்காள கல்யாணங் கட்டிட்டாப்புல சிலுவை போட முடியுமா'

'நீங்க ஒன்னும் சிலுவ போட வேணாம். உத்திராட்சக் கொட்டை வேணும்னாலும் போட்டுக்கோங்க நான் வேண்டாம்னு சொல்லல, அவரவர் இஷ்டம் எப்பிடியோ அப்பிடி'

இருவருடைய பேச்சையும் ரசித்துக் கேட்டுக்கொண்டிருந்தான் கருத்தமுத்து. ரொம்ப சந்தோஷமாக கேலியும் கிண்டலும் சிரிச்சு சிரிச்சு பேசினார்கள்.

'சாப்பிட்டயாடா முத்து'

'சாப்பிட்டாச்சு, அண்ணே நீங்கதான் சாப்பிடணும்'

'சரிடா இரு, இப்ப போகும் போது வண்டியில போயிருவம் அந்தப் பக்கம் ஒரு சவ்வாரி இருக்கு'

கருத்தமுத்து கொஞ்சங்கூட எதிர்பார்க்கவில்லை, பிரான்சிஸ் வாத்தியார் சைக்கிள் சாவியைக் கொடுத்து வீட்டில் போய் சாப்பாடு எடுத்துவரச் சொல்வார் என்று. இதுவரை பதிவாகப் போய்வந்த சவேரியார் சுகமாகி வகுப்பிற்கு வந்துவிட்டான். இன்றைக்கு நம்மை ஏன் போகச் சொல்கிறார் என்று குழம்பியபடியே சைக்கிளை மிதித்தான்.

டீச்சர் கொடுத்த ஒரே நாள் பயிற்சியில் நன்றாக ரேடியோவை இயக்க கற்றுக்கொண்டான். நாய்க்குட்டி பாட்டுக் கேட்டபடியே

குத்துக்காலிட்டு உட்கார்ந்து இருந்தது. கருத்தமுத்து பாட்டை ரசித்தபடியே நாய்க்குட்டியைப் பார்த்துக் கொண்டிருந்தான். வெளியே கதவு திறக்கும் சத்தம் கேட்டது. சிரித்த முகமாய் வந்தாள் டீச்சர். முத்து ரேடியோவின் சவுண்டைக் குறைத்துவிட்டு வெளியே போய்விடலாம் என்று எழுந்தான். பின்னாலிருந்து இரண்டு தோள் பட்டைகளையும் இறுக்கி அமுக்கி உட்கார வைத்தாள்.

'எதுக்கு முத்து எந்திரிக்க இரு, சமையல் முடிஞ்சு டிபன்ல்ல வைக்கட்டுமே என்ன அவசரம், சவுண்ட எதுக்கு இவ்வளவு கொறச்சு வச்சிருக்க, எனக்கே பாட்டு கேக்கல'

சொல்லிக்கொண்டே பின்னாலிருந்து தன் இரண்டு முழங்கை களையும் முத்துவின் தோள்பட்டையில் வைத்து அழுத்தியபடியே குனிந்து ரேடியோவின் வால்யூமை கூட்ட குனிந்தாள். டீச்சரின் பருத்த இரு முலைகளும் கருத்தமுத்துவின் பின் மண்டையில் பட்டு அழுந்தி நசுங்கின. முத்து இலேசாகத் திரும்பினான். டீச்சர் அன்றைக்கு மாதிரியே பாவாடையுடன் நின்றுகொண்டிருந்தாள். அவள் குனிந்து நிமிர்ந்த போது கருத்தமுத்துவின் கன்னங்களில் அனல் மூச்சு தாக்கியது. ரேடியோவை டியூன் பண்ணுவது போல் அந்தப் பக்கமும் இந்தப் பக்கமும் முள்ளை நகர்த்தினாள். இரு முலைகளும் முத்துவின் பிடறியில் உருண்டன. அனல் மூச்சை வெளியேற்றியபடியே கருத்தமுத்துவின் காதில் கிசுகிசுத்தாள்.

'டேய், சாருகிட்ட சொல்லி ஒன்னய நான்தான்டா வரச்சொன்னன், ஏன்டா பயப்படுற'

கருத்தமுத்துவின் உடல் முழுவதும் ஆயிரம் கட்டெறும்புகள் ஊர்ந்தன. அவனால் நிலையாக உட்கார முடியவில்லை. நெளிந்தான், அசைந்தான். பின்னாலிருந்து விளையாட்டுக் காட்டிக்கொண்டிருந்த டீச்சர் முன்பக்கமாக வந்து அவனைத் தோளைப் பிடித்துத் தூக்கி நிறுத்தினாள். ரேடியோ சத்தமாக பாடிக்கொண்டிருந்தது. நாய்க்குட்டி அமைதியாகக் கேட்டுக்கொண்டிருந்தது. கருத்தமுத்து முகத்தை இடது பக்கமாகத் திருப்பி ரேடியோ பெட்டியை பார்த்தான். முன்னங் கால்களை ஊன்றி பின்னங்கால்களைக் குத்துக்காலிட்டு உட்கார்ந்திருந்த நாய்க்குட்டியைக் காணவில்லை. கண்களால் துழாவினாள்.

பக்கத்துப் படுக்கையறைக்குள் போய் பதுங்கிக்கொண்டது. பாட்டுக்கேற்றபடி துள்ளி விளையாடியது. ஆட்டம் போட்டது. கொண்டாட்டம் தாங்காமல் துள்ளித் துள்ளி குதித்தது. முக்கியது, முனங்கியது. கால்களால் தரையில் பிறாண்டியது. உருண்டு புரண்டது.

தன் உடலைத் தானே நக்கிக்கொண்டது. துருத்தி ஊதும் சத்தத்தைப் போல கேது கேது என்று இளைத்தது. ரேடியோவில் பாட்டு நின்று பேச்சு சத்தம் வந்தவுடன் ஓடிப்போய் குத்துக்காலிட்டு தன் இடத்தில் அமர்ந்தது. பாட்டியின் சத்தம் பலமாய் கேட்டது.

‘தம்பி, சாப்பாடு ரெடி, எடுத்துக்கோ’

கருத்தமுத்து வேகமாக வெளியேறி வராண்டாவிற்கு வந்தான். டிபன் பாக்ஸ் உள்ள கூடையைக் கையில் எடுத்தான். சைக்கிள் கிட்டப் போய் சாவியைப் பார்த்தான்.

‘என்ன தம்பி இன்னும் போகலையா’

‘சைக்கிள் சாவிய காணோம் டீச்சர்’

வேகவேகமாக ஓடிப்போன டீச்சர் சாவியைக் கொண்டுவந்து கொடுத்தாள்.

‘தம்பி சாருகிட்ட சொல்லி மாத்திர மறந்துராம, சொல்லிருப்பா’

‘சரி... டீச்சர்’

நாளையிலிருந்து கருத்தமுத்து இரவு படுப்பதற்கு கன்னியாஸ்திரி மடத்துக்கும், ஐசக்கும் சந்திரசேகரும் யூதாசுததேயு மடத்துக்கும் போக வேண்டும் என்று வார்டன் பாதர் சொல்லியிருந்ததை நினைத்துப் பார்த்தான் கருத்தமுத்து. மையவாடிக்குள் இறங்கி கோட்டைச் சுவர் தாண்டி இனிமேல் இரவு சினிமாவுக்குப் போக முடியாது. கன்னியாஸ்திரி மடத்துக்குள் ஒரே ஒருமுறை ஏஞ்சல் சிஸ்டருடன் ஏதோ சுமையை சுமந்துகொண்டு போய் வைத்துவிட்டு வந்த ஞாபகம். மனசு குதூகலித்தது ஏஞ்சல் சிஸ்டரைப் பார்க்கப் போகிறோம் என்ற சந்தோஷத்தில். ஞானபோதனை வகுப்பை நிறுத்தியவுடன் அவள் இங்கு வருவது நின்றுபோனது. கன்னியாஸ்திரி மடத்துக்குள் யாரும் அனுமதியில்லாமல் போய்விட முடியாது. கன்னியாஸ்திரிகளுக்கு வரும் கடிதங்கள் மதர் சுப்ரியர் என்று சொல்லக்கூடிய தலைமை சிஸ்டரின் பார்வைக்குப்போய், அப்புறமே கன்னியாஸ்திரிகளிடம் ஒப்படைக்கப்படும். ஒருமுறை விளையாட்டாகப் பேசிக்கொண்டிருக்கும் போது ஏஞ்சல் சிஸ்டரிடம் கருத்தமுத்து கேட்டதை நினைத்துப் பார்த்தான்.

‘ஏன்... சிஸ்டர் ஒங்கள நீங்களே நம்பாமத்தான லெட்டர் எல்லாத்தையும் ஒடச்சு படிச்சிட்டு தர்ராங்க’

‘..........’

‘ஒருவரையொருவர் நம்புங்கள், சமாதானமாகப் போங்கள், ஏழு

தடவையென்ன எழுபது தடவை மன்னியுங்கள், ஒரு கன்னத்தில் அறைந்தால் மறுகன்னத்தை காட்டுங்கள், உன் மேலாடையைக் கேட்டால் உள்ளாடையையும் கழற்றிக் கொடுங்கள்னு சாமியார் பிரசங்கம் பண்றாரு. நீங்களும் ஆமென், ஆமென்னு தலையாட்டுறீங்க, ஒங்க மேல நம்பிக்கை இல்லாமத்தான் ஒங்களுக்கு வந்த கடிதத்த ஒடச்சு படிச்சிட்டுக் குடுக்காக'

'டேய்... முத்து நீ ரொம்ப ஓவரா பேசுறடா'

'அழகான கூந்தல எதுக்கு இப்பிடி மொட்டையா வெட்டி துணியப் போட்டு மூடி வச்சிருக்கீக'

'அடேய் அதெல்லாம் ஒனக்குப் புரியாதுடா'

'ஒங்க அழக நீங்களே கொறச்சுக்குறீக, காரணம், நம்பிக்கையில்ல'

கன்னியாஸ்திரிகள் மடத்துக்கு இரவு படுக்கப்போவதால் ஏற்படும் பெரிய இழப்பு என்பது இரவில் மையவாடி வழியாக சுவர் ஏறிக் குதித்து இரண்டாம் காட்சி இரவு சினிமா பார்க்க போக முடியாது. இன்றைக்கு ஒரு நாள்தான் நாளையிலிருந்து நிச்சயமாக முடியவே முடியாது. இன்றைக்கு கடைசியாகச் சினிமாவுக்குப் போக முடிவு செய்தான். மெயின் கேட்டை திறந்துபோட்டு வைக்கும்படி அரியானிடம் சொல்லவேண்டும்.

அருள்ராஜ், கருத்தமுத்து, அல்போன்ஸ், சூசைமரியான் நான்கு பேரும் மையவாடி சுவர் ஓட்டை வழியாக உள்நுழைந்தார்கள். சொன்னபடியே அரியான் மெயின்கேட்டை பூட்டுப் போட்டுப் பூட்டாமல் வெறுமனே சாத்தி வைத்திருந்தான். ஒவ்வொருவராக மெயின்ரோட்டுக்கு வந்து நான்கு பேரும் ஒன்று கூடினார்கள். இசக்கியம்மனுக்கு முன்னால் தீபம் எரிந்துகொண்டிருந்தது. ஏழெட்டுப் பேர் படுத்திருப்பது தெரிந்தது. குறுக்குப்பாதை வழியே போய் தியேட்டரை அடைந்தார்கள். கூட்டம் நிறைய இருந்தது.

ஒருவழியாக அடித்துப் பிடித்து டிக்கெட் எடுத்து உள்ளே போய் விட்டார்கள். வெளியே ஒரே சண்டையும் சச்சரவுமாய் இருந்தது. படம் போட்டு பத்து நிமிஷம்தான் ஆகியிருக்கும், தியேட்டர்களில் எல்லா விளக்குகளும் எரிந்தன. எங்கே பார்த்தாலும் போலீஸ் பட்டாளம். என்ன ஏதென்று தெரியவில்லை. திரையின் முன்னால் நின்றுகொண்டு ஒரு போலீஸ் அதிகாரி மைக்கில் பேசினான்.

'தியேட்டருக்கு வெளியே டிக்கெட் எடுக்கிற இடத்தில் தகராறு ஏற்பட்டதில் ஒருவரைக் குத்திக் கொலை செய்துவிட்டு, ஒருவன்

தியேட்டருக்குள் ஓடிவந்துவிட்டான். கொலை செய்யப்பட்டவனின் கூட இருந்தவன் அடையாளம்காட்ட உங்களிடம் வருவான். யாரும் ஆடாமல் அசையாமல் அப்படியே உட்கார்ந்திருக்க வேண்டும். எழுந்து ஓட நினைத்தால் கைது செய்யப்படுவீர்கள். தியேட்டரின் எல்லா வாசல்களும் அடைக்கப்பட்டு காவலர்கள் நிற்கிறார்கள். கொலையாளி சரண் அடைந்துவிட்டால் நல்லது'

தியேட்டரில் உட்கார்ந்திருந்த அத்தனை பேரும் நிலை குலைந்து பொம்மைகளாய் மாறிப்போனார்கள். எல்லா விளக்குகளும் பிரகாசிக்க இரண்டு போலீஸ்காரர்கள் முன்செல்ல, நடுவில் ஒருவன் ஒவ்வொருவரையும் உற்றுப்பார்த்தபடியே வந்தான். அல்போன்ஸ் அழ ஆரம்பித்துவிட்டான். சூசைமரியான் டவுசரில் ஒன்னுக்கிருந்து தொப்புத் தொப்பாய் நனைந்துவிட்டது. தியேட்டர் முழுவதும் மயான அமைதி. ஒரு குண்டூசி விழுந்தாலும்கூட கேட்கும் அகால பேரமைதி. அருள்ராஜும் கருத்தமுத்தும் சிலையாய் உட்கார்ந் திருந்தார்கள். முகத்தைக்கூட திருப்பி பார்க்கவில்லை. தியேட்டரில் உள்ள அத்தனை பேரின் மார்புகளிலும் துப்பாக்கியை வைத்து அழுத்தியதைப் போன்ற மரண பயம்.

சரியோ, தவறோ அவனுடைய சுண்டுவிரல் யாரைக் காட்டுகிறதோ அவன் கொலைக் குற்றவாளியாகிவிடுவான். வீணாகத் தவறாக ஒருவன் கொலையாளி ஆக்கப்பட்டால், பெண்கள் மட்டும் நிம்மதியாக இருந்தார்கள் என்றும் சொல்ல முடியவில்லை. தன் மகன், தன் தம்பி, தன் கணவன் கொலையாளியாக மாறிவிடக் கூடாது என்று பதறிப் போய்தான் உட்கார்ந்திருந்தார்கள். ஆட்டமும், பாட்டமும், கொண்டாட்டமும், கூச்சலும், சிரிப்பும், கைதட்டலும், விசில் சத்தங்களும் போன இடம் தெரியவில்லை. ஒரே நிமிடத்தில் தியேட்டர் மயானமாக, சாவு வீடாக மாறிப்போனது.

அருள்ராஜின் பக்கத்தில் வந்தபோது அல்போன்சின் அழுகை மூசுமூசென்று கேட்டது. போலீஸ்காரர்கள் சிரித்துக்கொண்டே அந்த இடத்தை வேகமாக கடந்துபோனார்கள். அவர்களுக்குத் தெரியுமோ கொலை செய்தவன் அழமாட்டான், அவன் கண்களில் வன்மமும், கொடூரமும்தான் இருக்கும் கண்ணீர் இருக்காதென்று. கருத்தமுத்துவையும், சூசைமரியானையும் உற்றுப் பார்த்துவிட்டு போலீஸ் கடந்துபோனது. கருத்தமுத்து சிரிப்பை அடக்கிக் கொண்டான்.

நொடிப் பொழுதில் உங்கள் மார்பில் துப்பாக்கி முனையால்

அழுத்திக்கொண்டு கைகளை மேலே தூக்குங்கள் அசைந்தால் சுட்டுப் பொசுக்கிவிடுவேன் என்று சொன்னால் எப்படியிருக்கும் அதே மனநிலையில்தான் எல்லோரும் பொம்மைகளைப்போல, சிலைகளைப் போல உட்கார்ந்திருந்தார்கள். வரிசை வரிசையாய் தேடி கடைசியில் ஒருவனை அடையாளம் காட்டினான். அவன் இன்னொரு கூட்டாளியை இனம்கண்டு சொல்ல, இப்போது தியேட்டர் தியேட்டரானது. கச கச பேச்சுக்களும், சிரிப்புக்களும், உயிர்ப்பித்துக் கொண்டது அந்த இடம். படம்பார்க்க மனசில்லாமல் நிறையப் பேர் எழுந்துபோகத் தொடங்கினார்கள்.

படம் முடிய கூடுதலாக ஒன்னரை மணிநேரம் ஆகிவிட்டிருந்தது. மயானச் சுவரை அடைந்தபோது பிணநாற்றம் மூக்கைத்துளைத்தது. காற்றே இல்லாத அர்த்த ராத்திரியில் புகை மண்டியது. திருடர்களைப் போல் மெயின்கேட்டை திறந்து மயானத்திற்குள் நுழைந்து கோட்டைச் சுவரின் ஓட்டைக்குள் குனிந்து தலை நுழைத்தான் அல்போன்ஸ். படக்கென்று தலையை இழுத்துக் கொண்டவன் இரண்டடி பின்னால் நகர்ந்தான். என்னவென்று தெரியாத அருள்ராஜ் குனிந்து தலையை வெளிப்பக்கம் நீட்டினான். பதறிப் போனான்.

ஹாஸ்டலில் வாசலின் முன்னால் பாதர் சேரில் உட்கார்ந்திருந்தார். வெள்ளை வெளேரென்று துணிப்பாய் தெரிந்தது. பக்கத்தில் அவர் உபயோகிக்கும் குடைக் கைப்பிடிக் கம்பு சாத்தி வைக்கப் பட்டிருந்தது. மூன்று பேர் முகத்திலும் பீதி, பயம், நடுக்கம் வசமாக மாட்டிக்கொண்டார்கள். குசுகுசுவென்று பேசிக்கொண்டார்கள். அல்போன்ஸ் சொன்னான்.

‘நாலு பேரும் டிஸ்மிஸ்தான், காலைல பெட்டிய தூக்கியிற வேண்டியதான்’

‘கரெக்டா, வாசல்ல உட்காத்திருக்காரே, எந்தப் பயலோ சொல்லிக் குடுத்திருக்கான், இல்லனா எப்பிடி தெரியும்.’

கருத்தமுத்துக்கு சவேரியார் மீதுதான் சந்தேகம். பிரான்சிஸ் வாத்தியார் சாப்பாடு வாங்குவதற்கு அவனுக்குப் பதில் தன்னை அனுப்பிய நாளிலிருந்தே தன்னுடன் பேசுவதை நிறுத்திக் கொண்டதோடு சில நேரம் முறைத்துக்கொண்டும் திரிகிறான். அவன் மனசுக்குள் கறுவிக்கொண்டான்.

‘டிஸ்மிஸ் மட்டும் ஆகட்டும் இந்த சவேரியார் பயல என்ன ஏதுனு பார்த்துறனும்’

பக்கத்தில் குமுக்காய் வளர்ந்திருந்த எருக்களைச் செடியின் கொச்சை

வாடை மூக்கைத் துளைத்தது. இரவு நேர வண்டுகளின் ரீங்காரம், ஆந்தைகளின் அலறல் கொஞ்சம் பயத்தை உண்டுபண்ணியது. மெஜிரா மில்லின் சங்கொலி இரவு மணி மூன்று என்று அலறியது. பாதர் முன்னால் போய் சரணடைவதைத் தவிர வேறு வழியில்லை. இவ்வளவு நேரம் ஆகியும் ஒரு சிறு அசைவுகூட இல்லாமல் பாதர் உட்கார்ந்திருக்கிறாரே என்று முத்து நன்றாக உற்றுப்பார்த்தான். சந்தேகமே இல்லை வார்டன் பாதர்தான்.

பொறிக்குள் அகப்பட்டுக்கொண்ட எலிகளைப் போல் பதுங்கிக் கிடந்தார்கள். கருத்தமுத்துக்கு இலேசான சந்தேகமும் கொஞ்சம் துணிச்சலும் வந்தது. அவன் மீண்டும் ஓட்டைக்குள் நுழைந்து தலை நீட்டி குனிந்துகொண்டே உற்றுப்பார்த்தான். அசையாமல் கழுத்தைக் கூட திருப்பாமலா இருப்பார் பாதர்? இந்த ஓட்டை வழிதானே வருவார்கள் என்று தெரியாதா பாதருக்கு? ஒரு சிறு கல்லை எடுத்து எறிந்தான். அசைவில்லை. கொஞ்சம் பெரிய கல்லை எடுத்து எறிந்தான். அசையவே இல்லை. கொஞ்சம் துணிச்சல் வந்தது. எறி கல்லாய் எடுத்து பொத்தென்று பாதர் மேலேயே எறிந்தான். பதிலோ அசைவோ இல்லை. ஜன்னல் வழியே பார்த்துக்கொண்டிருந்த மனுவேலும் குழந்தை ஏசுவும் சிரித்தபடியே வெளியே ஓடி வந்தார்கள். சேரில் தலையனைகளை அடுக்கி வெள்ளை வேஷ்டியால் சுற்றி பொம்மை செய்து பாதரைப் போல் ஜோடித்து வேடிக்கை காட்டியிருக்கிறார்கள். உயிரைக் கையில் ஏந்திக்கொண்டு உள்ளே வந்தார்கள் நால்வரும்.

சாயங்காலம் மீண்டும் ஒருமுறை வார்டன் பாதர் ஞாபகப் படுத்தினார். சென்மேரீஸ் கன்னியாஸ்திரிகள் மடம் என்பது நகரத்தின் கீழகடேசி. பெண்கள் கல்லூரி வளாகத்திற்குள்ளேயே அமைந் திருந்தது. முதலில் கல்லூரி வாட்ச்மேனிடம் அனுமதி வாங்க வேண்டும். அப்புறம் கன்னியாஸ்திரி மட வாட்ச்மேனிடம் அனுமதி வாங்கிய பின்னரே உள்ளே எட்டிப்பார்க்க முடியும். இரவில் போர்த்திக்கொள்ள போர்வை துண்டுடன் கருத்தமுத்து கல்லூரி வாசலை எட்டிப் பார்த்தான். சிலுவையில் தொங்கும் வெள்ளி டாலரை வெளியே தொங்கவிட்டபடி உட்கார்ந்திருந்த வாட்ச்மேன் இவனை ஏற இறங்கப் பார்த்தான்.

'யாரு நீ என்ன வேணும், யாரப் பாக்கணும்'

'சென்மேரீஸ் பாலிடெக்னிக்குல இருந்து வாரன், பாதருங்க இங்க போகச் சொன்னாங்க'

‘இங்கனா எங்கடே, ஒன்னும் புரியலயே, லெட்டர் ஏதும் குடுத்தாகளா?’

‘சிஸ்டர்ஸ் ஹாஸ்டலுக்கு போகனும், லெட்டர் குடுக்கல’

‘அப்பிடிச் சொல்லு, இங்கனு சொன்னா எப்பிடி, சரி, இங்க நில்லு, நான் போயி கேட்டுட்டு வாரன்’

மெயின் கேட்டின் முன்னால் நிற்கச் சொல்லிவிட்டு வாட்ச்மேன் உள்ளே போய்விட்டார். பிரம்மாண்டமான கட்டிடங்களை ஆச்சரியமாய் பார்த்துக்கொண்டு நின்றான். எங்கே பார்த்தாலும் சிலுவைகளும், அப்போஸ்தலர்களின் சொரூபங்களும், மாதாவின் உருவங்களும் நிறைந்திருந்தன. ஒழுங்காக நடப்பட்டு சீராக பராமரிக்கப்பட்ட ஏராளமான செடிகொடிகள் பூக்கள் எல்லா வற்றையும் ஆச்சரியமாகப் பார்த்துக்கொண்டிருந்தான். அவ்வளவு விஸ்தாரமான, அழகான ரம்மியமான அந்த இடத்தில் வாட்ச்மேன் தவிர ஒரு ஆள் நடமாட்டம்கூட இல்லாதது, மையவாடியையும், அங்கே எப்போதும் தனித்துக் கிடக்கும் அரியானையும், அவனுடன் இருக்கும் பேரமைதியையும் நினைவுபடுத்தியது. இவ்வளவு மரம் செடிகொடிகள் அமைதி இருக்கும் இடத்தில் ஒரு சிறு பறவைகூட இல்லாதது அவனுக்கு வியப்பாய் இருந்தது. இந்த சாயங்கால நேரம்தானே பறவைகள் கூடடையும் நேரம். இசக்கியம்மன் கோவில் இச்சி மரத்திலும் வேப்பமரத்திலும் இன்னேரம் பறவைகளின் கெச்சட்டம் எவ்வளவு ரம்மியமாக இருக்கும். ஒருவேளை கன்னியாஸ்திரிகளைப் பறவைகளுக்குப் பிடிக்காதோ என்னமோ. ஆயுள் முழுக்க வெள்ளை வெளேர் உடைகளைப் பார்த்துப் பார்த்து பறவைகள் சலிப்படைந்து வேறிடம் போய்விட்டதோ என்னவோ. வாட்ச்மேன் வேகமாக வந்தார்.

‘டேய்... இந்தால இப்பிடி திரும்பி நேரா போ. அங்க ஒரு வயசான தாத்தா இருப்பாரு, அவருகிட்டப் போ’

வனத்திற்குள் பயத்துடன் ஒற்றையாளாய் நடந்து போகும் வழிப்போக்கனைப் போல் நடந்து போனான் கருத்தமுத்து. இன்னும் இருள் கவியவில்லை. ரம்மியமான அந்த மாலை நேரம் பாழ்பட்டுக் கிடந்தது போல் இருந்தது. இப்படி ஒரு அமைதியை அவன் கண்டதே இல்லை. அங்கே மயானம். இங்கே கன்னியாஸ்திரி மடம். தாத்தாவிடம் போய் நின்றான். தொளதொள பேண்ட்டும் பனியனும், அணிந்திருந்தவரின் மார்பிலும் பெரிய சிலுவை தொங்கியது.

‘ஏல, ஓம் பேரென்னடே’

‘கருத்தமுத்து’

‘என் பின்னாடி வாடே, சிஸ்டருகிட்ட காட்டித் தாரன்’

கருத்தமுத்து தாத்தாவின் பின்னாடியே போனான். ‘ப’ வடிவ கட்டிட அமைப்பு. இருபுறமும் வரிசை வரிசையாக அறைகள். எந்தவொரு அறையிலிருந்தும் எல்லா அறைகளையும் பார்க்கமுடியும். கட்டிடத்திற்குள் வருகிறவர்கள் போகிறவர்கள் எல்லாம் தெரியும். ஆனாலும் எல்லா அறைகளும் பூட்டியே கிடந்தன. மேல் ஜன்னல்கள் மட்டும் சிலவற்றில் திறந்திருந்தன. உள்ளேயிருந்து வெளியே நடந்து செல்கிறவர்களைப் பார்க்க முடியும். அதுகூட தலை மட்டுமே தெரியும். முழு உருவம் தெரியாது. எல்லா அறைகளையும் கடந்து முதல் அறையின் முன்னால் நின்று பயபக்தியுடன் கதவைத் தட்டிவிட்டு சிலையாய் நின்றார் தாத்தா.

கதவு திறக்கப்பட்டது. வெள்ளை வெளேர் உடையணிந்த தடித்த குட்டையான உருவம் கொண்ட சிஸ்டர் எட்டிப் பார்த்தாள்.

‘அம்மா இந்தப் பையன் சென்மேரீசிலிருந்து வந்திருக்கான், பாத்துங்க அனுப்பியதா சொல்றான்’

‘ஓ. யெஸ். நம்ம வாட்ச்மேன் பத்து நாள் லீவு போட்டுட்டான்ல்ல, அதான் செந்தூருக்கு உதவியா வேணும்னு நான்தான் அனுப்பச் சொன்னேன், அவன கூட்டிட்டுப் போயி கிச்சன்ல செந்தூர்கிட்ட விடு’

பொந்துக்குள்ளிருந்து எட்டிப் பார்த்துவிட்டு மறைந்து கொள்ளும் பறவையைப் போல் கதவைச் சாத்திக் கொண்டாள் சிஸ்டர். மீண்டும் தாத்தாவின் பின்னால். மேலக் கடைசியில் இருந்தது சமையலறை. எங்கள் இருவரையும் பார்த்தவுடன் சிரித்த முகமாய் வரவேற்றார் செந்தூர். மழுங்கச் சிரைத்த வழுவழு முகம். உயரமான ஒல்லியான தேகம். அச்சு அசல் பெண்மையின் நளினம். பேச்சு, சிரிப்பு, நடை, உடை, பாவனைகள். வெற்றுடம்பில் போட்டிருந்த துண்டை தாவணியைப் போல் இழுத்து இழுத்து மூடினான் செந்தூர். எப்போதும் சிரிப்பு சிரித்தபடியே பேச்சு.

‘வாங்க... வாட்ச்மேன். இது யாரு’

‘வாட்ச்மேன் லீவு போட்டுட்டான்ல்ல’

‘ஆமாமா நான்தான் அம்மாகிட்ட சொல்லி, ஒரு பையன அனுப்பச் சொன்னன்’

‘அப்ப நான் கேட்டுக்கு போகட்டா’

‘வாட்ச்மேன் காப்பி, டீ வேணும்னா குடிச்சிட்டுப் போங்க’

‘கொஞ்சம் நேரமாகட்டும் செந்துரு, அப்புறமா வாரன்’

வாட்ச்மேன் தாத்தா மறைந்தார். விசாலமான சமையல்கூடம். அப்படி ஒரு சுத்தம். கச்சிதமாக அடுக்கப்பட்டிருந்த பொருட்கள், டப்பாக்கள். கருத்தமுத்து எல்லாவற்றையும் பார்த்துக்கொண்டிருந்தான்.

‘பைய, இப்பிடி வைடே, சாப்பிட்டயாடே, பேரென்னடே’

‘எம்பேரு கருத்தமுத்து’

‘காலையில பூசைக்குப் போகணுமாம். அதனாலதான் இந்துப் பையன அனுப்பியிருக்காங்க. அவங்களுக்கு டயத்துக்கு சாமிய கும்பிட்டாகணும், நமக்கு அப்பிடியில்ல எப்ப போய் கும்பிட்டாலும் நம்ம சாமி வரம் கொடுக்கும்’

பேசிக்கொண்டும் நடந்துகொண்டும் செந்தூர் சமையல் வேலை செய்துகொண்டிருந்தான். பெரிய தம்ளர் நிறைய பால் ஊற்றி முத்துவிடம் நீட்டினான். மஞ்சள் நிறத்தில் இருந்த அந்தப் பாலில் பாதாம் பருப்பின் பொடி கலந்திருந்தது. இப்படியொரு ருசியான பாலை முதன் முறையாக இப்போதுதான் குடிக்கிறான் கருத்தமுத்து. தனக்கு உதவியாக சின்னச் சின்ன வேலைகளை ஏவினான் செந்தூர். அடிக்கடி மணியைப் பார்த்துக்கொள்ளத் தவறவில்லை. இட்லி, தோசை, பூரி, சாம்பார், சட்னி, கிழங்கு எல்லாவற்றையும் தனித்தனி பாத்திரங்களில் எடுத்து வைத்தான். கருத்தமுத்தும் செந்தூரும் ஒவ்வொன்றாகக் கொண்டுபோய் சாப்பாட்டு அறையில் வைத்தார்கள். எல்லாவற்றையும் வைத்துவிட்டு சமையல் கூடத்தில் வந்து உட்கார்ந்தான். வாசலில் வந்து எட்டிப் பார்த்துக்கொண்டான்.

‘ஒருத்தி இட்லி கேக்கா, இன்னொருத்தி எனக்கு பூரிதான் வேணுங்கா, ரெண்டு பேரு தோசைதான் வேணும்னு ஒத்தக் கால்ல நிக்கா, தெனமும் இதே பாடுதான். என்ன செய்ய அவுக அவுக கேட்கிறத செஞ்சு குடுக்கிறதுதானடே நம்ம வேல, முடியாதுனு சொல்ல முடியுமா’

‘எத்தன சிஸ்டருங்க இருக்காங்க’

‘மொத்தம் பதினாலு பேரு இருக்கா’

‘யாரும் இருக்கிறது மாதிரியே தெரியலையே’

‘ஒவ்வொருத்திக்கும் தனித்தனி ரூம். ஒருத்தி மொகத்த ஒருத்தி பாக்க முடியாது, பேசவும் முடியாது. பொந்துக்குள்ள கூகை ஆந்தை அடஞ்சு கெடக்கும்ல்ல அதே மாதிரிதான் அடஞ்சு கெடப்பாக. திங்கிற நேரத்துக்குச் சரியா வந்து தின்னுட்டுப்போய் கதவச் சாத்திருவா,

பெறகு திங்கிற நேரம்தான். மத்த நேரம் கண்ணுல தட்டுப்படமாட்டா'

கருத்தமுத்து குழம்பிப்போனான். ஏஞ்சல் சிஸ்டரை எப்படிக் கண்டுபிடிப்பது, பேசுவது, எந்த அறையில் இருக்கிறாள், யாரிடம் விசாரிப்பது எதுவுமே புரியவில்லை அவனுக்கு. செந்தூர் அண்ணனிடம் கேக்கலாமா? என்று யோசித்தான். கொஞ்சநேரம் போகட்டும் என்று காத்திருந்தான். சமையல் கூடத்திலிருந்தும் எல்லா அறைக் கதவுகளையும் பார்க்கமுடியும். அதே போல் எல்லா அறைகளிலிருந்தும் சமையல் கூடத்தைப் பார்க்கமுடியும். ஏஞ்சலின் அறைக்கதவு திறந்துவிடாதா, என்னைப் பார்த்துவிட மாட்டாளா என்று ஒவ்வொரு அறைக் கதவையும் நோட்டமிட்டுக் கொண்டேயிருந்தான் கருத்தமுத்து.

சாப்பிடுகிற நேரம் வந்தவுடன் ஒவ்வொரு அறைக்கதவும் திறந்தது. ஒவ்வொருத்தியாகச் சாப்பாட்டுக்கூடத்திற்குள் நுழைந்து கொண்டிருந்தார்கள். சமையல் கூடத்திலிருந்து ஏஞ்சலை அடையாளம் காண இயலவில்லை. எல்லாம் ஒன்று போல் வெள்ளை வெளேர். முகத்தைப் பார்த்தால் ஒழிய அடையாளம் காணமுடியாது.

செந்தூர் பதற்றமடைந்தான். அங்கே கொண்டு போய் வைக்க வேண்டிய புதினா சட்டினி இங்கேயே இருந்தது. அதைக் கொண்டு போய் வைத்துவிட்டு வரும்படி முத்துவை விரட்டினான். வெள்ளை வெளேர் என்று பிராய்லர் கோழிகளைப் போல் வரிசை வரிசையாக எல்லா சிஸ்டர்களும் உட்கார்ந்திருந்தார்கள். யாருமே பேசிக் கொள்ளவில்லை. அந்நியர்களைப் போலவே அமைதியாகச் சாப்பிட்டுக்கொண்டிருந்தார்கள். ஒருவருக்கொருவர் பேசிக் கொள்ளாமல் சாப்பிடுவதை நினைத்து ஆச்சரியப்பட்டான். மெதுவாக உள்நுழைந்து மேஜையின் மேல் சட்னியை வைத்தான். ஏறிட்டுப் பார்க்க பயம், வெட்கம். எப்படியும் ஏஞ்சல் சிஸ்டர் தன்னைப் பார்த்திருப்பாள். நம்பிக்கையுடன் செந்தூரிடம் வந்தான்.

'அவங்க சாப்பிட்டு முடிச்ச ஒடன நம்ம சாப்பிடுவோம், நீ சாப்பிட்டயாடா, சாப்பிட இல்லேல்ல.'

13

கருத்தமுத்துக்கு சாப்பிட மனசில்லை. ஏஞ்சல் சிஸ்டர் இங்கே இருக்கிறதா இல்லையா என்பதைக்கூட அறிந்துகொள்ள முடிய வில்லையே என்று வருத்தப்பட்டான். புதினா சட்னியைக் கொண்டு

போய் வைத்தவுடன் ஏறிட்டுப் பார்த்திருக்கலாம், சந்தர்ப்பத்தை நழுவ விட்டு விட்டோமே என்று தன்னையே நொந்துகொண்டான். சமையல்காரர் செந்தூரண்ணனிடம் கேட்கலாமா என்று யோசித்தான். ஏஞ்சல் சிஸ்டர் உனக்கு எப்படி தெரியும் என்று கேட்டால் என்ன பதில் சொல்வது என்று குழம்பினான். ஆனாலும் மனசு விடை தேடி அலை பாய்ந்தது. எப்படியும் இன்னும் பத்து நாள் இங்கேதானே வரப்போகிறோம். அப்போது பார்த்துக்கொள்ளலாம் என்று முடிவு செய்துகொண்டான். வெளியில் யாரோ நடந்துவரும் சத்தம் கேட்டதும் எட்டிப் பார்த்தான். கிச்சனை நோக்கி ஏஞ்சல் சிஸ்டர் வந்து கொண்டிருந்தாள்.

‘செந்தூ...ர், செந்தூ...ர்’

‘என்னம்மா’

‘கொஞ்சம் சுடு தண்ணி வேணும், மாத்திரை சாப்பிடனும், ரூமுக்கு கொண்டு வர்ரயா, இது யாரு செந்தூர் புதுசா இருக்கு’

‘அம்மா வாட்ச்மேன் லீவு போட்டுட்டான்ல்ல, அதான் உதவியா இருக்கட்டுமேனு சென்மேரீஸ்லருந்து அனுப்பியிருக்காங்கம்மா’

‘அப்படியா, ஓம் பேரென்னடே’

‘கருத்தமுத்து சிஸ்டர்’

‘என்ன படிக்கிறே’

‘பாலிடெக்னிக் சிஸ்டர்’

‘சரி, நல்லா படிக்கணும், தெரியுதா’

‘சரி, சிஸ்டர்’

‘செந்தூர் சுடு தண்ணிய பையன்கிட்ட குடுத்துவிடுறய்யா’

‘சரிம்மா, இந்தா குடுத்தனுப்புறேன்.’

ஏஞ்சல் சிஸ்டர் எந்த அறைக்குள் நுழைகிறது என்பதை கவனித்துக் கொண்டிருந்தான் முத்து. தன்னை உண்மையிலேயே அடையாளம் தெரியவில்லையா? இல்லை தெரியாதது மாதிரி காட்டிக் கொள்கிறாளா? என்று குழம்பிக்கொண்டிருந்தான்.

‘டேய்... முத்து இந்தச் சுடு தண்ணியக் கொண்டு போயி அஞ்சாம் நம்பர் ரூமுல குடுத்திட்டு வா. கதவ இப்பிடி இலேசா சுண்டணும், பலமா தட்டக்கூடாது’

‘சரிண்ணே’

பட்டப்பகலைப் போல் டியூப் லைட்களின் வெளிச்சம். ஆனாலும்

கருத்தமுத்து இருட்டுக்குள் நடப்பவனைப் போல் பயந்து பயந்து போய்க்கொண்டிருந்தான். கைகளில் சுடுதண்ணீர் தம்ளர். கீழே போட்டுவிடுவோமோ என்று பயந்தான். கை, கால்கள் ஏன் இப்படி உதறல் எடுக்கவேண்டும். நாவு உணர்ந்து ஒட்டிக் கொண்டது. கருத்த முத்து கதவைத் தட்டவேண்டிய தேவை இருக்கவில்லை. ஏஞ்சல் வாசல் அருகிலேயே நின்று கொண்டிருந்தாள். சிரித்த முகமாய் வரவேற்றாள்.

'டேய்... முத்து நல்லா இருக்கியாடா'

'ம்...'

'என்னடா மொனங்குற'

'நல்லா இருக்கேன் சிஸ்டர்'

'எப்படா இங்க வந்த'

'சாயங்காலம் வந்தன்'

'புதினா சட்னி கொண்டு வந்து வச்சேல்ல, அப்பத்தான் ஒன்னயப் பாத்தன்'

'எதுக்கு ஏஞ்சல் மாத்திரை'

'டேய், கொன்றுவன், சிஸ்டர்னு கூப்பிடு'

'சாரி, சிஸ்டர்'

'ஒன்னய இங்க வரவழைக்கத்தான் மாத்திரை'

'அடக் கடவுளே'

'சாப்பிட்டயாடா'

'இனிமேல்தான்'

'சரி போயி சாப்பிடு, முன்னமே தெரியும்னு காட்டிக்கிற வேணாம்'

'சரிங்க சிஸ்டர், சரிங்க ஏஞ்சல்'

'டேய், உதை வாங்கப்போற'

கருத்தமுத்து துள்ளித் துள்ளி நடந்துபோனான். தரையில் கால் பாவவில்லை. சந்தோஷம் பொத்துக்கொண்டு போனது. ஏஞ்சல் தன்னை மறந்துவிடவில்லை, மாறாக நினைவில் வைத்திருக்கிறாள் என்று எண்ணியபோது ரொம்பவும் சந்தோஷப்பட்டான்.

'என்னடா முத்து, சிஸ்டர் என்ன சொல்லிச்சு'

'நல்லா படிக்கணும், சேட்ட பண்ணக்கூடாதுனு சொல்லிச்சு'

'இங்க இருக்கிறதுலேயே நல்ல சிஸ்டர் இதுதான்டா முத்து.

வஞ்சகமில்லாம பேசும், பழகும். ஏழை எளியவங்களக் கண்டா இரக்கப்படும். இதே மாதிரி இன்னொரு சிஸ்டர் இருந்துச்சு, அதோட பேரு பாத்திமா. பாமா, பாமானு கூப்பிடுவாங்க. தங்கமான கொணம். கதை, கவிதையெல்லாம் எழுதும், நாடகம் நடிக்கும், எல்லாத்துக்கும் பாமா சிஸ்டரப் புடிக்கும். ஆனா இங்க இருக்கிற எந்த சிஸ்டருக்கும் அவங்களப் புடிக்காது, பாவம் கடேசில உடுப்பக் கழட்டி தூர வீசிட்டுப்போயிருச்சு'

'அடக் கடவுளே'

'இப்ப அந்த பாமா சிஸ்டர் மாதிரியேதான் ஏஞ்சல் சிஸ்டர். வெள்ளந்தியான குணம். சூதுவாது தெரியாது. சிரிச்சு சிரிச்சுப் பேசும். மத்தவங்களுக்கு சிரிச்சாலே புடிக்காது. எப்பவும் இஞ்சி தின்ன கொறங்கு மாதிரியே மூஞ்சிய உம்முனு வச்சிக்கிட்டு இருக்கணும், ஒரு மனுஷர்கூட சிரிச்சு பேசியிறப்புடாது'

இருவரும் சாப்பிட உட்கார்ந்தார்கள். பலப்பல பேச்சுக்களைப் பேசிக்கொண்டே இருவரும் சாப்பிட்டார்கள். காலையில் எவ்வளவு நேரத்துக்கு எழவேண்டும், என்னென்ன வேலைகள் செய்யவேண்டும். காய்கறி மார்க்கெட்டுக்கு எத்தனை மணிக்குப் போகவேண்டும் எல்லாவற்றையும் செந்தூர் சொல்லிக்கொண்டிருந்தான். தான் காலையில் எத்தனை மணிக்கு வகுப்பில் இருக்கவேண்டும் என்று சொன்னான் கருத்தமுத்து. பாத்திரம் பண்டங்களை எல்லாம் எடுத்து, கழுவுகிற இடத்தில் ஒன்றுசேர்த்தான். காலையில் பாத்திரங்கள் தேய்க்க ஒரு அம்மா வரும் என்று சொன்னான் செந்தூர். இருவரும் பாய் தலையணைகளுடன் தூங்கப் புறப்பட்டார்கள்.

இருவரும் அருகருகே பாய்விரித்துப் படுத்தார்கள். கருத்தமுத்துவின் பூர்வீகம், எந்த ஊர், எல்லாவற்றையும் செந்தூர் கேட்க கதைபோல் சொல்லிக் கொண்டிருந்தான். மயான அமைதி. அரியானை நினைத்துக் கொண்டான். இப்படியொரு அமைதியில் முத்து உறங்கியதில்லை.

'எதுக்கு செந்தூரண்ணே சிஸ்டருங்க எல்லாரும் தனித்தனியா படுத்துக் கெடக்காங்க'

'மோட்சத்துக்குப் போக'

'ஒன்னாப் படுத்தா மோட்சம் கெடையாதா'

'கெடையாது'

'ஏம்ண்ணே'

'ஏம்னு சிஸ்டருங்ககிட்டத்தான் கேக்கணும்'

‘ஆயுள் முழுக்க எப்படிண்ணே ஒத்தையில ரூமுக்குள்ளயே அடஞ்சு கெடக்க, ஒருத்தர் மொகத்த ஒருத்தர் பார்த்தா என்னவாம், பெரிய ரூம்பா கெட்டி ஒரு ரூம்புக்கு நாலு பேர தங்க வைக்கலாம்ல்ல’

‘ஏல... யே... கோட்டிக்காரப் பயல, அவுகளா என்ன நெனச்சாலும் செய்யமுடியாது. பைபிள்ள என்ன போட்ருக்கோ அந்தப்படிதான் இவுக இருக்கமுடியும். இஷ்டத்துக்கு இருக்க முடியாது, தனியா சட்டதிட்டமெல்லாம் இருக்கு’

‘செந்தூரண்ணே செத்தப் பெறவு நரகம் போனா என்ன மோட்சம் போனா என்ன, யாரு கண்டா மோட்சத்தையும் நரகத்தையும் கழுத உண்டானபடி இருக்கு, அனுபவிக்கிறத அனுபவிக்க வேண்டாமாண்ணே’

‘அதுதான் அனுபவிக்காகள்ல, பெறகென்ன’

‘சோறு கெடச்சா போதுமாண்ணே’

‘வேற என்ன வேணும்’

‘அக்கா, தங்கச்சி, அண்ணன், தம்பி, அப்பா, அம்மா இவங்களை யெல்லாம் விட்டுட்டு வாழ்நாள் பூராவும், பொந்துக்குள்ள இருக்குற மாதிரி இருந்திட்டு, செத்தப் பெறவு மோட்சத்துல போயி நல்லா வாழப் போறாகளாக்கும். மோட்சத்துலயும் தனியாத்தான இருக்க முடியும், நம்மளால மோட்சத்துக்குப் போக முடியாதுல்ல’

காலையில் செந்தூர் எத்தனை மணிக்கு எழுந்தான் என்றே தெரியவில்லை. கருத்தமுத்துவை உறங்கட்டும் என்று எழுப்பவில்லை. கருத்தமுத்து கண் முழித்தபோது நன்றாக விடிந்துவிட்டது. ஒவ்வொரு அறையாக டீ, காபி, பால் என்று யார் யாருக்கு என்ன தேவையோ கொடுத்துக் கொண்டிருந்தான். தன்னிடம் கொடுத்து ஏஞ்சல் சிஸ்டர் அறைக்கு அனுப்பிவிட மாட்டானா என்று ஆவலுடன் எதிர்பார்த்துக் கொண்டிருந்தான். செந்தூர் எதுவும் சொல்லவில்லை.

‘முத்து மொகத்தக் கழுவுடா, காபி சாப்பிடு, ரெடியாகு காய்கறி மார்க்கெட்டுக்குப் போகணும்’

பாத்திரங்களைத் தேய்த்து விளக்குவதற்காக ஒரு பாட்டி வந்தாள். அவளிடம் செந்தூர் என்னென்ன வேலை செய்யவேண்டும் என்று சொல்லிவிட்டுப் புறப்பட்டான். காய்கறிகள் வாங்க வேண்டிய கூடைகளையும், பைகளையும் எடுத்துக்கொண்டு இருவரும் புறப்பட்டார்கள். அந்த அதிகாலை நேரத்திலேயே மில்லுக்கு பருத்திப் பாரம் ஏற்றிய மாட்டுவண்டிகள் வரிசை வரிசையாய் போய்க்

கொண்டிருந்தன. விடிய விடிய இரவு முழுக்க பயணப்பட்டிருந்தால் தானே விடிய இங்கே வர முடியும் என்று நினைத்துக்கொண்டான். காளை மாடுகளின் வாயிலிருந்து வழியும் வெள்ளை நுரைகளை உற்றுப்பார்த்தான். தார்ச்சாலைகளில் சக்கரங்கள் தடதடக்க வண்டிகள் வேக வேகமாக போய்க்கொண்டிருந்தன.

'இதெல்லாம் எங்கண்ணே போகுது'

'பருத்திடா, அரவைக்குப் போகுது. அரைச்சு பஞ்சாக்கி மில்லுக்குப் போயிரும். கொஞ்சம் தள்ளி அந்தப் பக்கம் பெரிய மில்லும் ஜின்னிங் பாக்டரியும் இருக்கு. வெள்ளக்காரன் கட்னதுனு சொல்வாங்க. நம்ம மடமெல்லாம் அதுக்குப் பெறகு வந்தது'

'நான் இங்கிட்டு ஒரே ஒரு நாள்தான் வந்திருக்கேன், அதுவும் ராத்திரியில, எனக்கு இப்ப தெசைகூடத் தெரியல'

'இப்ப நம்ம மேற்காம போறோம். கெழக்க போனா கடல். தெக்க போனா சர்க்கஸ் மைதானம். வடக்காமப்போனா சின்னக் கோயிலு, அடுத்து பனிமயமாதா கோயிலு'

செந்தூர் வாங்கிய காய்கறிகளை எல்லாம் பைகளில் வாங்கி வாங்கி போட்டான் முத்து. கடைகளில் குவித்து வைக்கப்பட்டிருந்த காய்கறிகளையும் பழங்களையும் ஆச்சரியமாகப் பார்த்தான். அம்பாரமாய் அடுக்கி வைக்கப்பட்டிருந்த சாக்குமூட்டைகள் பிரமிப்பாய் இருந்தன. கடைக்காரர்களிடம் விலை விபரப் பட்டியல் களையும் வாங்கியதற்கான ரசீதுகளையும் தவறாமல் வாங்கிக் கொண்டான் செந்தூர். வேலை முடிந்து மார்க்கெட்டுக்கு வெளியே வந்தபோது கூடைநிறைய வெள்ளரிக்காய் விற்றுக்கொண்டிருந்த வளிடம் பை நிறைய வாங்கினான்.

'எல்லா காய்களும் வாங்கணுமா அண்ணே'

'ஒவ்வொருத்திக்கு ஒவ்வொரு காய் புடிக்கும். ஒருத்தி காரட் வேணும்பா, இன்னொருத்தி வெண்டைக்காய் இல்லையாம்பா, வெள்ளரிக்காய் எல்லாருக்கும் புடிக்கும், அதுதான் பை நிறைய்ய வாங்கியிருக்கன், கத்தரிக்காய் மட்டும் ஒருத்திக்கும் புடிக்காது'

'ஏம்ண்ணே'

'காம்பு இல்லாத காயா வேணும்பா, எதுக்குனு நமக்குத் தெரியல'

'செந்தூரண்ணே வெள்ளரிக்கா வாங்குனதுக்கு சிட்டை வாங்க மறந்திட்டோம், பைய புடிங்க வாங்கிட்டு வாரன்'

'வெள்ளரிக்காய் சிட்டையக் கண்டா அம்புட்டுத்தான். நாளைக்கே

நம்ம சீட்டக் கிழிச்சிருவா ரீட்டா'

'ரீட்டானா யாருணே'

'இங்க இருக்கிற எல்லா சிஸ்ட்டர்களுக்கும் தலைவி. அவளோட அதிகாரத்துக்கு அம்புட்டுப் பேரும் பயப்படணும்'

'சரிண்ணே, அதுக்காக சிட்டை வாங்கக்கூடாதுனா எண்ணண்ணே ஞாயம். நீங்கதான் சொல்றீக எல்லா சிஸ்டர்களுக்கும் வெள்ளரிக் காய்னா ரொம்ப புடிக்கும்னு, அப்பனா ரொம்ப வாங்கச் சொல்லாம வேண்டாம்னு சொன்னா எப்பிடி'

'அப்பபடிச் சொல்ற ரீட்டா சிஸ்டர்தான் மொத ஆளா வந்து நல்ல நீளமா இருக்கிற அளவான தடிமனாக இருக்கிற காயா ஏழெட்டப் பெறக்கிட்டுப் போவா'

'அப்ப இந்த வெள்ளரிக்காய்க்குத் துட்டு யாரு குடுப்பா'

'நான் நீனு போட்டி போட்டு குடுப்பா, அப்படியும் இல்லனா புண்ணியமா போகட்டுமேனு நானே கைத்துட்டப் போட்டு குடுத்திருவன். ஏதோ நம்மளால இயன்ற உதவி அம்புட்டுத்தான்'

எல்லா அறைகளும் பூட்டிக்கிடந்தன. ஐந்தாம் எண் அறையை உற்றுப்பார்த்தான். பெரிய பூட்டு தொங்கியது. கருத்தமுத்து பெருமூச்சு விட்டான். நேரமாகி விட்டபடியால் அவக்தவக்கென்று புறப்பட்டான்.

'டேய்... முத்து சாயங்காலம் வெள்ளனே வந்திரு. இங்க வந்து சாப்பிட்டுக்கிறலாம்டே'

கொஞ்சம் தாமதமாகப் போனாலும் சொல்லிக்கொள்ளலாம் என்றாலும் அவன் வேகமாக எட்டு வைத்தான். அவக்தவக்கென்று இசக்கியம்மன் கோயில் தெலாக் கிணற்றில் குளித்தான். அரியான் தட்டுப்படுகிறானா என்று சுற்றிலும் ஒரு பார்வை பார்த்தான். தான் கன்னியாஸ்திரி மடத்துக்கு இரவு படுக்கப்போகும் விஷயத்தை சொல்லலாம் என நினைத்தான், தட்டுப்படவில்லை. தன்னுடைய பெட்டியின் மேல் தயாராய் மூடி வைக்கப்பட்டிருந்த காலை உணவை வேக வேகமாகச் சாப்பிட்டான். ஓட்டமும் நடையுமாகப் போய் வகுப்பில் உட்கார்ந்தான்.

பிரார்த்தனைக்காக முழந்தாளிட்டிருந்த ஏஞ்சலின் மனசில் புயலடித்தது. பாண்டியன் வாத்தியார் நினைவில் வந்தார். போகும் போது தன்னை சிஸ்டர் என்று சொல்லாமல் ஏஞ்சல் என்று பெயர் குறிப்பிட்டுப்போன கருத்தமுத்து நினைவில் ஆடினான். தன்னை பெயர் சொல்லி அழைக்க யாரும் முன்வரவில்லை. என் பெயரே

சிஸ்டரா. சக சிஸ்டர்களும் சிஸ்டர் என்றே ஒருவரையொருவர் அழைத்துக்கொள்கிறார்கள். தன் பெயர் தனக்கே மறந்துவிடுமோ என்று நினைத்துப் பார்த்தாள். பெண்மைக்கே உரிய வண்ண வண்ண ஆடைகள், விதவிதமான பூக்கள், வாசனைகள், சுக துக்கங்கள், பாட்டு, நடனம், அழகிய கூந்தல் இதையெல்லாம் மறக்கவா தியானம். ஐம்புலன்கள் எதற்காக ஆண்டவரே படைத்தீர். என் பெயருக்கு ஒரு மாற்றுப் பெயரையாவது கொடுக்கக் கூடாதா ஆண்டவரே.

பாதிரியின் பிரசங்கம் சத்தமாய் எதிரொலித்தது. முழந்தாளிட்டிருந்த அனைவரும் தரையில் அமர்ந்தனர். பிரசங்கத்தை உற்றுக்கேட்டாள் ஏஞ்சல். 'தன் தோழருக்குக் குடிக்கக் கொடுத்துத் தன் துருத்தியை அவர்களண்டையில் வைத்து, அவர்களுடைய நிர்வாணங்களைப் பார்க்கும்படிக்கு, அவர்களை வெறிக்கப் பண்ணுகிறவனுக்கு ஐயோ!'

'நான் என் கண்களை ஏறெடுத்துப் பார்த்தபோது, இதோ, நாலு கொம்புகளைக் கண்டேன். மீண்டும் கண்களைத் திறந்தபோது, இதோ, தன் கையிலே அளவுநூல் பிடித்திருந்த ஒரு புருஷனைக் கண்டேன். நீர் எவ்விடத்திற்குப் போகிறீர் என்றேன். ஒவ்வொரு மனுஷருடைய மனசின் ஆழ அகலங்களை அளந்து அறியப் போகிறேன் என்றார். ஒரு ஸ்திரியானவள் ஆணையோ, ஒரு ஆண் ஸ்திரியையோ காம இச்சைகொண்டு பார்த்தால் அவர்களுக்குள் விபச்சாரம் நடந்தாயிற்று.'

ஏஞ்சல் திடுக்கிட்டாள். முகம் சுருங்கிப்போயிற்று. பிரசங்கம் முடியுமுன்னே கோவிலைவிட்டுப் புறப்பட்டாள். கோவிலுக்கு வெளியே குளிர்ந்த காற்றை சுவாசித்தாள். குளிர்ச்சி என்பது கோவிலுக்கு வெளியேதான் போலும் என்று நினைத்துக்கொண்டாள். மீண்டும் தன் அறையின் வெறுமையான வெக்கைக்காற்றை உணர்ந்தாள். மின்விசிறி வேகமாகச் சுழன்றும்கூட வெக்கை குறைய வில்லை. வாசலுக்கு இருபக்கமும் ஜன்னல். மற்ற மூன்று பக்கமும் சுவர் மட்டுமே. இந்த வெக்கை தன்னிடமிருந்து உருவாகி தானே வெளியேற்றும் வெக்கை என்பதையும், கன்னியாஸ்திரிகளின் அறைகளில் குளிர்ச்சிக்கு இடமேது என்றும் நினைத்துக்கொண்டாள். பாமா சிஸ்டர் உடுப்பைக் கழற்றிவிட்டுத் துறவை துறந்துவிட்டுப் போனபோது தன்னிடம் சொன்ன வார்த்தைகளை மெல்ல அசை போட்டாள்.

'ஏஞ்சல், மூக்கணாங்கயிறுடன் வாழ்ந்துதான் மோட்சத்துக்குப் போக வேண்டுமென்றால், அந்த மோட்சம் எனக்குத் தேவையில்லை. நான் இன்று முதல் மூக்கணாங்கயிறு இல்லாத வாழ்வை வாழப்

போகிறேன். என் மோட்சத்தை நானே உருவாக்குவேன்'

செந்தூர் வந்ததையோ அவன் வாசலில் நிற்பதையோ கதவு உட்பக்கம் தாழிடப்படாமல் பப்பளப்பளார் என்று திறந்து கிடப்பதையோ அவள் கவனிக்கவில்லை. அறையில் நிழலைப்போல் இலேசான இருள் பரவியபோதுதான் வாசலில் செந்தூர் நிற்பதைப் பார்த்தாள். அவக்தவக்கென்று எழுந்து வாசலுக்கு வந்தாள்.

'அம்மா எல்லாரும் சாப்பிட்டுப் போயாச்சு, நீங்க மட்டும்தான் சாப்பிடல, பாத்திரம் தேய்க்கிற பாட்டி சொல்லுச்சு'

'செந்தூர் எனக்கு இன்னைக்கு ஒன்னும் வேண்டாம்ப்பா'

'என்னம்மா ஒடம்புக்கு முடியலையா'

'ஒடம்பு நல்லாயிருக்கு, மனசு சரியில்ல செந்தூர்'

'என்னம்மா இப்படி சொல்றீங்க'

'இன்னைக்கு அம்மாவும் அப்பாவும் பாக்க வர்ராங்க செந்தூர், அதுதான் காலையிலருந்து கொஞ்சம் டல்லாருக்கு'

'குடிக்க ஏதாவது கொண்டாரட்டுமாம்மா'

'இல்ல, செந்தூர் எதுவும் வேண்டாம், பசி இல்லப்பா'

செந்தூர் தன் கைகளை அகலமாக வீசி பெண்ணைப் போலவே மார்பை துண்டால் இழுத்து இழுத்து மூடிக்கொண்டு சமையல் கூடத்திற்குப் போனான். ரோசம்மா கிழவி பாத்திரம் கழுவிக் கொண்டிருந்தாள்.

'பாட்டி, ஏஞ்சல் சிஸ்டருக்கு காலை சாப்பாடு வேண்டாமாம். ஒன்னோட பாத்திரத்துல எடுத்து வச்சுக்கோ'

'எதுக்கு சாப்பாடு வேண்டாமாம்'

'மனசு சரியில்லையாம்'

'அதுக்கு வயித்தப் பட்டினியாப் போட்டா மனசு சரியாயிருமா, ராவுல கனைக்கிற குராலுக்குக் கிடாய்தான் மனசாத்துமா, மேயாம பட்டினி கெடந்தா மனசாறுமா'

'யேய்... கெழவி இப்ப பேசாம பாத்திரம் கழுவப் போறயா இல்ல பொட்டணத்த கெட்டிட்டு வீட்டுக்குப் போகப்போறயா'

'செந்தூரு எனக்கு இந்த மடம் இல்லனா சந்த மடம், அதுக்காக நெசத்தச் சொல்ல எதுக்குப் பயப்படணும். தலையணையை மாத்திப் போட்டாப்புல மண்டையடி தீர்ந்திருமா'

ரோசம்மா பாட்டி இது மாதிரி அதிரடியாகப் பேசுவது புதிதல்ல.

அவளைச் சீண்டிப் பேசவைப்பதே செந்தூரானுக்குப் பொழுது போக்கு. புருஷனைத் தூக்கி எறிந்துவிட்டு துணிந்து வேறு ஒருவனை கைப்பிடித்து பின்னர் அவனையும் வேண்டாமென்று நிராகரித்து விட்டுத் தன்னந்தனியாக வாழ்பவள். மகள் தன் வீட்டுக்கு வரும் படியும், மகன் தன்னுடன் வந்து இருக்கும்படியும் கூப்பிட்டாலும் தன்னந்தனியே வாழ்பவள்.

'என்னால என்னைக்குத் தனியா எந்திரிச்சு நடமாட முடியலையோ, ஒன்னுக்கு ரெண்டுக்குப் போகமுடியலையோ அன்னைக்கி பத்தனா பாட்டலக் குடிச்சிட்டு பேசாம படுத்துறனும். யாருக்கும் தொந்தரவா இருக்கக்கூடாது'

'எதுக்குப் பாட்டி சாகணும், அதுதான் மகள், மகன் எல்லாரும் இருக்காகல்ல பாக்கமாட்டாகளா'

'அவுகெல்லாம் சின்னஞ்சிறுசுக, எத்தன இருந்தாலும் ஒரு நேரம் இல்லனா ஒருநேரம் முகஞ்சுளிப்பாக. யாருக்கும் இடஞ்சல் இல்லாம நல்லபடியா போயி சேந்துறனும். இனிமேப்பட இருந்து என்ன செய்யப்போறம், சக்கையைச் சொமந்துக்கிட்டு எதுக்கு அலையனும் பூமிக்குப் பாரமா'

'பாட்டி ஓம் பேரு ரோசம்மானு சொல்ற நீ இந்துவா, வேதமா'

'எல்லாப் புழுலயும் பாத்தாச்சு, எல்லாப் புழுலும் ஒன்னு போலதான் இருக்கு, மொதப் புருஷன் வேதக்காரன். ரெண்டாம் புருஷன் இந்து. ரெண்டு பேருமே சரியில்லனுதான வெரட்டிட்டன், ரெண்டு பயலும் சரியில்ல'

'மூணாவதா ஒன்ன பாக்கக்கூடாது'

'வெயசு போயிருச்சு, இல்லனா பாத்திருப்பேன்'

'ரெண்டு புருஷனும் சரியில்லங்க, பெறகு எப்படி பாட்டி கொழந்த பெத்த, சொல்லு பாப்பம்'

'அவங்க ரெண்டு பேர் இல்லனா கொழந்த பெற முடியாதா? சாவி அவங்க கையிலயா இருக்கு, பூட்டவும் திறக்கவும். வேணும்னா பெத்துக்கிற வேண்டியதுதான்'

ஊருக்குள் எது நடந்தாலும் ஊமையனுக்குத் தெரியும் என்பது சொலவடை. அதுபோல் கன்னியாஸ்திரி மடத்தில் சமையல்காரனாக இருபதாண்டுகளாக வேலைபார்க்கும் செந்தூருக்கு மடத்துக்குள் தும்முவதும் துரத்துவதும்கூட தெரியும். ஆனால் எந்தவொரு தும்மல் சத்தத்தையும், துரத்தல் சத்தத்தையும் அவன் கேட்டதாகவோ தனக்குத்

தெரியுமென்றோ காட்டிக்கொண்டதில்லை. எல்லா சிஸ்டர்களும் நினைத்துக்கொண்டிருப்பது மாதிரி ஒரே ஒரு செந்தூர் அல்ல. ஒவ்வொரு சிஸ்டருக்கும் அவன் வேறுவேறு செந்தூர் என்பது அவனுக்கு மட்டுமே தெரியும்.

சிஸ்டர்களின் அழுது சிவந்த கண்களையுடைய முகத்தை அவனால் அடையாளம் காணமுடியும். யாரிடம் சிரித்துப் பேசவேண்டும், யாரிடம் சிரிக்காமல் பேசவேண்டும், எவ்வளவு பேசவேண்டும், எப்படிப் பேசவேண்டும், யாரெல்லாம் நம்மிடம் மனம்விட்டுப் பேசுபவர்கள் என்பதை செந்தூர் அறிவான். சிலரிடம் நடித்துப் பேசவும் கற்றுக்கொண்டான். ஏனெனில் இவன் முன்னால் நடிப்பவர் களும் உண்டு. ஒரு சில வெகுளிகளும் உண்டு, ஏஞ்சல் மாதிரி.

இங்கிருக்கும் அத்தனை கன்னியாஸ்திரிகளையும்விட பெரிய கன்னியாஸ்திரி செந்தூரரான். தன் உடலில் ஆண் தன்மை குறைந்து பெண் தன்மை கூடியபோது ஊரைவிட்டு வெளியேறி, சமையல் தொழிலுக்குப்போய் கொஞ்சங் கொஞ்சமாக சமையலைக் கற்றுக் கொண்டு பல இடங்களில் வேலை செய்து எப்படியோ இங்கு வந்து சேர்ந்தவன். தன்னை வீட்டைவிட்டு யார் விரட்டினார்களோ அவர் களிடம்தான் தன்னுடைய சம்பளம் முழுவதையும் கொடுக்கிறான். வீட்டைவிட்டு விரட்டப்பட்ட சம்பவத்தை நினைவு கூர நேர்ந்தால் சிரித்துக்கொண்டே சொல்வான்.

‘குயில் குஞ்சுனு தெரிஞ்ச உடனே காக்கா தன் கூட்டைவிட்டு அந்தக் குஞ்சை விரட்டி விட்ரும்னு சொல்றாங்களே, அது மாதிரி நான் குயில் குஞ்சி. தவறிப்போயி காக்கா வவுத்துல பெறந்திட்டன், அது தான் எங்காத்தா என்னய வெரட்டிட்டா. அதுக்காகப் பெத்தவள மறக்க முடியுமா?’

காக்கையால் விரட்டப்பட்ட குயில் குஞ்சு வளர்ந்து குயிலாகி கூவியபோது அண்டங்காக்கையின் விகாரக் குரல் நாசகாரமாய் ஒலித்தது. வனமெங்கும் காக்கையின் கரகரத்த குரலை ஒலித்துக் கொண்டு திரிந்த குயில் தனிமைப்பட்டது. வனத்தின் அத்தனை பறவைகளும் அததுக்கு உரிய குரலுடன் கூவும்போது குயில் மட்டும் காக்கையின் குரலோடு மருண்டலைந்தது. நாளா வட்டத்தில் தன்னைத் தாங்கிப்பிடித்து உட்காரவைத்து நிழல் தந்த தாயின் மடியான மரக்கிளைகளே தன்னை வெறுத்தொதுக்கிய போதுதான் நமக்கு இனிமேல் மரம் சொந்தமில்லை, வனமும் சொந்தமில்லை. மரமும் வனமும் வெவ்வேறா? அந்தக் குயில் தன் வீட்டைவிட்டு வெளியேறியது.

எப்படியோ பறந்து தத்தித் தத்திச் சென்று வயிற்றுப் பசிக்காக ஓசிச்சோறு சாப்பிட கல்யாணப் பந்தியில் உட்கார்ந்தது. தன் அலங்காரம் பார்த்து, குரல் பார்த்து அருகே யாரும் அமரவில்லை. அனைவருமே வல்லுருக்களைப் போல் கண்உருட்டி வேட்டைப் பார்வை பார்த்தனர். நிலைமையை உணர்ந்துகொண்ட சமையல் மாஸ்டர் ஒரு ஆட்காட்டிப் பறவையைப் போல வந்து தோள் தொட்டுத் தூக்கி தன்னுடன் கூட்டிச்சென்றார். அதன் பின்னரே வல்லூறுகள் சாப்பிட உட்கார்ந்தனர். சமையல் மாஸ்டர் கிட்டய்யர் ஆள்காட்டி பறவை மட்டுமல்ல. தன் குஞ்சுகளுக்குத் தொண்டைக் குள்ளிருந்து கக்கி இரையூட்டும் தாய்ப்பறவையைப் போல. சமையல் கூடத்தில் தனியே அமர வைத்து உணவு பரிமாறினார்.

ரொம்ப நாளைக்குப் பிறகு தன் தாயைப் போல சோறு பரிமாறும் கிட்டய்யரைப் பார்த்துக் கண்ணீர்விட்டான் செந்தூர். தன்னை விரட்டிய தாயையே தன் முன்னால் கிட்டய்யராகப் பார்த்தான். வயிறு நிறைந்தது மாதிரியே மனசும் நிறைந்தது. அண்டங்காக்கையின் கரகரத்த குரலைச் சுமந்து திரியும் அந்தக் குயிலுக்கு வனத்திலே மரத்திலே இடம் மறுக்கப்பட்ட போது கிட்டய்யர் தன் அகத்தில் சேர்த்துக்கொண்டார்.

சில வருடங்களிலேயே செந்தூரான் குருவை மிஞ்சும் ஏகலைவனாக மாறிவிட்டான். கிட்டய்யரின் அத்தனை சமையல் கலைகளையும் கற்றுக்கொண்டான். தினமும் அவர் காலில் விழுந்து ஆசீர்வாதம் வாங்கினான். தான் வாங்கி வைத்திருந்த அத்தனை வரத்தையும் ருசியாக மாற்றி செந்தூரானிடம் கையளித்தார் கிட்டய்யர். செந்தூரானைப் பற்றியும் கிட்டய்யரைப் பற்றியும் சமூகம் என்னென்னமோ பேசியது. இருவரும் கொஞ்சம்கூட கவலையே படவில்லை. உப்பும் ருசியும் போல் பிரிக்க முடியாதபடி ஒட்டிக் கொண்டார்கள்.

அப்போஸ்தலர் ஒருவரின் பிறந்த நாளுக்காக சமையல் செய்ய போயிருந்தார் கிட்டய்யர். அப்போதுதான் தன்னிடம் கன்னியாஸ்திரி மடத்துக்கு நம்பிக்கையான சமையல்காரர் ஒருவர் தேவை என்று கூறப்பட்டது. கேட்டவுடன் அடுத்த நொடியே முதுகில் தொங்கும் தன்னுடைய அம்பாராவிலிருந்து செந்தூரான் என்னும் அம்பை உருவி கன்னியாஸ்திரி மடத்திடம் ஒப்படைத்தார்.

அம்பைப் பெற்றுக்கொண்ட கன்னியாஸ்திரிகளுக்கு ஏக சந்தோஷம். கூர்மழுங்கிய முனை இல்லாத அம்பைப் போன்ற அம்பு.

வில்லில் நாண் ஏற்றமுடியாது. அப்படியே ஏற்றி எய்தாலும் சேதாரத்தை ஏற்படுத்த முடியாத கூர் மழுங்கிய அம்பு. குத்திக் குடைந்து இரத்தம் ஒழுக மறுபுறம் வெளியேறி உயிர் பறிக்கும் கலை தெரியாத அம்பு. பெண்ணுரு கொண்டு பீஷ்மரின் முன்னால் நின்ற சிகண்டியாய் செந்தூரான். கன்னியாஸ்திரிகளின் விளையாட்டுப் பொம்மை. பெண்மைகளும், பெண்மையைப் போன்ற பெண்மையும் இரண்டறக் கலந்துவிட்டன. செந்தூரானின் சமையல் ருசியில் சொக்கிப் போனார்கள் கன்னியாஸ்திரிகள். ஆண்பெண் இரண்டும் ஒன்றாகக் கலந்த வித்தியாசமான ருசி மணத்தது கன்னியாஸ்திரிகளின் மடம் முழுவதும். சமையல் மூலம் காமத்தைக் குறைக்கும் வாத்ஸ்யா சாஸ்திரம் எய்யும் கலையையும் கிட்டய்யர் செந்தூரானுக்கு மட்டும் சொல்லிக் கொடுத்திருந்தார்.

சாயங்காலம் கருத்தமுத்து கன்னியாஸ்திரி மடத்துக்குள் வந்து கொண்டிருந்தான். வழக்கம்போல் ஏஞ்சல் சிஸ்டரின் ஐந்தாம் நம்பர் அறை பூட்டப்பட்டிருந்தது, ஆனால் பூட்டுத் தொங்கவில்லை. உள்ளே இருப்பாள் என்று நினைத்தபடியே சமையல் கூடத்திற்கு நடந்தான். கூடத்திற்குள் ஏஞ்சலின் பேச்சு சத்தம் தெளிவாய் கேட்டது. அப்படியே வாசலில் நின்றான்.

'வாங்க சிஸ்டர் என்னவேணும்'

'ஒன்னும் வேணாம் செந்தூர், இன்னக்கி என்னயப் பாக்க எங்க அம்மா அப்பா வந்தாங்க'

'அப்படியாம்மா, சந்தோஷம், நல்லாயிருக்காங்களா'

'நல்லாயிருக்காங்க செந்தூர், இந்தா இத நீ வச்சுக்க'

'என்னதும்மா இது பெரிய பொட்டலமா இருக்கு'

'எனக்கு எள்ளு மாவுனா ரொம்பப் புடிக்கும். அதான் வீட்ல செஞ்சு அம்மா கொண்டாந்திருக்கா'

'அப்படியாம்மா எனக்கும் எள்ளுருண்டைனா உசுரு, இவ்வளவு எதுக்கும்மா'

'இங்க முத்துனு ஒரு பையன் இப்ப கொஞ்ச நாளா ஒன்னோட இருக்கானே அவனுக்கும் ரெண்டு குடு செந்தூர்'

'சரிம்மா இப்ப முத்து வருவான், குடுக்கிறேன்மா'

உரையாடல் முழுவதையும் கவனமாகக் கேட்டுக்கொண்டிருந்த கருத்தமுத்து தலை காட்டவும் ஏஞ்சல் எதிரே வரவும் சரியாயிருந்தது. ஏஞ்சலுக்கு பின்னால் செந்தூரான் நின்றுகொண்டிருந்தான்.

‘ஸ்தோத்திரம் சிஸ்டர்’

‘ஸ்தோத்திரம் முத்து, ஒனக்கு மாவு குடுத்திருக்கேன் செந்தூரான் கிட்ட இருக்கு வாங்கிக்கோடா’

‘..........’

‘என்னடா ஒன்னும் பேசாம நிக்க’

‘மாவு இருக்கட்டும் சிஸ்டர் எதுக்காக அழுதிருக்கீக’

‘அழுதிருக்கனா? நானா? டேய், ஒனக்கு என்ன பைத்தியமாடா’

‘செந்தூரண்ணே கன்னியாஸ்திரிக பொய் சொல்லலாமா’

ஏஞ்சல் சிரித்துக்கொண்டே வேக வேகமாகப் போய் உட்கார்ந்து அறைக்கதவை சாத்தித் தாழ்ப்பாள் போட்டுக்கொண்டாள். அவளுக்கு அழுகையை அடக்க முடியவில்லை. எவ்வளவு நேரம் செந்தூரானிடம் பேசிக்கொண்டிருந்தோம். தன் முகத்தில் அழுததற்கான தடயத்தை கண்டுபிடிக்கவில்லையே. முத்து பார்த்த மாத்திரத்தில் ஒரே நொடியில் தான் அழுததைக் கண்டுபிடித்துவிட்டானே. எப்படி சாத்தியம். அவளால் புரிந்துகொள்ள இயலவில்லை.

அப்படியென்றால் செந்தூரானுக்கு இருப்பதும் கருத்தமுத்துக்கு இருப்பதும் வெவ்வேறு கண்களா? இல்லையென்றால் வெவ்வேறு பார்வைகளா? புறத்தை மட்டுமா பார்த்தது செந்தூரானின் கண்கள். அகத்தை ஊடுருவிப் பார்க்கும் சக்தி இந்தச் சிறுவனுக்கு எப்படி எங்கிருந்து வந்தது. செந்தூரானின் பார்வை காதலோ காமமோ அற்ற வாஞ்சைப்பார்வை. கருத்தமுத்துவின் பார்வை காதலும் காமமும் நிறைந்த காந்தப்பார்வை. பெண்ணுடலை சல்லடையாக்கி ஊடுருவி உடம்பையும் மனசையும் அறியும் கழுகுப்பார்வை. எட்ட முடியாத உயரத்தில் பறந்துகொண்டே தரையில் ஊர்ந்து செல்லும் சுண்டெலியின் அசைவை உற்றுநோக்கி கணப்பொழுதில் தூக்கிச் செல்லும் பசி நிறைந்த பார்வை.

ஏஞ்சல் தன் அம்மா அப்பா வந்ததையும், தான் அழுததையும் நினைத்துப் பார்த்தாள். இருவரும் வந்து தன் முன்னால் நின்ற உடனேயே அம்மாவின் முகத்தை ஏறிட்டுப் பார்த்தாள். இரண்டு கண்களும் கொவ்வைப் பழம் போல் சிவந்திருந்தன. முகமே களையிழந்து குராவிப் போய், அப்பா முகமும் வழக்கம் போல் இல்லை. ஒரு வேளை உடல்நிலை சரியில்லையோ, அல்லது ஊரில் வேறு ஏதாவது சோக நிகழ்வுகள் நடந்திருக்குமோ, குழம்பியபடியேதான் ஏஞ்சல் இருந்தாள். தனக்கு ஆசையாய் கொண்டு வந்திருந்த பண்டங்களை

எல்லாம் பிரியமாக வாங்கிக்கொண்டாள். சிறு குழந்தையைப் பார்ப்பது போல் அம்மாவும் அப்பாவும் தன்னைப் பார்ப்பதை எண்ணிச் சங்கடப்பட்டாள்.

அம்மாதான் உம்மென்று இருக்கிறாள் என்றால் அப்பாவும் இப்படி இருக்கிறாரே என்று சற்றே குழம்பினாள். பஸ் ஸ்டான்டில் வந்திறங்கியவுடனே டொமினிக் வாத்தியார் தன் மனைவி ஆரோக்கிய மேரிக்கு மல்லிகைப் பூச்சரம் ஆசையாய் வாங்கிவந்து கொடுத்திருக்கிறார்.

'என்ன மேரி பூ வைக்க ரொம்ப யோசிக்க'

'..........'

'எதுக்கு கையில வச்சிட்டு இப்பிடி தெகைக்க'

'..........'

'நான் யாரடி கேக்கன், காதுல ஏறுதா இல்லையா சாத்தான'

'எனக்குப் பூவும் வேணாம் ஒன்னும் வேணாம்'

ஆரோக்கியமேரி வீசியெறிந்த மல்லிகைப் பூச்சரம் சாக்கடைத் தண்ணியில் பொத்தென்று விழுந்தது. டொமினிக் வாத்தியாருக்குக் கோபம் பொத்துக்கொண்டு வந்தது. கன்னத்தில் ஓங்கி ஒரு அறை விட்டார்.

'எதுக்குங்க என்னைய அடிக்கீங்க, ஆசை ஆசையா வளர்த்த பொம்பளப் புள்ள மத்த புள்ளைகளப்போல குடும்பம், புள்ள குட்டினு இருந்தா சந்தோஷப்படலாம். ஒரு கூடை பூவைக்கூட தலையில வச்சிட்டு சீவி சிமிட்டி சிங்காரிச்சு சந்தோஷமா சிரிச்சமானக்கி அவ முன்னால போயி நிக்கலாம். பாவங்க அவளே அறுதலியைப் போல சன்னியாசியா இருக்கா, அவ முன்னால போயி நான் பூவும் பொட்டுமா நின்னா அவ மனசு என்ன பாடுபடும்'

டொமினிக் வாத்தியார் தலையில் இடியாய் இறங்கியது தன் மனைவி ஆரோக்கியமேரியின் பேச்சு. வீட்டில் புறப்படும் போதே விலை உயர்ந்த நல்ல சேலையை உடுத்தாமல் சாதாரண சேலையை உடுத்தியது, தன்னை வெகு நேரம் அலங்கரிக்காமல் சட்டுப்புட்டுனு கிளம்பியது. முகங்குராவி சுதாரிப்பு இல்லாமல் இருந்தது போன்ற செயல்களை எண்ணி மேரியை அறைந்ததற்காக வருத்தப்பட்டார். பெண்ணின் மனசை தன்னால் உணர்ந்துகொள்ள முடியாமல் போனதற்காக வருந்தினார்.

14

இந்தக் கதையை எல்லாம் கேட்டுக்கொண்டிருந்த ஏஞ்சல் சிஸ்டர் மனம் வருந்தினாள். தன்னால் தன் அம்மாவை சந்தோஷப்படுத்த இயலவில்லையே என்று எண்ணினாள்.

'இதுக்கெல்லாம் எதுக்கம்மா அழற, தேவனுடைய சித்தம் எப்படியோ அந்தப்படியேதான் நடக்கும், அதுதான் ஆண்டவருடைய கட்டளை'

'ஒஞ் செட்டு புள்ளைக பூராவும் புள்ளைக் குட்டிகளோட புருஷன் பொஞ்சாதியாப் போறதப் பாத்தா பெத்த வகுறு பத்தி எரியுதுடி, தோப்புக்கு நடுவுல பட்டுப்போன ஒத்த மரமா நிக்க'

ஆரோக்கியமேரி அழுகையைக் கட்டுப்படுத்த முடியாமல் விம்மினாள். அம்மா அழுவதைப் பார்த்ததும் ஏஞ்சலின் கண்களில் கண்ணீர் பிதுங்கியது. அவளுக்கு இலேசாய் கண்ணைக் கட்டியது. அழுகையை அடக்கினாள். சற்றும் எதிர்பார்க்கவில்லை. கதவு இலேசாகத் தட்டப்பட்டது. வாத்தியார் கதவைத் திறந்தார். செந்தூர் நின்று கொண்டிருந்தான்.

'ஏஞ்சலம்மா இதுல காப்பி இருக்கும்மா, அம்மாவுக்கும் அப்பாவுக்கும் ஊத்திக் குடுங்க'

காப்பியை வாங்கிய ஏஞ்சல் சிஸ்டரின் முகத்தை உற்றுப் பார்த்தான் செந்தூர். நொடிப்பொழுதில் கண்டுபிடித்துவிட்டான். ஆனால் எதையும் கண்டுகொள்ளாமல் உடனடியாக அந்த இடத்தைவிட்டு வேகமாக வெளியேறி சமையல் கட்டுக்கு நடந்தான். இதுமாதிரி எத்தனை கன்னியாஸ்திரியின் அழுகையைப் பார்த்திருக்கிறான் செந்தூர். கன்னியாஸ்திரிகளுக்கு வரும் ஒவ்வொரு கடிதமும் அழுகையைச் சுமந்துகொண்டுதான் வந்தன. இதில் ஒரு பெரிய முரண் என்னவென்றால் சாவுச் செய்தி வந்தாலும் அழுகை. கல்யாணச் செய்தி வந்தாலும் அழுகை. மலரைப் போன்ற மணக்காத மலர்கள், அலையற்ற கடல், வெள்ளை வெளேர் காகிதப் பூ. கண்ணில் விழுந்த தூசியின் உறுத்தலாய் சதா உறுத்திக்கொண்டிருக்கும் காமம், தகிக்கும் உஷ்ணம், பெருமூச்சு, அடக்கியே வாழும் வாழ்வு, தியானம், ஜெபம், பிரார்த்தனை, சிலுவை, கர்த்தர், தேவன், மோட்சம், நரகம், பாவம், பாவ மன்னிப்பு, மீண்டும் பாவம், மீண்டும் பாவ மன்னிப்பு.

டொமினிக் வாத்தியாரும் ஆரோக்கியமேரியும் போனவுடன் தான்

தனித்து விடப்பட்டதைப் போல் உணர்ந்தாள். இவ்வளவு நாளும் இல்லாத தனிமை இப்போது மட்டும் வந்து கவ்விக்கொள்வது ஏன்? கர்த்தரே மாதாவே என் மனசை சாந்தப்படுத்து. அவள் ஜெபங்களை உச்சரித்துக்கொண்டே கர்த்தர் படத்தின்முன் மண்டியிட்டாள். கைகளில் ஜெபமாலை பைபிள் வசனங்களை முணுமுணுத்தாள்.

'தேவனே, என் ஜெபத்தைக் கேட்டருளும். என் விண்ணப்பத்திற்கு மறைந்திராதேயும் எனக்குச் செவி கொடுத்து உத்தரவு அருளிச் செய்யும். சத்துருவின் கூக்குரலினிமித்தமும், துன்மார்க்கர் செய்யும், இடுக்கத்தினிமித்தமும், என் தியானத்தில் முறையிடுகிறேன். என் இருதயம் எனக்குள் வியாகுலப்படுகிறது. மரணத்திகில் என்மேல் படிகிறது. பயமும் நடுக்கமும் என்னை உலுப்புகின்றன, அருக்களிப்பு தினம் என்னை மூடுகிறது. எனக்குப் புறாவைப் போல் சிறகுகள் இருந்தால் பறந்துபோய் இளைப்பாறுவேன். நான் வெகு தூரத்தில் அலைந்து திரிந்து வனாந்திரத்தில் தங்கியிருப்பேன். பெருங்காற்றுக்கும் புயலுக்கும் தப்ப தீவிரித்துக்கொள்ளுவேன். என் மனச் சஞ்சலம் இரவும் பகலும் என் மனசெனும் மதில்மேல் சுற்றித் திரிகிறது. வாதை அதன் நடுவில் இருக்கிறது, கேடுபாடுகள் நடுவில் இருக்கிறது. என்னை நிந்திக்கிறவன் சத்துரு அல்ல, அப்படியிருந்தால் சகிப்பேன். எனக்கு விரோதமாய் பெருமை பாராட்டி இகழ்பவன் என் பகைவன் அல்ல. அப்படியிருந்தால் நான் மறைந்திருப்பேன் அல்லது உதாசீனப்படுத்தியிருப்பேன். எனக்கு சமமான மனுஷனும், என் வழிகாட்டியும், என் தோழனுமாகிய நீயே அவன். நான் ஒருமித்து இன்பமான ஆலோசனைபண்ணி, கூட்டத்தோடு கூட்டமாகத்தான் தேவாலயத்துக்குள் நுழைகிறேன். அந்தி சந்தி மத்தியான வேளைகளிலும் நான் தியானம்பண்ணி முறையிடுகிறேன். கர்த்தர் என் சத்தத்தைக் கேட்பார். என் ஆத்துமாவை சமாதானத்துடன் மீட்பார். நாரசமாய் என் செவிகளில் வந்து ஒலிக்கும் தேவனின் மணியோசை இனிமேல் இன்பமாய் ஒலிக்கட்டும். கோபுரத்தில் கூட்டமாய் பறந்தலையும் புறாக்களின் இறக்கைவீச்சு என்னில் புயலாய் உருக்கொள்கிறது. விசிறிகொண்டு வீசும் மென் அசைவைப் போல் புறாக்களின் சிறகசைப்பை எனக்கு மாற்றிக்கொடு, புயலாய் உருக் கொள்ளும் தகிப்பின் சாரத்தை உறிஞ்சிக்கொள், சாமத்தின், நிலவொளியை மறைத்து நட்சத்திரங்களை மறைந்து போகப் பண்ணுவாயாக. பாவங்களைச் சுமந்தலையும் ஸ்திரிகளுடன் என்னைச் சேர்த்துவிடாது கருணை காட்டும் பிதாவே. கறைகளைப் போல் படிந்துவிட்ட அறியாப் பாவங்கள் அனைத்தையும்

சுத்தப்படுத்தி, தெளிந்த நீரோட்டமாய் என் மனசை மாற்றி அருளும். ஆமென்.'

மனசு இலேசானது மாதிரி உணர்ந்தாள் ஏஞ்சலின். எங்கேதான் ஒளிந்து கிடக்கின்றனவோ நினைவுகள். சமயம் கிடைக்கும் போதெல்லாம் முள்ளாய் தைக்கிறது. போனவாரம் பாண்டியன் வாத்தியார் வந்துபோனதை மறக்க முயன்று தோற்றுப்போனாள். ஏற்கனவே தான் இன்ன கிழமை இத்தனை மணிக்குப் பார்க்க வருகிறேன் என்று கடிதம் எழுதியிருந்தார். தான் கன்னியாஸ்திரி ஆனவுடன் கடிதங்கள் எழுதத்தொடங்கினார். பெரியம்மா மகன் அண்ணன் உறவுமுறை என்ற போர்வையில் தனியாக வந்து சந்தித்து நலம் விசாரித்துப் போனவர். அப்புறம் கல்யாணமாகி மனைவியுடன் வந்து பார்த்துவிட்டுச் செல்வதை வழக்கமாக்கிக் கொண்டிருந்தார். இப்போதும் முதன் முறையாகத் தன்னுடைய குழந்தையை என்னிடம் காட்டுவதற்காக புருஷனும் பொண்டாட்டியும் கொண்டு வருகிறார்கள்.

ஏஞ்சலின் அறையில் இதுவரையிலும் படாத புதிய ஒளி ஒன்று பரவியது. அந்த ஒளி புதிய வாசனையையும் சுமந்து வந்தது. குழந்தையின் மனத்தையும், ஸ்பரிசத்தையும் ஏஞ்சல் நுகர்ந்தாள். உணர்ந்தாள். ஒவ்வொரு நாள் காலையிலும் பூசையின் முடிவில் பயபக்தியுடன் மண்டியிட்டு சிரம் தாழ்த்தி நாக்கு நீட்டிப் பெற்றுக் கொள்ளும் புனித அப்பத்தைப் போல் குழந்தையை இரு கையேந்தி வாங்கினாள். பெண்மைக்கே உரிய தாய்மை விழித்துக்கொண்டது. உச்சி முகர்ந்தாள், ஆசீர்வதித்தாள். இந்த சந்தோஷப் புன்னகை ஏஞ்சலிடம் எங்கே ஒளிந்துகிடந்தது இத்தனை நாளும்.

அப்போதுதான் பூத்த சிகப்பு ரோஜாப் பூவை கைமாற்றிக் கொள்வதைப்போல் இரண்டு அம்மாக்களும் கைமாற்றிக் கொண்டார்கள். கொழு கொழுவென்றிருந்த அக்குழந்தை காலுதைத்து சிரித்தது. ஏஞ்சல் குழந்தையிடமிருந்து வரும் அந்த அபூர்வ வாசனையை நுகர்ந்து கொண்டிருந்தாள். பாண்டியனின் வாசனையை பிரித்தறிய இயலவில்லை.

'பாண்டியன் என்ன பேரு வச்சிருக்க'

'என்ன பேரு வைக்கலாம் நீயே சொல்லேன்'

'எனக்கென்ன தெரியும் நிய்யிதான் முடிவு செய்யனும்'

'ஏற்கனவே பேரு வச்சாச்சு ஏஞ்சல்'

‘அப்பிடியா, சொல்லவே இல்லையே, என்ன பேரு’

‘அஞ்சனை’

‘அஞ்சனையா, என்ன பாண்டியன் ஒன்னுமே புரியலயே’

‘ஒனக்குப் புரியல, அஞ்சனைங்கிறது எங்களோட இந்து தெய்வம். அனுமாரோட அம்மா பேரு, ஏஞ்சல் சிஸ்ட்டர ஞாபகப்படுத்துற பேரு, அஞ்சுனு கூப்பிடுவோம், அஞ்சானும் கூப்பிடுவோம், ஏஞ்சலை ஞாபகப்படுத்தனும் அவ்வளவுதான்’

ஏஞ்சலின் முகம் ஒரே நேரத்தில் துக்கத்தையும், சந்தோஷத்தையும், அழுகையையும், சிரிப்பையும் பிரதிபலித்தது. பாண்டியன் வாத்தியாரின் மனைவி அமைதியாகக் குழந்தையுடன் நின்று கொண்டிருந்தாள்.

‘என்ன ஏஞ்சல், பேரு ஒனக்குப் புடிச்சிருக்கா’

‘..........’

‘என் மனைவிக்கு ரொம்ப ரொம்ப புடிச்சிருக்கு. அவ என்ன சொன்னா தெரியுமா, ஒன்னோட பேரையே வச்சிரச் சொன்னா, கொஞ்சம் வித்தியாசம் இருக்கட்டுமேனு நான்தான் இப்படி வச்சேன்’

‘..........’

‘அனுமானோட அம்மா பேரு அஞ்சனை, அப்பா பேரு தெரியுமா’

‘..........’

‘அனுமனோட அப்பா பேரு சூரியன். நீ இவ்வளவு நேரமும் கையில வச்சிருந்தது சூரியனோட பேத்திய, மறந்திராத ஏஞ்சல்’

மத்தியானம் சாப்பாடு வாங்குவதற்கு வேறு பையனை அனுப்புங்கள் என்று சொல்லிவிடலாமா எனப் பலவாறாக யோசித்தான். பிரான்சிஸ் வாத்தியாரின் மனைவி அமலி டீச்சரின் தொந்தரவு தாங்க முடியவில்லை. ஒரு மனசு இனிமேல் போகாதே என்கிறது. இன்னொரு மனசு போ போ என்கிறது. எப்படா மத்தியானம் வரும் என்று காத்திருந்து சைக்கிளில் குதியாளமாய் ஏறி சவ்வாரி போட்டுக்கொள்கிறது. சாயங்காலம் வந்துவிட்டால் ஏஞ்சல் சிஸ்டரைப் பார்க்க மனசு ஏங்குகிறது. ஒவ்வொரு ஞாயிற்றுக் கிழமையும் சார்லஸ் கோவிலுக்கு பூசைக்குப் போகும் பையன்களின் வரிசையில் ஜெஸ்ஸி கட்டாயம் என்னைத் தேடுவாள். இந்நேரம் குழந்தை பெற்றிருப்பாள், என்ன குழந்தையைப் பெற்றாளோ.

கருத்தமுத்து பலவாறாக நினைத்தபடியே கன்னியாஸ்திரி

மடத்துக்குள் எட்டு வைத்தான். ஏஞ்சலின் வாசல் கதவு மட்டுமா சாத்தப்பட்டிருந்தது. எல்லா கன்னியாஸ்திரிகளின் கதவுகளும் சாத்தப்பட்டிருந்தன. மூடிய பைபிளைப் போல. மேலே மட்டும் ஒரே ஒரு ஜன்னல் திறந்திருந்தது. எதிர் எதிரே உள்ள எல்லா அறைகளையும் அந்த ஒற்றை ஜன்னல் வழியாகவே பார்க்கலாம்.

'என்னடா முத்து ஏதோ பரபரப்பா இருக்கிற, பரக்க பரக்கா பாக்கிற, என்னடா எவளாவது ஏதும் சொன்னாளா, அப்பிடின்னா ஏங்கிட்டச் சொல்லுடா, மனசுக்குள்ள வைக்காதே'

'செந்தூரண்ணே... அப்படியெல்லாம் ஒன்னும் இல்லண்ணே நேரமாயிருச்சுனு வேகவேகமா நடந்து வந்தன் அதான்'

தான் ஏஞ்சல் சிஸ்டரிடம் கொடுப்பதற்காக ஒளித்து வைத்துக் கொண்டு வந்திருக்கும் கடிதத்தை செந்தூரானுக்குத் தெரியாமல் தொட்டுப்பார்த்துக்கொண்டான். எப்படி ஏஞ்சலிடம் கொடுப்பது என்று குழம்பினான். யாராவது பார்த்துவிட்டால், அவ்வளவுதான், தன்னைப்பற்றி எந்தக் கவலையுமில்லை. ஏஞ்சல் பாடு திண்டாட்ட மாகிவிடும். சுப்பிரீயர் சிஸ்டர் ரீட்டாவை நினைத்தாலே பயமாயிருக்கிறது.

கருத்தமுத்து டீயோ காபியோ குடித்துக் கொண்டிருந்தான். ஏஞ்சல் சிஸ்டர் சமையல் கூடத்திற்கு வருவாள் என்று யாரும் நினைத்திருக்க மாட்டார்கள். எதிரே வந்து நின்றாள். கருத்தமுத்து எழுந்தான். செந்தூர் வாசலுக்கு ஓடி வந்தான்.

'என்னம்மா என்ன வேணும்'

'செந்தூர் சுத்தியல் இருந்தா கொஞ்சம் கொடுத்தனுப்புறியா ஒரு ஆணி அடிக்க வேண்டியதிருக்கு'

'நீங்க போங்கம்மா முத்துகிட்ட கொடுத்தனுப்புறேன்'

சமையல் கூடத்தின் ஏதோ ஒரு மூலையில் கிடந்த சுத்தியலை செந்தூர் தேடி எடுத்தான்.

'அடேய்... முத்து இதக்கொண்டு போய் ஏஞ்சல் சிஸ்டர்கிட்ட குடுத்திட்டு வாடா, என்னமோ அடிக்கப் போறாளாம். எல்லா சிஸ்டர்மாருகளும் ஆணி அடிக்கத்தான் அலையிறா, பாவம் என்ன செய்வா ஆணி கெடைக்கனுமே'

கருத்தமுத்துக்கு சந்தோஷம் பிடிபடவில்லை. எப்படியும் லெட்டரை கை மாற்றிவிடலாம். வேகவேகமாகப் போகும் போதே வேறு சிஸ்டர்களின் வாசல்கள் ஜன்னல்கள் திறந்திருக்கிறதா என்று

பரக்கப் பரக்க பார்த்தபடியே சென்றான். லெட்டரை எடுத்து சுத்தியலின் கைப்பிடிக்குள் சேர்த்து இறுக்கிப் பிடித்துவைத்துக் கொண்டான். தன்னை அறைக்குள் கூப்பிடுவாள் என்று நம்பிக்கை யுடன் போனான். ஆனால் ஏஞ்சல் வாசலிலேயே காத்திருந்து சுத்தியலை வாங்க கைநீட்டினாள். சந்தர்ப்பத்தைச் சரியாகப் பயன்படுத்திக் கொண்டான் கருத்தமுத்து.

தன் கையில் சுத்தியலுடன் சேர்த்துத் திணிக்கப்பட்ட காகிதத்தைப் பார்த்ததும் பதறிப்போனாள் ஏஞ்சல் சிஸ்டர். கதவையும் ஜன்னலையும் அறைந்து சாத்தினாள். முதன் முறையாகத் தான் ஒரு தாவரவியல் பேராசிரியை என்பதை நினைத்துக்கொண்டாள். சோதனைக் கூடத்தில் அமர்ந்து பூவின் இதழ்களைப் பிரித்து ஆராய்வது மாதிரி, முத்துக் கொடுத்த கடிதத்தைப் பிரித்துப் படிக்கத் தொடங்கினாள்.

'மதிப்பிற்குரிய ஏஞ்சல் சிஸ்டருக்கு, ஸ்தோத்திரம். கடிதம் கொடுப்பதைத் தவிர வேறு வழியில்லை. ஏனென்றால் ஒரு வார்த்தை கூட உங்களிடம் பேச முடியாத நிலையில் இருக்கிறோம். இப்போது தொடர்ந்து மூன்று நாட்களாக சார்லஸ் கோவிலில் சாமியார் ஓலை வாசிப்பதைத் தாங்கள் கேட்டிருப்பீர்கள் என்று நினைக்கிறேன். அந்த ஓலை வாசிப்பின் சாரம்.'

'கர்த்தருக்குள் பிரியப்பட்டவர்களே, நான் வாசிக்கப்போகும் செய்திக்குச் செவி மடுப்பீர்களாக. இந்த ஊரின் முக்கியஸ்தரும், கர்த்தரின் தீவிர விசுவாசியுமாகிய ஜெ.எப். ராஜன் ஒரு பிரபல கண் மருத்துவர். இந்தப் பங்கின் வளர்ச்சியில் மிகவும் அக்கறை கொண்டவர். ஞாயிற்றுக்கிழமை அவர் திருப்பலியில் கலந்து கொண்டபோது அவருடைய மூக்குக் கண்ணாடியைத் தன்னுடைய காருக்குள் வைத்துவிட்டு வந்திருக்கிறார். திருப்பலி முடிந்து சென்று பார்த்தபோது கண்ணாடியைக் காணவில்லை. ஒரு நல்ல கிறிஸ்தவன் களவாட மாட்டான். அது பத்துக் கட்டளைகளை மீறிய செயலாகும். அந்தக் கண்ணாடி அவருடைய கண்களுக்காக வடிவமைக்கப்பட்ட பிரத்யேக கண்ணாடி. வேறு நபர்கள் அதை உபயோகிக்கக் கூடாது.'

ஆகவே, கர்த்தருடைய விசுவாசிகள் யாரேனும் கண்ணாடியை எடுத்திருந்தால் நேரடியாக டாக்டரிடமோ அல்லது பங்குத் தந்தையாகிய என்னிடமோ ஒப்படைக்கும்படி கேட்டுக்கொள்கிறேன். என்னிடம் ஒப்படைத்தால் ஒப்படைத்தவரின் நாமம் ரகசியமாக வைக்கப்படும். கர்த்தரின் நாமத்தினாலே அப்பொருள் விரைவில் கிடைக்க அனைவரும் கர்த்தராகிய இயேசுவிடம் முறையிடுவோம்.

இந்த ஓலை வாசிப்பை ஏஞ்சல் சிஸ்டரும் கேள்விப்பட்டிருந்ததால் ஆச்சரியத்துடன் கவனமாகப் படிக்கத்தொடங்கினாள்.

'அந்தக் கண்ணாடியை என்னுடன் ஹாஸ்டலில் தங்கிப் படிக்கும் இரண்டாமாண்டுப் பையன் திருடி வைத்திருக்கிறான். அதை எப்படி ஒப்படைப்பது என்று எங்களுக்குத் தெரியவில்லை. திருடியவன் யாரென்று தெரியாமலே திருடப்பட்ட பொருள் உரியவரிடம் போய் சேரவேண்டும். திருடிய பையன் ரொம்பவும் வருத்தப்படுகிறான். வெளியே தெரிந்தால் தற்கொலை செய்து கொள்வேன் என்று சொல்கிறான். இந்த விஷயம் பற்றி மையவாடி காவல்காரன் அரியானிடம் யோசனை கேட்டேன். அவன் சொன்ன யோசனையை கீழே எழுதியிருக்கிறேன். கவனமாகப் படிக்கும்படி கேட்டுக் கொள்கிறேன்.'

கிராமங்களில் சங்கிலி, மோதிரம் போன்ற கையடக்கப் பொருட்கள் களவு போய்விட்டால், ஊரில் உள்ள அத்தனை வீடுகளிலும் சாணி உருண்டை கொடுத்து, பொது இடத்தில் பெரிய அண்டா வைத்து அதில் சாணி உருண்டைகளைக் கொண்டுவந்து போடச் சொல்வார்களாம். கடேசியில் எல்லா சாணி உருண்டைகளையும் ஒன்றாகச் சேர்த்து கரைத்துவிடுவார்களாம். எந்த உருண்டைக்குள்ளிருந்து சங்கிலி கிடைத்தது என்று தெரியாமலே, அதாவது திருடியவன் யாரென்று தெரியாமலே திருடு போன பொருள் கிடைத்துவிடுமாம். அரியான் சொன்னவுடன் ரொம்ப சந்தோஷப்பட்டேன்.

சிஸ்டர் தயவுசெய்து நீங்கள் சார்லஸ் கோவில் பங்குத் தந்தையைப் பார்த்துப்பேசி எங்களுக்கு உதவி செய்யுங்கள். எப்படியென்றால் முதல்நாள் கோவிலுக்கு வரும் அனைவருக்கும் கண்ணாடி வைக்கிற அளவுக்கு ஒரு சிறுபெட்டி கொடுக்கச் சொல்லுங்கள். மறுநாள் கோயிலில் ஓரிடத்தில் எல்லாவற்றையும் போடச் சொல்லுங்கள். நான் அந்தப் பையனிடம் கண்ணாடியை உள்ளே வைத்துப் போடச் சொல்லிவிடுகிறேன். திருடியஅந்தப் பையன் யாரென்று உங்களிடம் கூட சொல்லமாட்டேன். ஏனெனில் இது அவனுடைய எதிர்காலம் மற்றும் வாழ்க்கைப் பிரச்சினையாகும். கர்த்தருக்கு ஸ்தோத்திரம்.

கடிதத்தைப் படித்து முடித்த ஏஞ்சல் கண்களை அகலவிரித்து, தன் ஆச்சரியத்தைக் காட்டினாள். கருத்தமுத்து இவ்வளவு புத்திசாலியா என்று வியந்தாள்.

சார்லஸ் கோவில் பங்குத் தந்தையிடம் சொன்னவுடன் உடனே ஒப்புக்கொண்டார். ராஜன் டாக்டரிடம் சொல்லி பெட்டிகளுக்கு

ஏற்பாடு செய்யப்பட்டது. முதல் நாள் அனைவருக்கும் காலியான வெற்று டப்பாக்கள் வழங்கப்பட்டன. மறுநாள் அதைப் போடுவதற்காக வைக்கப்பட்டிருந்த மிகப்பெரிய பெட்டியில் எல்லோரும் டப்பாக்களைப் போட்டுவிட்டுச் சென்றார்கள். பாதர் பிரசங்கத்தில் குறிப்பிட்டார்.

'கர்த்தரால் உண்டுபண்ண இயலாத காரியம் இப்புவியில் இல்லை. அவர் கடலை வற்ற வைத்தார். ஆகாயத்தை அலையவிட்டார். மேகங்களை ஏவி சூரியனை மறையப்பண்ணினார். வானத்து அத்தனை விண்மீன்களையும் ஒளியற்ற வெற்றுப் புள்ளிகளாய் ஆக்கிக் காட்டும் வல்லமை பெற்றவர். கண்ணாடியை ஏதாவது ஒரு காலிப்பெட்டிக்குள் உண்டுபண்ணி நம்மிடம் கையளிப்பார்'

பங்குத் தந்தையுடன் ஏஞ்சல் சிஸ்டரும் உடனிருக்க எல்லா பெட்டிகளும் ஒவ்வொன்றாய் திறந்து பார்க்கப்பட்டன. புத்தம் புதுசாக அப்படியே மூக்குக்கண்ணாடி ஏதோ ஒரு பெட்டிக்குள் இருந்தது. அனைவர் முகத்திலும் சந்தோஷம். ஏஞ்சல் கருத்தமுத்துவை நினைத்து பெருமைப்பட்டுக்கொண்டாள். மறுநாள் பிரசங்கத்திலே இவ்விஷயம் கோவிலில் பிரஸ்தாபிக்கப்பட்டது.

'இதோ கர்த்தர் தன்னை பெரிய நீதிமானாக நிரூபித்திருக்கிறார். பாதிக்கப்பட்டவர்களின் பாதுகாவலன் தான் என்று காட்டிய கர்த்தரே உமக்கு ஸ்தோத்திரம்.'

'நீ உன் பயிரை அறுவடை செய்யும்போது உன் வயலிலே ஒரு அரிக்கட்டை மறதியாய் வைத்து வந்தாயானால், அதை எடுத்து வரும்படி திரும்பிப் போக வேண்டாம். உன் தேவனாகிய கர்த்தர் உன் கைப்பிரயாசத்திலெல்லாம் உன்னை ஆசீர்வதிக்கும்படி, அதைப் பரதேசிக்கும், திக்கற்ற பிள்ளைக்கும், விதவைக்கும் விட்டு விடுவாயாக. நீதிமான்களை நீதிமான் என்றும், நியாயதிபதிகளை நியாயதிபதிகள் என்றும் நம் தேவனாகிய கர்த்தர் அடையாளப் படுத்துவார். அதனால் மகிமையுண்டாகி அவன் மனிதருள் மாணிக்கமாய் ஜொலிப்பான்'

மடத்துக்குச் சொந்தமான கோரம்பள்ளம் வயல் அறுவடை நடைபெறும் போதெல்லாம் பட்டறை பையன்களைக் கூட்டிக் கொண்டு போவார் விசுவாசம் பாதர். கட்டுக்குத் தோதாக அரிகளை அள்ளிவைப்பது, கட்டுக் கட்டுவது; கட்டிய கட்டுக்களைக் களத்துக்கோ வண்டிக்கோ தூக்கிப்போவது பையன்கள் ஓடியாடி வேலை பார்ப்பார்கள்.

உடல் முழுக்க காமத்தின் ரேகைகளை சுமந்து திரியும் பாதர்கள், கன்னியாஸ்திரிகளின் மத்தியில் குழந்தை முகமாய் ஜொலிக்கும் விசுவாசம் பாதரின் முகம். வயல்வெளிகளிலும் சேறு சகதிகளிலும் பாதர் சளைக்காமல் நடந்து திரிவார். மடத்து வயல்களுக்குப் பதிவாளாய் ரெண்டு பேர். புருஷனும் பொஞ்சாதியும். சுப்பக்கா, காளியப்பன். வேலையாட்களைக் கூட்டி வருவது, வேலை வாங்குவது வயலில் அத்தனை வேலைகளுக்கும் அவர்களே பொறுப்பு, அவர்கள் சொல்வதுதான் கணக்கு. விசுவாசம் பாதர் என்றால் கோரம்பள்ளம் ஊருக்கே தெரியும். ஊருக்கு மட்டும்தான் தெரியுமா?

வயல்கள்தோறும் பூச்சி புழுக்கள் பொறுக்கித்திரியும் கொக்கு களுக்கும், கண்மாய்க்குள் திரியும் நாரைகளுக்கும், உள்ளானுக்கும், சிறகிக்கும், முக்குளிப்பானுக்கும் தெரியும். பச்சைப் பசேல் வயல்களில் வெள்ளை வெளேர் காளானாய் நிற்பது துணிப்பாய் தெரியும் விசுவாசம் பாதர்தான் என்று. நாளை நெல் அறுவடை. இரண்டு மாட்டுவண்டிகளும் முப்பது வேலையாட்களும் கேட்டிருந்தார் பாதர். கூடவே பட்டறைப் பையன்கள் பத்துப் பேர். வயல் காட்டுக்குப் போகப்போற விஷயத்தைச் சொல்லலாம் என்று தான் கருத்தமுத்து அரியானிடம் போனான்.

'அரியாண்ண... நாளைக்கு மடத்து வயல் அறுப்பு. காலைல கோரம் பள்ளம் போறோம்'

'நானும் கொன்னய ராக்கனப் பாக்கணும், நாளைக்கு வரேண்டா, மத்தியான சாப்பாடு உண்டுதானே'

'மடத்துலருந்து கோனாரு வண்டியில கொண்டாருவாரு. நிய்யும் சாப்பிட வந்துரு, விசுவாசம் பாதரு ஒன்னும் சொல்லமாட்டார்'

'விசுவாசம் பாதர் தெய்வம்டா, என்மேல பிரியமா இருப்பாரு'

கிழக்கு மேற்காகப் படர்ந்து கிடந்தது கோரம்பள்ளம் கண்மாய் வயல்கள். நெல் விளைந்துவிட்டபடியால் பயிர்கள் பச்சைநிறம் மாறி அழுக்கு மஞ்சளாய் தெரிந்தன. ஏராளமான தலைகள் வயல் முழுக்க. மடத்து வயல்களிலும் அறுவடையின் மும்முரம். பையன்கள் விளையாட்டும் சிரிப்புமாய் ஓடியாடி வேலை செய்தார்கள். அறுபட்ட வயல்களில் வெட்டவெளியில் புழுக்கள்; பொறுக்கித் திரிந்தன கொக்குக் கூட்டங்கள். கொக்குக் கூட்டத்திற்கு மத்தியில் தானும் ஒரு கொக்காய் வெள்ளை வெளேர் ஆடைகளுடன் விசுவாசம் பாதர்.

ஒற்றை மாட்டுவண்டியை, ஆடி அசைந்து ஓட்டிக்கொண்டு வந்தார் வேல்கோனார். கிணற்றோரம் இருந்த தாழ்வாரத்துக்கருகில்

வண்டியை நிறுத்தினார். சாப்பாட்டு அண்டாவையும் சாம்பார் கூட்டு பாத்திரங்களையும் ஒவ்வொன்றாக இறக்கி தாழ்வாரத்திற்குள் வைத்தான் கருத்தமுத்து. விசுவாசம் பாதர் கையசைத்துக் கூப்பிட்டார். அவன் வேகவேகமாக வரப்பின் மேல் நடந்து பாதரின்முன் நின்றான்.

'டேய்... முத்து, எத்தனை ஆள்னு எண்ணிட்டு, வேலய்யா வாழைத் தோட்டத்துல போயி இலை அறுத்திட்டு வா, நேத்தே அவன்கிட்ட சொல்லிட்டேன்'

மொத்த ஆட்களையும் எண்ணிக் கணக்குப்பார்த்தான். தாழ்வாரத்தில் கிடந்த அரிவாளை எடுத்துக்கொண்டு வாழைத் தோட்டத்திற்கு நடந்தான். எல்லோரையும் சாப்பிட உட்காரும்படி விசுவாசம் பாதர் சொல்லவும், வாய்க்கால் தேடி கால் கை கழுவ பெண்கள் போனார்கள். தூரத்தில் வாழை இலைகளை ஏந்தியபடி வரப்பின் மேல் கருத்தமுத்து வருவது தெரிந்தது. தாழ்வாரத்தின் இருபக்கமும் வரிசை வரிசையாய் உட்கார்ந்தார்கள். சுப்பக்காவும் காளியப்பனும் சாப்பாட்டுப் பாத்திரங்களை எடுத்துப் பரிமாற தோதுபடுத்தினார்கள். விசுவாசம் பாதர் ஒரு ஓரமாக சேர் போட்டு உட்கார்ந்திருந்தார். கருத்தமுத்து ஒவ்வொரு இலையாக எடுத்துக் கொடுக்க அருள்ராஜும் அல்போன்சும் பரிமாறினார்கள். உச்சி மத்தியான வெய்யிலுக்குத் தாழ்வாரநிழல் இதமாயிருந்தது. விளைந்த பயிர்களின் அறுவடை வாசம் காற்றில் மிதந்து வந்தது.

ஒற்றை மாட்டுவண்டியை நிறுத்திய கோனார் வண்டியின் ஓரத்திலேயே நின்று கொண்டிருந்தார். இலைகளில் சாப்பாடு வைத்தபின் சுப்பக்கா ஏறிட்டுப் பார்த்தாள். கோனார் வரவே இல்லை.

'கோனாரே எதுக்கு இப்படி தன்னந்தனியா நிக்கிரு, இங்க வாரும் இப்பிடி வந்து உட்காரும்'

'அவரு வர மாட்டாரு தாயி. அவரோட சாமான பொம்பளைக அத்துட்டுப் போயிருவாகனு பயப்படுறாரு'

'ஏய்.. பலபட்ற பேசாம இரு, பாதர் இருக்காரு'

'பாதர் இருந்தா என்ன அவரு பாக்காத சாமானா'

அய்யாமார் மடத்தில் மாடுகளைப் பராமரிப்பது, பால் கறப்பது, வயல்காட்டிற்கு வண்டி ஓட்டிவருவது போன்ற வேலைகளைச் செய்துவரும் வேல்கோனார் எப்பவாவது இப்படி வந்து மாட்டிக் கொள்வதுண்டு. வயலில் வேலை செய்யும் பெண்கள் கேலியும் எகடாசியும் பேசி வம்பிழுப்பார்கள். விசுவாசம் பாதர் பெரும்பாலும்

ஒதுங்கிக்கொள்வார். கோனாரும் மனைவி மக்கள் இல்லாத பிரம்மச்சாரி. யார் என்ன பேசினாலும் பதில் என்பது குறுஞ் சிரிப்பாணியாய்தானிருக்கும்.

'கோனாரே... சாமிமாருகதான் பொண்டாட்டி புள்ளைக இல்லாம பைபிளத் தூக்கிட்டு அலையிறாக, நீரு எதுக்குப் பொண்டாட்டி புள்ளைக இல்லாம இருக்கனும்'

'இவரா பொண்டாட்டி வேணாம்னாரு அவதான் இவர வேண்டாம்னுட்டுப் போய்ட்டா'

'அவ எப்பிடி தாயி வேணாம்னு சொல்வா'

'பொண்டாட்டிய சும்மா பொத்திப் பொத்தி வச்சா யாரு இருப்பா'

'அப்ப என்னடி செய்யனும்ங்க'

'வேலை செய்யணுமில்ல'

'ஏ...ன்... கோனாருக்கு வேலை செய்யத் தெரியாதா'

'வேலை செய்யத் தெரிஞ்சா எதுக்குப் பொண்டாட்டி ஓடுறா'

'இந்தா வண்டிமாடு அடிக்காருல்ல, இது வேலையில்லையா'

'வண்டிமாட்ட அடிச்சாப் போதுமா, பொண்டாட்டிய அடிக்கனு மில்ல, அப்பத்தான சொன்னபடி கேப்பா'

'யோவ்... கோனாரே, வண்டியிலருந்து ஊனிக்கம்பப் புடுங்கிட்டு வந்து நாலு சாத்து சாத்தும் அப்பத்தான் பேசாம இருப்பாளுக'

'அவருகிட்ட ஏது மதினி ஊனிக்கம்பு, அந்தக் கம்பு இருந்தா எதுக்கு பொண்டாட்டி விட்டுட்டு ஓடுறா'

கூட்டம் ஆரவாரமாய் ஆதாளி போட்டுச் சிரித்து மகிழ்ந்தது. விசுவாசம் பாதர் தூரத்தில் தள்ளி உட்கார்ந்து ஏதோ படித்துக் கொண்டிருந்தார். கோனார் அசைவதாய் இல்லை.

'யே... ரோசம்மா ஒனக்குத்தான் புருஷன் இல்லையே, கோனாருக்கு வாக்கப்பட்டுக்கிறயா'

'நானா மாட்டேங்கன், இப்ப சரினு சொல்லச் சொல்லுக்கா நாளைக்கே அவருகூடப் போயிறேன், இல்ல அவரு ஏங்கூட வந்து இருக்கட்டும்'

'பெறகென்ன கோனாரே ரோசம்மா செவத்தப் பொம்பள, நீரு கருப்பாயிருந்தாலும் சரினு சொல்றா, சேந்துக்கிற வேண்டியதான'

'எக்கா அவருக்கு ஒரு வேலையும் தெரியாது, கெட்டிட்டுப்போயி சும்மா தொட்டுத் தொட்டுக் கும்புட்டா எந்தப் பொண்டாட்டி

இவகூட இருப்பா'

'மதினி பால் நல்லா கறப்பாரு. மடத்துல அத்தன மாட்டுக்கும் இவரு ஒத்தையிலதான கறக்காரு'

'பெறகென்ன கோனாரே அது போதுமே, கழுதகூட ஒரு மாடுனு நெனச்சு கறக்க வேண்டியதான'

கூட்டம் சிரித்துக் கும்மாளமிட்டது. தாழ்வார நிழலின் குளுமையில் சாப்பிட்டு முடித்தார்கள். சுப்பக்கா பாதரின் டிபன்பாக்சை கொண்டுபோய், கொடுத்துவிட்டு வந்தாள். மத்தியான சாப்பாடு முடிந்து மீண்டும் வேலையைத் தொடங்கினார்கள். வெய்யில் இறங்கிக்கொண்டிருந்தது. பாதர் தனியாக உட்கார்ந்து சாப்பிட்டுக் கொண்டிருந்தார். இத்தனைக் களேபரத்திற்கும் கும்மாளத்திற்கும் சம்பந்தமே இல்லாதவன் போல கூட்டத்தில் இருந்தான் சுப்பக்காவின் புருஷன் காளியப்பன். ஆட்களை எல்லாம் ஒழுங்கு படுத்தி வேலை செய்யவிட்ட பின்னர் பாதரை நோக்கிப் போய்க் கொண்டிருந்தாள் சுப்பக்கா.

தனியாக வேப்ப மரத்தடியில் சாப்பிட்டு முடிந்த பையன்களும் வேலையில் சேர்ந்துகொண்டார்கள். தாழ்வாரத்து பெஞ்சில் படுத்து தினமும் கொஞ்சநேரம் பாதர் ஓய்வெடுப்பது வழக்கம். இதுதான் விசுவாசம் பாதருடைய கடைசி ஓய்வு என்பது அவருக்குத் தெரிய வாய்ப்பில்லை. மத்தியான வெய்யில் குறைந்து, மாலைநேர மஞ்சள் வெய்யில் அடிக்கத் தொடங்கியது. குட்டித் தூக்கம் போட்ட பாதர் நெடுந்தூக்கம் போடப்போவதை அறியாமல் வேலை செய்யுமிடத்திற்கு நடந்தார். அறுவடை முடிந்த வயல் பழுப்புநிற வைக்கோல்களினால் நிறைந்து இருந்தது. அதே நிறத்தில் சுருண்டுகிடந்த கட்டுவிரியன் பாம்பை பாதர் மிதித்துவிட்டார். விசுவாசம் பாதர் போட்ட கூப்பாட்டில் வேலை செய்துகொண்டிருந்தவர்கள் அத்தனை பேரும் ஓடிவந்தார்கள். பாதரின் இடதுகால் பெருவிரலுக்கு மேல் உள்ள நரம்பிலிருந்து ரத்தம் வழிந்துகொண்டிருந்தது. அதே இடத்தில் சுருண்டுகிடந்த பாம்பை கல்லால் எறிந்து கொன்றார்கள் பையன்கள். பாதர் பைபிளைக் கொண்டுவரும்படி சைகை செய்தார். பதிவாள் சுப்பக்கா பலமாக ஒப்பாரிவைத்து அழுதாள். பாதர் பைபிளை மார்போடு அணைத்து வைத்துக்கொண்டார். பையன்கள் குண்டுக் கட்டாக பாதரைத் தூக்கிக்கொண்டு ஊருக்குள் ஓடினார்கள். ஊருக்குப் பக்கத்தில் இருந்த ஆலமரத்தடியில் பாதரை கிடத்தினார்கள். காலிலிருந்து ரத்தம் ஒழுகுவது நிற்கவில்லை. ஊர் கூடிவிட்டது.

அரியானும் கொன்னயராக்கனும் கூட்டத்தை விலக்கிக்கொண்டு பாதரிடம் வந்தார்கள். பாதரின் கால்விரலிலிருந்து ரத்தம் வந்தது மாதிரியே மூக்கிலிருந்தும் வாயிலிருந்தும் ரத்தம் ஒழுகியது. பாதர் மெல்ல மெல்ல செத்துக் கொண்டிருந்தார். சுப்பக்கா பாதரின் மேல் விழுந்து அழுதாள். அம்மா அழுவதைப் பார்த்து அவளுடைய இரண்டு பையன்களும் கூப்பாடு போட்டு அழுதார்கள்.

‘விதி முடிஞ்சவுகளத்தான் விருசம் பாம்பு கொத்தும்’

‘சரியா அந்தப் பெருவிரல் நரம்புல கொத்தியிருக்கு, விஷம் தலைக்கேறிருச்சு, ஆஸ்பத்திரி போனாலும் காப்பாத்த முடியாது’

கோரம்பள்ளம் கொன்னயராக்கன் மெல்ல அரியான் காதில் கிசுகிசுத்தான். அரியான் உற்றுக்கேட்டான்.

‘அரியாண்ணே பாதருடைய கால் வெரல்கள நல்லாப்பாரு’

‘அப்பவே பாத்தேன்டா ராக்கா, இதென்னடா கைவெரல்க மாதிரி குச்சி குச்சியா நீளமா இருக்கு’

‘பக்கத்துல நின்னு ரெண்டு பையன்க அழுகுறான்க பாத்தியா அவங்க ரெண்டு பேருடைய கால் வெரல்களையும் பாரு’

‘பாதர் மேல விழுந்து அழுது கூப்பாடு போடுறாளா சுப்பக்கா அவளோட பையன்க, ரெண்டு போர்த்தையும் பாதருக்குத்தான் பெத்தா, ஊரு ஒலகத்துக்கே தெரியும்’

‘சுப்பக்காவுக்கு புருஷன் இல்லையா’

‘இருக்கான், அந்தா துண்ட வாயில கவ்விக்கிட்டு அழுகுறான் பாரு காளியப்பன் அவன்தான் சுப்பக்கா புருஷன், அப்புரானிப் பய’

‘பாத்தாவ தெரியுதே’

‘பேருக்கு புருஷன், மத்தப்படி எல்லாமே பாதர்தான். வீட்டுக்குத் தேவையான அம்புட்டையும் அவர்தான் செஞ்சு குடுத்தாரு, பையன்க ரெண்டு பேர்த்தையும் படிக்க வைக்கிறதும் அவருதான்.

காமத்தின் ரேகைகளை சுமந்து திரியும் பாதர்கள் கன்னியாஸ்திரிகளின் மத்தியில் காமமே அற்ற முகத்துடன் இருந்த பாதர் விசுவாசம் கொஞ்சங் கொஞ்சமாக கர்த்தருக்குள் நித்திரையாகிக் கொண்டிருந்தார். விசுவாசம் பாதரின் மேல் படர்ந்திருந்த காம ரேகைகளை அழித்துப் பஸ்பமாக்கிய அபூர்வ மருந்து சுப்பக்கா அழுது புரண்டு கொண்டிருந்தாள். இரு கைகளாலும் தன் நெஞ்சில் அடித்துக் கொண்டு ஆவேசமாகக் கூப்பாடு போட்டாள். பாதரை தூக்கி கோனார் வண்டியில் கிடத்தியபோது பாதர் முழுசாக நித்திரை

அடைந்தார். காலின் விரலிலிருந்து கருப்பு நிறமாக மாறிய ரத்தம் வெளியேறிக்கொண்டிருந்தது. வண்டியில் தாவிக் குதித்தேறிய சுப்பக்கா பாதரின் தலையைத் தூக்கி தன் மடியில் வைத்துக்கொண்டு முத்தினாள். வண்டி மெதுவாகப் புறப்பட்டது.

கண்களைவிட்டு வண்டி மறையவும் கூடியிருந்த கூட்டம் பலவாறாகப் பேசிக்கொண்டே கலைந்து சென்றது. கொன்னயராக்கனும் அரியானும் பேசிக்கொண்டே வீட்டிற்குள் உட்கார்ந்தனர். ராக்கனின் பெண்டாட்டி தரையில் அமர்ந்துகொண்டாள்.

'அரியாண்ண பாதர எங்க அடக்கம் பண்ணுவாங்க'

'அவங்களுக்குத் தனியா கல்லறைத் தோட்டம் இருக்கு. அங்க மத்தவங்களுக்கு எடங் கெடையாது'

'பாவம் சுப்பக்கா பாடுதான் திண்டாட்டம்'

'என்ன திண்டாட்டம் தாலி கெட்ன புருஷனா செத்துட்டான்'

இருவர் பேசுவதையும் அமைதியாகக் கேட்டுக்கொண்டிருந்த ராக்கனின் பொண்டாட்டி வாய் திறந்தாள். பெண்மைக்கே உரிய ஆதங்கம் வெளிப்பட்டது.

'அரியாண்ணே அப்பிடி இல்லேண்ணே தாலி கெட்டுறானோ கெட்டலையோ ஒரு பொம்பள எவனாவது ஒரு ஆம்பளைகிட்ட அடங்கிட்டா சாமானியமா மறக்கமாட்டா. ஆம்பளையக அப்படி கெடையாது. சகதிகண்ட எடத்துல ஒழப்புவான் தண்ணிகண்ட எடத்துல கழுவிட்டுப் போவான்'

'பாதர் அப்பிடி ஆளா தாயி'

'இல்லண்ணே தங்கமான மனுசரு. தெனமும் எத்தனை பொம்பளைய வயக்காட்ல வேலை செய்றாக. ஒரு பொம்பளை முன்னாலகூட நின்னு பேசுனது கெடையாது. தும்முனா தூர நில்லுனு சொல்வாரு அப்பேற்பட்ட மனுஷன்'

'சுப்பக்காகூட இருந்தது வாஸ்தவம்தான'

'இந்த ஊரு உலகத்துக்கே தெரியும். ரெண்டு புள்ளையும் அவருக்குத்தான் பெத்தா, அவ புருஷன் காளியப்பனுக்கும் தெரியும். மத்த எந்தப் பொம்பளையவும் ஏறிட்டுக்கூட பாக்கமாட்டாரு, நல்ல மனுஷன்'

'அரியாண்ண பாதர்மாருக கடைசி வரைக்குக் கல்யாணமே பண்ணக்கூடாதண்ணே'

‘பாதர்களும் பண்ணக்கூடாது, கன்னியாஸ்திரிகளும் கல்யாணம் பண்ணக்கூடாது’

‘ஆயுள் முழுக்க காமத்த அடக்கி அடக்கி ஒடம்ப வசப்படுத்தவே சரியாப் போகும், பெறகு எப்பிடி ஊழியம் செய்ய’

‘பெரிய பாவமண்ணே, ஒரு ஈ, எறும்பு, புழு, பூச்சிகூட அது இல்லாம இருக்கா, மனுஷரப் போயி அடக்கிட்டு இருனா எப்படி இருக்கமுடியும். உண்மையிலேயே பாதர்மார்களும் கன்னியாஸ்திரிமார்களும் பாவம்ண்ணே’

‘இப்பிடி இருந்தாத்தான் அவங்களுக்கு மோட்சம் கெடைக்குமா’

‘செத்தப்பெறவு கெடைக்கப்போற மோட்சத்துக்கு உசுரோட இருக்கும்போது நரகத்த அனுபவிக்கனுமாக்கும்’

அரியானும் ராக்கனும் திண்ணையில் உட்கார்ந்து பேசிக் கொண்டிருந்தார்கள். ராக்கன் பொண்டாட்டி எழுந்து அடுக்களைக்குள் போனாள்.

‘ஆம்பள பொம்பள ஆசைய அடக்கிட்டு வாழ்றது, பொம்பள ஆம்பள் ஆசைய அடக்கிட்டு வாழ்றது பெரிய கொடுமைண்ணே’

‘மொதல்ல நிம்மதியா ஒறங்க முடியுமா, பாடாபடுத்துமே, பாவம் பாதர்களும் கன்னியாஸ்திரிகளும்’

‘சுடுகாட்டுக்கு அடுத்த சொவர்தான் சாமிமாருக மடம், பள்ளிக் கூடம் எல்லாம். சாமிமாருகளப் பத்தி எல்லாம் எனக்குத் தெரியும், ஒவ்வொன்னா கேக்கக் கேக்க பாவமா இருக்கும்’

‘அரியாண்ணே... தப்புச் செஞ்சிட்டு மன்னிப்புக் கேட்டுக்கிறலாம்னு சொல்றாங்களே நெசந்தானா’

‘ஆமா ஆமா அது ஒன்னு இருக்கு வேதக்காரக எத்தன தப்பு என்ன தப்புன்னாலும் பண்ணிட்டு மன்னிப்புக் கேட்டுட்டா ஏசுநாதரு மன்னிச்சிடுவாராம்’

‘அப்பத்தான் தப்புச்செய்ய பயமத்துப் போகுமே, இது என்ன கூத்து, தண்டிச்சால்ல பயப்படுவான் தப்பு செய்ய’

ராக்கனின் பொண்டாட்டி கடுங்காப்பி போட்டுக் கொண்டுவந்து கொடுத்தாள். இருவரும் ஆளுக்கொரு டம்ளரை கைகளில் வாங்கிக் கொண்டார்கள்.

‘இனிமேப்பட சாமிமாருக, கன்னியாஸ்திரிக, வேதக்காருக இவுகளப் பத்தி பேசவே மாட்டேன் அரியாண்ணே. தப்புச் செஞ்சிட்டு

மன்னிப்புக் கேட்டா போதும்னா பேசுறதுக்கு என்ன இருக்கு'

விசுவாசம் பாதரின் அகால மரணம் ஏற்படுத்திய துக்கம் மாறும் முன்னரே கன்னியாஸ்திரி மடத்தில் ஏற்பட்ட மற்றொரு சோக நிகழ்வு கருத்தமுத்துவை ரொம்ப பாதித்தது. என்றைக்கும் போல்தான் அன்றைக்கும் சாயங்காலம் கன்னியாஸ்திரி மடத்துக்குப் போனான். ஒரே இடத்தில் எல்லா சிஸ்டர்களும் கூடியிருந்தார்கள். அவரவர் அறைகளுக்குள் கூகைகளைப் போல் அடைந்து கிடக்கும் சிஸ்டர்கள் ஒரே இடத்தில் கூடியிருந்ததை ஆச்சிரியத்துடன் பார்த்தான். கூட்டத்தில் ஏஞ்சல் சிஸ்டரை தேடினான். பிராய்லர் கோழிகளில் எந்தக் கோழி என் கோழி என்று கண்டுபிடிப்பது இயலாத காரியம். வெள்ளைவெளேர் முகம் மட்டும் அடையாளம்.

செந்தூர் என்றைக்கும் போல் சமையல் கூடத்தில் வேலை செய்து கொண்டிருந்தான். கருத்தமுத்து உள்ளே நுழைந்தவுடன் கேட்ட முதல் கேள்வி.

'செந்தூரண்ணே... என்னண்ணே எல்லா சிஸ்டர்மார்களும் ஒரே எடத்துல கூடி நின்னுக்கிட்டு இருக்காக'

'என்னனு கேட்க வேண்டியதானடா'

'நான் எப்பிடிண்ணே கேக்கிறது'

'ஏன்... கேட்டா தூக்குல போட்டுருவாகளா'

'ஏஞ்சல் சிஸ்ட்ர்கிட்ட மட்டும்தான் ரெண்டு வார்த்த பேசியிருக்கன்'

இருவரும் பேசிக்கொண்டிருக்கும் போதே ஒரு பயங்கரமான அலறல் சத்தமும் அதைத் தொடர்ந்து கதவு பலமாகத் தட்டப்படும் சத்தமும் தொடர்ந்து கேட்டது. ஒரு பெண்ணின் அழுகையும் ஆங்காரமான வசவுகளையும் கேட்க முடிந்தது. கருத்தமுத்து பயத்துடனும் ஆச்சரியத்துடனும் சத்தம் வந்த திசையில் பார்த்துக் கொண்டிருந்தான். இப்போது கூட்டமாக நின்ற சிஸ்டர்களைக் காணவில்லை. அவரவர் அறைகளுக்குள்ளிருந்து மேல் ஜன்னலை மட்டும் திறந்து வைத்துக்கொண்டு ஒரே திசையில் பார்த்துக் கொண்டிருந்தார்கள். செந்தூர் எதுவும் நடக்காதது மாதிரி வேலை செய்துகொண்டிருந்தான். கருத்தமுத்துவுக்குக் குழப்பம் தீரவில்லை. மீண்டும் மீண்டும் பெண்ணின் அலறல் கேட்டபடியிருந்தது.

ஒருமாதிரி பயத்துடன் அரண்டுபோன கருத்தமுத்து செந்தூரானின் முன்னால் போய் உட்கார்ந்தான். முத்துவின் முகத்தைப் பார்த்து செந்தூரான் இலேசாகச் சிரித்தான். அலறல் கேட்டுக்கொண்டே

இருந்தது. ஒவ்வொருமுறை அலறல் கேட்டவுடன் கருத்தமுத்து ஒருவித பீதியுடன் செந்தூரானின் முகத்தை உற்றுப்பார்த்தான்.

'பத்தாம் நம்பர் ரூம்ல ரேஷ்மானு ஒரு சிஸ்டர் இருந்துச்சு பாத்தியாடா முத்து'

'பாத்திருப்பேன், இன்னார்னு தெரியலண்ணே'

'சிவப்பா ஒல்லியா இருப்பாங்க, அழகா இருப்பாங்கடா, கொஞ்ச வயசு, ஹாஸ்டல்ல வார்டனா வந்தாங்க, வந்து ஏழெட்டு மாசம்தான் இருக்கும், எல்லா சிஸ்டர்களும் சேர்ந்து அத பைத்தியமாக் கிட்டாங்க பாவம்'

'என்னண்ணே சொல்றீங்க, அது எப்பிடிண்ணே ஆக்க முடியும்'

'ஏன்டா முடியாது, முடியும்டா முத்து. இப்ப நிய்யி ஒங்க பள்ளிக்கூடத்துலருந்து இங்க வந்தேல்ல, அப்ப நெடுக வழியில போறவங்க ஒரு இருபது முப்பது பேரு, என்னடா நெற அம்மணமா போறனு கேட்டா நீ என்ன செய்வ, ஓராள் கேட்டா ஒன்னும் செய்யமாட்ட வழிநெடுகப் போறவன் வாரவன் எல்லாரும் என்னடா அம்மணக்குண்டினு சொன்னா ஒனக்குப் பைத்தியம் புடிக்குமா புடிக்காதா'

'கட்டாயம் கிறுக்குப் புடிச்சிடும்ண்ணே'

'அதேதான் ரேஷ்மா சிஸ்டர் அப்புராணி. எல்லாரும் சேந்துகிட்டு அத கிறுக்கச்சியாக்கிட்டுக் கூடிநின்று வேடிக்க பாக்காக, கிட்டப்போக ஒருத்திக்கும் துப்பில்ல'

'என்ன செய்து, கிட்டப்போனா அடிக்கிதா'

'அடிக்கவா. அய்யோ.... பாவம், வாய் பேசும்'

'அப்புறம் எதுக்கு ஒருத்தரும் கிட்டப் போகலண்ணே'

'வெளிப்பக்கம் பூட்டப் போட்டுப் பூட்டி, ஜன்னலைக்கூட தெறக்க விடாம பூட்டியாச்சு, பாவம் உள்ள கெடந்து கத்துது ஒருத்தியும் தெறக்க மாட்டேங்கா, சாவி ரீட்டா சிஸ்டர்கிட்ட இருக்கு. கேட்டா என்ன சொல்றாளோ தெரியல'

செந்தூர் ஒரு டிபன் பாக்ஸில் நாலைந்து இட்லிகளையும் சட்னி சாம்பார் எல்லாம் வைத்து எடுத்துக்கொண்டு கருத்தமுத்துவையும் கூட்டிக்கொண்டு மதர் சுப்ரியர் ரீட்டா சிஸ்டரின் அறைக்குப் போனான். கதவுகளையும் கீழ் ஜன்னல்களையும் பூட்டிக்கொண்டு மேல் ஜன்னல் வழியாக ரேஷ்மா சிஸ்டர் போடும் கூப்பாட்டை கேட்டுக் கொண்டிருந்தாள் ரீட்டா சிஸ்டர். வாசலின் முன்னால் போய்

நின்றவுடன் வேகவேகமாக வந்து தாழ்ப்பாள் நீக்கினாள்.

'அம்மா சாவி குடுங்கம்மா, ரேஷ்மா சிஸ்டருக்கு டிபன் குடுத்திட்டு வாரன்'

'அந்தத்......கு எதுக்கு செந்தூரு சாப்பாடு... ட பட்டினியாகக் கெடந்து சாகட்டும்'

'அப்பிடிச் சொல்லாதிகம்மா பாவம். அது சுய புத்தியோட பேசலியே, சிந்தங்கலங்குன ஜீவன்கிட்ட வன்மம் கூடாதும்மா'

'கதவத் தொறந்த ஒடனே வெளிய ஓடிட்டா யாரு பொறுப்பு மேற்றிரானியாருக்கு நானில்ல பதில் சொல்லனும்'

'அதெல்லாம் ஓடாதும்மா. பாவம், அப்பிடியே வெளியே ஓடி வந்தாலும் நான் இருக்கன், முத்து இருக்கான் ரெண்டு பேரையும் மீறியா ஓடியிறப் போறாங்க. அப்படியே ஓடினாலும் வாட்ச்மேன் கேட்டப் பூட்டிட்டாரு காம்பவுண்டவிட்டு எங்கயும் போகமுடியாது சிஸ்டர்'

'கூட யாராவது ஒரு சிஸ்டரக் கூட்டிட்டுப் போங்க. நீங்க ரெண்டு பேரும் ஆம்பளையா இருக்கீங்க, உள்ள என்ன கண்டிஷன்ல இருக்காளோ, காலையில இருந்து கதவு ஜன்னல் எல்லாத்தையும் பூட்டியாச்சு, நிர்வாணமாகூட இருந்தாலும் இருப்பா ராட்சசி'

'நீங்க கூடவாங்கம்மா, நாங்க இருக்கோம் பயப்படாதீங்க'

'என்னையக் கண்டாத்தான ரொம்ப டென்ஷன் ஆகுறா காலையில என்னைய அடிக்கப் பாய்றா'

'நீங்க பக்கத்துல வந்து நில்லுங்கம்மா. நாங்க ரெண்டு பேரும் ஒங்கள அடிக்க விட்டுருவமா. அப்பிடியா பாஞ்சு வரப்போகுது. காலையிலிருந்து கத்திக் கத்தி சாகமாட்டாம கெடக்கு'

இரண்டு மூன்று சிஸ்டர்களைக் கூப்பிட்டுப் பார்த்தான். யாருமே வர மறுத்துவிட்டார்கள். கருத்தமுத்து விறுவிறுவென்று ஏஞ்சல் சிஸ்டரின் அறையின் முன்னால் போய் கதவு தட்டினான். சிஸ்டர் உடனடியாகக் கதவைத் திறந்தாள்.

'என்னடா முத்து ராத்திரியில வந்து கதவத் தட்டுற'

'நானும் செந்தூர் அண்ணனும் ரேஷ்மா சிஸ்டருக்கு டிபன் கொண்டுட்டுப் போறோம், எங்ககூட நீங்க வரணும்'

'ரீட்டா சிஸ்டர்கிட்ட அனுமதி வாங்கிட்டீகளா'

'வாங்கிட்டோம் சிஸ்டர், கூட யாரையாவது ஒரு சிஸ்டரக்

கூட்டிட்டுப் போகச் சொல்லுச்சு'

'அவங்களையே கூட்டிட்டுப் போக வேண்டியதுதானடா'

'ரேஷ்மா சிஸ்டரு அவங்கள அடிக்க வர்ராங்களாம்'

ஏஞ்சல் சிஸ்டர், முத்து, செந்தூரான் மூன்று பேரும் போய் ரேஷ்மா சிஸ்டரின் அறையின் கதவைத் திறந்தார்கள். கதவு உள் பக்கமும் தாழ்ப்பாள் போடப்பட்டிருந்தது. செந்தூரான் இலேசாக குரல் கொடுத்தான்.

'சிஸ்டர் கதவத் திறங்க சிஸ்டர், செந்தூர் வந்திருக்கேன்'

உள்ளே தாழ்ப்பாள் நீக்கப்படும் சத்தம் கேட்டது. ஏஞ்சல் ஒருவித பயத்துடன் தள்ளியே நின்றுகொண்டாள். கருத்தமுத்து செந்தூரானுக்குப் பின்னால் மறைந்துகொண்டு நின்றான். ரேஷ்மா சிஸ்டர் வாசலுக்கு வெளியே வந்தாள். ஏஞ்சலுக்கு அழுகையை அடக்கமுடியவில்லை. முகம் வாடிப்போய், தலைமுடிகள் முழுவதும் தெரிய கிராப் தலையுடன், உதடுகள் உணர்ந்து, மெதுவாக தள்ளாடியபடி, அழுது அழுது கண்கள் வறண்டு பார்க்கவே பரிதாபமாய் யாரோ மாதிரி வெளியில் வந்தாள்.

'வா செந்தூரு, வா, ஏஞ்சல் நல்லாயிருக்கியா, காட் ப்ளஸ்யு இந்தப் பையன் யாரு செந்தூரு, புதுசா இருக்கு'

ரேஷ்மா சிஸ்டரின் அறைக்குள் எட்டிப் பார்த்தாள் ஏஞ்சல். பைபிள் மட்டும் மேஜையில் அலுங்காமல் இருந்தது. மற்ற புத்தகங்கள் தரையெங்கும் சிதறிக் கிடந்தன. மூத்திர நாத்தம் மூக்கைத் துளைத்தது. தண்ணீர் குடிக்கும் குவளையில் சொட்டுத் தண்ணீர் இல்லை. கருத்தமுத்துவைக் கூப்பிட்டு ஒரு வாளி நிறைய தண்ணீர் கொண்டுவரும்படி சொன்னாள். குடிதண்ணீர் குவளையைக் கொடுத்து செந்தூரானிடம் தண்ணீர் கொண்டுவரும்படி சொன்னாள். சிதறிக்கிடந்த புத்தகங்கள், துணிமணிகள் எல்லாவற்றையும் எடுத்து ஒழுங்குபடுத்தி அடுக்கினாள். வாளித் தண்ணீரை வாங்கி மூத்திரம் பெய்த இடத்தில் கழுவி துடைத்தாள். கட்டிலை நகர்த்தி பழைய இடத்தில் நிறுத்தினாள். சிஸ்டர்கள் தலையை மறைத்துக் கட்டும் துணியை எடுத்துக்கொண்டு ரேஷ்மா சிஸ்டரிடம் வந்தாள். அதுவரை அமைதியாக இருந்த ரேஷ்மா சிஸ்டர் ஓ...வென்று அழுதபடியே ஏஞ்சல் சிஸ்டரை கட்டிப்பிடித்துக்கொண்டு அழுதாள்.

'சிஸ்டர் நீங்க சொல்லுங்க சிஸ்டர் எனக்குப் பைத்தியமா'

'யார் சொன்னது பைத்தியம்னு'

'ரீட்டாத்... யா, சொல்றா எனக்குப் பைத்தியமாம்'

'அவ தெரியாமச் சொல்லுவா'

'செந்தூர் நீ சொல்லு, எனக்குப் பைத்தியம் புடிச்சிருக்கா'

'அவங்க தெரியாமச் சொல்றாங்க சிஸ்டர்'

'என்னைய பட்டினியாப் போட்டு கொல்லப்பாக்கா'

'சிஸ்டர் இந்தா பாருங்க இட்லி கொண்டாந்திருக்கேன், சாப்பிடுங்க, என்ன வேணும்னாலும் எங்கிட்ட கேளுங்க'

'எல்லாத்தையும் கர்த்தருகிட்ட சொல்லியாச்சு, கர்த்தரு தண்டிப்பாரு, ரீட்டாத்...ள மாதிரி கல்யாணமாகாம புள்ளப் பெத்துட்டு கன்னியாஸ்திரியா வரல, நான் கன்னிமாதா, யாருக்கும் பயப்பட மாட்டேன்'

'சிஸ்டர் இப்ப நீங்க பாத்ரூம் போகணுமா'

ரேஷ்மா சிஸ்டரை ஏஞ்சல் கைத்தாங்கலாகக் கூட்டிக்கொண்டு போனாள். திறந்திருந்த மேல்பக்க ஜன்னல்கள் எல்லாம் மூடிக் கொண்டன. ஏஞ்சல் பயப்பட்டாலும்கூட குருட்டுத் தைரியத்தில் மார்பில் சிலுவைக் குறியிட்டுக்கொண்டு நின்றாள்.

அவக்தவக்கென்று அவசர அவசரமாய் இட்லியை விழுங்கிய ரேஷ்மா சிஸ்டரைப் பார்த்துக்கொண்டிருந்த செந்தூரானுக்கு அவனையறியாமலே கண்கள் கலங்கியது. காலையிலிருந்து யாரையும் கிட்ட நெருங்கவிடாமல் காவல் காத்த ரீட்டா சிஸ்டரை நினைத்து வருத்தப்பட்டான். புரையேறிய போது தண்ணீரை எடுத்துக் கொடுத்த ஏஞ்சல் சிஸ்டரை வாஞ்சையுடன் பார்த்தாள்.

'சிஸ்டர் மெதுவா சாப்பிடுங்க. இன்னும் இட்லி நெறய்யா இருக்கு சிஸ்டர், வேணும்னா சொல்லுங்க'

'இந்த ரீட்டாத்... என்னய பட்டினி போட்டுக் கொல்லப் பாக்கா, கர்த்தருகிட்ட சொல்லிட்டேன்டி'

கை கழுவவும் வாயைத் துடைக்கவும் ஏஞ்சல் உதவிசெய்தாள். வாசலில் நின்றுகொண்டு சத்தமாகப் பேச ஆரம்பித்தாள். கைகளைப் பிடித்து உள்ளே இழுத்தாலும் வர மறுத்தாள். பலம்கொண்ட மட்டும் கத்தினாள்.

'தப்பே செய்யாதவங்க என் முன்னாடி வாங்க. ரீட்டாவ மாதிரி நான்... இல்லடி. நான் கன்னிடி. இப்பவும் சொல்றேன் நான் கன்னிடி.

ஒங்களப் போல இல்ல. ஒவ்வொருத்தி கதையும் எனக்குத் தெரியும். ஆயர் வரட்டும், மேற்றிராணியார் வரட்டும், ஏன் தந்தை போப்பே வரட்டும் ஒங்க வண்டவாளங்களப் பூராத்தையும் புட்டுப் புட்டு வைக்கேன்'

விபச்சாரி என்று குற்றம் சுமத்திக் கூடி நின்று ஒரு பெண்ணைக் கல்லால் எறிந்து கொல்லப்போன ஒரு பெண்ணைக் காப்பாற்ற இயேசு சொன்ன ஒரு வாக்கியத்தை ஏஞ்சல் நினைத்துப் பார்த்தாள்.

'உங்களில் பாவம் செய்யாதவன் எவனோ அவன் முதல் கல்லை எறிவதாக'

தங்கள் கைகளில் இருந்த கற்களை ஒவ்வொருவராகக் கீழே போட்டுவிட்டு தலை கவிழ்ந்து நடந்து சென்ற மனிதர்களை நினைத்துப் பார்த்தாள். எல்லா சிஸ்டர்களும் கதவைப் பூட்டிக் கொண்டு ஜன்னல்களில் காதுகளை வைத்துக்கொண்டு நெஞ்சம் படபடக்க பதுங்கிக் கிடந்தார்கள்.

சிஸ்டர் சாப்பிட்டு முடித்த பாத்திரங்களையெல்லாம் கருத்தமுத்து அடுக்கி எடுத்துக் கூடைக்குள் வைத்தான். ரேஷ்மா சிஸ்டர் பைபிளை கைகளில் எடுத்து வைத்துக்கொண்டாள். புறப்படுகிற நேரம் ஏஞ்சல் திகைத்தபடி நின்று கொண்டிருந்தாள். யாரும் எதிர் பார்த்திருக்க மாட்டார்கள். ரேஷ்மா சிஸ்டர் ஏஞ்சலின் முன்னால் மண்டியிட்டாள்.

'சிஸ்டர் என்னய ஆசிர்வாதம் பண்ணுங்க சிஸ்டர். என்னையவிட நாலு வருஷத்துக்கு முந்தியே நீங்க கன்னியாஸ்திரி ஆகி கர்த்தர்கிட்ட ஒப்புக் கொடுத்தவங்க, ப்ளீஸ் என்னைய நீங்க ஆசீர்வாதம் பண்ணுங்க'

ஏஞ்சல் சிஸ்டர் தலையில் கை வைத்து ஆசீர்வதித்ததுடன் இரு தோள்பற்றித் தூக்கி முத்திக்கொண்டாள். இருவர் கண்களிலும் கண்ணீர் திரண்டது. வெளிப்பூட்டை பூட்டவா வேண்டாமா என்று சற்று யோசித்தாள். முடிவு எடுக்கமுடியாத இக்கட்டான நிலை. உள்ளிருந்து ரேஷ்மா சிஸ்டர் சத்தமாகச் சொன்னாள்.

'ஏஞ்சல் சிஸ்டர், வெளிப்பக்கம் பூட்டுப் போட்டு பூட்டியிருங்க, சாவிய ரீட்டாகிட்டயே குடுத்துருங்க, என்னால ஒங்களுக்குக் கெட்ட பேரு வேண்டாம்'

கைகள் நடுங்க பூட்டைப் பூட்டி சாவியை முத்து கையில் கொடுத்து ரீட்டா சிஸ்டர் கையில் கொடுக்கச் சொன்னாள். ரீட்டா சிஸ்டரின் அறை ஜன்னல் திறந்திருந்தது. செந்தூர் பின்தொடர்ந்தான்.

‘ஏஞ்சல் சிஸ்டர், அவங்க இவ்வளவு தெளிவா இருக்காங்க, பேசுறாங்க இவுகளப்போயி பைத்தியம்னு சொன்னா எப்பிடி சிஸ்டர்’

‘நம்மகிட்ட மட்டும்தான் இப்பிடி இருக்காங்க, மத்தப்படி எந்த சிஸ்டரப் பார்த்தாலும் டென்ஷன் ஆயிடுறாங்க. யாரப் பாக்காங்களோ அவங்களோட சீக்ரெட் விஷயங்கள் எல்லாத்தையும் பேச ஆரம்பிச்சிராங்க, அதனால யாருமே அவங்க முன்னால போகப் பயப்படுறாங்க செந்தூர். மத்தப்படி அவங்ககிட்ட எந்தக் கோளாறும் இல்ல, பைத்தியமெல்லாம் இல்ல’

‘மொத மொத எதுக்காக சிஸ்டர் இப்படி ஆனாங்க’

அந்த அகால இரவில் கன்னியாஸ்திரிகள் மடம் ஆழ்துயிலில் இறுகிக்கிடந்தது. இன்னும் சொல்லப்போனால் மயான அமைதி. அப்போதைக்கப்போது ரேஷ்மா டீச்சரின் ஒற்றை அலறலும் அதைத் தொடர்ந்து ரீட்டா சிஸ்டருக்கான வசவுகளும் வந்துகொண்டே இருந்தன. கருத்தமுத்து தூக்கம் வராமல் புரண்டு புரண்டு படுத்தான்.

‘ஏல… என்ன தூக்கம் வரலியா, ஏம்டா இப்பிடி உருள்றே’

‘செந்தூரண்ணே ரேஷ்மா சிஸ்டர என்ன பண்ணுவாங்க’

‘பைத்தியக்காரங்க ஆஸ்பத்திரியில சேப்பாங்க இல்லன்னா வடக்க வெங்கடாசலபுரம்னு ஒரு இடம், புளியம்பட்டினு ஒரு இடம் அங்க அந்தோணியார் கோயில் இருக்கு. அங்க போயி கால்ல விலங்குபோட்டு விட்டுட்டு வந்திருவாங்க, சொகமானப் பெறவு கூட்டிட்டு வருவாங்க’

வெங்கடாசலபுரம் என்ற ஊர்ப் பெயரைக் கேட்டதும் கருத்தமுத்து துணுக்குற்றான். அந்த ஊர்ப் பக்கத்தில்தான் அவனுடைய ஊர். சோலையம்மாள் அத்தைக்குக் கிறுக்குப் பிடித்து ஓட ஆரம்பித்ததையும் அவளைப் பிடித்து கையையும் காலையும் கயிற்றால் கட்டி வண்டியில் ஏற்றிக்கொண்டுபோய் வெங்கடாசலபுரம் ஊரில் விட்டதையும் நினைத்துப் பார்த்தான்.

அத்தைக்கு என்ன வந்தது என்றே தெரியவில்லை. மாமா இறந்த பின்னர் அண்ணன் வீடு என்ற வகையில் எங்கள் வீட்டிலேயே தங்கிக்கொண்டாள். குழந்தைகள் எதுவுமில்லை. குளிக்கப்போன அத்தையைக் காணவில்லை என்று அம்மா நிரசலுக்குள் எட்டிப் பார்த்தாள். எட்டுப் பானை தண்ணீரையும் காலிபண்ணி தொட்டித் தண்ணீரையும் ஒரு சொட்டு இல்லாமல் காலி பண்ணியதோடு நிறை அம்மணமாய் கூந்தலை விரித்துப் போட்டுக்கொண்டு

கால்நீட்டி அமர்ந்து சிரித்துக்கொண்டிருந்தாள். அம்மா பதறிப்போனாள்.

‘என்ன சோலையம்மா இன்னுமா குளிக்க, எவ்வளவு நேரம்’

அத்தையின் வில்லன் சிரிப்பில் அம்மா பதறிப்போனாள். அதைவிட மோசம் அத்தை சேலை எதுவும் உடுத்தாமல் முழு முண்டமாய் வீட்டுக்குள் வந்தது. அம்மா தெருவில் போய் கூப்பாடு போட்டாள். பெண்கள் வந்து மல்லுக்கட்டிப் பிடித்து சேலை உடுத்தியபோது சேலையை அவிழ்த்துத் தூர எறிந்தாள். விஷயம் கேள்விப்பட்டு அய்யா ஓடோடி வந்தார். சில ஆண்களும் சேர்ந்து இரண்டு கைகளையும் சேர்த்து, கயிற்றால் இறுக்கிக் கட்டினார்கள். ஆனாலும் அவள் சேலையை அவிழ்த்துக் கொண்டே இருந்தாள். இரண்டு கைகளையும் பின்பக்கமாக முதுகுக்குக் கீழ் கொண்டுவந்து இறுக்கிக் கட்டிப் போட்டார்கள்.

நாலைந்து பேர் சேர்ந்து குண்டுக்கட்டாகத் தூக்கி வண்டியில் உட்கார வைத்தார்கள். அய்யா வண்டியோட்ட கருத்தமுத்துவும் ராமசாமி மாமாவும் அத்தையைக் கட்டிப் பிடித்துக்கொண்டார்கள். அம்மா தெருவில் நின்று அழுதுகொண்டிருந்தாள். கருத்தமுத்து எப்போது தூங்கினான் என்று தெரியவில்லை. வண்டியில் சோலை யம்மாள் அத்தைக்குப் பதில் ஏஞ்சல் சிஸ்டர் உட்கார்ந்திருந்தாள். கருத்தமுத்து நன்றாக இறுக்கிப் பிடித்துக்கொண்டான். ஏஞ்சல் சிஸ்டரின் சிரிப்பு வண்டிச் சத்தத்தையும் மீறிக் கேட்டது. வெங்கடாசலபுரம் ஊருக்குள் வண்டி நுழைந்தபோது பொழுது நன்றாக விடிந்து வெய்யில் ஏறிக்கொண்டிருந்தது. ஊரில் யாரும் இதை ஆச்சரியமாகப் பார்க்கவில்லை.

பிரம்மாண்டமான அந்தோணியார் கோவில். உயர்ந்த கோபுரம். கோயிலைச் சுற்றிலும் சுற்றுச் சுவர். கோவிலுக்கு முன்னால் பெரிய கிணறு. கிணற்றைச் சுற்றிலும் கல்தொட்டிகள். இரண்டு மூன்று தௌலாக்கள் வாளியுடன் தொங்கிக்கொண்டிருந்தன. ஏஞ்சலை வண்டியைவிட்டு இறக்கியவுடன் ஒரு கன்னியாஸ்திரி ஓடிவந்தாள். கன்னியாஸ்திரியைக் கண்டதும் ஏஞ்சல் சிஸ்டர் கடுங்கோபத்துடன் வீறாப்பாகி கத்தத்தொடங்கினாள். அந்தக் கன்னியாஸ்திரி அய்யாவிடம் ஊர், பேர், மற்ற விவரங்களைக் கேட்டு எழுதிக் கொண்டிருந்தாள். அய்யா ஒவ்வொன்றாய் சொல்லிக்கொண்டிருந்தார்.

‘விலங்கு போடாம இங்க அனுமதிக்கமாட்டோம். அடுத்து விட்டுட்டுப் போயிறக் கூடாது. பொம்பளையாளுக்குப் பொம்பளை ஆள்தான் கூட இருக்கனும். அப்படி இருக்க ஒங்ககிட்ட ஆள் இல்லனா

சம்பளம் குடுத்தா இந்த ஊர்லயே ஆட்க வருவாங்க, இப்ப ஒடனடியாப் போயி ரெண்டு விலங்கு வாங்கிட்டு வாங்க'

கன்னியாஸ்திரி சொல்வதை எல்லாம் கேட்டு அய்யா தலையாட்டிக் கொண்டிருந்தார். கருத்தமுத்து கிணற்றை இலேசாய் எட்டிப் பார்த்தான். தண்ணீர் ஆழத்தில் குறைவாகக் கிடந்தது. ஆனால் துருப்பிடித்துப்போன ஆயிரக்கணக்கான கை, கால் விலங்குகள் கிணற்றில் நிறைந்துகிடந்தன. அய்யாவிடம் கன்னியாஸ்திரி சொல்லிக் கொண்டிருந்தாள்.

'சுகமாகியிருச்சுனா, போகும்போது விலங்குகளக் கழட்டி இந்தக் கெணத்துக்குள்ள வீசிட்டுப் போயிறனும், நாங்க போகச் சொன்னாத்தான் போகணும், ஒங்க இஷ்டத்துக்குப் போகக்கூடாது'

'விலங்கு எங்கம்மா வாங்கனும்'

'விலங்கு இங்க கெடையாது. பக்கத்துல உப்பத்தூர்னு ஒரு ஊரு இருக்கு அங்க போனா கெடைக்கும், போயி வாங்கிட்டு வாங்க'

ஏஞ்சல் சிஸ்டரின் அலறல் பலமாய் கேட்டது. எல்லாரும் அவளையே பார்த்தார்கள். பின் பக்கமாய் கட்டப்பட்டிருந்த கைகளை முறுக்கினாள். கீழே படுத்து உருண்டு புரண்டாள்.

'அந்தோணியாரே, கர்த்தாவே, மாதாவே ரீட்டா...ய நீ பலி வாங்கணும். நரகத்துல போட்டு வறுத்து எடுக்கணும்'

கருத்தமுத்தும் ராமசாமி மாமாவும் அய்யாவிடம் ரூபாயை வாங்கிக்கொண்டு விலங்கு வாங்க உப்பத்தூர் புறப்பட்டார்கள். அய்யா ஏஞ்சல் சிஸ்டருக்கு காவல் இருந்தார். கோவிலுக்கு வடக்குப் பக்கம் போன கருத்தமுத்தும் ராமசாமி மாமாவும் பதறிப் போனார்கள். வரிசையாக இடுப்பளவு உயரமுள்ள கல்தூண்கள். ஒவ்வொரு தூணிலும் ஒவ்வொரு பைத்தியம். கைகளிலும் விலங்கு, கால்களிலும் விலங்கு. அப்படியே உட்கார்ந்த நிலையிலேயே தூக்கி கல்தூணுக்குள் சொருகி வைக்கப்பட்டிருந்தார்கள். தன்னுடைய நெஞ்சுக்கு நேராக கல்தூண். செக்கு மாடுகளைப் போல் உட்கார்ந்துகொண்டே சுற்றிச் சுற்றி வரலாம். கல்தூணில் நெற்றியால் முட்டி முட்டி முகம் முழுவதும் ரத்தம் வடிய சில பைத்தியங்கள். பரிதாபமான காட்சி. இதேபோல் ஏஞ்சல் சிஸ்டரையும் கல்தூணுக்குள் உட்கார வைப்பார்கள் என்று நினைத்தவனுக்கு அழுகை பொத்துக்கொண்டு வந்தது.

வெங்கடாசலபுரம் சிஸ்டர் சொன்ன அடையாளத்தை வைத்து விசாரித்து அந்த இடத்தை அடைந்த போது அது கடையில்லை.

ஒரு தீப்பெட்டிக் கம்பெனி. வழிதவறி வந்துவிட்டோமோ என்று யோசித்தபடியே நின்றபோது உள்ளேயிருந்து காவி வேஷ்டி உடுத்திய நீண்டதாடி மீசையுடன் பெரியவர் ஒருவர் எட்டிப்பார்த்தார். கருத்தமுத்தும் ராமசாமி மாமாவும் கை கூப்பி வணங்கினார்கள்.

'ஒங்களுக்கு என்னய்யா வேணும், யாரப் பாக்கணும்'

'அய்யா வேதக் கோவிலுக்கு ஒரு பைத்தியத்தக் கொண்டாந்தோம். கையில விலங்கு மாட்டணும்னு சொல்றாங்க. இங்க வெசாரிக்கச் சொல்லி சிஸ்டரம்மா சொல்லிவிட்டுச்சு'

விறுவிறுவென்று கம்பெனிக்குள் போன பெரியவர் ஆள் உயரமுள்ள நான்கு இரும்புக் கம்பிகளைக்கொண்டு வந்தார். இருவரும் ஆச்சரியமாகப் பார்த்துக்கொண்டு நின்றார்கள்.

'இந்தாங்கய்யா இதக் கொண்டுபோயி கொல்லம்பட்டறையில குடுங்க ஆசாரி அடிச்சுக் குடுப்பாரு'

'பட்டறை எங்ஙன இருக்குய்யா'

'இப்பிடியே நேரா போங்க, ஒரு பெரிய வேப்பமரத்துக்கு அடியில பட்டறை இருக்கிறது தெரியும்'

'கம்பிக்கு ரூவா எம்புட்டு அய்யா'

'நாங்க ரூபா வாங்குறதில்லய்யா. எங்க தாத்தா காலத்துலருந்து ஓசியாத்தான் குடுக்கோம். யாரு பெத்த புள்ளையோ, யாரு செஞ்ச பாவமோ, சொகமாகிப் போகணும். எந்தச் சாமி குணப்படுத்துனாலும் ஒன்னுதான். நம்ம சாமி இந்து. அவுக சாமி வேதம். ஏதுவும் இருக்கட்டும். சொகமானா போதும்.'

15

கொல்லுப்பட்டறையைச் சுற்றிலும் சம்சாரிகள் கூட்டமாக உட்கார்ந்திருக்க கொஞ்ச வயதுடைய பெண் ஒருத்தி துருத்தி ஊதிக்கொண்டிருந்தாள். பழுக்கக் காய்ச்சிய இரும்பை அடித்துத் துவைத்துத் தண்ணீர் நிரம்பிய கல் தொட்டிக்குள் முக்கினார். உஸ்ஸ் என்ற சத்தத்துடன் வெண்புகையும், தண்ணீரில் நுரைகளையும் கக்கிக் கொண்டு காய்ச்சிய இரும்பு அடங்கிப்போனது. ஏதோ சிலம்பு விளையாடப் போகிறவர்களைப் போல ஆளுக்கு இரண்டு கம்பிகளை வைத்துக்கொண்டு தன் பட்டறையை நோக்கி வரும் இருவரையும் ஏறிட்டுப் பார்த்தார் சண்முகனாசாரி. ஆசாரியைச் சுற்றி உட்கார்ந்திருந்த

சம்சாரிகளும் இவர்களை உற்றுப்பார்த்தார்கள்.

'அய்யா வணக்கம்ய்யா'

'வாங்கய்யா, எந்த ஊரு'

'உருளகுடிய்யா'

'ஆம்பளையாளா இல்ல பொம்பளையாளா'

'நீங்க அந்த அம்மாவுக்கு என்ன வேணும்'

'இவனுக்கு அய்யாகூடப் பொறந்த அத்தை, எனக்கு பொரியம்மாளோட மக'

'புருஷன் வரலையா'

'புருஷன் இல்லையா'

'எறந்து போய்ட்டாரா'

'அவரு செத்து ரொம்ப வருஷம் ஆகிப் போச்சு, புள்ள கொள்ளி கெடையாது, அண்ணன் வீட்டில் இருந்துதான் பாவம் காலம் தள்ளுது, கடவுள் இப்படிக் கொண்டாந்து விட்டுட்டாரு'

இரும்புக் கம்பிகளைக் கைகளில் வாங்கிய உடனேயே துருத்தி ஊதிக் கொண்டிருந்த பெண் எழுந்து போய்விட்டாள். உட்கார்ந்திருந்த சம்சாரிகளில் ஒருவரை சண்முகனாசாரி கூப்பிட்டுத் துருத்தி ஊதச் சொன்னார். நான்கு கம்பிகளையும் பட்டறையின் ஓரத்தில் சுவரில் தொங்கிய சாமி போட்டோவின் முன்னால் வைத்து வணங்கினார். கம்பிகளை போட்டோவின் முன்னால் தீப ஆராதனை காட்டுவது போல் சுற்றினார். அடுப்பில் கரி வெடித்துத் தீக்கங்குகள் பறந்து கொண்டிருந்தன. தண்ணீர்த்தொட்டியில் முக்கி நான்கு கம்பிகளையும் சுத்தமாகக் கழுவித் துடைத்தார். பச்சைக் குழந்தையைக் கைகளில் ஏந்துவதைப் போல ஏந்திக்கொண்டு வந்து இருவரிடமும் நீட்டி தொட்டுக் கும்பிடும்படிச் சொன்னார். சுற்றி உட்கார்ந்திருந்தவர் களிடமும் தொட்டுக் கும்பிடும்படி சொல்லி வாங்கிக்கொண்டார். கல்யாண மண்டபத்தில் திருமாங்கல்யத்தைத் தொட்டு வணங்க, கொண்டுசெல்வார்களே அதைப் போல் எல்லோரிடமும் தொட்டுக் கும்பிட்டு வாங்கியபின் சீறிக்கொண்டிருந்த அக்னிக்குள் புதைத்தார். புஸ் புஸ் என்ற சத்தத்துடன் ஜ்வாலை எரிந்தது. துருத்தி ஊதிக்கொண்டிருந்த கிருஷ்ணக் கோனார் சண்முகனாசாரியிடம் கேட்டார்.

'ஆசாரியாரே.. ஒங்க வீட்டம்மா சொல்லாம கொள்ளாம விருட்னு எந்திரிச்சுப் போயிருச்சு, எப்ப வரும்'

‘இந்த வேல முடிஞ்சு மறு நிமிஷம் வந்திருவா’

‘எதுக்கு ஆசாரியாரே, அப்பிடி’

‘விலங்கு அடிக்கிறத ஒரு பொம்பள கண்ணால பாக்கக் கூடாதுங்கிறது ஐதீகம். ஒரு நல்ல விஸ்வகர்மா ஐதீகத்த மீறக்கூடாது கோனாரே’

‘அப்பிடியா ஒங்க சாஸ்திரம் எனக்குத் தெரியலையே’

‘கைவிலங்கு, கால்விலங்கு அடிக்கனும்னு ஒரு ஆள் வந்து கேட்டா, எந்த நேரமும் கொஞ்சங்கூட தாமதிக்காம வேலை செஞ்சு குடுக்கனும். அது நடுச்சாமமா இருந்தாலும்கூட. எங்களுக்கு ஒவ்வொரு ஆபரணம் செய்யும் போதும் சில சாஸ்திரங்கள் உண்டு. விலங்கு செய்யறதை எந்த ஒரு பொம்பளையும் பார்க்கக்கூடாது. அதனால்தான் எம்பெண்டாட்டி பட்னு எந்திரிச்சுப் போய்ட்டா கோனாரே’

‘ஒங்க சாஸ்திரம் எங்களுக்கு என்ன தெரியுது’

‘அது மட்டுமில்ல கோனாரே, ஏற்கனவே விலங்குகள் செஞ்சு வச்சிருக்கவும் கூடாது. செஞ்சு முடிச்ச மறு நிமிஷமே இந்த ஆபரணம் மனித உறுப்புல மாட்டியாகனும், ஏம்னா மத்த ஆபரணங்கள் எல்லாமே மனுஷ உறுப்புக்கள அலங்கரிக்குது, அழகுபடுத்துது. இது ஒன்னு மட்டும் தான் மனுஷ உறுப்பக் கட்டுப்படுத்துது, அசிங்கமா பார்க்கப்படுது, மாடுகளுக்கு மூக்கணாங்கயிறு மாதிரி.’

‘எல்லாம் சரி ஆசாரியாரே பொம்பளைக ஏன் பார்க்கக் கூடாது’

‘கிருஷ்ண கோனாரே... ஆபரணங்களை அலங்கரிப்பதற்காகவே தண்ணீரையும்கூட தன் உயிர்குடத்தில் வாங்கி சேமித்து திரவத்தை திடமாக்கி தன் உயிரின் பாதியைச் சுமக்க படைக்கப்பட்ட உடம்பு பெண்ணுடம்பு. பெண் என்பவள் எப்போதுமே வாங்கும் இடத்தில் மட்டுமே இருப்பவள். கொடுக்குமிடம் அவளுடையதல்ல. காத்திருத்தல் பெண்ணின் தனிச் சிறப்பு. மௌனம் அவளின் சீதனம். ஒரு ஆண் கொடுக்கின்ற எல்லாவற்றையும் பாதுகாத்து உருமாற்றி உயிர் கொடுக்கும் கலை கற்றவள் பெண். ஆண் கொடுக்கும் தன் சொட்டுத் திரவத்தைத் திடமாக்கி, தன் உயிரின் பாதியை உயிராக்கி உறைசதையை உயிராக்கி உலகுக்கு வழங்குபவள் பெண். இந்த ஒரு ஆபரணம் அணிய மட்டும் பெண் உடம்பில் உறுப்புக்கள் இல்லை. ஆகவே பெண்கள் விலங்குகளைத் தொடவும்கூடாது, செய்வதைப் பார்க்கவும் கூடாது. உடம்பில் அணியவும்கூடாது.

தன்னிலை மறந்து அணியும் இவ்வாபரணம் அணியப்படுவதில்லை, அணிவிக்கப்படுவது. அலங்காரத்திற்கில்லை, அடிமையாக்குவதற்கு.'

'வெங்காடசலபுரம் வேதக் கோயிலுக்கு ஒரு நாள் போனன் ஆசாரியாரே, முக்கால்வாசி பைத்தியம் பொம்பளைகதான்.'

'தாங்கும் உத்திரங்கள்தான் வளையும், ஒடியும், சேதாரமாகி சின்னாபின்னமாகும். விட்டேத்திகளுக்கு என்றைக்குமே சேதார மில்லை கோனாரே.'

'இன்னொரு விஷயம் தெரியுமா கோனாரே, இந்த மாதிரி மனசுடைஞ்சு வரக்கூடிய முக்கால்வாசிப் பொம்பளைக புருஷன் இல்லாதவளா இருப்பா, ஆம்பளைனா பொண்டாட்டி இல்லாதவனா இருப்பான். ரொம்ப வருஷமா நான் வர்றவங்ககிட்ட இந்த வெவரத்தக் கேட்டு விசாரிப்பேன். இந்தப் பொம்பளைக்கும் புருஷன் கெடையாதாம்.'

கிருஷ்ணக் கோனார் துருத்தி ஊத பேசிக்கொண்டே சண்முகனாசாரி இரண்டு விலங்குகளை அடித்து, தண்ணீர்த்தொட்டிக்குள் ஆறப் போட்டுவிட்டார். இன்னும் இரண்டு கால்விலங்குகளே பாக்கி. கரித்துகள்களை அப்புறப்படுத்திவிட்டு புதிய கரிகளை உலையில் நிரப்பினார். புகை மண்டவும் முகம் சுளித்தார்.

'கோனாரே... வாழ்க்கையில சம நிலைங்கிறது, ஒரு ஆணும் பெண்ணும் சேர்ந்து வாழ்றது. இது இல்லாமப் போகும்போது சமநிலை தடுமாறுது. நீ போய்க்கிட்டு இருந்த பாதை காணாமப் போகும்போது, நீ ரொம்பத் தூரம் சுத்திப்போகணும், இல்ல புதுசா ஒரு பாதை போடனும், இல்ல யாரு பின்னாலயாவது நடக்கணும், எப்படியும் போய்ச் சேரவேண்டிய எடத்துக்குப் போய்த்தானாகனும். வேற வழி தெரியாதவன் தெகைச்சு நிப்பான், ஒன்னு உசுர மாச்சுக்கிருவான், இல்ல மனசு தேஞ்சு பைத்தியமாகிப் போவான். பொம்பளைக பாவம், தெனமும் பேசுறதுக்கு ஆள் இல்லனாலே பாதிப் பொம்பளைக பைத்தியமாகிடுவா, பேச்சுக்களை அடக்கி வைக்கிறது ஆபத்து.'

நான்கு விலங்குகளையும் கைகளில் கோர்த்துக்கொண்டு ராமசாமி மாமாவிடம் வந்தார். ராமசாமியைக் கிழக்காமல் திரும்பி நின்றுகொள்ளும்படி கேட்டுக்கொண்டார். நான்கு விலங்குகளையும் தூக்கிவைத்து சூரியபகவானிடம் காட்டினார். ராமசாமியிடம் கொடுத்தார். 'கொண்டுபோயி கைகள்ள மாட்டுற வரைக்கு இந்தப் பக்கம் திரும்பிப் பார்க்கக்கூடாது. தரையிலயும் வச்சிரக்கூடாது'

விலங்குகளை வாங்கிக்கொண்ட ராமசாமி, மடியில் முடிந்து வைத்திருந்த ரூபாயை எடுத்து நீட்டினார். ஏதோ பாம்பைக் கண்டவரைப்போல் படக்கென்று விலகிக்கொண்டார் ஆசாரி.

'இங்க கேளுங்கப்பா, இந்த ஆபரணத்த காசு பணம் வாங்காம செஞ்சு குடுக்கணுமுனு விஸ்வகர்மாக்களுக்கு கடவுளோட உத்திரவு. அதனால நயா பைசா வாங்கமாட்டோம்'

கருத்தமுத்தும் ராமசாமியும் உப்பத்தூர் ஆற்றைக் கடந்து மறு கரையேறினார்கள். ஆற்றில் முழங்கால் அளவு, தண்ணீர் ஓடிக் கொண்டிருந்தது. எதிரே வருவோர் போவோர் எல்லாம் இவர்கள் இருவரையும் வியப்பாகப் பார்த்துக் கொண்டுபோனார்கள். ஆற்றில் வாகரையில் கும்பளாக வளர்ந்திருந்த பனைக் கூட்டங்களில் பனங்காய்கள் காய்த்துத் தொங்கின. செம்போத்துப் பறவையின் விகாரமான சத்தம், காய்ந்து தொங்கிய காவோலை ஒன்று பனையை உரசியபடியே தரையில் சத்தத்துடன் விழுந்தது.

பனைக் கூட்டங்களைக் கடந்தவுடன் அந்தோணியார் கோவில் கோபுரம் தெரிந்தது. வெய்யிலின் உக்கிரம் ஏறிக்கொண்டிருந்தது. கோவில் காம்பவுண்ட் சுவரின் பின்வாசல் திறந்து கிடந்தது. தலைவாசல் வழியே சுற்றி வருவதற்குப் பதில் பின்வாசல் வழியே கோயிலுக்குப் போய்விடலாம் என்று இருவரும் உள்ளே நுழைந்தார்கள். அங்கே அவர்கள் கண்ட காட்சி நெஞ்சைக் கவ்வியது. செம்மறி ஆட்டுமந்தையைப் போல் எல்லா பைத்தியங்களையும் கோவிலைச் சுற்றிவரும்படி ஒருவன் கையில் பெரிய கம்பு வைத்துக்கொண்டு அதட்டிக்கொண்டிருந்தான். கைகளில் மட்டும் விலங்குடன், கால்களில் விலங்குடன், கைகளிலும், கால்களிலும் விலங்கு மாட்டிக்கொண்டு என ஏராளமான பைத்தியங்கள் கோயிலைச் சுற்றிவந்தன. தவழ்ந்துகொண்டு குதித்துக் குதித்து, சிரித்தபடி, அழுதபடி, விலங்குகள் எழுப்பும் சலசச் சல சத்தம் கேட்டுக் கொண்டே இருந்தது. கோவிலுக்கு முன்னால் ஒருவன் கம்பு வைத்துக்கொண்டு நின்றான். தெற்குப் பக்கம் ஒருவன், வடக்குப் பக்கம் ஒருவன், பின்னால் ஒருவன் என நால்வர் கைகளில் கம்புடன் காவல் காத்தனர். சுற்றிவரும்போது கோயிலின் முன்வாசலை தொட்டுக் கும்பிட்டு மார்பில் சிலுவைக் குறியிட வேண்டும். வடக்குப் பக்கச்சுவரில் இயேசுவின் சொரூபம், பின்னால் அந்தோணியார் சொரூபம், தெற்குப் பக்கம் மாதா சொரூபம் தொட்டுக் கும்பிட்டு மார்பில் சிலுவைக் குறியிடாமல் சென்றால் சடாரென குண்டியில் அடி

விழும். தினமும் காலையில் ஒரு மணி நேரம், சாயங்காலம் ஒரு மணி நேரம் இந்தப் பயிற்சி உண்டு. கருத்தமுத்தும் ராமசாமியும் ஆச்சரியமாய் பார்த்துக்கொண்டு நின்றார்கள்.

ஏஞ்சல் குப்புறப்படுத்துக் கிடந்தாள். அவள் பக்கத்தில் அய்யா கவலையுடன் உட்கார்ந்திருந்தார். விலங்குகளை எப்படி மாட்டுவது என்று தெரியவில்லை. கையில் கம்புடன் நின்ற ஒருவனை அய்யா கூட்டி வந்தார். கட்டியிருந்த கயிறுகளை அவிழ்த்து எடுத்த பிறகு முதலில் கால்களிலும், பின்னர் கைகளிலும் விலங்குகளை மாட்டினான். அப்படியே பூசணிக்காயைத் தூக்கிச் செல்வதைப் போல் தூக்கிக் கொண்டுபோய், கைகளும் கால்களும் கல்தூணுக்குள் வரும்படி ஏஞ்சலை உட்கார்ந்த வசத்தில் சொருகினான். தன் நெஞ்சைத் தொட்டுக்கொண்டு கல்தூண். உட்கார்ந்தபடியே செக்குமாட்டைப் போல் கல்தூணைச் சுற்றிச் சுற்றிவரலாம். இம்மி கூட அசையமுடியாது. நெற்றியால் முட்டிக்கொள்ளலாம். நிறைமாத கர்ப்பிணி ஒருத்தி கால்களில் விலங்குடன் வாத்தைப்போல் நடந்து திரிந்ததை இருவரும் ஆச்சரியமாய் பார்த்தார்கள். பின்னாலேயே ஒரு பாட்டி போய்க்கொண்டிருந்தாள். அந்தப் பரிதாபமான காட்சியை சகிக்க முடியவில்லை.

‘எந்த ஊரு பாட்டி உங்களுக்கு’

‘திருநெல்வேலிப் பக்கம் தாழையூத்து. இது என்னோட மருமக. மகன் செத்து நாலு வருஷமாச்சு. ரெண்டு புள்ளைக. என்னோடதான் இருந்தா. திடீர்னு புத்தி சுவாதீனம் இல்லாமப் போயிருச்சு, என்ன செய்ய இங்க வந்து ஒன்ர வருஷமாகுது இன்னும் வாசியாகல’.

‘மகன் எறந்து போய்டாம்னு சொல்ற மருமக நெறமாசமா வயித்த தள்ளிட்டுப் போறா’

‘அந்தக் கூத்த ஏங் கேக்கிக, இங்கதான் வந்து விட்ருந்தன். நான் ஒத்தப்பரி ஆளு எந்நேரமும் கூடவே இருக்க முடியுமா. கால்ல விலங்கு போட்ருக்கு எங்க போயிறப் போறானு நான் கொஞ்சம் மெத்தனமா இருந்திட்டன். எந்தப் பெயலோ சமயம் பாத்துக் கெடுத்திட்டான் பாருங்க, அது கொழந்த உண்டாயிருச்சு, ஆரச் சொல்ல, நம்ம நேரம். அந்தோணியார்தான் கேக்கனும், புள்ள கொல்லி இல்லனு கோடிச்சனம் தவமிருக்கு. கடவுள் என்னன்னா இந்தக் கோட்டிக்கார முண்ட வகுத்துல, அதுவும் புருஷன் இல்லாதவ வகுத்துல கொழந்த குடுக்கு, என்னத்தச் சொல்ல, இது நெறமாசம், இந்தப் பைத்தியத்தையும் பாக்கனும், பச்சைக் கொழந்தையையும் பாக்கனும். இப்படி ஒரு

கெரகம் ஒலகத்துல யாருக்குமே வரக்கூடாது'

ஏஞ்சல் சிஸ்டர் கல்தூணைச் சுத்த ஆரம்பித்தாள். கவனமாக மூன்று பேரும் அவள் பக்கத்திலேயே உட்கார்ந்திருந்தார்கள். பாட்டி சொன்ன கதையை கவனமாக கேட்ட அய்யா சொன்னார்.

'கொழந்த பிறந்த ஒடன பைத்தியம் தெளிஞ்சிரும். ஏம்னா கடவுள் கொழந்தைகள சோதிக்கமாட்டாரு'

இன்றைக்கு ராத்திரி ஒரு நாளைக்கு நம்ம இருப்போம், நாளைக்கு வேற ஆள் ஏற்பாடு பண்ணியிருவோம் என்று அய்யா சொன்னதால் மூன்று பேரும் இரவு அங்கேயே தங்கிக்கொண்டார்கள். பைத்தியங்களின் திடீர் அலறல், விகாரச் சிரிப்பு, முணுமுணுப்பு எப்போது உறங்கிப் போனார்கள் என்று தெரியவில்லை. விடிந்தபோது வெற்றுக் கல்தூண்தான் இருந்தது ஏஞ்சலைக் காணவில்லை. மூன்று பேரும் மூலைக்கொருவராய் தேடி ஓடினார்கள்.

கல்தூணை விட்டு தன்னை எப்படி விடுவித்துக் கொண்டாளோ ஏஞ்சல் கை, கால் விலங்குகளுடன் மெயின் ரோட்டில் போய்க் கொண்டிருக்கிறாள். பின்னாலிருந்து மோதிய பஸ் பிரேக் போட்டு நிற்க, பஸ்ஸின் பின்னால் வேகமாக வந்த கார் பஸ்ஸில் மோதி பெரிய விபத்து, ஏஞ்சல் மூக்குடைந்து குப்புற செத்துக் கிடக்கிறாள். காரிலும் பஸ்ஸிலும் ஒரே அலறல் கூப்பாடு. கருத்தமுத்து பெரிய அலறலுடன் கத்திக் கொண்டே எழுந்தான்.

'ஏஞ்சல்... யே... ஏஞ்சல்... சிஸ்டர் ஏஞ்சல்'

கருத்தமுத்துவின் அலறல் சத்தம் கேட்டு செந்தூர் பதறி எழுந்தான். லைட் வெளிச்சத்தில் பேயறைந்தவனைப் போல் பேந்தப் பேந்த முழித்துக்கொண்டிருந்தான் கருத்தமுத்து. செந்தூருக்கு ஒன்றும் புரியவில்லை.

'டேய்... முத்து என்னடா ஆச்சு, கோட்டிக்காரப் பயல....'

'செந்தூரண்ணே.... ஏஞ்சல் சிஸ்டர் செத்துப்போச்சு'

'அட நாசமாப் போறவனே அத எதுக்குடா சாகச் சொல்ற'

'ஏஞ்சலுக்குப் பைத்தியம் புடிச்சிருச்சு, கால்ல விலங்கு மாட்டிருக்கு, கார் மோதி செத்துப் போச்சு'

'ஒன்னயக் கொண்டுபோயி ரேஷ்மா சிஸ்டர்கூட அடைக்க வேண்டியதான். அது பாவம் ஒத்தையில் விடிய விடிய அலறிட்டுக் கெடக்கு'

இன்னும் அவன் தன்னிலைக்கு வரவில்லை. தண்ணீரைக்

கொண்டுவந்து முகத்தில் சப்பென்று எறிந்தான் செந்தூர். அலங்க மலங்க விழித்துக்கொண்டே பரக்கப் பரக்கப் பார்த்தான். ரேஷ்மா சிஸ்டருக்கு சாப்பாடு கொடுக்கப் போனபோது இவனைக்கூடக் கூட்டிட்டுப் போனது தவறு என்று செந்தூரரான் நினைத்துக் கொண்டான். ஓரிடத்தில் யாராவது ஒருவருக்குப் பைத்தியம் பிடித்தால் பக்கத்தில் இருப்பவர்களுக்கும் பைத்தியம் பிடிக்குமா என்றும் யோசித்தான். அப்படியென்றால் முதன் முதலில் ரீட்டா சிஸ்டருக்குப் பிடிக்கவேண்டும் என்று நினைத்துக்கொண்டான்.

'யேல... ஏய்... முட்டாப் பயல என்னலே வந்தது, ஏம்ல இப்பிடி பேயறைஞ்சது கெனக்கா முழிக்க'

'செந்தூரண்ணே பயங்கரக் கனவு கண்டேன்ணே, ஏஞ்சல் சிஸ்டர் பைத்தியம் புடிச்சு, கார்ல அடிபட்டு செத்துப்போச்சு, கையிலயும், கால்லயும் விலங்கு மாட்டியிருக்கு'

'சரிடா, பேசாமப் படு. காலைல ஏஞ்சல் சிஸ்டர் இருக்கா செத்துப் போச்சானு பாப்பம்'

அந்த அந்தகார நடு நிசியிலும் ரேஷ்மா சிஸ்டரின் அலறல் கேட்டுக் கொண்டேயிருந்தது. பாவம் தொண்டை வறண்டும்கூட கூப்பாடு நிற்கவில்லை.

கருத்தமுத்துக்கு அதற்குப் பிறகு தூக்கம் வரவில்லை. தான் கண்டது கனவல்ல. சோலையம்மாள் அத்தையைக்கொண்டு போகும் போது தானும் கூடப்போய் பார்த்த நிஜக் காட்சி. ஆனால் கனவில் அத்தைக்குப் பதில் ஏஞ்சல் சிஸ்டர் வந்துவிட்டாள். கல்தூணைவிட்டு கைகளிலும் கால்களிலும் விலங்கு மாட்டியிருக்க அத்தை எப்படி மேலேறி வெளியேறி ரோட்டுக்குப் போனாள் என்று தெரியவில்லை. பஸ் மோதி காரில் இருந்த மூன்று பேர் செத்தார்கள். கை, கால் விலங்குடன் அத்தை தவளையைப் போல் ரோட்டில் குப்புறக் கிடந்தாள். மோதிய வேகத்தில் குப்புற விழுந்திருக்கிறாள். முகம் சப்பளித்து மூக்கு உள்ளே போய் விகாரமாகச் செத்துக்கிடந்தாள். அத்தையை மடியில் வைத்துக்கொண்டு அய்யா அழுதார். கடைசியாகச் சொன்னார். 'நாலு பேரோட உசுர என் தங்கச்சியோட விலங்குக்குள்ள கடவுள் ஒளிச்சு வச்சிருந்திருக்காரு, விதிய மாத்த யாரால முடியும்.'

ஆஸ்பத்திரியில் கொண்டுபோய் அறுத்துத்தான் அத்தையைக் கொடுத்தார்கள். இரண்டு விலங்குகளையும் என்ன செய்வதென்று அய்யா யோசித்தார். வெங்கடாசலபுரம் கோவில் கிணற்றில் போட்டு விட்டு வரும்படி கருத்தமுத்துவை அனுப்பினார். ஆனால் கோவிலில்

சுகமாகிப் போகிறவர்களின் விலங்குகளைத்தான் கிணற்றுக்குள் போட வேண்டும், இறந்து போனவர்களின் விலங்குகளை அவர்களை புதைக்கும்போது கூடவே போட்டு புதைத்துவிட வேண்டும் என்று சொல்லித் திருப்பி அனுப்பிவிட்டார்கள். அத்தையுடன் போட்டு அய்யா புதைத்தார். ரேஷ்மா சிஸ்டரையும் இப்படி கை கால்களில் விலங்கு மாட்டி கல்தூணுக்குள் கட்டிப்போடுவார்கள் என்று நினைத்த போது அவனுக்கு வருத்தம் தாளவில்லை. அழுகையை அடக்கிக் கொண்டான். மெதுவாகத் திரும்பிப்படுத்தான். செந்தூர் அயர்ந்து குறட்டைவிட்டுத் தூங்கிக்கொண்டிருந்தான்.

காலையில் எழுந்து கருத்தமுத்து தொட்டிச் செடிகளுக்கு என்றைக்கும் போல் தண்ணீர் ஊற்றிக்கொண்டிருந்தான். செந்தூரானுக்கு சிரிப்பை அடக்க முடியவில்லை. முத்துவைப் பார்த்துப் பார்த்து சிரித்தான். ராத்திரி கனவுகண்டு அலறி எழுந்ததையும் ஏஞ்சல் சிஸ்டர் இறந்துவிட்டதாக சொன்னதையும் நினைத்துப் பார்த்தான். வேலைகளை முடித்துவிட்டு சமையலறைக்குள் வந்தான் முத்து. செந்தூரான் நேராகப் பக்கத்தில் வந்து நின்றான்.

‘என்னடா முத்து எல்லா வேலையும் முடிச்சிட்டியா’

‘ஆமாண்ணே.... முடிஞ்சுது, கௌம்ப வேண்டியது தான்’

‘ஏஞ்சல் சிஸ்டர் இருக்குதா செத்துப்போச்சானு ஓரெட்டு போயி பாத்திட்டு வந்திரப்படாதா’

‘செந்தூரண்ணே விடுங்கண்ணே, பயங்கரக் கனவுண்ணே’

‘ஏஞ்சல்கிட்ட சொல்லட்டாடா’

‘அய்யய்யோ.... வேண்டாமண்ணே, சிரிக்கப் போறாங்க’

‘இந்த குரோட்டன்ஸ் செடிகள, எதுக்கண்ணே வளக்கனும், அது என்ன பூக்கப் போகுதா காய்க்கப் போகுதா’

‘பூத்துட்டா காய்ச்சிருமேடா முத்து’

‘ஆமாண்ணே பூ பூத்தாத்தான் காய்க்கும்’

‘பூ பூத்தாலும் காய்க்காத செடிகளும் இருக்கு’

‘அது எப்படிண்ணே பூ பூத்தா காய்க்காம இருக்காது’

‘நீ கலர் கலரா இருக்கிற குரோட்டன்சை சொல்ற, நான் வெள்ளை வெளேர்னு இருக்கிற செடியச் சொல்றன்’

‘செடிக எப்படிண்ணே வெள்ளை வெளேர்னு இருக்கும், ஒன்னு பச்சையா இருக்கும், இல்லனா பல கலர்ல இருக்கும்’

'இந்த மடத்துல ஒவ்வொரு ரூமுக்கும் ஒன்னு இருக்குல்ல வெள்ளை வெளேர்னு, அதுக பூத்த செடிகதான், ஆனா காய்க்காது பழுக்காது, காலத்துக்கும் இப்படியேதான் இருக்கும்'

'போங்கண்ணே நீங்க கேலிபண்றீங்க, சிஸ்டர்களைப் போயி செடிங்கறீக'

'டேய்... முத்து அதுக அம்புட்டும் பூத்தும் காய்க்காத பழுக்காத மணக்காத செடிகள்தான்டா'

சாயங்காலம் கிளம்பி இரவு படுப்பதற்கு கன்னியாஸ்திரி மடத்துக்குப் போய்விடுவதால் கருத்தமுத்து அரியானை சந்திக்க முடியாமல் தவித்தான். இன்று ஞாயிற்றுக்கிழமை. பகலில் எப்படியாவது அரியானைப் பார்த்துப் பேசிவிடவேண்டும் என்று நினைத்துக்கொண்டே மயானத்திற்குள் எட்டு வைத்தான். அரியானின் இரண்டு நாய்களும் ஓடிவந்து கருத்தமுத்துவை வட்டம் சுற்றி வாலாட்டின. அரியான் பக்கத்தில்தான் எங்கேயாவது இருப்பான் என்று யூகித்தபடியே எட்டு வைத்தான். பிரண்டைத் தண்டுகள் நிறைந்து கிடந்தன. மண் கலயங்களும் பாதி எரிந்த கட்டை விறகுகளும் எரிமேடையைச் சுற்றிலும் சிதறிக்கிடந்தன. ஆறாம் நம்பர் மையவாடியில் யாரோ ஒருவருடன் பேசிக்கொண்டிருந்தான். மத்தியான வெய்யில் ஏறிக்கொண்டிருந்தது. புகை வந்து கொண்டிருந்தது. ஏதோ ஒன்றில் பிணம் எரிந்துகொண்டிருக்கலாம். எந்த நம்பர் என்று தெரியவில்லை.

பிறந்து வளர்ந்து சம்பாதித்து சந்ததி வளர்ந்து ஆடிப்பாடி அனுபவித்து கடைசியில் காற்றில் கலக்கும் கரும்புகையாகவும் மண்ணோடு மறையும் பிடி சாம்பலாகவும் மாறிப் போகும் கோடானு கோடி மானிடர்களையும் அதன் சக்கரச் சுழற்சியையும் அனுபவம் இல்லாத இளவட்டமான கருத்தமுத்துவால் அறியமுடியவில்லை. காற்றில் கரைந்து காணாமல் போய்விடும் கற்பூரத்தைப் போல் நேற்று நடமாடித் திரிந்தவன் இன்று புகையாய் சாம்பலாய் தடயமே இல்லாமல், நிழலாகிப் போனானோ!

தூரத்தில் வரும்போதே அரியான் கருத்தமுத்துவைப் பார்த்து விட்டான். இவன் போய் உட்கார்ந்த உடனேயே அரியானுடன் பேசிக் கொண்டிருந்தவன் எழுந்து போய் விட்டான்.

'என்னடே முத்து ஆளையே பாக்க முடியல'

'அருள்ராஜ் சொல்லலையாண்ணே'

‘சொன்னான், சொன்னான் ராத்திரிப் படுக்கைக்கு கன்னியாஸ்திரிக மடத்துக்கு போறான்னு சொன்னான்’

அரியானின் பக்கத்தில் போய் கருத்தமுத்து உட்கார்ந்தான். பீடியை வாயில் வைத்துக்கொண்டு தீப்பெட்டிக்குள்ளிருந்து தீக்குச்சியை எடுத்தவன் தன் முகத்துக்கு நேராக வைத்துக்கொண்டு உற்றுப் பார்த்துக்கொண்டே இருந்தான். கருத்தமுத்துக்கு ஒன்றும் புரிய வில்லை.

‘அரியாண்ணே... தீக்குச்சிய எதுக்கு அப்பிடிப் பாக்குறீக, கருமருந்துதான் இருக்கு வேற ஒன்னுமில்லையே’

எல்லாமே இதுக்குள்ள இருக்குடா நீயும் இருக்க நானுமிருக்கேன்’

‘என்னண்ணே போதை ரொம்ப ஓவராப் போயிருச்சா’

‘டேய்..... முத்து இந்தக் குன்னிமுத்து இம்புட்டு கருமருந்துதான்டா ஒரு மனுஷன்’

‘என்னண்னே சொல்றீங்க எனக்கு ஒன்னும் புரியலண்ணே’

‘டேய், இந்த ஒலகத்துல ஒவ்வொரு மனுஷனும் ஒரு தீக்குச்சி தான்டா. ஒரு உரசு உரசுனாப் போதும், ஒரே ஒரு தீப்பொறி, அடுக்கி வச்ச தகன மேடை சாம்பல், ஆட்டம் போட்ட ஐயா, பிடி சாம்பலா உள்ளங்கைக்குள்ள, வேதக்காருகளும், அல்லாவ கும்புடுறவகளும் ஒரு பிடி மண், கரையான், பூச்சி, புழு, எலும்பு, எரு, செடி, கொடி, இயற்கை’

‘அப்ப நமக்குத் தீக்குச்சி, அவங்களுக்கு கரையான்’

‘கடேசியில அதுதானடா முத்து மிச்சம்’

தகரக் கொட்டகையின் வெப்பம் உறைத்தது. மரங்கள்தோறும் அடைந்து கிடந்தன அண்டங்காக்கைகள். தான் வரும்போது அரியானிடம் பேசிக்கொண்டிருந்தவனை இது வரைப் பார்த்ததில்லை. யாரென்று கேட்க மனசு துடித்தது. பெரும்பாலும் உறவினர்கள் யாரும் இங்கே தேடி வர மாட்டார்கள்.

‘நான் வரும் போது பேசிக்கிட்டு இருந்தாரே யாருண்ணே அவரு’

‘அவராடே... நான் சொல்லனும்னு இருந்தன், அதுக்குள்ள பேச்சு தீக்குச்சி, கரையான்னு போயிருச்சு’

‘அவருதான் இந்த ஊர்லயே பெரிய சாராய வியாபாரி, சங்கிலிப் பாண்டி, சங்கிலியண்ணம்னா எல்லாருக்கும் தெரியும்’

‘என்ன விசயமா வந்தாரு’

'தண்டவாளத்துக்கு அந்தப்பக்கம் உடங்காடு இருக்கில்ல கண்ணுக்கெட்டும் மட்டும் உடைமரம் வனாந்திரமா இருக்கும். நீ பார்த்திருக்கமாட்ட, அதுக்குள்ள தான் சரக்கு வியாபாரம் நடந்துச்சாம், இப்ப அந்த எடத்துல புதுசா ஒரு பஸ் ஸ்டாண்ட் வருதாம், எல்லா உடைமரங்களையும் வெட்டப் போறாங்களாம், அதனால கள்ளச் சாராயம் விக்க எடம் தேடி அலையிராரு.

'நீ என்ன சொன்னண்ணே'

'என்னையப் பத்தித்தான் தெரியுமில்ல, முடியாதுனு சொல்லிட்டன்'

'கஞ்சா விக்கிறவன், கள்ளச் சாராயம் விக்கிறவன், விபச்சாரம் பண்றவங்க எல்லாரும் சுடுகாட்டுக்கே வாரங்களே எதுக்குண்ணே'

'டேய்.... முத்து இங்க என்ன நடந்தாலும் சாட்சி சொல்ல ஆள் இல்ல பாத்தியா, அதுதான் காரணம். சாம்பலும், எலும்பும் சாட்சி சொல்ல வராது, அதே மாதிரி பேய் பிசாசும் வராது'

கன்னியாஸ்திரி மடத்தில் ரேஷ்மா சிஸ்டரை பைத்தியமாக்கி அடைத்து வைத்துள்ளதைப் பற்றியும், அவள் எதிரே யாருமே போகப் பயப்படுவது பற்றியும் அரியானிடம் சொல்லிக்கொண்டிருந்தான். அமைதியாகக் கேட்டுக்கொண்டிருந்த அரியான் இலேசாக சிரித்துக் கொண்டான். அந்தச் சிரிப்பின் அர்த்தம் கருத்தமுத்துக்குத் தெரியாது. ஆனால் கர்த்தருக்குத் தெரியும். பத்தாண்டுகளுக்கு முன்நடந்த அந்தச் சம்பவத்தை கருத்தமுத்துவிடம் விவரமாகச் சொல்ல ஆரம்பித்தான்.

வில்சன் பாதர், ஆறடி உயரம், கம்பீரமான தோற்றம். ராணுவத்தில் பணியாற்றி யுத்தத்தில் பங்கெடுத்து அப்புறம் மனம்மாறி, கிறிஸ்தவத்தில் தோய்ந்து குருவானவர். கிறித்துவப் படிப்பை முடித்து முதன் முதல் இங்குதான் பொறுப்பேற்றார். ஹாஸ்டல் வார்டனாகவும், மடத்துக்கு வரும் உள்நாட்டு வெளிநாட்டு உதவிகளையும் கண்காணிக்கும் காப்பாளராகவும் பணியாற்றினார். அவர் நடந்து வந்தார்னா பந்தயக் குதிரை நடந்து வர்ரது மாதிரி வருவாரு. ஞாயம்னா நூல் பிசகாத ஞாயம். யாருக்கும் பயப்பட மாட்டாரு. ஆனா நல்லா உதவி செய்வாரு. ரொம்ப இரக்க குணம் உள்ளவரு. ஏழைக மேல பிரியமா இருப்பாரு. இப்ப வடக்க இருக்கிற மெயின் கேட் கெடையாது. இந்த வழியாத்தான் லாரி கார் வர முடியும், போக முடியும். அப்ப வெளிநாட்லருந்து லாரி லாரியா கோதுமை வரும். கோதுமைனா, முழுக்கோதுமை. அப்புறம் அரைச்சு ஒடச்ச கோதுமை, அதுக்குப் பேரு பல்க்கர். அரிசி மூட்டையும் வரும்.

மஞ்ச மஞ்சேர்னு நீளம் நீளமா இருக்கும். மக்காச்சோளம், மாவு, பால்பவுடர் லாரி லாரியாக வரும். சமையல் எண்ணெய் டின் டின்னா வந்து இறங்கும். இதுபோக மாவா அரைச்ச கோதுமை, மூடை மூடையா. இத்தனையும் எறக்கி குடோன்ல வைக்கிறதுக்கு லோடுமேன்கள நான்தான் கூட்டிட்டு வருவேன். வில்சன் பாதர் பால்பவுடரும் எண்ணெய்யும் நெறய்யா தருவாரு. அதாவது ரெயில் பெட்டியில முப்பது நாப்பது பெட்டி வரும்னா பாத்துக்கோயேன். ரெண்டு நாளைக்கு லாரி லோடு அடிச்சுக்கிட்டே இருக்கும். தெக்க ஒரு பெரிய குடோன் இருந்துச்சு. அது நெறய்யா மூடை மூடையா, பூச்சி, வண்டு, புழு பத்திப்போயி கெடக்கும். இங்க இருந்துதான் பத்து இருபது மடங்களுக்கு எல்லாம் போகும். இந்த ஜில்லா முழுக்க ஆயிரக் கணக்கான ஏழைப் புள்ளைகளுக்குச் சாப்பாடு அதுதான்.

'எல்லாமே அங்கயிருந்து இலவசமாத்தான் வருதாண்ணே'

'கொறக் கதையவும் கேளு, ஒவ்வொரு மூடையிலயும், எண்ணெய் டின்னுலயும், பால்மாவு பாக்கெட்லயும், அந்தந்த நாட்டு அடையாளம் இருக்கும். அதுக்குக் கீழ விற்பனைக்கோ மாற்றுவதற்கோ அல்ல அப்பிடினு இங்கிலீஷ்ல எழுதி, இப்படி கைகுலுக்கிற மாதிரி ஒரு படம் போட்ருக்கும். எல்லாமே இலவசமாத்தான் வெளி நாட்டுக்காரன் அனுப்புறான், அப்ப பையன்களுக்கும் இலவசமாத்தான சோறு போடணும்.'

'அரியாண்ணே இலவசமாத்தான போடுறாங்க, எங்ககிட்ட ரூவா எதுவும் வாங்குறதில்ல'

'பையன்ககிட்ட வாங்கமாட்டாங்க, ஆனா யாருகிட்ட வாங்கனுமோ அவங்ககிட்ட வாங்கிருவாங்க'

'அரியாண்ண நிய்யி சொல்றது எனக்குப் புரியலண்ணே, யாருண்ணே ரூபா குடுப்பா'

'கிறிஸ்தவங்க மடத்துல படிக்கிற பையன்களுக்கு எல்லாமே இலவசம்னு மக்கள் நெனைக்காங்க, ஆனா இலவசம் கெடையாது. ஹாஸ்டல்ல படிக்கிற பையன்களுக்கு நம்ம நாட்டு கவுர்மெண்ட் மாசாமாசம் ஒரு பையனுக்கு இவ்வளவுனு உதவித்தொகை குடுக்கு. இல்லனா வருஷத்துக்கு இம்புட்டுனு பணம் குடுக்கு, இந்த மடத்துல மட்டுமே அறுநூறு புள்ளைக படிக்குதுங்க, அப்படின்னா இந்த ஜில்லா முழுக்க, நாடு முழுக்க எத்தன ஆயிரம் புள்ளைங்க படிக்கும்னு பாத்துக்கோ. மாசா மாசம் லட்சக்கணக்குல, கோடிக் கணக்குல பணம். வில்சன் பாதர் என்ன செஞ்சார்னா, சாப்பாட்டுக்குத்

தேவையானது அம்புட்டும் இலவசமா வருது, அப்படின்னா நம்ம கவர்மெண்ட் குடுக்கிற பணத்த அந்தந்தப் பையன்ககிட்ட கையில குடுத்துறனும், இல்ல கவர்மெண்ட் குடுக்கிற பணத்த வாங்கக் கூடாது, வாத்தியார்களுக்கு சம்பளம் கவர்மெண்ட் குடுக்கு, தங்குற எடமும் சமையல் செலவும்தான் நம்ம வேலை, அதுக்கு மட்டும் ஒரு குறிப்பிட்ட தொகைய எடுத்துக்கிட்டு மிச்சப் பணத்த பையன்க கையிலயே குடுக்கப் போறன்னு சொல்லிட்டாரு, சொன்னதுமில்லாம பையன்களோட அப்பா அம்மா பணத்த வாங்க வரச்சொல்லிட்டாரு.'

அரியான் மூன்றாவது பீடியைப் பற்றவைத்துக்கொண்டான். கருத்தமுத்து கவனமாக கேட்டுக்கொண்டிருந்தான். காற்று சுழிமாறி அடித்ததால் பிணமெரிக்கும் புகை சுழன்று சுழன்று மண்டிக் கொண்டது. இருவர் இருப்பதும் புகை மூட்டத்தில் தெரியவில்லை.

'பெறகு சொல்லுண்ணே, பணத்த பையன்ககிட்ட குடுத்தாரா'

'மத்த பாதருங்க சாமானியமா விடுவாங்களா, இங்க குடுத்திட்டா நாடு முழுவதும் குடுக்கனுமே, நடக்குமா, இல்ல நடக்க விடுவாங்களா, மடத்துக்குள்ள ஒரே சண்டக்காடு, வில்சன் பாதர் யாருக்கும் மசியமாட்டனு சொல்லிட்டார். அவரு தெளிவா சொன்னாரு. இந்தப் பையன்க பேரச் சொல்லி வெளிநாட்டுல ஓசி வாங்குறது பாவம். நம்ம நாட்ட நம்மளே கேவலப்படுத்துறோம். நம்ம நாட்டப் பற்றி அவங்க என்ன நெனப்பாங்க, பிச்சக்காரப்பய நாடுனு நெனப்பான். ஒங்களுக்கு மனச்சாட்சியில்லையா கர்த்தர் உண்மைக்கு விசுவாசமாயிருனுதான் சொல்லியிருக்காரு, அநீதியின் பக்கம் நிக்கச் சொல்லல, வெளிநாட்ட ஏமாத்துறோம், நம்ம நாட்ட ஏமாத்துறோம், பையன்கள ஏமாத்துறோம், ஓசியாக் குடுக்கிறத நம்மளும் ஓசியாத்தான குடுக்கனும், எதுக்கு நம்ம கவர்மெண்ட்ல ரூபா வாங்கனும்னு கேக்காரு. ஒரு பாதரும் வாய் தெறக்கல, அவரு கூட யாருமே பேசாம இருந்துக்கிட்டாங்க. அப்ப கோட்டச்சொவர் கெடையாது. கையசைச்சுக் கூப்புட்டா நான் மடத்துக்குப் போவன், ஏங்கிட்ட மணிக்கணக்கா பேசுவாரு. மிலிட்டிரியில அவரு சண்டை போட்டது, அப்புறம் சண்டைய வெறுத்து பட்டாளத்தவிட்டு வெளியேறுனது எல்லாத்தையும் சொல்வாரு, தங்கமான மனுஷரு'

'வேற மடத்துக்கு மாத்திப் போட்ருவாங்களே'

'எங்க மாத்துனாலும் அங்கயும் போயி இதத்தான் செய்வம்னு தெளிவா சொல்லிட்டாரு. ரெண்டே நாள்ல, பாத்தா வில்சன் பாதருக்கு பைத்தியம்னு தனியா ரூம்ல போட்டுப் பூட்டிட்டாங்க, யாரையும்

பாக்கவிடல, பாவம் ரூமுக்குள்ள ஓயாம கூப்பாடு போட்டுட்டுக் கெடந்தாரு, மனசு கேக்காம நான் பாக்கப்போனன்'

'ஒன்னய விடமாட்டாங்களே, எப்பிடிண்ணே போன'

'அதெல்லாம் பாக்க முடியாதுனு சொன்னாங்க. நான் வேற ஒன்னும் சொல்லல, எவனாவது எதுவும் சொன்னா ரெண்டா துண்டு துண்டா வெட்டிட்டு ஜெயிலுக்குப் போயிருவன், ஒழுங்கா இருங்க, இல்லனா குழிதோண்டிப் பொதச்சிருவன்னு சொல்லிட்டன், ஒருத்தன் வாய் தெறக்கல'

'அப்புறம் பாதரப் பாத்தையாண்ணே'

'ஜன்னல் வழியாப் பாத்துப் பேசுனன். உள்ள போக கதவத் திறந்தா எங்கிட்டும் ஓடிருவாருனு, கதவத் தெறக்கமாட்டேன்னு சொல்லிட்டாங்க'

'நெசமாவே அவருக்குப் பைத்தியம் தானாண்ணே'

'எல்லாருமா சேர்ந்து அவர பைத்தியமாக்கி வச்சிட்டாங்க. என்கூட நல்லாப் பேசுனாரு, எப்பிடியாவது கதவ திறந்துவிட்ரு அரியான், நான் வெளில வந்து எல்லாத்தையும் சுட்டுப் பொசுக்கிறம்னு சொன்னாரு'

'பெறகு என்னணே ஆச்சு'

'கரெக்டா நாலே நாள்தான், அச்சாபிசுக்கு எதுக்க ஒரு பூவரசு மரம் இருக்கு பாரு, அதுல தூக்குல தொங்கிட்டாரு'

'அடக்கடவுளே... பூட்டுப்போட்டு பூட்டியிருந்தாங்கனு நீதான சொன்ன'

'ஆமா அந்தப் பூட்டோட சாவி அவங்ககிட்டத்தான இருந்தது, தெறந்தோம் தப்பிச்சு ஓடிட்டார்னு சொன்னாங்க, பிறகு ராத்திரியோட ராத்திரியா தூக்குல தொங்கிட்டார்னு சொல்லிட்டாங்க. வில்சன் அப்படின்னு ஒரு பாதர் இருந்தார்னும், அவரு பூவரசு மரத்துல தூக்குல தொங்கி செத்துட்டார்ங்கிற விசயமும், வெளியாட்கள்ள எனக்கு மட்டும்தான் தெரியும், வேற யாருக்கும் தெரியாது, ஜெபம்பண்ணி கல்லறைத் தோட்டத்துல கொண்டுபோயி அடக்கம்பண்ணிட்டாங்க'

அரியான் சொல்லி முடித்ததும் முத்து வாயடங்கிப்போனான். ரேஷ்மா சிஸ்டரை நினைத்துப் பார்த்தான். நிஜமாகவே ரேஷ்மா சிஸ்டருக்குப் பைத்தியமல்ல. ஏஞ்சலிடமும், செந்தூரானிடமும் எவ்வளவு அன்பாகப் பேசியது. மௌனங்களும், உதாசீனங்களும், புறக்கணிப்புக்களும், அவமானங்களும் பைத்தியத்தின் வாசல்களாக இருப்பதைக் கருத்தமுத்து எண்ணிப்பார்த்தான். ஏஞ்சல் சிஸ்டரிடமும்

செந்தூரண்ணனிடமும் சொல்லி எப்படியாவது ரேஷ்மா சிஸ்டரை காப்பாற்றி விடும்படி கேட்கவேண்டும் என்று எண்ணிக் கொண்டான்.

'அரியாண்ணே எனக்கு இந்த வருஷத்தோட படிப்பு முடிஞ்சு போகும். கொஞ்ச நாளைக்கு இந்த ஊர்லயே ஏதாவது வேலை செய்யலாம்னு நெனைக்கேன், ஏதாவது வேலையிருந்தா பாத்துச் சொல்லுண்ணே'

'என்ன வேலைடே பாப்ப'

'என்ன வேலனாலும் பாக்கவேண்டியதான். புடிக்கலன்னா வேற வேலைக்குப் போயிற வேண்டியதான்'

'வேலை செய்றவங்கள்ல முக்கால்வாசிப் பேரு புடிச்ச வேல பாக்கல, ஏதாவது வேலை செய்யனும்னு செய்றான், நானும்தான்'

யூதாததேயு சாமியார் மடத்துக்கு இரவு படுக்கப்போன பிராட்டஸ்டென்ட் பையன்கள் ஐசக்கும், டேவிட்டும் இனிமேல் நாங்கள் அங்கே படுக்கப் போகமாட்டோம் என்று சொல்லி விட்டார்கள். பாதர் என்ன காரணம் என்று கேட்டபோது, அவர்கள் சொன்ன காரணம் விசித்திரமாய் இருந்தது. இருவரும் பயத்துடன் இருந்தார்கள். வார்டன் விசாரித்துக் கொண்டிருந்தார்.

'எதுக்குடா ததேயு மடத்துக்குப் படுக்கப்போக முடியாதுனு சொல்றீங்க, காரணம் சொல்லுங்கடா'

'..........'

'பாதர் எதுவும் சொன்னாரா'

'இல்ல'

'ரொம்ப வேலை ஏவுறாங்களா'

'இல்ல'

'காலைல சாப்பாடு தரமாட்டோம்னு சொன்னாங்களா'

'இல்ல'

'அப்புறம் எதுக்குடா, முடியாதுனு சொல்றீக, காரணத்தையாவது சொல்லித் தொலங்கடா'

'..........'

'காரணத்த சொல்லலனா இன்னைக்கி ராத்திரி நீங்கதான் படுக்கப் போகணும்'

'பாதர் நடுராத்திரியில தெனமும் கொலுசு சத்தம் கேக்குது பாதர்,

எங்களுக்கு பயமாயிருக்கு பாதர்'

'கொலுசு சத்தம் எப்பிடிடா கேக்கும், ஏதாவது கனவுகண்டு இருப்பிங்க'

'இல்ல பாதர், சில்க், சில்க்னு நடந்து போறது தெளிவா எங்க ரெண்டு பேரு காத்துக்கும் கேட்குது பாதர்'

'சரிடா, இன்னக்கி ஒரு நாளைக்குப் போங்க, நாளைக்கு வேற ஏற்பாடு பண்ணியிருவோம்'

'இல்ல பாதர், நாங்க போகமாட்டோம். விடிய விடிய தூங்காம ரூமுக்குள்ளயே ஒக்காந்திருந்தோம். எங்களுக்கு பயமா இருக்கு பாதர், எங்கள விட்ருங்க'

'சரிடா கழிசர நாய்ங்களா போங்க, கருத்தமுத்து இருந்தானா வார்டன் பாதர் கூப்பிடுறாருனு சொல்லிட்டுப் போங்கடா'

கன்னியாஸ்திரி மடத்துக்கு படுக்கப்போவது ஏஞ்சல் சிஸ்டரைப் பார்க்கத்தானே ஒழிய வேறொன்றுமில்லை. ஆனாலும் பார்க்கவோ பேசவோ இயலவில்லையாகையால் தன்னால் இனிமேல் அங்கே இரவு படுக்கப்போக முடியாது என்று சொல்லிவிடலாம். அடுத்து பிரான்சிஸ் வாத்தியார் வீட்டுக்கு மதியச் சாப்பாடு வாங்க தன்னால் இயலாது என்று சொல்லிவிடலாமா என்று யோசித்தான். டீச்சரின் தொந்தரவு தாங்க முடியவில்லை. குழம்பிப்போய் உட்கார்ந்திருந்த கருத்தமுத்துவிடம் வந்து வார்டன் பாதர் கூப்பிடும் விஷயத்தைச் சொன்னார்கள். தான் சந்திக்க நினைத்தவுடன் சந்தர்ப்பம் தானாகவே வருகிறதே என்று எண்ணியபடியே கருத்தமுத்து வேகமாகப் போனான்.

'ஸ்தோத்திரம் பாதர்'

'ஸ்தோத்திரம்டா முத்து'

'பாதர் கூப்பிட்டு விட்டதா சொன்னாங்க'

'டேய்... கருத்தமுத்து, இன்னைக்கு ஒரு நாளைக்கு மட்டும் நீ யூதாததேயு மடத்துக்கு படுக்கப் போடா'

'எதுக்கு பாதர், ரெண்டு பேரு போனாங்களே'

'டேய்... அவங்க ரெண்டு பேருக்கும் ராத்திரியில சில்க் சில்க்குனு கொலுசு சத்தம் கேட்குதாம் பயப்படுறாங்க'

'பாதருங்க, சமையல்காரன்க எல்லாரும் இருக்காங்கல்ல, அப்புறம் இவங்களுக்கு மட்டும் கொலுசு சத்தம் கேக்குதாக்கும்'

யூதாததேயு மடத்தைப் பற்றி கருத்தமுத்து கேள்விப்பட்டிருக்கிறானே

ஒழிய ஒருமுறைகூட போய்பார்த்ததில்லை. சுற்றிலும் உடைமரங்கள் நிறைந்த காடுகள். ஊரைவிட்டு தன்னந்தனியே. கண்ணெட்டும் தூரம் வரை மணல். இருபது முப்பது ஏக்கர் அகலத்திற்கு முள்வேலி போட்ட பரந்த இடத்திற்குள் கட்டிடம். இரண்டே இரண்டு பாதர்கள், ஒரு சமையல்காரன். நட்ட நடுவில் தென்னங் கீற்றால் வேயப்பட்ட யூதாததேயு சர்ச். உள்ளே யூதாததேயுவின் சிலை, இயேசுவின் சிலை, மணல்தரை.

16

கருத்தமுத்து உள்ளே நுழையும் போதே மெயின்கேட்டின் ஓரத்தில் வைக்கப்பட்டிருந்த பெரிய போர்டில் எழுதப்பட்டிருந்த வாசகத்தை உற்றுப் பார்த்தான். ஒவ்வொரு எழுத்தாக வாசித்தான்.

‘கர்த்தரின் விசுவாசிகளே, செவிமடுப்பீர், அப்போஸ்தலர்களிலேயே அறியப்படாத ஒரு அப்போஸ்தலர் யூதாததேயு. காரணம் நம் ஆண்டவரைக் காட்டிக் கொடுத்த யூதாஸின் பெயரைப் போலவே அவருடைய பெயரும் இருப்பதால், மக்களால் நினைவுகூரப் பாடாமல் நாம் புறக்கணித்துவிட்டோம். அப்போஸ்தலர்களிலேயே நம் ஆண்டவரால் அதிகமும் நேசிக்கப்பட்டவரும் கர்த்தரின் பிரியத்திற்கு உரியவருமான யூதாததேயுவின் நற்காரியங்களை நாம் பெற தவறிவிட்டோம். அருட்தந்தை பங்ராஜ் சேவியரின் கனவில் வந்து தனக்கு இந்த இடத்தில் ஆலயம் அமைக்கவேண்டும் என்றும், ஏராளமான நன்மைகளை அள்ளி வழங்குவேன் என்றும் அருளிச் சென்றுள்ளார்கள். ஆகவே யூதாததேயு ஆலயம் அமைக்க உங்களால் இயன்ற பொருளுதவிகளைச் செய்யும்படி மன்றாடிக் கேட்டுக் கொள்கிறேன்’

இப்படிக்கு
பங்ராஜ் சேவியர்
பங்குத் தந்தை.

குறிப்பு: மேற்படி ஆலயம் அமைக்க போப் ஆண்டவரின் அனுமதி கிடைத்திருப்பதோடு, இந்த ஆலயத்தை மக்களுக்குக் கையளிக்க தானே வருவதாக ஒப்புக்கொண்டுள்ளார்கள் என்பதையும் தெரிவித்துக் கொள்கிறோம்.

சாவாசமாகப் படித்துவிட்டு, உள்ளே நுழைந்தான் கருத்தமுத்து. தென்னங்கிடுக்குகளால் வேயப்பட்ட யூதாததேயு கோவிலைப் பார்த்தான். கோவிலின் வாசலில் இருபுறமும் பெரிய உண்டியல்கள்

வைக்கப்பட்டிருந்தன. சிறிய அளவில் கட்டிட நிதி வேண்டி உண்டியல்களின் பக்கத்தில் போர்டுகள் வைக்கப்பட்டிருந்தன.

இரண்டே இரண்டு பாதர்கள் மட்டுமே தங்கியிருந்தாலும் இருபது முப்பது அறைகள் பூட்டப்பட்டிருந்தன. ப வடிவில் அமைக்கப் பட்டிருந்த கட்டிடத்தின் மூன்று பக்கங்களிலும் அறைகள் இருந்தன. சமையல் கூடத்தைக் கண்டுபிடித்து தலையைக் காட்டினான். தொப்புள் வரை நீளமான சிலுவை தொங்க சமையல்காரர் செபாஸ்ட்டின் கருத்தமுத்துவை ஏறிட்டுப் பார்த்தார். வார்டன் பாதர் கொடுத்தனுப்பிய லெட்டரை எடுத்து செபாஸ்ட்டினிடம் நீட்டினான்.

'நீ யாரு என்ன வேணும்'

'சென் மேரீஸ் பாதர் மடத்துலருந்து அனுப்பியிருக்காங்க. ராத்திரி இங்க படுக்கிறதுக்கு இந்துப் பையன், பேரு கருத்தமுத்து.'

'அடடே... அந்த ரெண்டு பயலுவ என்னாச்சு'

'அவங்க இங்க வர முடியாதுனு சொல்லிட்டாங்க'

'எதுக்குடே முடியாதுனு சொல்லிட்டான்'

'ராத்திரியில சில்க் சில்க்னு கொலுசு சத்தம் கேக்குதாம்'

எதுவுமே பேசிக்கொள்ளாமல் லெட்டரைக் கையில் வாங்கிக் கொண்ட செபாஸ்டின் தன் பின்னால் வரும்படி சைகை காட்டிவிட்டு, வராண்டாவில் விறுவிறுவென நடந்தார். குறிப்பிட்ட ஒரு அறையின் முன்னால் நின்றுகொண்டு கதவை இலேசாக சுண்டியபடி, பாதர், பாதர் என்று கூப்பிட்டார். உள்ளே தாழ்ப்பாள் நீக்கப்படும் சத்தம் கேட்டது. ஒல்லியாக வளர்த்தியாகக் கண்ணாடி அணிந்து பங்ராஜ் பாதர் நின்றார்.

'பாதர் இவன சென்மேரீஸ்லருந்து அனுப்பியிருக்காங்க, பாதர் லெட்டர் குடுத்து அனுப்பியிருக்காரு'

'ஸ்தோத்திரம் பாதர்'

'ஸ்தோத்திரம், உன் பேரென்ன'

'கருத்தமுத்து பாதர்'

'இந்துவா இல்ல....'

'இந்துப் பையன் பாதர்'

பாதர் கதவைச் சாத்திக்கொண்டார். செபாஸ்ட்டின் பின்னாலயே கருத்தமுத்து போனான். சமையல்கூடம் விசாலமாக இருந்தது.

விசாலமான அந்தக் கட்டிடத்தில் முப்பது நாற்பது அறைகள் இருந்தன. ஆனால் எல்லா அறைகளிலும் பூட்டுக்கள் தொங்கின. சமையற்கூடமும் ரொம்ப பெரிசாகக் கட்டப்பட்டிருந்தது.

'டேய்... முத்து சாப்பிட்டயாடே'

'சாப்பிட்டுட்டு வந்துட்டேன் அண்ணே'

'அடேய்... முத்து நீ பாதர்கிட்ட கொலுசு சத்தம் வெவகாரத்தச் சொல்லாதடே'

'எதுக்கு அவங்க வரலைனு கேட்டா என்னண்ணே சொல்ல'

'புடிக்கலேன்னு சொல்லிட்டாங்கனு பொய் சொல்லு'

'எதுக்குண்ணே பாதர்கிட்டப் பொய் சொல்லணும்'

'ஏல... பாதர் என்ன பெரிய பாதரு, ஒரு நாளைக்கு ஆயிரம் பொய் சொல்றான், நீ ஒரு பொய்தான் சொல்லப் போற'

'சரிண்ணே, பொய்யே சொல்லியிறன்'

'யே...ல, இங்க ரெண்டே ரெண்டு பாதர்தான் இருக்காவ. இப்ப பாத்தோம்ல்ல அவரு பங்ராஜ் சேவியர். இன்னொருத்தரு அந்தக் கடேசி ரூம்ல இருக்காரு, அவரு பேரு இக்னேஷியஸ். ரெண்டே ரெண்டு பேருதான். ஆனா ரெண்டு பேருமே ஒருத்தருக்கொருத்தர் பேசிக்கிறமாட்டாங்க. சாப்பாட்டு அறையில போயி சாப்பாட்ட வச்சிட்டாப் போதும் அவரு பாட்ல அவரும் இவருபாட்ல இவரும் சாப்பிட்டுட்டுப் போயிருவாக. நமக்கென்ன நம்ம வேலைய நம்ம பாக்கப்போறோம்'

செபாஸ்டின் குட்டையான உருவம். தொப்புள்வரை தொங்கும் பெரிய சிலுவை. சட்டை இல்லாத வெற்றுடம்பில் நரைத்த நெஞ்சு மயிர். சுறுசுறுப்பாக எப்போதும் ஏதாவது ஒரு வேலையை செய்து கொண்டே இருக்கும் சுபாவம். கருத்தமுத்து இங்கு வந்த நிமிடம் முதல் ஓயாமல் எதையாவது பேசிக்கொண்டே இருக்கிற இவர் எப்படி கூகையைப் போல ஒத்தையாளாய் இங்கே இருக்கிறார் என்பதை நினைத்துப் பார்த்தான். மொத்தம் மூன்று கூகைகள். இரண்டு வெள்ளைக் கூகைகள். ஒரு கறுப்புக் கூகை. பாவம் கறுப்புக் கூகை மட்டுமே மற்ற இரண்டு கூகைகளுடன் பேசவேண்டும்.

ஊரைவிட்டு வெகு தொலைவில் தன்னந்தனியே முப்பது நாற்பது ஏக்கரில் ஆட்கள் தங்க மட்டுமே கட்டப்பட்ட பிரம்மாண்டமான கட்டிடங்களின் அருகில் ஓலைக்கூரையில் யூதாததேயு ஆலயம். சுற்றிலும் தென்னங்கன்றுகளின் வரிசை. இன்னும் சில ஆண்டுகளில்

வளர்ந்து காய்த்து நிழல் கொடுத்துத் தோப்பாய் மாறிப்போகும் தென்னைகள். கூரைவீட்டு யூதாததேயு கோபுரமாய் மாறி ஜொலிக்கும். தினமும் கோயில்மணி ஒலிக்க ஆயிரக்கணக்கானோர் வந்து யூதாததேயுவிடம் ஆசி பெற்றுச் செல்வார்கள். கொட்டப்படும் பாவங்கள் மன்னிக்கப்படும். அருகிலேயே ஒரு பள்ளிக்கூடம்கூட உருவாகியிருக்கலாம். கட்டிடத்தின் எல்லா அறைகளிலும் பாதர்கள் தங்கியிருக்கலாம். யூதாததேயு ஆலயத்தின் மணிக்கோபுர உச்சி யிலிருந்து மணிக்கொருமுறை நற்கருணைப் போதனைகள் காற்றில் கலந்து மக்களிடம் போய்ச்சேரலாம்.

'ஏல... என்ன சாப்பிடச் சொன்னா சாப்பிட மாட்டேங்க, உம்முனு இப்படி இருந்தா எப்பிடிடா, தைரியமா இருடா கொலுசு ஒன்னய ஒன்னும் செய்யாது, நான் இருக்கேன்டா'

'கொலுசு சத்தத்துக்கு பயப்படலண்ணே, இருக்கிறது ரெண்டே ரெண்டு பாதர், அவங்களுக்குள்ள பேச்சு வார்த்தை கெடையாதுன்னு சொல்றீங்க அத யோசிச்சுப் பாத்தன்'

'அதை ஏன்டா நீ யோசிக்க. நமக்கு என்ன வந்துச்சு, அவங்க பேசுறான் இல்ல பேசாமல் போறான், நம்ம வேலைய நம்ம பார்ப்போம், அத அந்த ஆண்டவர் பாத்துக்கிருவாரு'

'அப்படியில்லண்ணே... காலைல திருப்பலி பூசையில சாமியாரு என்ன சொல்றாரு, உங்களிடையே சமாதானம் உருவாகட்டும், ஒருவொருக்கொருவர் சமாதானம் செய்துகொள்வீராகனு பிரசங்கம் பண்றாரு, இங்க என்னடானா இப்பிடி இருக்காங்க'

'ஒனக்கும் எனக்கும் தேவையில்லாத விஷயத்த நம்ம பேசிக்கிட்டு இருக்கோம், அத விடுடா'

'சன்னியாசிகளுக்குள்ள என்னண்ணே சண்டை சச்சரவு, அதுவும் ரெண்டு பேருமெ சிலுவையைச் சொமக்கிறவங்க, வேற வேற மதம்னாலும் பரவாயில்ல, சச்சரவு வரலாம்.'

வெளி வராந்தாவில் நின்று கருத்தமுத்து வானத்தை அண்ணாந்து பார்த்தான். நிர்மல்யமான ஆகாயத்தில் நட்சத்திரங்கள் பூத்துக் கிடந்தன. வெள்ளை வெளேரென்று ஒற்றைப் பறவை தன்னந்தனியே பறந்துபோனது துணிப்பாய் தெரிந்தது. அந்த ஒற்றைப் பறவையையும் அதன் நிறத்தையும் பார்த்தவன் ஏஞ்சல் சிஸ்டரை நினைத்துக் கொண்டான். இது சுதந்திரப்பறவை. அது சிறைக்குள் அகப்பட்டுக் கிடக்கும் கூண்டுப்பறவை.

சமையல்காரர் செபாஸ்ட்டின் ஒரு அறையைத் திறந்து கருத்த முத்துவைப் படுத்துக்கொள்ளும்படி சொன்னார். யார் வந்தாலும் இந்த அறையைக் கடந்து தான் கட்டிடத்திற்குள் போகவேண்டும். கட்டில், மெத்தை, காற்றாடி, தலையணை கருத்தமுத்து தலை சாய்த்தான். நான்கு பேர். ஒரே கட்டிடம். வெவ்வேறு இடம். அப்படியென்றால் இது ஒரே கட்டடமா? நான்கு கட்டடமா? இந்த நான்கு பேரும் வாழ்வது ஒரே உலகமா? வெவ்வேறு உலகமா? எப்போது தூங்கினான் என்று தெரியவில்லை. விடிந்ததுகூடத் தெரியாமல் தூங்கினான். செபாஸ்டின் கொடுத்த அருமையான காப்பியைக் குடித்துவிட்டு, தென்னம் பிள்ளைகளுக்குத் தண்ணீர் ஊற்றக் கிளம்பினான். உறைக்கிணற்றின் மேல் சுற்றி வைக்கப் பட்டிருந்த தண்ணீர் ஊற்றும் டியூப்பை எடுத்து ஆங்காங்கே உள்ள குழாய்களில் பொருத்தி ஒவ்வொரு கன்றுக்கும் தண்ணீர் நிரப்பினான். தண்ணீர் ஊற்றி முடிந்ததும் நன்றாகக் குளித்தான். வேகவேகமாகப் போய் செபாஸ்ட்டின் முன்னால் நின்றான். தயாராக வைத்திருந்த சாப்பாட்டுத் தட்டை எடுத்து சமையலறையிலேயே உட்கார்ந்து சாப்பிட்டான்.

‘என்னடா முத்து ராத்திரி நல்லா தூங்குனியா, கொலுசு சத்தம் கேட்டுச்சாடா’

‘ஒன்னும் தெரியலண்ணே, நல்லா ஒறங்கிட்டான், விடிஞ்சுதான் முழிச்சன்’

‘பேய் ஒன்னயக் கண்டு பயந்திருச்சோ என்னமோ’

கருத்தமுத்துவின் வரவுக்காகக் காத்திருந்தவனைப் போல் ஐசக் வேகமாக வந்தான்.

‘முத்து ராத்திரி கொலுசு சத்தம் கேட்டுச்சா’

‘ஒன்னுமே இல்லடே, நீங்கதான் கொலுசு சத்தம் கேட்டதா சொல்றீக, நான் ஒத்தையிலதான் படுத்துக்கெடந்தன்’

‘நான் பொய் சொன்னாலும், டேவிட் பொய் சொல்வானா, ரெண்டு பேரும் நல்லா காது கொடுத்துக் கேட்டோம், சில்க் சில்க்குனு தெளிவா கேட்டது, விடிய விடிய ரெண்டு பேரும் ஒறங்கல’

பேசிக்கொண்டிருக்கும் போதே ஐசக் கன்னியாஸ்திரி மடத்துக்கு படுக்கப்போனதைப் பற்றிப் பேச்சை ஆரம்பித்தான். கருத்தமுத்து ஆவலாய் கேட்டான்.

‘செந்தூரண்ணன் எதுவும் சொல்லுச்சாடா’

‘முத்து எதுக்கு வரலன்னு கேட்டாரு’

‘நீ என்ன சொன்ன’

‘கொலுசு சத்தங்கேட்டதச் சொல்லி, அங்க மாத்தி விட்டுட்டாங்கனு சொன்னன், ஒரு சிஸ்டரும் ஒன்னயக் கேட்டாங்க’

‘எந்த சிஸ்டர்டா கேட்டாங்க’

‘பேரு தெரியல, நேத்துத்தான போயிருக்கன், செவப்பா, ஒல்லியா வளர்த்தியா இருப்பாங்கண்ணே’

‘என்னடே கேட்டாங்க’

‘முத்து வரலையானு கேட்டாங்க’

‘நான் வெவரம் சொன்னப் பெறவு, சிரிச்சுக்கிட்டே செந்தூர் அண்ணன்கிட்டப் போயி ரொம்ப நேரம் பேசிக்கிட்டு இருந்தாங்க, ஏதோ லெட்டர் எழுதி ரீட்டா சிஸ்டருகிட்ட கையெழுத்து வாங்கி என்கிட்டக் குடுத்தாங்க, நான் நம்ம வார்டன்கிட்ட குடுத்திட்டன், என்னனு எனக்குத் தெரியலண்ணே’

ஒருநாள்கூட என் கண்ணில் தட்டுப்படாத ஏஞ்சல் சிஸ்டர்தான் ஒரு நாளைக்கு போகவில்லை என்றவுடன் விசாரிக்கிறாள் என்றால், தினமும் என்னைப் பார்த்திருக்கிறாள்; கவனித்திருக்கிறாள் என்று தானே அர்த்தம். வார்டனிடம் என்ன எழுதிக் கொடுத்திருக்கிறார்கள் என்று அறிந்துகொள்ள ஆவல் கொண்டான். போய் கேட்கவா முடியும்.

சாயங்கால மஞ்சள் வெய்யில் இறங்கிக்கொண்டிருக்க, கையில் இரண்டு மூன்று புத்தகங்களும், மடித்து வைத்த துண்டுமாக வேகமாய் போய்க்கொண்டிருந்தான் கருத்தமுத்து. மெயின் ரோட்டைவிட்டு விலகி மணற்பாங்கான உடைமரக்காட்டு ஒத்தையடிப் பாதையில் இறங்கினான். சில வெள்ளாடுகள் கண்ணில் தட்டுப்பட்டன. ஆடு மேய்க்கிறவர்கள் யாரையும் காணவில்லை. செம்போத்துப் பறவை யொன்று கனத்த ஒலியுடன் பறந்து சென்றது. குறுக்குப்பாதை வழியே வரவோ போகவோ வேண்டாம் என்று நேற்று செபாஸ்ட்டின் சொன்னதைக் கருத்தமுத்து நினைத்துப் பார்த்தான். செருப்புக்கள் அமுங்கி கால் பதியும் மணலில் நடக்க ரொம்ப சிரமமாயிருந்தது. இரண்டு பாதர்கள் அறைகளும் பூட்டிக் கிடந்தன.

‘செபாஸ்டின் அண்ணே ஸ்தோத்திரம்’

‘ஸ்தோத்திரம், வாடே வா, இப்பத்தான் வர்ரயா, சாப்பிடுடே’

‘பெறகு சாப்பிடுறேண்ணே, பாதரக் காணோம்’

'அவங்கள எதுக்குடே கேக்க, எங்க போறம், வாறோம்னு நம்மகிட்ட சொல்லிட்டா போறாங்க, அப்புறம் எதுக்கு நம்ம அத வெசாரிக்கணும், எங்க போனா நமக்கென்ன'

'நீ சொல்றதும் சரிதாண்ணே'

'டேய்... முத்து நாளைக்கு சாயங்காலம் சீக்கிரம் வரனும், ஒனக்கு வேலையிருக்கு'

'எங்கண்ணே போகணும்'

'எங்கயும் போக வேண்டாம்டே. நாளைக்கு வியாழக்கெழமை யில்லையா, யூதாததேயு கோயில்ல வாரம் ஒராட்டத்தான் பூசை, பெரிய பெரிய பாதர் எல்லாம் வருவாங்க, கூட்டம் நெறய்ய வரும்டே, நம்ம ரெண்டு பேரும் பூசை முடியிறவரைக்குக் கோயில்ல நிக்கணும்டே'

சாப்பிட்டுவிட்டு அறையை உள்பக்கமாகப் பூட்டிக்கொண்டு பாடப் புத்தகத்தைப் படிக்க ஆரம்பித்தான். உடைமரக்காட்டிலிருந்து ஆந்தைகள் அலறும் சத்தம் தெளிவாகக் கேட்டது. எப்போது தூங்கினான் என்று தெரியவில்லை.

மறுநாள் வியாழக்கிழமை. நகரமே திரண்டு கூட்டம் கூட்டமாகத் திருவிழாவைப் போல யூதாததேயு கோவிலுக்கு வந்ததைப் பார்த்த கருத்தமுத்துக்கு ஆச்சரியம் தாங்கவில்லை. கேள்விப்பட்டிருக்கிறான் ஆனால் இப்படி பல்லாயிரக்கணக்கில் திரண்டுவருவார்கள் என்று நினைத்துக்கூடப் பார்க்கவில்லை. சர்ச்சுக்கு வருகிற அத்தனை பேர் கைகளிலும் ஆளுக்கொரு நோட்டீஸைச் கொடுத்துக்கொண்டிருந்தான் கருத்தமுத்து. நோட்டீசில் யூதாததேயுவின் சிறப்புக்களும், அப்போஸ்த்தலர்களில் ஒருவர் என்றும், நிறைய அதிசயங்கள் நிகழ்த்த வல்லவர் என்றும், முப்பது வெள்ளிக் காசுகளுக்காக நமது ஆண்டவரைக் காட்டிக்கொடுத்த யூதாஸின் பெயரும் இவருடைய பெயரும் ஒரேமாதிரி இருப்பதால் மக்களால் மறக்கப்பட்டவர் என்றும், அவர் கனவில் வந்து இந்த இடத்தில் தனக்குக் கோவில் கட்ட வேண்டும் என்று வேண்டிக்கொண்டதையும் ஆகவே கோவில் கட்ட நிதியளிக்கும்படியும் வேண்டுகோள் விடப்பட்டிருந்தது.

செபாஸ்ட்டின் வந்திருக்கிற கன்னியாஸ்திரிகள், பிரதர்கள், பாதர்கள் அனைவரையும் உபசரித்துக்கொண்டிருந்தான். பங்ராஜ் சேவியரும், இக்னேஷியஸ் பாதிரியாரும் ஒன்றாக நின்று திருப்பலி நிறைவேற்றிக்கொண்டிருந்தார்கள். தென்னங்கீற்று கோவிலின் வாசலில் இருபுறமும் வைக்கப்பட்டிருந்த ஆளுயுர உண்டியல்களுக்குக் காவலாய் ஒருவன் நின்றான். உண்டியல்கள் நிறைந்துகொண்டிருந்தன.

தன்னை நோக்கி வேகமாக வருவது செபாஸ்டினேதான். பரக்கப் பரக்கப் பார்த்தபடி ஓட்டமும் பெரு நடையுமாய் கூட்டத்தை விலக்கிக் கொண்டு பாய்ந்துவந்தார்.

'டேய்... முத்து ஓரெட்டு மடத்துக்கு வந்திட்டு அப்புறமா வந்து நோட்டீஸ் குடுடே'

'என்னண்ணே என்ன விஷயம்'

'அட வாடேனா வருவயா என்ன விஷயம்னு சொல்லனுமோ'

கருத்தமுத்து பரபரக்க மடத்துக்குப் புறப்பட்டான். பாதர்கள் இரண்டு பேரும் கோவிலுக்குள் இருக்கிறார்கள். வேறு என்ன சோலி இருக்கும் என்று யோசித்தபடியே மடத்துக்குள் நுழைந்தான். அவன் கண்களை அவனாலயே நம்ப முடியவில்லை. அறைக்கு வெளியே வாசலில் ஸ்டூல் மேல் ஏஞ்சல் சிஸ்டர் உட்கார்ந்து கொண்டிருந்தாள்.

'ஸ்தோத்திரம் ஏஞ்சல்'

'டேய்... ஓதபடப்போற சிஸ்டர்னு சொல்றா'

'சாரி சிஸ்டர், ஸ்தோத்திரம்'

'எதுக்குடா நீ அங்க வரல'

'இங்க ராத்திரியில ஏதோ கொலுசு சத்தம் கேக்குதுனு பிராட்டஸ்டெண்ட் பையன்க படுக்க வரமுடியாதுனு சொல்லிட்டாங்க, அவங்கள அங்க அனுப்பிட்டு என்னய இங்க அனுப்பிட்டாங்க, நான் என்ன செய்ய?

'ஒனக்குக் கொலுசு சத்தம் கேக்கலையா'

'அரியாண்ணன் திருநீறு குடுத்திருக்கான், கோரம்பள்ளம் கொன்னயராக்கன்கிட்ட வாங்கினது, அதப் பூசிக்கிட்டா எந்தப் பேய் பிசாசும் கிட்ட அண்டாது.'

'முத்து நீ சீக்கிரமா என்கிட்ட ஒத வாங்கியிருவ'

'ஏஞ்சல் சிஸ்ட்டரம்மா உண்மையைத்தான் சொன்னன்'

'ஒன்னய திரும்பவும் எங்ககிட்ட அனுப்பச்சொல்லி லெட்டர் எழுதி ரீட்டா சிஸ்டர்கிட்ட கையெழுத்து வாங்கி நானும் செந்தூரும் ஐசக் பையன்கிட்ட குடுத்துவிட்டமே, வார்டன் ஒங்கிட்ட ஒன்னும் சொல்லலையா'

'சொல்லல, சொன்னாலும் இனிமே நான் அங்க வரமாட்டேன்'

'ஏன்டா, வரமாட்டே'

'எத்தனை நாள் நான் அங்க வந்திருக்கேன். ஒரு நாளாவது என்

கூடப் பேசியிருக்கீகளா'

'அடேய், லூசுப்பயல, ரீட்டானு ஒருத்தி இருக்கா பாத்தியா, கழுகுப் பார்வை, கொத்திப் பிராண்டிருவா பிராண்டி'

'எதுக்கு ஒங்க மேலயே ஒங்களுக்கு நம்பிக்கை இல்லையா'

இருவருக்கும் காபி கொண்டுவந்து கொடுத்தான் செபாஸ்ட்டின்.

'இங்க வாரதுக்கு முன்னாடி எங்க மடத்துக்கு வந்திட்டு இருந்தான்'

'சொன்னான் சிஸ்டர், ரொம்ப நல்ல பையன், சொன்ன வேலை எல்லாத்தையும் செய்றான், நல்ல அமைதியான பையன்'

'டேய்.... முத்து சமையல்காரனுக்குத் திருநீறு போட்டுட்டியாடா ரொம்ப புகழ்றாரு ஒன்னய'

'அங்க செந்தூரண்ணன், இங்க செபாஸ்டின் அண்ணன்'

'முத்து நீ அங்க வாடா, செந்தூரான் கட்டாயம் ஒன்னயக் கூட்டிட்டு வரச் சொல்லி நச்சரிக்கான்'

'அப்பன்னா நானும் கொலுசு சத்தம் கேட்டதுனு சொல்லி இங்க வரமாட்டேன்னு சொல்லிரட்டுமா'

'ரெண்டு பையன்களும் ஒன்னுபோல சொல்றான், பொய் சொல்ல மாட்டாங்கடா. அங்க வர்ரான்ல ஐசக், பிராட்டஸ்டென்ட் பையன் நல்ல பையனாத்தான் இருக்கான், மொதல்ல கொலுசு வெவகாரத்த என்னனு கண்டுபிடிடா'

'சரி, அது கெடக்கட்டும் ஏஞ்சல், ரேஷ்மா சிஸ்டர் என்ன ஆச்சு, மொதல்லயே கேட்க நெனச்சன் மறந்தே போச்சு'

'டேய்... லூசு, வெளி எடத்துல பேரச் சொல்லாத சொல்லாதனு எத்தன தடவ சொல்லியிருக்கேன்'

'சாரி சிஸ்டர், மறந்து மறந்து போகுது'

'ரேஷ்மா சிஸ்டர என்ன பண்ணியிருக்காங்கனு யாருக்கும் ஒன்னும் தெரியல. மனநல மருத்துவமனையில் கொண்டு போயி சேத்திருக்கிறதா ரீட்டா சிஸ்டர் சொல்றா, எங்கயோ சர்ச்ல கொண்டு போய் விட்டுட்டு வந்திருக்கிறதா பேச்சு அடிபடுது'

'அய்யோ... பாவம் ரேஷ்மா சிஸ்டர். எங்க இருக்காங்கனு வெசாரிச்சுக் கண்டுபிடி, நம்ம ரெண்டு பேரும் ஒரு நாளைக்குப் போயி பாத்திட்டு வருவோம்'

'யாரு அவங்க எதுக்க போனாலும், அவங்களோட சீக்ரெட் விஷயம் எல்லாத்தையும் புட்டுப்புட்டு வைக்கிறாங்க, ரீட்டா சிஸ்டர் மானத்த

கப்பலேத்திட்டாங்க'

'என்ன சொன்னாங்க'

'அடியே... நிய்யி கல்யாணத்துக்கு முந்தியே கருத்தரித்துக் கொழந்த பெத்தவதான, எங்கள ஏமாத்தலாம், கர்த்தர ஏமாத்த முடியாதுடி, ஒங்கொழந்த எங்க இருக்குனு எனக்குத் தெரியும்டி'

கிச்சனை சாத்திவிட்டு செபாஸ்ட்டின் வரவும் இருவரும் எழுந்து, மூன்று பேரும் மடத்தைவிட்டு வெளியேறி, ஜெபக்கூடத்திற்கு வந்தார்கள். செபாஸ்ட்டின் கைகளில் பெரிய சாக்கு ஒன்றை மடித்து வைத்திருந்தான். சாக்கு எதற்கு என்று கருத்தமுத்து நினைத்தாலும் செபாஸ்ட்டினிடம் கேட்கவில்லை. பூசைகள் முடிந்து கூட்டம் வெளியேறிப் போயிருந்தது. சில முக்கியஸ்தர்கள் மட்டுமே இரண்டு பாதர்களிடமும் பேசிக்கொண்டிருந்தார்கள். ஏஞ்சலுடன் கூடவந்த இரண்டு சிஸ்டர்களும் நின்றுகொண்டிருந்தார்கள். கருத்தமுத்து ஓரமாக ஒதுங்கிக்கொண்டான்.

செபாஸ்ட்டின் கோவிலைச் சுற்றிப் பார்த்தான். யாருமே இல்லை என்பதை உறுதிப்படுத்திக்கொண்டான். பாதர்களுடன் பேசிக் கொண்டிருந்த சிஸ்டர்களும் விடைபெற்றுப் போய்விட்டார்கள். செபாஸ்டினும் கருத்தமுத்தும் சாக்கை விரித்துப் பிடித்துக்கொள்ள இக்னேஷியஸ் பாதர் உண்டியலின் கதவுகளைத் திறந்து கத்தை கத்தையாகக் குவிந்து கிடந்த ரூபாய் நோட்டுக்களை அள்ளி அள்ளி கோணிப்பையில் போட்டார். இரண்டு உண்டியல்களிலும் பணத்தை அள்ளிய பின் செபாஸ்ட்டின் மூட்டையாகக் கட்டித்தூக்கி வந்தார்.

ஏற்கனவே முன்னால் போய்விட்ட பாதர் பங்ராஜ் சேவியர் தயாராய் ஒரு அறையைத் திறந்து வைத்துக்கொண்டு காத்திருந்தார். செபாஸ்ட்டின் கூடவே கருத்தமுத்தும் அறைக்குள் போய்ப்பார்த்தான். ஏராளமான பணமூட்டைகள் அடுக்கி வைக்கப்பட்டிருந்தன. முறையாக எண்ணிக் கட்டுக்கட்டாகக் கட்டாமல் அப்படியே உண்டியல்களைத் திறந்து குப்பைகளைப் போல் அள்ளிப்போட்டு சாக்குகளைத் அடுக்கியிருந்தார்கள். பூட்டிய பூட்டை நான்குமுறை இழுத்துப் பார்த்த பின்பு இரண்டு பாதர்களும் மௌனமாகச் சென்றார்கள். செபாஸ்ட்டின் பின்னால் போன கருத்தமுத்து சமையல் கூடத்தின் ஓரத்தில் கிடந்த ஸ்டூலில் உட்கார்ந்தான். அவன் மனசு கனத்துக் கிடந்தது.

பாதர்கள் இருவரும் தங்கள் அறைகளுக்குள் போய்விட்டார்களா என்பதை உறுதிசெய்துகொண்ட பிறகு கிச்சன் அறைக் கதவை சாத்தி விட்டு கருத்தமுத்துவின் முன்னால் ஒரு ஸ்டூலை இழுத்துப்போட்டு

உட்கார்ந்தார் செபாஸ்ட்டின்.

'என்னடே முத்து ஒரு வடியா பேயறைஞ்சவன் கெனக்க இருக்கே'

'செபாஸ்டிண்ணே... அவ்வளவும் பணமூட்டைதானாண்ணே'

'பெறகென்ன கல்லையும் மண்ணையுமா சாமியார் வச்சிருக்கான்'

'எல்லாமே உண்டியல்ல வந்தது தானாண்ணே'

'அப்புறம் எங்கயிருந்து வரும், ஒழைச்சா கொண்டாந்து சேத்து வச்சிருக்கான், எல்லாமே உண்டியல் வரும்படிதான்'

'அத ஒழுங்கா எண்ணி கணக்குப் பாத்துக் கட்டி வைக்கலாம்ல்ல'

'அதுல வந்த சண்டையாலதான் ரெண்டு பேரும் ஒருத்தொருத்தருக் கொருத்தரு பேசாம இருக்காங்க. அந்தக் கொலுசு வெவகாரமும் அங்கதான் இருக்கு'

கொலுசு விவகாரத்தை செபாஸ்ட்டின் சொன்னவுடன் கருத்தமுத்து சுதாரித்துக்கொண்டான். செபாஸ்ட்டின் முகத்தையே உற்றுப்பார்த்தான். செபாஸ்ட்டின் குறுஞ்சிரிப்பாணி சிரித்துக்கொண்டிருந்தான்.

'அப்ப படுக்கவந்த பையன்க கொலுசு சத்தம் கேக்குனு சொன்னது பொய்யில்ல'

'பொய் இல்லடா முத்து. முழு உண்மை. ஆனா பேய் பிசாசு கெடையாது, மனுஷப் பேய்தான்'

'செபாஸ்டிண்ணே வெவரமா சொல்லுண்ணே'

'அடேய்.... இந்த ரெண்டு சாமியாருல பங்ராஜ் சாமியார்தான் பெரிய சாமியார். இக்னேஷியஸ் பாதர் இவருக்குக் கீழதான். பங்ராஜ் சொல்றத அவரு கேக்கணும். நீ வர்றபாதையில் ரோட்டவிட்டு எறங்கி மடத்தக்கு வெலகுற எடத்துல ஒரு ஓடுபோட்ட வீடு இருக்கும் பாத்யாடே. அந்த வீட்ல ரோஸினு ஒரு பொண்ணு இருப்பாடா, நீ கூட வர்ர வழியில பாத்திருப்ப. புது சைக்கிள் ஒன்னு வச்சிருப்பா கொஞ்சம் வளர்த்தியா இருப்பா. கால்ல கொலுசு போட்டுருப்பா. எந்நேரமும் வாசல்படியிலேயே நிப்பா. கொஞ்சம் படிச்ச புள்ள போலருக்கு. ஆனா என்ன படிச்சிருக்கானு தெரியாது. யூதாததேயுவோட மகிமைகள், அற்புதங்கள் எல்லாத்தையும் நோட்டீசா அடிச்சு இந்த ஊர்முழுக்க குடுக்கிறதுக்காக ஒரு மாசத்துக்கு அஞ்சாறு பொம்பிளைப் பிள்ளைகளை இங்க வேலைக்குப் போட்டாங்க. அப்ப அதுல இவளும் ஒன்னு. மத்த பொம்பளைப் புள்ளைங்க எல்லாருமே வேலை முடிஞ்சதும் அதது பாட்டுக்குப் போய்ட்டு காலைல வருவாங்க. இவளுக்கு வீடு இங்ஙனயே இருக்கு பாத்தியா கூடக் கொஞ்ச

நேரம் இருந்து அந்த நோட்டீஸ்கள கெட்டி அடுக்கிவைக்க, நாளைக்கு எங்கெங்க போய் நோட்டீஸ் குடுக்க இப்பிடி வேலைகள செஞ்சா. அப்புறமா உண்டியல்ல வர்ர பணத்த எண்ணி சரிபாக்க, கட்டுக்கட்டா பிரிச்சுவைக்க இப்பிடி வேலைகளையும் சின்னச் சாமியாரு குடுத்தாரு. இது பெரியவருக்குப் பிடிக்கல. ரெண்டு மாசத்துக்குள்ளேயே புது சைக்கிள், தையல் மிஷின், கொலுசு எல்லாமே வாங்கிட்டா, எந்த நேரமும் சர்வசாதாரணமா வரப்போக பெரியவர் வெளியூர் போய்ட்டா இங்க வந்து கூத்தடிக்க, பாத்தாரு பெரியவரு, இனிமே வேலைக்கும் வேண்டாம், அத்தோடு மடத்துக்குள்ளயே வரக்கூடாதுனு கண்டிப்பா சொல்லிட்டாரு. அவளும் நின்னுட்டா. அதுலருந்து பெரியவருக்கும் சின்னவருக்கும் பேச்சுவார்த்தை கெடையாது. பெரியவர் சொல்றத சின்னவர் கேட்கிறது கெடையாது. உண்டியல் பணம் வாரா வாரம் வந்து குமியுது. அப்படியே குப்பையைக் கெணக்கா சாக்கு மூட்டைகள்ல கட்டி வச்சுக் கெடக்கு. என்ன செய்யப் போறாங்கனு தெரியல. அந்த ரூம் சாவிய பெரியவர் வச்சிருக்காரு. என்கிட்டக்கூட சிலநேரம் குடுப்பாரு, ஆனா சின்னவர்கிட்ட குடுக்கமாட்டாரு'

'செபாஸ்டிண்ணே கொலுசு வெவகாரத்த சொல்லலையே'

'இப்ப என்னடானா, ராத்திரியில ரூட்டியா வாரா, போறா. எல்லாருக்கும் தெரியும். எனக்கும் தெரியும். பெரியவர் என்ன செய்யனு முழிச்சிட்டு வாராரு. எனக்கு பாவமாயிருக்கு. ஏம்னா அவரு அப்புராணி. கடவுள் மாதிரி. கோயில் கட்டுற வேலை நம்மளால நின்னு போயிரக் கூடாதேனு வருத்தப்படுறாரு'

கருத்தமுத்துக்குக் கொலுசு பயம் முற்றாக நீங்கிவிட்டது. நாளையே விஷயத்தைச் சொல்லி ஐசக்கை இங்க படுக்க வரச் சொல்லிவிட்டு தான் கன்னியாஸ்திரி மடத்துக்குப் போய்விடவேண்டும் என்று மனசு துடித்தது. எப்படிச் சொல்வது. செபாஸ்டின் வேறு யாரிடமும் சொல்லமாட்டேன் என்று சிலுவையில் சத்தியம் வாங்கியிருக்கிறார். தன்னை சிலுவை கட்டுப்படுத்துமா என்று குழம்பினான்.

மறுநாள் காலையில் ரோஸியைப் பார்ப்பதற்காகவே குறுக்குப் பாதை வழியே போகாமல் பிரதான வழியாகப் போனான். யூதாததேயு கோயிலில் அப்போதும் சிலபேர் பிரார்த்தனை பண்ணிக் கொண்டிருந்தார்கள். பங்ராஜ் சேவியர் பிரசங்கம் காற்றில் கலந்து வந்தது. கருத்தமுத்து சற்று நேரம் மெதுவாக நடந்து ரோஸியை நோட்டமிட்டுக் கொண்டே பிரசங்கத்தையும் கேட்டான்.

'ஒரு குருவியோடு விளையாடுகிறது போல் விளையாடி, அதை

நீ உன் பெண் மக்களண்டையிலே கட்டி வைப்பாயோ?'

'இதோ அதைப் பிடிக்கலாம் என்று நம்பினவன் மோசம்போய் அதைப் பார்த்த உடனே அதன் அழகில் மயங்கி அதனூடே விழுவான் அல்லவோ?'

'அதன் அங்கங்களும், அதன் வீரியமும், அதன் உடல் இசைவின் நேர்த்தியும் இன்னதென்று நான் சொல்லாமல் மறைக்கமாட்டேன்'

'அதன் முகத்தின் கதவை திறக்கக் கூடியவன் யார்? சுற்றிலுமிருக்கிற அதன் கோரப் பற்கள் பயங்கரமானவை'

ரோஸி வாசலில் நின்றுகொண்டிருந்தாள். கால்களை உற்றுப் பார்த்தான் கருத்தமுத்து. புத்தம் புதிய வெள்ளிக் கொலுசுகள். இரவில் பேயாக மாறும் அதன் சில்க் சில்க் சத்தத்தை நினைத்துப்பார்த்தான். சின்னச்சாமியைப் பிடித்து ஆட்டுகிற இந்தப் பிசாசை எப்படி விரட்டுவது என்று யோசித்தான். கொன்னயராக்கனிடம் சொல்லி உடுக்கடித்து விரட்டுவதைத் தவிர வேறு வழியில்லை. இக்னேஷியஸ் பாதரை நினைத்தபோது அவனுக்குச் சிலுவையின் மீதே கோபம் கொப்பளித்தது. சிலுவையைவிட வலிமையானது காமம்.

இன்னும் நான்கு மாதங்கள்தான் இருந்தன படிப்பு முடிய. கருத்தமுத்து ஒரே குழப்பத்தில் இருந்தான். ராயப்பனைச் சந்திக்க வேண்டும். ஜெஸ்ஸியக்கா வீட்டுக்குப் போகவேண்டும். அதற்குள்ளாக ரேஷ்மா சிஸ்டரை எப்படியாவது போய் பார்க்கவேண்டும். ஏஞ்சல் சிஸ்டர் எப்படியும் வருகிற வியாழக்கிழமை யூதாததேயு கோவிலுக்கு வருவாள். ரேஷ்மா சிஸ்டரைப் பற்றிய விவரங்களைத் தெரிந்து கொள்ள வேண்டும்.

வேலை கேட்டபோது அரியான் அண்ணன் ஒரு யோசனை சொன்னான். கடற்கரைக்குப் போய் தோணித்துறையில் சுடலை மேஸ்திரியைப் பார் என்று சொல்லியிருந்தான். அதையும் போய் பார்க்கவேண்டும். பல குழப்பங்களுக்கிடையே அவன் வியாழக் கிழமைக்காகக் காத்திருந்தான். சில இரவுகளில் கருத்தமுத்துவின் காதுகளில் கொலுசு சத்தம் கேட்டது. சிலுவையின் ஆசீர்வாதம் கொலுசுக்கு பரிபூரணம். வேறென்ன செய்ய. பாவம் பங்ராஜ் பாதர். நாரசாரமாய் காதில் விழுந்த கொலுசு சத்தத்தை அவன் வெறுத்தான்.

அன்றைய வியாழக்கிழமை அவனுக்கு சந்தோஷமானதாக அமையவில்லை. ஏஞ்சல் சிஸ்டர் சோகமாக இருந்தாள். இவ்வளவு சோகத்தை அவன் அவள் முகத்தில் பார்த்ததில்லை. அழுதழுது முகம் வீங்கி கண்சிவந்து பார்க்கவே பரிதாபமாயிருந்தாள். கருத்தமுத்துவைப் பார்த்தபோதும் முகத்தில் எவ்வித சலனத்தையும் காட்டவில்லை.

வழக்கமான கிண்டலில் பேர் சொன்னான்.

'ஸ்தோத்திரம் ஏஞ்சல் சிஸ்டர்'

'..........'

உதை வாங்கப் போறடா என்ற சிரிப்புடன் கலந்த போலிக் கண்டிப்பைக் காணவில்லை. கருத்தமுத்து பயந்தே போனான். ஏதோ நடந்திருக்கிறது. என்னவென்று தெரிந்துகொள்ளவேண்டும் என்ற ஆவல் உந்த அவன் படக்கென்று கேட்டுவிட்டான்.

'என்ன ஏஞ்சல் என்னாச்சு, எதுக்குக் கண்ணீர் பிதுங்குது'

மறுநிமிஷமே அவன் கையை இறுக்கிப் பிடித்தபடி யூதாததேயு மடத்தை நோக்கி நடந்தாள். கருத்தமுத்துவின் கைவிரல்களை, தன்னுடைய கைவிரல்களுடன் கோர்த்துப் பிடித்திருந்தாள். எதிர் வருவோர் போவோர் பார்க்கிறார்களே என்று கொஞ்சம்கூட கவலையோ பயமோ படவில்லை. மடத்தின் படிகளில் ஏறும் போதும் கையை எடுக்கவில்லை. எனக்கு ஆறுதலாக இருப்பதுபோல் அவளுக்கும் இருக்குமோ என்று நினைத்துக்கொண்டான். செபாஸ்ட்டின் அண்ணன் கிச்சனுக்குள் வேலை செய்துகொண்டிருந்தார். கிச்சன் அருகில் போன பின்தான் கைகளை இலேசாக விடுவித்துக்கொண்டாள்.

'சிஸ்டர் ஸ்தோத்திரம்'

'ஸ்தோத்திரம் செபாஸ்ட்டின்'

'ஏல, அந்த ஸ்டூல தூக்கியாந்து போடேன்டா, மரமாட்டம் நிக்க, சிஸ்டர் உக்காரட்டும்'

தண்ணீர்ச்செம்பை வாங்கிய ஏஞ்சல் ஒரே மூச்சில் குடித்து முடித்து தன்னை ஆசுவாசப்படுத்திக் கொண்டாள். கருத்தமுத்து மௌனமாக நின்றுகொண்டிருந்தான். தனக்கு சூடாக டீயோ, காப்பியோ வேண்டுமென்று செபாஸ்ட்டினிடம் கேட்டாள். அங்கியின் இடதுபுற பையிலிருந்து கர்ச்சிப்பை எடுத்து முகத்தை அழுத்தித் துடைத்தாள்.

'என்ன சிஸ்டர் உடல் நலமில்லையா'

'..........'

'எதுக்கு சிஸ்டர் ரொம்ப சோகமா இருக்கீக'

'அடேய்... முத்து ரேஷ்மா சிஸ்டர் இறந்து போய்ட்டாங்கடா'

'அடக்கடவுளே... என்னைக்கு சிஸ்டர்'

'நேத்துத்தான்டா, எங்க மடத்துலருந்து ரீட்டா மட்டும்தான்டா போனாங்க. வேற யாரையும் அனுமதிக்கல'

‘ஆஸ்பத்திரிக்கு அனுப்புனாங்களா இல்லையா ஏஞ்சல்’

‘ராயப்பன்பட்டினு ஒரு ஊர் இருக்கு. அங்க ஒரு கன்னியாஸ்திரி மடம் இருக்கு, அங்க அனுப்பியிருக்கிறதா சொன்னாங்க அப்புறம் இறந்துபோனதா சொல்றாங்கடா’

கருத்தமுத்து வில்சன் பாதரை நினைத்துக்கொண்டான். எப்பேர்பட்ட மனுஷர் எதைத் தேடி இங்கு வந்தார். யுத்தக் களத்தின் கொடூரங் களையும் மரண ஓலங்களையும் கண்டவர். தன் கண்முன்னே சக வீரர் செத்து விழுந்தாலும் மரணத்தைத் துச்சமென எண்ணி துப்பாக்கியை இயக்கும் வல்லமை பெற்றவர். பெருக்கெடுத்து ஓடும் குருதி வெள்ளத்தைப் பார்த்து, மனம்மாறி அமைதிவழி வேண்டி துப்பாக்கியைத் தூர எறிந்துவிட்டு சிலுவையைக் கையிலெடுத்தவர். போர் உடலில்தான் காயங்களை ஏற்படுத்தியது. ஆனால் சிலுவையோ சதா தான் புரண்டுகொண்டிருக்கும் நெஞ்சை ஊடறுத்து இதயத்தைப் பிளந்தது. பிலாத்தின் ஈட்டிக் குத்தலில் தெறித்து விழுந்த ரத்தத் துளிகளில் சிலுவை முங்கிப்போனது. மனுஷர்களைப் பைத்தியமாக்கியது. நியாயங்களுக்காகப் போராடினால் சிலுவைப் பாதைதான் கிடைக்கும். பாவத்தின் சம்பளம் மரணம். பாவம், நியாயத்தின் சம்பளம் மரணம்.

தன் படிப்பு முடியப்போவது பற்றியும் தான் இந்த ஊரிலேயே கொஞ்ச நாளைக்கு ஏதாவது வேலை பார்க்கலாம் என்று முடிவு செய்திருப்பதையும் ஏஞ்சல் சிஸ்டரிடம் சொன்னான்.

‘ஒனக்குத்தான் வேல ரெடியா இருக்குல்லடா’

‘என்னவேல ஏஞ்சல்’

‘அரியான்கூட சேர்ந்து மையவாடிகள காவல் காக்கிறது, கஞ்சா குடிக்கிறது, சாராயம் குடிக்கிறது, விபச்சாரிகள கூட்டியாந்து கூத்தடிக்கிறது’

‘ஏஞ்சல் நீ என்ன தப்பா புரிஞ்சிட்டு இருக்க’

‘இதெல்லாம் செய்யலனு சத்தியம் பண்ணுடா’

‘சிகரெட் மட்டும்தான் குடிச்சன், மற்ற எதுவுமே எனக்குத் தெரியாது. இது சத்தியம்’

‘இனிமே சிகரெட்டும் குடிக்கமாட்டேன்னு சத்தியம் பண்ணுடா, என் தலையில அடிடா’

‘இனிமேப்பட சத்தியமா சிகரெட் குடிக்கமாட்டேன், ஏஞ்சல் மேல சத்தியம், சத்தியம், சத்தியம்’

‘சரி, இதுவரைக்கு ஏஞ்சல், ஏஞ்சல்னு பத்தாட்ட சொல்லிட்ட

இனிமே சிஸ்டர்னு சொல்லனும் தெரியுதா'

'சரிங்க சிஸ்டர்'

இருவரும் நடந்துகொண்டே யூதாததேயு மடத்தைவிட்டு வந்தார்கள். கொலுசு விவகாரத்தை விபரமாக சொல்லிக் கொண்டே வந்தான். பணமூட்டைகள் வேகாரித்தனமாகக் கட்டி வைக்கப் பட்டிருப்பதையும் இரண்டு பாதர்களுக்கும் சண்டை நடப்பதைப் பற்றியும் செபாஸ்ட்டின் சொன்ன அத்தனை விஷயங்களையும் ஒன்று விடாமல் சொல்லிக் கொண்டு வந்தான். அமைதியாகக் கேட்டுக் கொண்டே வந்த ஏஞ்சல் சில இடங்களில் முகம் சுளித்தாள். எதுவாக இருந்தாலும் அது நிறுவனமயமாகிவிட்டால் எந்த மாதிரியான பிரச்சினைகள் எல்லாம் வருகின்றன என்பதை எண்ணிப் பார்த்தாள். தான் தங்கியிருக்கும் கன்னியாஸ்திரி மடம், பணியாற்றும் கல்லூரி இங்கெல்லாம் தலைதூக்கும் பிரச்சினைகளின் முன்னால் சிலுவை மௌனமாக இருந்து வேடிக்கை பார்ப்பதை நினைத்துக்கொண்டாள். தன் மார்பில் புரளும் சிலுவையைக் கையிலெடுத்து முத்திக் கொண்டாள். இருவரும் பிரியுமிடம் வந்துவிட்டது.

'டேய்... முத்து, என் தலையிலடிச்சு சத்தியம் பண்ணியிருக்க சிகரெட் குடிச்சா அம்புட்டுத்தான் ஏஞ்சல் செத்துப்போவா'

'ஏஞ்சல் சாகமாட்டா'

'டேய்... உதை வாங்கப் போற, பேரு சொல்றதோட இப்ப என்னன்னா, அவ, இவனு பேசுற'

'அப்படி வாயில வந்திருச்சு சிஸ்டர், மன்னிச்சுக்கோங்க சி 'டர், ஏழு தடவையென்ன எழுபது தடவைகூட மன்னிக்கலாம்னு பைபிள்ல போட்டிருக்கு சிஸ்டர்'

சிரிப்பை அடக்கிக்கொண்டு டாட்டா சொன்ன ஏஞ்சல் கூட்டத்தோடு ஐக்கியமாகி மறைந்துவிட்டாள். கொஞ்சங்கொஞ்சமாக கூட்டம் வெளியேறிக் கொண்டிருந்தது. தூரத்தில் செபாஸ்ட்டின் நின்று கொண்டிருந்தான். கருத்தமுத்து செபாஸ்ட்டினிடம் சென்றான்.

கோரம்பள்ளம் வயல்காடுகளைக் கவனித்து வந்த விசுவாசம் பாதர் பாம்பு கடித்து இறந்துவிட்டபடியால் வயல்காடுகளை கவனித்துக் கொள்ளும் வேலையை தாமஸ் பாதரிடம் கேட்டுப் பார்க்கலாமா என்றும், யூதாததேயு கோவில் கட்டும் வேலை ஆரம்பித்துவிட்டால் தனக்கும் அங்கே ஒரு வேலை போட்டுத் தரும்படி பங்ராஜ் பாதரிடம் கேட்கலாமா என்றும், அரியாண்ணன் சொன்னபடி தோணித்துறைக்குச்

சென்று சுடலைமேஸ்திரியைப் பார்க்கலாமா என்றும் யோசித்த படியே உறங்கிப்போனான் கருத்தமுத்து. ஆனால் தான் ஒரு இந்து மாணவன் என்பதையும் வேலை கொடுக்க யோசிப்பார்கள் என்பதையும் நன்றாகவே தெரிந்து வைத்திருந்தான்.

குழப்பம் தெளிந்தவனாக ஒரே முடிவாகத் தோணித்துறைக்குச் செல்வதென்று முடிவு செய்துகொண்டான். படிப்பு முடியுமுன்னால் ஏதாவது ஒரு வேலை தேடிக் கொள்ளவேண்டும் என்பதில் குறியாக இருந்தான். பரீட்சை முடிந்த மறு நிமிஷமே பெட்டியைத் தூக்கி விடவேண்டும் என்பதும், அப்புறமாக ஏஞ்சலை பார்க்கவே முடியாதென்றும் நன்றாக உணர்ந்திருந்தான். காலையில் வார்டன் பாதரிடம் போய் தலை வலிக்கிறது என்று பொய்சொல்லி லீவு எடுத்தான். எல்லா மாணவர்களும் பள்ளிக்குப் போனவுடன் அரியானைப் பார்ப்பதற்காக மையவாடிக்குள் சென்றான். தோணித் துறைக்கு எப்படிச் செல்லவேண்டும் என்ற விபரங்களை எல்லாம் கேட்டுக்கொண்டான். அதற்கிடையில் ஜெஸ்ஸி வீட்டுக்குப் போய் தலையைக் காட்டிவிட்டுப் போய்விடலாம் என்று பாதையை மாற்றினான்.

வழக்கம் போல் பிணம் அறுக்கும் அறையில் கூட்டம் கூடிக் கிடந்தது. அழுகைகளும் ஓலங்களும் நிறைந்திருக்கும் இடம். எப்போதும் ஒப்பாரிச் சத்தம் கேட்டுக் கொண்டேயிருக்கும். குறுக்குப் பாதை என்று வருபவர்கள் அடுத்தமுறை இந்தப் பாதைவழி வரவே மாடார்கள். சோகங்கள் நிறைந்த முகங்களின் கூட்டம்.

17

ஜெஸ்ஸி எதிர்பார்த்திருக்கவே மாட்டாள். கருத்தமுத்துவைக் கண்டதும் ஒரு துள்ளலுடன் ஓடி வந்து அருகில் நின்றாள். புதிதாக பால் கவுச்சி வாடையை உணர்ந்தான் கருத்தமுத்து. பழைய ஜெஸ்ஸி இல்லை. முகம் மாறியிருந்தது, உடல் பருத்திருந்தது. உறுப்புக்கள்கூட குழைந்திருந்தது. ஆனால் அதே சிரிப்பு, கிண்டல்.

'டேய்... நீ ரொம்பப் பெரிய ஆளாயிட்ட என்னடா, இந்தா இருக்கிறதுக்கு இது ஒரெட்டு வர முடியல என்னடா'

'ஜெஸ்ஸி இன்னைக்கே நான் தெரியாம பொய்சொல்லிட்டு வந்திருக்கன்'

வேகமாகப் போய் தொட்டிலில் தூங்கிக் கொண்டிருந்த குழந்தையைத் தூக்கிக்கொண்டு வந்தாள். நெற்றியிலும் இரண்டு கன்னங்களிலும் கருப்புநிறத்தில் பெரிய பெரிய பொட்டுக்கள் வைத்திருந்தாள். குழந்தையின் இரண்டு பிஞ்சுப் பாதங்களையும் ஏந்தி தன் கண்களில் ஒற்றிக்கொண்டான் கருத்தமுத்து.

'ஜெஸ்ஸியக்கா இன்னும் ரெண்டு பொட்டு வைக்கலாமில்ல'

'டேய்... எம் பொண்ணுக்குக் கண் திருஷ்டி பட்ரும்டா'

'என்ன பேரு வச்சிருக்க ஜெஸ்ஸியக்கா'

'வேதமும் வேண்டாம், இந்தும் வேண்டாம்னு முடிவுபண்ணி சாந்தினு பேர் வச்சிருக்கன், பேரு நல்லாயிருக்காடா'

'அருமையான பேருக்கா சாந்தினா அமைதினு அர்த்தம்'

'மாமாவ எங்க ஜெஸ்ஸி காணோம்'

'மாமா சவ்வாரிக்கு போயிருக்காரு, மத்தியான சாப்பாட்டுக்கு வருவாரு, மாமாவ பாக்கணுமாடா'

'ஆமாக்கா'

'என்ன விஷயமா பாக்கணும்டா'

'ஜெஸ்ஸியக்கா படிப்பு முடியப்போகுது. அதனால இங்கயே தங்கி கொஞ்ச நாளைக்கு ஏதாவது வேலை பாக்கலாம்னு ஒரு ஐடியா இருக்கு, அது விஷயமாத்தான் பாக்கணும்'

'டேய்... அப்பிடி ஒரு ஆசை இருந்தா மாமா கூடவே ரிக்ஷா ஓட்டப்போ, வாடகைக்கு வண்டி எடுத்துத் தரச் சொல்றன்'

பழுத்து மகிர்ந்துபோன வெள்ளரிப் பழத்தை ஏந்துவதைப் போல் இரு கைகளாலும் குழந்தையை ஏந்திக்கொண்டான். ஜெஸ்ஸி அடுப்பில் வேலை செய்துகொண்டிருந்தாள். அவளுடைய நடவடிக்கை களில் தாய்மையின் கனிவு தெரிந்தது.

'ஜெஸ்ஸியக்கா கொழந்தையைப் பாக்க அம்மா வந்தாங்களா, பெரியண்ணன் வந்தானா'

'ஜேசு மிக்கேலண்ணன மட்டும் வந்து கொழந்தையைப் பாத்திட்டுப் போகச் சொன்னன், வந்தான், பாத்தான், போனான். அம்மா இங்க வரவே கூடாதுனு கண்டிப்பா சொல்லிட்டன்'

'பாவமில்லையா ஜெஸ்ஸியக்கா. பேத்தியப் பாக்க ஆசை இருக்காதா, வந்து பாத்திட்டுப் போகட்டுமே'

'அடேய்... எங்கய்யா எப்பிடி அவ முகத்திலயே முழிக்கக் கூடாதுனு

போனாரோ, அதே மாதிரிதான்டா நானும்'

'அய்யா விட்டுட்டுப் போனப் பெறவு ஒங்களையெல்லாம் வளர்த்து விட்டது அம்மாதான, எவ்வளவு கஷ்ட்டப்பட்ருப்பா'

'டேய்... முத்து, அய்யா எதுக்குடா விட்டுட்டுப் போனாரு, சொல்லுடா, இவ ஒழுங்கா இருந்தா அவரு எதுக்கு இன்னொருத்தி கிட்டப் போறாரு, இவ ராப்பகலா அந்தப் பாதிரியார்கூட கூத்தடிச்சா, பாத்தாரு, அவருக்குத் தெரிஞ்சபடி அவர் இன்னொன்னப் பாத்துப் போயிட்டாரு, அவரு மேல என்னடா குத்தம், இன்னியும் அவ அவருகிட்ட போறத விடல'

'சரிக்கா நான் வேல விஷயமா தோணித்துறையில ஒரு ஆளப் பாக்கணும், போய்ட்டு வரட்டாக்கா'

'இப்ப ஏங்கிட்ட அடி வாங்கிட்டு ஓடப்போற. நீ பெரிய ஆளாயிட்டியோடா, மாமா இப்ப வந்திருவாரு, உட்கார்டா, சாப்பிட்டுட்டுப் போகலாம். மாமாவையே கொண்டுபோய்விடச் சொல்றன்'

குழந்தை சிணுங்கியதால் வாங்கிக்கொண்ட ஜெஸ்ஸி தரையில் உட்கார்ந்து பால் கொடுத்தாள். எதிரே உட்கார்ந்திருந்திருந்த கருத்தமுத்துவிடம் பலப்பல பேச்சுக்களைப் பேசிக்கொண்டிருந்தாள்.

ஜெயபால் தன் ரிக்ஷாவைத் தள்ளிக்கொண்டு வந்து வெளிக்கதவைத் திறந்தான். ஜெஸ்ஸி அவக்தவக்கென்று எழுந்து குழந்தையை ஏந்தியபடியே வெளியே போய் எட்டிப் பார்த்தாள். சார்லஸ் கோவிலில் மணி ஒன்றடித்தது. அதைத் தொடர்ந்து இன்றைய சுவிசேஷம் ஒலித்தது. குழந்தையை கைமாற்றிக்கொண்ட ஜெயபால் உள்ளே நுழைந்தான்.

'அடடே... கருத்தமுத்தா வாடே... வா, ஜெஸ்ஸி முத்து வழிதப்பி வந்துட்டானா கேட்டியா'

சுவிசேஷத்தின் ஒலி தெளிவாய் கேட்டது.

'தீக்குருவிகள் தங்கள் செட்டைகளை அசைவாட்டி ஓடுகிற ஓட்டம், நாரை தன் செட்டைகளாலும் இறகுகளாலும் பறக்கிறதற்குச் சமானமல்லவோ'

'கழுகு அதி உயரத்திலிருந்தே தன் இரையை நோக்கும். அதன் கண்கள் தூரத்திலிருந்தே அதைக் குறிவைத்துவிடும்'

ஜெயபாலும் கருத்தமுத்தும் சாப்பிட்டு முடித்தபோது வெய்யில் தாழ்ந்திருந்தது. சாப்பிட்டபடியே எல்லா விஷயத்தையும் ஜெயபாலிடம்

சொல்லிவிட்டான் கருத்தமுத்து. தோணித்துறைக்கு வழி சொன்னான். தனக்கு ஒரு சவ்வாரி இருப்பதாகவும் இல்லையென்றால் நானே கூட்டிக்கொண்டு போவேன் என்றவன் விவரமாகப் பாதை காட்டினான்.

'இப்படி நேரா கெழக்காமப் போடே. தெக்க வடக்கா ஒரு ரோடு வரும். அந்த ரோடு வடக்காம மில்லுக்குப் போகும். நீ நேரா தெக்காம நடந்தா ரெயில்வே கேட் வரும். அந்த ரெயில்வே கேட்டத் தாண்டி ஒரு பெரிய ரோடு கடற்கரைக்குப் போகும். அது வழியா போனா கிட்டத்துலதான் தோணித்துறை'

ஜெயபால் அடையாளம் சொன்ன எல்லா இடங்களையும் சரியாக அடையாளம் கண்டு தோணித்துறையை நெருங்கிவிட்டான். தண்டவாளங்களில் ஏராளமான கூட்ஸ் வேகன்கள் நிறுத்தப் பட்டிருந்தன. அதைத் தாண்டியவுடன் நூற்றுக்கணக்கான தோணிகள் கடலுக்குள் ஆடிக் கொண்டிருந்தன. ஆச்சரியமாய் பார்த்தான்.

கடலுக்குள் தள்ளாடியபடியே நிற்கும் நூற்றுக்கணக்கான தோணிகளை உற்றுப்பார்த்தபடியே நின்றான். எல்லா தோணிகளிலும் நிலக்கரி ஏற்றப்பட்டிருந்தது. தண்ணீருக்கு மேலே ஒரு முழம் மட்டுமே வெளிய தெரிந்த தோணிகள் நிலக்கரியின் சுமையால் முழுவதும் கடலுக்குள் அமிழ்ந்திருந்தன. கூட்ஸ் வேகன்களைத் தாண்டி அந்தப்பக்கம் செல்ல வழிதேடினான். வேறுவழி தென்பட வில்லை. தண்டவாளத்தைக் கடந்துதான் ஆகவேண்டும். சுற்று முற்றும் பார்த்துவிட்டு இரண்டு வேகன்களுக்கு இடையில் புகுந்து தண்டவாளத்தைக் கடந்தான். ஆச்சரியம் தாங்கவில்லை. அவன் கண்களையே அவனால் நம்ப முடியவில்லை. பல நூறு பேர் ஒரே மாதிரி கன்னங்கரேரென்று கறுப்புக் கலர் மனிதர்களாய் வேலைசெய்து கொண்டிருந்தார்கள். ஆண்கள் பெண்கள் என்று அடையாளம் காணக்கூட முடியவில்லை. அனைவருக்கும் கறுப்பு பெயின்ட் அடித்து விட்டது மாதிரி. ஒரே ஆள் மாதிரி. அவர்கள் சிரிக்கும்போது மட்டும் பற்கள் வெள்ளையாய் துணிப்பாய் தெரிந்தது. அனேகம் பேர் கழுத்தில் தொங்கும் சிலுவைகளும் கறுப்புக்கலராய் மாறிப் போயிருந்தன.

கூட்ஸ் வேகனின் நிழலில் உட்கார்ந்து ஒரு பெண் கைக்குழந்தைக்குப் பாலூட்டிக் கொண்டிருந்தாள். பச்சைக் குழந்தையின் வெற்றுடம்பில் கரி அப்பிய கறுப்பு. பாலூட்டும் அந்தத் தாயின் மார்பகங்களும் கறுப்பு. தன் குழந்தையை வாரி அணைக்க முடியாத, ஆசையாய்

அள்ளி முகர முடியாத தாயின் பரிதவிப்பையும் மீறி தாய்மை வழிந்து கொண்டிருந்தது தாய்ப் பாலாய். அந்தத் தாய் குழந்தையின் சிவந்த பிஞ்சுப் பாதத்தை எடுத்துத் தன் கன்னங்களில் ஒற்றிக்கொண்டு தொட்டிலில் கிடத்திவிட்டு, நிலக்கரி சுமக்க ஓடினாள். கடலில் ஆடிக் கொண்டு நிற்கும் தோணிக்கும் தரைக்கும் ஒரு பலகை இணைப்பு பாலமாகப் போடப்பட்டிருந்தது. தலையில் நிலக்கரி சாக்குடன் பலகையில் நடந்துவரும் போது, அலையடிப்பில் தோணி ஆடும்போது தட்டுத் தடுமாறி அவர்கள் தரைக்கு வரக் கஷ்டப்பட்டார்கள். நிறைந்துபோன ஒவ்வொரு வேகன்களும் நகர்த்தி வைக்கப்பட்டபின் காலியாக உள்ள வேகன்கள் நிறுத்தப்பட்டன. எளிதில் யாரையும் அடையாளம் காண இயலாது.

ஊரெங்கும் மனிதர்கள் ஒரே சாயம் அடிக்கப்பட்டு முழு நிர்வாணமாக நடமாடினால் எப்படி இருக்கும் என்று எண்ணிப் பார்த்தான் கருத்தமுத்து. தன்னால் சிரிப்பை அடக்க முடியவில்லை. குகை மனிதர்களைப் போல ஏராளமான கறுப்பு உருவங்களைப் பார்த்தபோது ஆச்சரியப்பட்டான். இங்கேதான் சுடலை மேஸ்திரி இருக்கிறார் என்றால் தன்னையும் இந்த வேலைக்குத்தான் அரியாண்ணன் அனுப்பியிருக்கிறானோ என்று நினைத்து வருத்தப் பட்டான். இந்தக் கறுப்பு உருவங்களோடு தன்னையும் ஒரு கறுப்புப் பொம்மையாக மாற்றிக்கொள்ள அவன் மனசு சங்கடப்பட்டது. ஆங்காங்கே மரங்களில் தொங்கும் தொட்டில்களை உற்றுப்பார்த்தான். தொட்டில் சேலைகளில் படிந்துள்ள தாய்மையின் கறுப்பு ரேகைகளைக் கண்ணுற்றான். முதன் முறையாக வாழ்க்கையின் கஷ்டத்தை உணர்ந்தான். தோணித் துறையிலிருந்து தெற்காமல் நடந்தால் கொஞ்ச தூரம்தான் கன்னியாஸ்திரிகளின் மடம். கடற்கரையின் ஓரத்தில் நிற்கும் பனிமய மாதா கோவிலின் கோபுரத்தை வைத்தே அவன் அடையாளம் கண்டுகொண்டான். என்றைக்காவது ஒரு நாள் ஏஞ்சலைக் கூட்டிவந்து இந்தக் காட்சிகளையெல்லாம் காட்டவேண்டும் என்று மனசில் நினைத்துக்கொண்டான்.

ரொம்ப நேரம் கழித்தே தான் வந்த வேலையின் ஞாபகம் வந்தது. சுடலைமேஸ்திரியை விசாரிக்கவேண்டுமே. யாரிடம் விசாரிப்பது என்று தெரியவில்லை. கட்டெறும்பு வரிசையைப் போல் சுறுசுறுப்பாய் ஓட்டமும் பெரு நடையுமாய் இயங்கிக் கொண்டிருக்கும் யாரையும் நிறுத்தி விசாரிக்கமுடியாது. பாலூட்டிக்கொண்டிருந்த அந்த கறுப்புத்தாயை அணுகினான்.

அந்தத் தாய் பாலூட்டுகிற காட்சி ஒரு கறுப்பு நிற வெள்ளாடு கால் நீட்டிப் படுத்துக்கிடப்பது மாதிரி தெரிந்தது. அவள் ஒரு அம்மிக் குழவியை அணைத்துப் பிடித்திருந்தாள். அந்த அம்மிக் குழவிக்குக் கால்கள் இருந்தன. அதன் பாதங்களில்கூட அந்தத் தாயின் கறுப்பு ரேகைகள் பதிந்திருந்தன. கிட்ட நெருங்கியவனை உற்றுப் பார்த்தாள்.

'அம்மா, இங்க சுடலைமேஸ்திரினு யாரும் இருக்காங்களா, அவர நான் பாக்கணும்'

'இப்பிடி நேரா போயி மேற்காம திரும்பு, ஒரு ஓட்டுத் தாவாரம் இருக்கும், அதுல மேஜை போட்டு உட்கார்ந்திருப்பாரு'

அந்தத் தாய் சொன்ன வழியே நடந்தான் கருத்தமுத்து. நிலக்கரி ஏற்றப்பட்ட கூட்ஸ் வேகன்கள் அணிவகுத்து தண்டவாளங்களின் மேல் நின்றன. மேற்காமல் திரும்பி எட்டிப்பார்த்தான். ஓட்டு வீட்டின் தாழ்வாரத்தில் மேஜையின் முன்னால் மூன்று பேர் உட்கார்ந் திருந்தார்கள். சேரில் உட்கார்ந்திருப்பவர்தான் சுடலைமேஸ்திரியா இருக்கவேண்டும் என்று யூகித்தபடியே முன்னால் நின்றான்.

'வணக்கம் ஐயா'

'வாங்க தம்பி வாங்க, என்ன வேணும், யாரப் பாக்கனும்'

'சுடலைமேஸ்திரினு'

'நான்தான் சுடலைமேஸ்திரி, சொல்லுங்க தம்பி, ஓங்களுக்கு என்ன வேணும், இப்படி உட்காருங்க, சும்மா உட்காருங்க தம்பி'

வேகமாகப் போய் வீட்டுக்குள்ளிருந்து ஒரு சேர் கொண்டுவந்து போட்டான் ஒருவன். கருத்தமுத்துவை உட்காரச் சொல்லி வற்புறுத்தவும் உட்கார்ந்து கொண்டான்.

'சொல்லுங்க தம்பி என்ன வேணும்'

'மையவாடி அரியாண்ணன் அனுப்பி வச்சாரு'

'அடடே... நம்ம ஆளாச்சே, அரியான் எப்படி இருக்கான், நல்லாயிருக்கானா, பேய்களுக்குக் காவல் இருக்கிறவனாச்சே'

'சரி, சொல்லுங்க என்ன விசயமா என்னயப் பாக்க வந்தீக'

'..........'

'சும்மா சொல்லுங்க தம்பி காதல் சமாச்சாரமா சும்மா சொல்லுங்க'

தன்னுடைய கதையை ஒன்றுவிடாமல் சொல்லி முடித்தான் கருத்தமுத்து. சுடலைமேஸ்திரியும் மற்ற இருவரும் கவனமாகக் கேட்டுக் கொண்டிருந்தார்கள். இடையிடையே யாராவது ஒருவர் வந்து

சில தாள்களை மேசையின் மேல் வைத்துவிட்டுப்போனார்கள். சுடலைமேஸ்திரி கறுத்த உருவம், முறுக்கு மீசை, கழுத்தில் பெரிய மைனர் செயின், மணிக்கையில் பத்து வளையல் அளவு பிரேஸ்லெட். எந்நேரமும் சிகரெட் புகையை ஊதியபடி ஒற்றைக் கையுடன் உட்கார்ந்திருக்கும் உருவம். இடது கை முழங்கையுடன் துண்டிக்கப் பட்டிருந்தது போலும், முழுக்கை சட்டை வெறுமனே தொங்கிக் கொண்டிருந்தது.

‘மொதல்ல படிப்ப முடிங்க. கார்ப்பென்ரி கோர்ஸ் இருக்கிறதால வேலையைப் பத்திக் கவலப்படாதிக. பக்கத்துலயே தோணிகள் கட்டுற கம்பெனி இருக்கு, எல்லாருமே தச்சாசாரிகதான் வேல பாக்காங்க. ஒங்கள மாதிரி மிஷின்ல வேல செய்ற கார்பெண்டர்கள் அவங்களுக்குத் தேவை, மேனேஜரா இருக்கிறவரு நமக்கு வேண்டிய ஆள்தான், சொன்னா கேப்பாரு’

‘சரிண்ணே... அப்ப நான் கௌம்புறன்’

‘மணி என்னாச்சு, சாயங்காலம் ஆகப்போகுது, சாப்பிட்டிருக்க மாட்டீகளே, சாப்பிட்டுட்டுப் போங்க தம்பி, எங்கண்ணன் அரியான் வருத்தப்படக் கூடாதில்ல’

‘இல்லண்ணே, இருக்கட்டும்ண்ணே’

‘டேய்... தம்பியக் கூட்டிட்டுப் போயி நம்ம வீட்ல விட்டுட்டு வா, சாப்பிட்டுட்டுப் போகட்டும்’

எதிர்த்தாற்போல் உட்கார்ந்திருந்த ஒருவன் எழுந்து கருத்தமுத்துவை கூட்டிக்கொண்டு போனான். அங்கு நிலக்கரி சுமப்பவர்கள் தங்கிக் கொள்ளும் நூற்றுக்கணக்கான ஓலைக் குடிசைகளைத் தாண்டிப் போனார்கள். கொடிகளில் காயப்போட்டிருந்த துணிமணிகள் எல்லாமே கறுப்பு நிறத்தில் இருந்தன. ரோட்டுக்கு மறுபுறம் வந்தவுடன் ஆங்காங்கே பெரிய பெரிய வீடுகள் இருந்தன. அங்கே இருப்பதிலேயே பெரிய வீடு சுடலைமேஸ்திரியின் வீடுதான்.

இந்த தோணித்துறைக்கு நீண்ட நெடிய வரலாறு இருந்தாலும், சுடலைமேஸ்திரியின் வரலாறு சேர்ந்துகொண்டது கடந்த இருபதாண்டுகளுக்கு முந்தித்தான். சுடலையும் ஈஸ்வரியும் புருஷனும் பொண்டாட்டியுமாய் குடியேறி இரண்டு கறுப்பு பொம்மை களாகத்தான் வேலை பார்த்தார்கள். சாராயத்தைக் குடித்துவிட்டு தண்டவாளத்தின் ஓரத்தில் படுத்துக்கிடந்த சுடலை உணர்ச்சி யில்லாமல் ஒற்றைக் கையைத் தண்டவாளத்தில் படும்படி வைத்திருந்ததை கவனிக்காமல் நிலக்கரி நிறைந்த வேகன்களை தள்ளிக்

கொண்டுவர, அந்த வேகன் சுடலையின் இடது மணிக்கையில் ஏறி இறங்கியது. தொங்கிப் போன மணிக்கை துண்டிக்கப்பட்டது.

இரண்டு மாத ஆஸ்பத்திரி சிகிச்சைக்குப்பின் திரும்பிவந்த சுடலை வெள்ளை வெளேர் முழுக்கைச் சட்டையுடன் வந்தான். ஊனமுற்றவர்களுக்கு மாற்றுவேலை வழங்கும் திட்டத்தில் மேஸ்திரியாக ஆக்கப்பட்டான். கப்பலில் இருந்து நிலக்கரிகளை ஏற்றிக்கொண்டு வரும் தோணிக்காரர்கள் கொடுக்கும் கமிஷன், நிலக்கரி சுமப்பவர்களின் சம்பளத்தில் ஒரு தலைக்கு இவ்வளவு என்று எடுக்கும் தலக்காசு, இவை போக சம்பளம் என்று காசுபுரளும் சுடலையாக மாறிப் போனான். பெரிய வீடு, வாகனம், வசதி, வாய்ப்புக்களையும், பிராந்தியையும் தினம் ஒரு பொம்பளையையும் பெற்றுத் தந்துவிட்டு இடது மணிக்கை விடைபெற்றுக் கொண்டது. ஒரு பெரிய வில்லங்கமான பஞ்சாயத்தை அரியான் முடித்து வைத்ததால் இருவரும் அன்யோன்யமாகிப் போனார்கள். தோணித் துறையிலும் சரி, துறைமுகத்திலும் சரி சுடலைமேஸ்திரி பெரும் புள்ளியாகிப் போனான். வட்டித் தொழில் வேறு.

சுடலைமேஸ்திரியின் வீட்டை கருத்தமுத்து ஆச்சரியமாய் பார்த்தான். பெரிய இரும்பு கேட். மணிச்சத்தம் கேட்டுவந்த பொம்பளை சுடலையின் பொண்டாட்டியாகத்தான் இருக்க வேண்டும். அம்மனுக்குச் சாத்தியதைப் போல் மேனியெங்கும் நகைகள். கேட்டைத் திறந்தவள் இருவரையும் மாறிமாறிப் பார்த்தபடியே நின்றாள்.

சுடலைமேஸ்திரியின் மனைவி ஈஸ்வரியிடம் சொல்லிவிட்டு விடைபெறும்போது சாயங்காலமாகிவிட்டது. இதுவரை இப்படி ஒரு மீன் ருசியை சாப்பிட்டதே இல்லை. அவ்வளவு ருசியாக இருந்தது ஈஸ்வரியக்காவின் மீன் சாப்பாடு. கூடவே அரியானையும் நினைத்துக் கொண்டான். அரியான் பேரைச் சொன்னவுடன் சுடலைமேஸ்திரி தன்னை மதித்து மரியாதையாக நடத்திய விதம், சாப்பிடாமல் போகக் கூடாது என்று உபசரித்தது எல்லாவற்றையும் நினைத்துப்பார்த்தான். இருபத்துநாலு மணிநேரமும் சுடுகாட்டைச் சுற்றிக்கொண்டு திரிபவன்தான் என்றாலும் அவனுக்கென்று ஒரு மரியாதையைச் சம்பாதித்து வைத்திருப்பதை நினைத்துப்பார்த்தான். பேரும் புகழும் வாங்குவதற்கு வேஷங்கள் தேவையில்லை என்றும், இயல்பாகத் தான் தானாக வாழ்ந்தாலே போதும் என்று எண்ணிக்கொண்டான்.

பனிமயமாதா கோயிலில் சாயங்கால நேர ஆராதனைக்காக பெண்கள் முக்காட்டுடன் சென்றுகொண்டிருந்தார்கள். பாதிரியாரின்

பிரசங்கம் தெளிவாய் கேட்டது.

'கர்த்தரில் பிரியமான சகோதர சகோதரிகளே,

வானங்கள் அவருடைய நீதியை வெளிப்படுத்துகிறது. சகல ஜனங்களும் அவருடைய மகிமையைக் காண்கிறார்கள். சொரூபங்களை வணங்கி, விக்கிரகங்களைப் பற்றி பெருமை பாராட்டுகிற யாவரும் வெட்கப்பட்டுப் போவார்களாக. தேவர்களே நீங்கள் எல்லோரும் அவரைத் தொழுதுகொள்ளுங்கள்'

'கர்த்தரே பூமி முழுவதுக்கும் உன்னதமானவர். எல்லா தேவர் களிலும் நீரே மிக உயர்ந்தவர்'

பனிமயமாதா கோவிலை அடுத்துத்தான் சின்னக் கோவில். இரண்டு கோபுரங்களையும் அண்ணாந்து பார்த்துக்கொண்டே நடந்தான். நிலக்கரி சுமக்கும் ஆயிரமாயிரம் தொழிலாளிகளையும் அவர்களுடைய பச்சிளங்குழந்தைகளையும் நிலக்கரி துகள்களும் தூசியும் படிந்த அவர்களின் உடல்களையும் நினைத்துப் பெருமூச்சு விட்டான். தங்கள் கண்முன்னால் இப்படி ஒரு காட்சி நடந்து கொண்டிருக்கும் போது பாதிரிகள் ஏன் இதுபற்றி கண்டுகொள்வ தில்லை என யோசித்தான்.

சுடலைமேஸ்திரியைச் சந்தித்த விபரம், நிலக்கரி சுமப்பவர்களைச் சந்தித்தது, தோணித் துறைக்குப் போய்வந்ததைப் பற்றி அரியானிடம் போய் சொல்லவேண்டும் என்று நினைத்தபடியே மயானச் சுவர் ஓட்டைக்குள் தலை நுழைத்தான். ஏராளமான ஆட்கள் வெள்ளையும் சொள்ளையுமாக நிற்பதைப் பார்த்ததும் சற்று யோசித்தான். இவர்கள் பிணம் அடக்கம் செய்யவந்தவர்களைப் போல் தெரியவில்லையே என்று திகைத்தபடியே உள் நுழைந்து கூட்டத்தில் கலந்தான். அரியான் ஒரு ஓரமாக நின்று வேடிக்கை பார்த்துக்கொண்டிருந்தான். கருத்த முத்துவைக் கண்டதும் இலேசாக சிரித்தபடியே கிட்டத்தில் வந்தான்.

கையில் ஒரு பேப்பரை வைத்துக்கொண்டு ஒரு அதிகாரி ஏதேதோ சொல்ல இன்னும் இரண்டு மூன்று பேர் டேப் பிடித்து அளந்து கொண்டிருந்தார்கள். மற்றவர்கள் இவர்கள் சொல்கின்ற அளவு களைக் குறித்துக்கொண்டார்கள். கருத்தமுத்து பேசாமல் பார்த்துக் கொண்டிருந்தான். ஆனால் ஏதோ ஒரு பெரிய கட்டிடம் கட்டப் போகிறார்கள் என்பதை மட்டும் யூகித்துக்கொண்டான்.

'அரியாண்ணே என்ன செய்யப் போறாங்களாம்'

‘கரெண்ட் சுடுகாடு கட்டப் போறாங்களாம்’

‘அப்படின்னா என்னண்ணே’

‘அதாவது பிணத்த கரண்ட் வச்சு எரிக்கிறது’

‘அது எப்பிடிண்ணே முடியும்’

‘பெரிய ஊருங்களுக்கெல்லாம் வந்திருச்சாம்டே. அதாவது கவர்மெண்டே எல்லாத்தையும் பாத்துக்கிரும். பிணத்த ஒரு பெட்டிக்குள்ள வச்சு சரட்னு உள்ள தள்ளி வெளிய எடுத்தாப் போதும், சாம்பலாத்தான் வரும்’

‘அப்படின்னா ஒன்னு போதுமே’

‘ஒரே ஒரு சுடுகாடுதான், ஜாதிக்கு ஒன்னுங்கிறதெல்லாம் கிடையாது, வரிசைப்படி நின்னு சாம்பல வாங்கிட்டுப்போக வேண்டியதுதான், வெறகு கெடையாது, புகை கெடையாது, நாத்தம் கெடையாது, பணத்தக்கட்டிப் பில் இந்தக் கைல, அந்தக் கையில சாம்பல்’

ஒருவழியாக அளந்து முடித்த அதிகாரிகள் புறப்பட்டுப் போனார்கள். அவர்கள் வந்த கார்கள் வெளியே ரோட்டில் நிறுத்தி வைக்கப்பட்டிருந்தன. காரில் ஏறியவுடன் ஒவ்வொருவருக்கும் வணக்கம் வைத்து வழியனுப்பினான் அரியான். வாகனங்கள் சென்ற பின் வெறிச்சோடிய அந்த இடத்தில் இசக்கியம்மனும் பூக்கள் பூத்த செவ்வரளிப் பதியங்களும் இருந்தன. அரியான் இசக்கியம்மனைக் கும்பிட்டு, திருநீறு பூசிக்கொண்டான். இசக்கியம்மன் கோவில் பூசாரி அரியானிடம் பேச்சுக் கொடுத்தார்.

‘என்ன அரியான், ஆபிசருங்க என்ன சொல்லிட்டுப் போறாங்க’

‘இன்னும் ரெண்டு மூனு மாசத்துல கரெண்ட் சுடுகாடு வந்திருமாம். இந்த ஒத்த சுடுகாடே போதுமாம். மீதி பத்து சுடுகாட்டையும் காம்பவுண்ட் சுவர் எல்லாத்தையும் எடுத்திட்டு ஒரே எடமாக்கி பூங்கா உருவாக்கப் போறாங்கலாம்’

‘அப்ப அரியான் இனிமே பூங்கா வாட்ச்மேன்’

‘ஆமா இப்ப வரைக்குச் செத்துப்போன பிணங்களுக்கும், பேய்களுக்கும், பிசாசுகளுக்கும் காவல் இருந்தேன். இனிமேப்பட செடி, கொடிகளுக்கும், உசுருள்ள மனுஷர்களுக்கும் காவல் இருக்கப்போறன்’

‘அரியான் மனுஷர்களுக்குக் காவல் இருக்கிறது இலேசுனு நெனைக்காத, ஒவ்வொரு மனுஷனும் ஒரு பேய்தான்’

'நேத்தே ஆபிசரு கூப்பிட்டு சொல்லிட்டாராம். பிணம் எரிக்கிற வேல பாத்தவங்க எல்லாருமே வேற வேல பாத்துக்கோங்கனு'

'அரியான் சொன்னான் போன மாசமே இங்க ரோட்ட அளந்திட்டுப் போய்ட்டான். நாலு வழிச்சாலை வருதாம், ரோட்ட அகலப்படுத்தப் போறானாம், இசக்கியம்மன் கோவில அப்புறப்படுத்தப் போறானாம், இந்த மரத்த வெட்டப் போறாங்களாம்'

'அப்ப இசக்கியாத்தாள வைக்க வேற இடம் தருவான்'

'தருவான், தூரம் தொலவட்ல காட்டுக்குள்ள தருவான், யாரு வருவா இது மாதிரி மெயின் இடம் வேணும்ல்ல'

'பூசாரியண்ணே நாங்க மொத்தம் பதிமூனுபேரு இருக்கோம். நீ ஒன்னு பதினாலு பேராச்சு. நாளைக்குவா எல்லாருமா சேந்து கலெக்டர்கிட்ட ஒரு மனு கொடுத்து வைப்போம். எதுக்கும் முன்னெச்சரிக்கையா இருக்கட்டும்'

இசக்கியம்மன் கேட்டுக்கொண்டிருக்க பூசாரியும் அரியானும் பலப்பல கதைகள் பேசினார்கள். கருத்தமுத்து அமைதியாகக் கேட்டுக் கொண்டிருந்தான். இருவருமே பல வருஷங்களாக இந்தப் பகுதியில் தங்கள் செல்வாக்கை நிலை நிறுத்தியவர்கள். திடீரென்று வெற்றுப் பொம்மைகளாக மாற்றப்படும்போது தங்கள் எதிர்காலம் நிர்மூலமாக்கப்படுவதை எண்ணி வருந்தாமல் இருக்கமுடியுமா என்ன?

'அரியான் கிட்ட ஒரு விஷயம் சொல்ல மறந்திட்டேன்'

'என்னண்ணே விஷயம்'

'போனவாரம் ரெயிலு இங்க வந்தான், ஒன்னயக் காணும்னு சொன்னான்.'

'யாரு, நம்ம ரெயில்கருப்பனா'

'ஆமாமா, அவனேதான்'

'என்ன விசயமா வந்தான்'

'அந்த அவன் வேல பாக்கிற ரெயில்வே கேட்ல மேம்பாலம் கட்டப் போறாங்களாம், வேலைய ஆரம்பிச்சிட்டாங்களாம், ரெண்டு மாசம்தான் வேல, என்ன செய்யனு தெரியலனு சொன்னான்'

காக்காச்சியம்மன் கேட் என்றால் எல்லாருக்கும் தெரியும் இடம். ரெயில்கருப்பன் இன்னும் இரண்டு பேர். ஷிப்ட் படி ராப்பகலாய் காவலிருக்க வேண்டும் விடிய விடிய. கண்ணசந்தால் போச்சு. எந்த நேரம் ரெயில் வரும் என்று சொல்ல முடியாது. மழை, இடி, மின்னல்,

பேய், பிசாசு இத்தனையையும் தன் கைக்குள் வைத்து அந்த மூன்று பேரையும் காப்பவள் காக்காச்சியம்மன்தான். ரெயில் கருப்பனின் அய்யா, கேட் மாடன்தான் காக்காச்சியம்மனைத் தன் துணைக் காகக் கொண்டுவந்து வைத்தவன். பாவம் அந்த மூன்று பேரும் காக்காச்சியம்மனும் மேம்பாலம் வந்த பிறகு என்னவாகப் போகிறார்களோ.

தான் தோணித்துறை போனது சுடலைமேஸ்திரியைப் பார்த்தது, அவர் வீட்டில் சாப்பிட்டது எல்லாவற்றையும் ஒன்றுவிடாமல் சொன்னான் கருத்தமுத்து. ம்ம்ம் என்று கவனமாகக் கேட்டுக் கொண்டிருந்தான் அரியான். ஆனாலும் அவன் முகத்தில் கவலையின் ரேகைகள் படிந்திருந்தன.

யூதாததேயு மடத்திற்குத் தொடர்ந்து இரவுபடுத்து காலையில் தென்னம்பிள்ளைகளுக்குத் தண்ணீர் ஊற்றும் வேலையைச் செய்ய போய்க்கொண்டிருந்தான் கருத்தமுத்து. கொலுசு சத்தம் பழகிப் போய்விட்டது. திருடப்போகிற திருடன் மணியடித்துக்கொண்டு திருடப் போனால் என்ன அர்த்தம். என்னை யாரும் ஒன்னும் செய்ய முடியாது என்ற சவால்தானே அந்த மணிச் சத்தம். அதேபோல் கொலுசு சத்தமும். இதுபற்றி தன்னிடம் சமையல்காரர் செபாஸ்ட்டின் சொன்னதை நினைத்துப் பார்த்தான். எவ்வளவு அனுபவபூர்வமான வார்த்தை.

'அடேய், இங்க கேளுடா கருத்தமுத்து, காப்பான் பெருசா களவாங்கிறவன் பெருசானு சொலவடையே இருக்கு. எத்தனை நேரத்துக்குக் காவல் இருக்க முடியும். களவாங்கிறவங்களுக்கு வேற வேல கெடையாது. களவாங்கிறதுதான் வேல. அதனால நம்ம நம்ம வேலையைப் பாப்போம். பொம்பள வாசமே வேணாம்னுதான் சிலுவையில சத்தியம்பண்ணி அங்கிய மாட்டியிருக்கீக. அங்கிய மாட்டுனப் பெறவு பொம்பளவாசம் வேணும்னா மரியாதையா அங்கியக் கழட்டி வச்சிட்டுத் தூரப்போயிறனும். இல்லனா பாஸ்ட்டராவும் இருந்துக்கிட்டு எத்தனை கல்யாணமும் பண்ணிக் கிறலாம்ங்கிற பிராட்டஸ்டென்டுல போயி சேந்துறனும். அங்கியும் வேணும், பொம்பளையும் வேணும்னா இங்க ஒனக்கு எடமில்ல, அதுக்கு மேல கள்ளத்தனம் பண்ணுனா கர்த்தர் பாத்திட்டுப் போறாரு, அவருகிட்டயிருந்து தப்பமுடியாது. நரகத்துல கெடந்து வெந்து பஸ்பமாகப்போற, இவரே பாவியா இருந்துக்கிட்டு இவரு பாவங்கள மன்னிக்காராம். இவர் சொல்றத கர்த்தர் கேட்காராம்; பைத்தியக்

காரங்க. டேய்... முத்து உண்டியல் பணம் நீ பாத்தையில்ல வேகாரியா கெடக்கு. நான் நெனச்சா தெனமும் ஆயிரம் ரெண்டாயிரம் களவாங்க முடியும். தெனமும் வயிறு வலிக்க புகையை ஊதித்தான சாகுறன். ஆனா ஒத்தப் பைசா தொடமாட்டேன். ஏம்னா, பங்ராஜ்சாமி என்னயை முழுசா நம்புறாரு. அந்த நம்பிக்கைக்கு நம்ம துரோகம் பண்ணுனா கர்த்தர் என்னயை என்னைக்கிருந்தாலும் தண்டிப்பார்டே. இது இந்தச் சிலுவை மேல சத்தியம்டே'

கருத்தமுத்து யூதாததேயு மடத்துக்கு இரவு படுக்கப்போவதற்கு முக்கியக் காரணம் ஒன்று இருந்தது என்றால் வியாழக்கிழமை தவறாமல் ஏஞ்சலை சந்தித்துப் பேசக்கிடைக்கும் சந்தர்ப்பம். ஒவ்வொரு வியாழக்கிழமையும் கூட்டம் அலை மோதியது. தற்காலிக வியாபார ஸ்தலங்கள் உருவாகவும், வியாழக்கிழமை தோறும் ஸ்பெசல் பஸ்கள் இயக்குகிற அளவு கூட்டம் பெருகிக்கொண்டே வந்தது. அந்தக் கட்டுக் கடங்காத கூட்டத்தில் இருவரும் சில மணி நேரம் காணாமல் போகவும், மனம் விட்டுப் பேசவும் அப்போஸ்தலர் யூதாததேயு ஒருவழி ஏற்படுத்திக் கொடுத்திருந்தார்.

தென்னங்கிடுக்குகளால் வேயப்பட்டிருந்த அந்தப் பெரிய கொட்டகையில் ஜெபம் நடந்துகொண்டிருந்தது. பூஜைக்கு வருபவர்களிடம் நன்கொடை கேட்டு அச்சடிக்கப்பட்ட துண்டுப் பிரசுரங்களை செபாஸ்ட்டினும் கருத்தமுத்தும் வினியோகித்துக் கொண்டிருந்தார்கள். கொட்டகைக்குள் கரிசல் நிலத்தில் முளைத்த காளானைப் போல் வெள்ளை வெளேரென்று துணிப்பாகத் தெரியும் ஏஞ்சலை அடிக்கடி திரும்பிப் பார்த்தான். எப்படியும் இன்னும் அரைமணி நேரத்தில் ஏஞ்சலை சந்தித்துப் பேசப் போகிறோம் என்கிற சந்தோஷம் அவன் முகத்தில் தெரிந்தது.

இன்னும் சில ஆண்டுகளில் யூதாததேயு கோவில் பிரம்மாண்டமாக கட்டப்பட்டுவிடும். பக்கத்திலேயே பள்ளிகளோ அல்லது கல்லூரியோ, ஆசிரியர் பயிற்சி நிறுவனமோ அல்லது அனாதைகளின் விடுதியோ உருவாகிவிடும். யூதாததேயு கோவிலைச் சுற்றிலும் சிலுவையணிந்த பிச்சைக்காரர்கள் கூடியிருப்பார்கள். கர்த்தரின் நாமத்தை உச்சரித்தபடி தங்கள் திருவோடுகளைத் தூக்கி சில்லறைகள் ஒலியெழுப்ப யாசகம் கேட்பார்கள். வழிபடச் செல்லும் சீமான்களும் சீமாட்டிகளும் நின்றபடியே அற்ப சில்லரைகளை வீசிச் செல்வார்கள். தரையில் விழுந்த சில்லரையை எடுத்துத் தன் திருவோட்டில் போட முடியாதபடி விரல்களற்ற தொழுநோயாளிகள் தவிப்பர். காலியாகக் கிடக்கும்

பாதிரிகளின் அறைகள் நிரம்பிவழியும். கொலுசு சத்தங்களும் குதூகலித்திருக்கும் நேரச் சிரிப்பாணிகளும் யூதாததேயு கோவில் சுவர்களில் பட்டு எதிரொலிக்கும். தான் தண்ணீர் ஊற்றி வளர்த்த இந்தத் தென்னம்பிள்ளைகள் அனைத்தும் மரமாகி தோப்பாகி நிற்கும். பொய்மைகள் மெய்மைகளாக உருமாறும் இடங்களில் பறவைகள் வாசம் செய்யாது. ஆகவே இந்தத் தோப்பு யூதாததேயு கோவில் மணிச் சத்தத்தை மட்டுமே எதிரொலிக்கும். மாறாக ஒரு சிட்டுக்குருவி கூட இங்கே எட்டிப் பாக்காது. பாவங்களை சுமந்துகொண்டு வருபவர்கள் பாதிரிகளிடம் கொட்டிவிட்டு, அடுத்த வியாழனுக்குப் பாவமேற்ற காலி மனசுடன் செல்வார்கள். தொலைத்த பாவங்களையே மீண்டும் சுமந்துவருவார்கள். பலவாறாக யோசித்துக்கொண்டே நோட்டீஸ் கொடுத்துக் கொண்டிருந்தான். ஜெபம் முடிந்து ஜனங்கள் வெளியேறினார்கள். கையில் இருந்த கொஞ்ச நஞ்ச நோட்டீஸ்களை செபாஸ்ட்டினிடம் கொடுத்துவிட்டு ஏஞ்சலைக் கண்டதும் ஓடினான். இருவரும் சாமியார் மடத்தின் படிகளில் ஏறினார்கள்.

'என்னடா முத்து பரீட்சை வருதுனு சொன்னியே படிக்கிறியாடா'

'ம்... படிக்கிறேன் நல்லா படிக்கிறேன்'

'ஒழுங்கா படிச்சு பாஸ் பண்ணுனா ஏதாவது வேலைக்குப் போகலாம் இல்லனா ஊர் சுத்திட்டு அலைய வேண்டியதுதான்'

'ஏஞ்சல்.... வேணும்னாலும் பாரு இதே ஊர்ல வேலை வாங்கி உன் கண்ணுமுன்னாலயே காட்டுறன்'

'பாப்பம்டா, கர்த்தர் ஒன்ன ஆசீர்வதிப்பாராக'

'உனனையும் ஆசீர்வதிப்பாராக'

'டேய்... அடி வாங்கப்போற, வந்ததுலருந்து பாக்கேன் பேர் சொல்லிக் கூப்புடுறே, வா, நி, போங்கிற என்னடா'

'இங்க கேளு ஏஞ்சல் என்னைய வாடா போடானு கூப்பிட்டா நானும் அப்பிடித்தான் கூப்பிடுவேன்'

'டேய்... உன்னைய ஓதப்பன்டா'

'நான் கர்த்தர்கிட்ட முறையிடுவேன்'

இருவரும் சேர்ந்து கலகலவெனச் சிரித்தார்கள். செபாஸ்ட்டின் வாசற்படியேறி வருவது தெரிந்தது. கருத்தமுத்து எழுந்து ஏஞ்சலின் முன் நின்றுகொண்டான். செபாஸ்ட்டின் கொடுத்து அனுப்பிய காப்பியை பவ்யமாக ஏஞ்சலிடம் கொடுத்தான். ஒரு மடக்குக் குடித்தவள் சுற்றும்முற்றும் பார்த்துவிட்டு மெல்லிய குரலில் கேட்டாள்.

‘டேய்... இப்ப காப்பி குடுக்கும்போது என் கைய எதுக்குடா தொட்ட, சிஸ்டர்ங்க கைய தொடலாமாடா’

‘சிஸ்டருங்க கைய ஏன் தொடக்கூடாது’

‘..........’

ஏஞ்சலின் முகம் கனிந்துவிட்டது. இந்தப் பிரகாசத்தை இப்போது தான் கருத்தமுத்து பார்க்கிறான். பெண்மையின் வசீகரத்தை முழுமையாக ரசித்தான். எப்போதும் உறங்கி எழுந்தவளின் முகத்தைப் போல் ஒளியற்ற விளக்காய் தெரிந்த ஏஞ்சலின் முகம் மெர்க்குரி விளக்கைப் போல பிரகாசித்தது. ரசித்துப் பார்த்துக்கொண்டிருந்தான் கருத்தமுத்து.

‘என்னடா அப்படிப் பாக்கிறே’

‘வேற ஏஞ்சல் மாதிரி தெரியுது’

‘நீ சீக்கிரமா என்கிட்ட உதை வாங்கியிருவ’

காப்பி குடித்த டம்ளரையும் டபேராவையும் கருத்தமுத்துவிடம் நீட்டினாள். அவன் வாங்காமல் பார்த்துக்கொண்டே நின்றான்.

‘டேய்... முத்து ஒனக்கு என்னடா ஆச்சு, எவ்வளவு நேரமா தம்ளர நீட்டிக்கிட்டே இருக்கேன் வாங்குடா’

‘நான் வாங்குனா என் விரல்படும், ஒனக்குக் கோபம் வரும்’

சற்றும் எதிர்பார்க்காமல் கருத்தமுத்துவின் கையைப் பிடித்து இழுத்து, கையைப் பிடித்து வைத்துக்கொண்டு தம்ளரை அவன் கையில் கொடுத்தாள். இதை எதிர்பார்க்காத முத்து ஒன்றும் செய்ய முடியாமல் சிலையாய் நின்றான். அவன் உடலில் மின்சாரம் பாய்ந்தது. இருவரும் மௌனமாக வார்த்தைகளைத் தொலைத்துவிட்டு நேருக்கு நேர் பார்த்துக்கொண்டு நின்றார்கள். பெருமூச்சுக்கள் வார்த்தைகளை உள்ளிழுத்துப் புதைத்து வைத்துவிட்டது போலும். கருத்தமுத்து மௌனமாக செபாஸ்ட்டினிடம் தம்ளரைக் கொண்டுபோனான்.

18

வழிநெடுகிலும் தான் தோணித்துறை போனது, சுடலைமேஸ்திரி யைப் பார்த்து வேலை கேட்டது, நிலக்கரி சுமக்கும் காட்சிகள் எல்லா வற்றையும் சொல்லிக்கொண்டே வந்தான். கரித்துகள்களுடன் பாலூட்டும் தாய்மார்களைப் பற்றியும் அப்போது குழந்தைகளும் கருப்பாக மாறிப் போவதைப் பற்றியும் சொன்னபோது ஏஞ்சல் நின்று

கவனமாகக் கேட்டாள்.

'ஏஞ்சல்... ஒரு நாளைக்காவது என்கூட நீ வரணும், நிலக்கரி சுமக்கிற அந்தக் காட்சிய நீ பாக்கனும்'

'டேய்... சாமானியமா வெளிய வர முடியாதுடா, ரீட்டாவப் பத்திதான் ஒனக்குத் தெரியுமே, கேட்டா பொய் சொல்லித்தான் கேக்கணும், ஆஸ்பத்திரிக்கு போறன்னு சொன்னா வைத்தியம் பார்த்த வெவரம் சொல்லணும். மாத்திரை மருந்தக் காட்டணும், இதுவும் போக வெளியபோக அனுமதி குடுத்திட்டு எங்க போறானு பாக்கிறதுக்கு ஆள் அனுப்புவா, வெளிய வர்றதே கஷ்டம்'

'நீ அந்தக் காட்சிகள கட்டாயம் பாக்கணும் ஏஞ்சல்'

'பாப்போம்டா, எப்பிடியாவது முயற்சி பண்றன்'

குறுக்கு வழிப்பாதை முடிந்து மெயின் ரோடு வந்ததும் கருத்தமுத்து விடை பெற்று திரும்பி நடந்தான். ஏஞ்சல் தொட்ட இடத்தில் தடவிப் பார்த்து தன்னாலேயே சிரித்துக்கொண்டான். ஏதோ புதிய மனிதனாய் உற்சாகமாக உணர்ந்தான். செபாஸ்ட்டினிடம் போய் சிரித்தபடி நின்றான்.

'சிஸ்ட்டர அனுப்பிட்டயாடே'

'போய்ட்டாங்கண்ணே'

'பாவம்டே, நல்ல குணம், மத்த சிஸ்ட்டருங்க மாதிரி வித்தியாசம் பாக்காது, இயல்பா இருக்கும், கடவுள் கன்னியாஸ்திரியா ஆக்கி வேடிக்க பாக்காரு'

'முந்தி எங்க ஹாஸ்டலுக்கு ஞானபோதனை கிளாஸ் எடுக்க வருவாங்கண்ணே, அப்பவே எனக்குத் தெரியும்.'

'டேய்... முத்து ஒன்னயப்பத்தி அடிக்கடி என்கிட்ட கேக்கும்டே. சிகரெட் குடிக்கானா, சாராயம் குடிக்கானா, சேட்டை பண்றானா அப்பிடின்னாலும் கேக்கும்டே. நீ முந்தி அப்பிடி இருந்ததா சிஸ்டரு சொல்லுதுடே, இப்ப ஒன்னும் கெடையாதில்லடே.'

கடைசி ஆண்டு பரீட்சையில் செய்முறைத் தேர்வில் மரத்தால் ஏதாவது செய்யவேண்டும், அதற்குத் தனியே மதிப்பெண் உண்டு. கருத்தமுத்து அதற்கான பயிற்சியில்தான் தன்னை ஈடுபடுத்திக் கொண்டிருந்தான். சுத்தமான தேக்கு மரத்தில் சுவரில் மாட்டுகிற மாதிரியான ஒரு சிற்பத்தை செதுக்குவதற்கான முயற்சியில் தன் கவனம் முழுவதையும் குவித்து வேலை செய்தான். இரு கைவிரிந்த நிலையில் இருக்க தன் பாதத்தின் மேல் பாதம் வைத்து ஆணி

அடிக்கப்பட்ட சிலுவையில் தொங்கும் இயேசு நாதரின் சிற்பத்தை முதலில் செதுக்கி முடித்திருந்தான். அந்த ஓவியத்தின் முன்னால் ஒரு கன்னியாஸ்திரி முழந்தாளிட்டு ஜெபித்துக்கொண்டிருப்பதைப் போன்ற ஒரு சிற்பத்தை செதுக்கிக் கொண்டிருந்தான்.

ஆசிரியர்களும் மாணவர்களும் ஆச்சரியமாய் பார்த்ததோடு, ஒரு இந்துப்பையன் இயேசுநாதர் கன்னியாஸ்திரி சிற்பத்தை செதுக்குவதை சிலாகித்துப் பேசிக்கொண்டார்கள். முழந்தாளிட்டு அமர்ந்திருக்கும் கன்னியாஸ்திரி யாரென்று முத்துக்கு மட்டுமே தெரியும். தன் மனக்குகைக்குள் ஓவியமாய் ஒளிந்திருக்கும் ஏஞ்சல் சிறிது சிறிதாக வெளிப்பட்டு, உளிக் கூர்மையின் நுனி வழியே தேக்கு மரத்துகள் உதிர்த்து ஓவியமாய் பதிந்துகொண்டிருந்தாள். சிலுவையில் தொங்கும் இயேசுவின் விலாவில் குத்திய ஈட்டியின் நுனிகருத்த முத்துவின் கையில் உளியாய் இருந்தது. விலாவிலிருந்து வழியும் இரத்தத்துளிகளின் சிவப்பு நிறத்திற்கு வரிசையாகக் கீழ்நோக்கி நாலைந்து குன்னிமுத்துக்களைப் பதித்திருந்தான். அசல் இரத்தத் துளிகளைப் போல் சிவப்பாய் மின்னிய தத்ரூபத்தில் பார்த்தவர்கள் தன்னையறியாமலேயே தங்கள் நெஞ்சங்களில் சிலுவைக் குறியிட்டுக் கொண்டார்கள். தங்கள் அறைகளில் மாட்டி வைத்துக்கொள்ள பாதர்கள் போட்டி போட்டார்கள். யாருக்குமே தர மறுத்துவிட்டான் கருத்தமுத்து. ஆனால் தன்னால் இனிமேல் இப்படியொரு சிற்பத்தை செதுக்கமுடியாது என்பதை நன்குணர்ந்தான். தன் உள்ளிருந்து இயக்கிய ஏஞ்சல் என்னும் மகாசக்தியை எண்ணி வியந்தான்.

நகரம் அசுர வேகத்தில் ஓடிக்கொண்டிருந்தது. நகரத்தின் ஓட்டத்திற்கு ஈடுகொடுக்க முடியாமல் எல்லா கட்டிடங்களும், மைதானங்களும் பின்தங்கிவிட்டன. புதிய புதிய கட்டிடங்கள் எழும்பிக்கொண்டிருந்தன. நான்கு வழிச்சாலைக்காக இசக்கியம்மன் கோவிலும் நூற்றாண்டு வரலாறுகொண்ட அம்மனைத் தாங்கிய புளியமரமும் அப்புறப்படுத்தப்பட்டன. அரளிப் பதியங்களும், தெலா கிணறும் காணாமல் போயின. காக்காச்சியம்மன் ரெயில்வேகேட் மேம்பாலம் கட்டுவதற்காக அப்புறப்படுத்தப்பட்டது.

மூன்று தலைமுறையாக ரெயில் என்னும் பெரும் பூதத்தை இரத்தப்பலி இல்லாமல் இயக்கிக் கொண்டிருந்தவள் காக்காச்சியம்மன். ரெயிலை மட்டுமா காத்தாள், நட்ட நடு ராத்திரியில் சுடுகாட்டுக்கு மிக அருகில் தன்னந்தனியாய் ஒற்றையாளாய் அரிக்கேன் விளக்குடன் கையில் பச்சை சிவப்புக் கொடியுடன் மீனின் நீர்ச் சுழிப்புக்காகக்

காத்திருக்கும் கொக்கைப்போல் கேட்டைக் காவல் காத்த கேட் மாடனையும் அவன் மகன் ரெயில்கருப்பனையும் இதுநாள்வரைக் காத்தது காக்காச்சியம்மன்தான்.

நட்ட நடு ராத்திரி இடி மின்னலுடன் பயங்கர மழை. மழைக் கோட்டுடன் கேட் மாடன். ரெயில்பூதம் இடி மின்னலுக்கோ மழைக்கோ பயப்படவா போகிறது. விடாதமழை வலுக்கத் தொடங்கி விட்டது. பேய்மழை. தண்டவாளத்தை மூடிவிடும் அளவு தண்ணீர். ஒரே ஒரு ஆள் மட்டுமே ஒதுங்கக்கூடிய கல்மண்டபத்துள் தன் காதைத் தீட்டிக்கொண்டு கேட் மாடன். இடதுகையில் அரிக்கேன் லைட். வலதுகையில் பச்சையும் சிவப்புமான கொடிகள். மழையிலும் இடி மின்னலிலும் போன் சத்தம் கேட்கவில்லையென்றால் போச்சு. திடீரென்று வெள்ளம் பெருக்கெடுத்து வரும் நீரின் சலசலப்பு. கோரம்பள்ளம் கண்மாய் உடைந்திருக்க வேண்டும். ஆள் உயரம் தண்ணீர் தண்டவாளத்தை மறைத்துக்கொண்டு தான் உட்கார்ந்திருக்கும் கல்மண்டபத்துக்குள் புகுந்துவிட்டது. கேட் மாடன் ஒரு நிமிடத்தில் நிலை குலைந்துபோனான். என்ன செய்வதென்று தெரியவில்லை. கல்மண்டபத்தை வெள்ளம் சூழ்ந்து போன் எல்லாம் முங்கிப் போய்விட்டது. கடுமையான காற்றும் மழையும் வெறித்தபாடில்லை. மழைக்கோட்டுடன் கையில் லாந்தர் விளக்குடன் கொடியைப் பிடித்துக்கொண்டு கல்மண்டபத்தின் மேல் ஏறி நின்றுகொண்டான் கேட்மாடன். இது மைசூர் எக்ஸ்பிரஸ் வருகிற நேரம். கேட்மாடனின் இதயம் சுக்குநூறாக நொறுங்கப் போவதைப்போல் அடிக்கிறது. தங்கப்பாளங்களைத் தரையில் வீசியதைப் போல் கண்களைப் பறித்த மின்னலிலும், அதைத் தொடர்ந்து காது செவிடாகும்படியான இடியோசையிலும் நிலைகுலைந்து போனான் கேட்மாடன். இவ்வளவு காற்றிலும் லாந்தர் விளக்கு அணைந்து போகாமல் இருப்பதை எண்ணி ஆச்சரியப்பட்டபடியே காற்றின் சுளிப்புக்குத் தடுமாறி கல்மண்டபத்தில் நின்றுகொண்டிருந்தான் கேட்மாடன். மழை வெறிப்பது மாதிரி தெரியவில்லை.

தூரத்தில் ரெயில் பூதத்தின் ஒற்றைக் கண் பிரகாசமாய் தெரிந்தது. மண்டபத்தை விட்டு கீழே இறங்க முடியாது. ஆள் உயரம் வெள்ளம். உடைந்த கண்மாயின் தண்ணீர் ஆறாகப் பெருக்கெடுத்து தண்டவாளத்தை மூழ்கடித்து ஓடுகிறது. ஐந்தே நிமிடம்தான் ரெயில் கவிழ்ந்து மரண ஓலங்கள் கேட்கப்போகின்றன. கேட்மாடன் தண்ணீரில் குதித்துத் தற்கொலை செய்துகொள்ளலாமா என்று நினைத்தான். அப்போதுதான் தன் கைகளில் இருந்த கொடிகளையும்,

லாந்தர் விளக்கையும் காணவில்லை என்பதை உணர்ந்தான். கண்களை இறுக மூடி மூடித் திறந்தான். காற்றில் பறந்து வெள்ளத்தில் அடித்துச் செல்லப்பட்டிருக்கும் என்று நினைத்தான்.

ஐந்து நிமிடத்தில் வந்திருக்கவேண்டிய ரெயில் இன்னும் வரவில்லை. பத்து நிமிடம், இருவது நிமிடம், அரைமணி, ஒரு மணி, ரெயிலின் ஒற்றை விளக்கு நகரவே இல்லை. அதே இடத்தில் நின்றது. விடிந்தபோது முழங்கால் அளவு தண்ணீர் தண்டவாளத்திற்கு மேல் ஓடிக்கொண்டிருந்தது. என்ன நடந்தது என்று தெரியவில்லை. தான் கையில் வைத்திருந்த விளக்கும் கொடிகளும் ரெயிலின் முன்னால் கிடந்தன.

ஊரே கூடிவிட்டது. ரெயில்வே துறையின் உயர் அதிகாரிகள் குழுமிவிட்டார்கள். கேட்கமாடன் பெரிய கதாநாயகனாகிப் போனான். இந்த மழை வெள்ளத்திலும் நீந்திவந்து ரெயிலை நிறுத்திக் காப்பாற்றியது மட்டுமில்லாமல் பெரிய அளவில் நடக்கவிருந்த விபத்தை தடுத்ததற்காக விருதுகளும் பாராட்டுக்களும் பரிசுகளும் குவிந்தன. கேட் மாடன் திணறிப்போனான். ரெயில் சாய்வதையும் பிரயாணிகள் தண்ணீரில் மூழ்கி சாவதையும் தன் கண்ணால் பார்க்கக்கூடாது என்று தான் கல்மண்டபத்தின் மேல் நின்று கண்களை மூடிக்கொண்டான். லாந்தர் விளக்கையும் கொடியையும் பிடுங்கிக் கொண்டு காக்காச்சி யம்மன் ஓடியதை கவனிக்க இயலவில்லை. ரெயில் ஓட்டுனர்கள் சொல்லிக்கொண்டிருந்தார்கள். கூட்டம் ஆச்சரியமாய் கேட்டுக் கொண்டிருந்தது.

எதிரே கொடியை அசைத்தபடி லைட்டை தூக்கிப்பிடித்துக் கொண்டு ஒரு உருவம் ஓடிவருவதைப் பார்த்தோம். கொஞ்சம்கூட பயமின்றி ரெயிலின் முன்னால் ஓடிவந்தது. கேட் வர இன்னும் ஐந்து நிமிடம் இருக்கும் போது விளக்கு வெளிச்சம் தெரிகிறதே என்று சற்று யோசித்தோம். மழைக்கோட்டு அணிந்த மனித உருவம், லைட்டை தூக்கிப் பிடித்து ஆட்டியபடியே தண்டவாளத்தில் நிற்கிறது. பிரேக் பிடித்து ரெயிலை நிறுத்திவிட்டுப் போய்பார்த்தால் கொடியும் விளக்கும் தண்டவாளத்தின் மேல் இருக்கிறது. ஆளைக் காணவில்லை. கேட்மாடனை வெள்ளம் இழுத்துச் சென்றதாகவே நினைத்தோம். விடிந்த போதுதான் உணர்ந்தோம் நடக்க இருந்த பேராபத்தை தன் உயிரைப் பணயம் வைத்து காப்பாற்றியிருப்பதை. மூன்று நிமிடங்கள் தாமதித்திருந்தாலும் நூற்றுக்கணக்கான உயிர்கள் பலியாயிருக்கும்.

கணப்பொழுதில் காக்காச்சியம்மன் கேட் மாடனாக மாறி ரெயிலை

நிறுத்தியதை நினைத்துப் பார்த்தான் ரெயில்கருப்பன். இக்கதையை தன் அய்யா சாகும்வரை சொல்லிக்கொண்டிருந்தார். வெள்ளிக்கிழமை மாலை வாங்கிப் போடத் தவறியதில்லை. மேம்பாலம் வேலைகள் ஆரம்பித்துவிட்டன.

அரியான் மனசொடிஞ்சு போனான். மின்மயானம் அமைப்பதற்கான வேலைகளை ஆரம்பித்துவிட்டார்கள். கட்டிடம் கட்டுவதற்காகக் கடக்கால் தோண்டும் வேலைகள் மும்முரமாக நடந்தன. வாட்ச்மேன் வேலை பறிபோகாது என்றும், ஆனால் பிணம் எரிப்பவர்களின் வேலை பறிபோய்விடும் என்றும் பேசிக்கொண்டார்கள். எரிக்காமல் புதைக்கும் கிறிஸ்தவர்களின் கல்லறைத் தோட்டம் அப்படியே இருக்கும் என்றும், எரிக்காமல் புதைக்க விரும்புபவர்களுக்கு வேறு ஏதாவது ஏற்பாடுகள் செய்வார்கள் என்றும் சொன்னதை நினைத்துப் பார்த்தான். இவ்வளவு வருடங்கள் ஆகியும் சாமியார் மடத்துக்குள் தேவைப்பட்டால் ஒழிய அரியான் போகவே மாட்டான். வெளியே நின்றுகொண்டேதான் பையன்களுடன் பேசுவான். கோட்டைச் சுவருக்குள்ளிருந்து சைகை காட்டியவுடன் கருத்தமுத்து ஓடிவந்தான். இருவரும் பிணம் எரிக்கும் தகரக் கொட்டகைக்கு அடியில் போய் அமர்ந்தார்கள்.

'அரியாண்ணே என்னண்ணே இப்படி மொகம் வாடிப்போயி இருக்கீக, ஆளே மாறிப் போய்ட்டீகளே'

'மனசே சரியில்லடா முத்து. விடிஞ்சதுலருந்து அடஞ்சது வரைக்கு சடலங்களையும், பிணம் எரியும் புகையையும் பார்த்துப் பார்த்து பழகிப் போச்சுடா, கரண்ட் சுடுகாட்டுக்கு வானம் தோண்டிட்டான். இப்பவோ பெறகோ வீட்டுக்கு அனுப்பியிருவான், என்ன செய்யனு ஒரே யோசனையா இருக்குடா முத்து'

'கவலைய விடுங்கண்ணே, இசக்கியாத்தா கைவிட மாட்டா, ஏதாவது வழிவிடுவா. தைரியமா இருங்கண்ணே'

'இசக்கியம்மனையும் தூக்கி எங்கிட்டோ போட்டுட்டான்டா'

'இனிமே எல்லாம் அப்படித்தாண்ணே நடக்கும். காலம் மாறும் போது எல்லாம் மாறும், நம்மளும் அதுக்குத்தக்கன மாறிக்கிற வேண்டியதான்'

'டேய்... முத்து நேத்துத் தோணித்துறைக்குப் போய்ட்டு அப்பிடியே சுடலைமேஸ்திரியைப் பாத்திட்டு வந்தன். நானும் வேல கேட்டுத்தான் போனன். நீ வந்துபோன விஷயத்தையும் சொன்னான். படிப்பு முடிஞ்சதும் வரச் சொன்னான்டா'

தோணித்துறைக்குப் பக்கத்திலேயே புதிய தோணிகள் கட்டும் பெரிய தொழிற்சாலை ஒன்று கட்டிக்கொண்டிருந்தார்கள். ஏற்கனவே உள்ள தோணிகளைப் பழுதுபார்க்கும் தொழிற்சாலையும் விஸ்தாரமாகிக் கொண்டிருந்தது. புதிய துறைமுகம் ஒன்று வர இருப்பதாகவும், அது வந்துவிட்டால் கப்பலில் இருந்து நிலக்கரி நேரடியாக பெல்ட் மூலம் தரைக்கு வந்துவிடும் என்றும், நிலக்கரி சுமக்கும் ஆயிரக்கணக்கானவர்களுக்கு வேலை இருக்காது என்றும், அதே போல் கப்பலிலிருந்து நிலக்கரிகளை ஏற்றி வரும் நூற்றுக்கணக்கான தோணிகளுக்கும், தோணித் தொழிலாளர்களுக்கும் வேலை இருக்காது என்றும் சுடலைமேஸ்திரி அரியானிடம் சொல்லிக் கொண்டிருந்தான். பலப்பல பேச்சுக்கள் பேசிக்கொண்டிருந்தார்கள்.

கடலில் முன்பு போல் மீன்பாடு சரியாகக் கிடைப்பதில்லை என்றும், அதனால் மீனவர்களுக்குள் அடிக்கடி தகராறு நடப்பதாகவும் சொன்னான் சுடலைமேஸ்திரி.

'டேய்... முத்து, கார்ப்பெண்டர் வேலைக்காரங்களுக்கு நிறைய வேலையிருக்கு, உன்னைய மாதிரி மிஷின்ல வேலை பாக்கிறவங்க தான் அங்க வேணுமாம். கவர்மென்ட் கம்பெனியாம்டா, நல்ல சம்பளம் கெடைக்கும், வேலையும் நிரந்தரமாப் போயிரும். அதனால ஒன்னைய கட்டாயம் வரச்சொல்லி சுடலை சொன்னான்டா'

காற்று மாறி அடித்ததால் பிணம் எரிக்கும் புகை தகரக் கொட்டகையை வட்டமிட்டது. அந்த வாசத்திற்கு இருவரும் பழகிப் போனதால் கண்டுகொள்ளவில்லை. கையில் கவட்டைக் கம்புடன் பிணத்தைச் சுற்றிச் சுற்றி வந்த மருதனை உற்றுப் பார்த்தான் அரியான். பாவம், ஆறு பிள்ளைகள், அதில் நான்கு பொம்பிளைப் பிள்ளைகள். இந்த வேலை போச்சு என்றால், மருதன் என்ன செய்வானோ என்று நினைத்துப்பார்த்தான். வேறு எந்த வேலையும் தெரியாது. இதே போல். நிர்க்கதியாகப் போகும் பத்துப் பேரையும் நினைத்துப் பார்த்து பெருமூச்சுவிட்டான்.

நகரத்தில் நிறைய மாற்றங்கள் நிகழ்ந்துகொண்டிருந்தன. காக்காச்சியம்மன் ரெயில்வே கேட் அகற்றப்பட்டு மேம்பாலம் வந்து விட்டது. நான்கு வழிச்சாலை இசக்கியம்மனைக் கண்காணாத தூரத்திற்குக்கொண்டு போய்விட்டது. மின்மயானம் வந்துவிட்ட படியால் மற்ற சுடுகாடுகளின் வாசல்கள் நிரந்தரமாக மூடப் பட்டுவிட்டன. எருக்களஞ்செடிகளும் வேலிக்கருவேல மரங்களும் வளர்ந்து வனாந்திரமாக மாறிப்போயின. ஜாதியப் பெருமிதத்துடனும்,

கலாச்சார பண்பாட்டு அடையாளங்களுடனும் ஆட்டம் பாட்டத்துடன் பிண ஊர்வலம் வரும் கூட்டம் குறைந்துவிட்டது. சவ அடக்கத்தின் பின் எரிமேடையைச் சுற்றி வைக்கப்படும் சாவுச்சோறு தின்பதற்காகக் கூட்டங்கூட்டமாய் அடைந்து கிடந்த அண்டங்காக்கைக் கூட்டங் களைக் காணவில்லை. அந்தப் பிராந்தியத்தில் ஏற்பட்ட பெரிய மாற்றம் என்றால் அது யூதாததேயு கோவில்தான். மிகப் பிரம்மாண்ட மாய் காட்சி தந்தது கோவில். கோவிலின் நுழைவு வாசலில் வானுயுரம் எழுந்து நிற்கும் கெபி தரையில் அகலமாக ஆரம்பித்து மேலே செல்லச் செல்ல கோபுரத்தைப் போல கூம்பி உச்சியில் சிலுவை. ஒவ்வொரு அடுக்கின் வாசலிலும் அப்போஸ்தலர்களின் சொரூபம்.

அலங்கரிக்கப்பட்ட தேரைப் போல் இரவில் வண்ண விளக்கு களால் மின்னும் கெபி. பன்னிரெண்டாவது சுடுகாட்டை அழித்து மெயின்ரோட்டிலிருந்து மில்லர்புரம் ஊருக்கு இணைப்புச் சாலை போடும் வேலையும், பதினொன்றாம் சுடுகாட்டை அழித்து வானொலி நிலையம் கட்டும் வேலையும் ஆரம்பித்திருந்தார்கள். மீதம் உள்ள இடத்தில் 'யுவான்ஸ் பார்க்' என்ற போர்டு நடப்பட்டிருந்தது. மின்மயானம் வந்து விட்டபடியாலும், எதிரே இருந்த இசக்கியம்மன் கோவில் இடம் பெயர்ந்ததாலும் எப்போதும் கலகலப்பாக இருக்கும் இடம் களையிழந்து போனது. தெலாக் கிணறு மூடப்பட்டதால் அரளிச்செடிக் கூட்டம் பட்டுப் போனது. வறண்ட தண்ணீர்த் தொட்டியைக் காணவில்லை.

கருத்தமுத்துவைத் தோணிகள் கட்டும் கம்பெனியில் வேலைக்குச் சேர்த்துவிட்டது மாதிரியே அரியானையும் தன்னிடம் வைத்துக் கொண்டான் சுடலைமேஸ்திரி. நிலக்கரியால் நிரப்பப்பட்ட கூட்ஸ் வேகன்களைத் தள்ளிக்கொண்டு போய் வரிசையாய் நிறுத்திவிட்டு வெற்று வேகன்களைத் தள்ளிக்கொண்டு வந்து, தோதான இடங்களில் நிறுத்துவது, சுடலைமேஸ்திரி கொடுத்துவிடும் டோக்கன்களைக் கொண்டுபோய் தோணிக்காரர்களிடம் கொடுப்பது போன்ற எடுபிடி வேலைகளைச் செய்துவந்தான் அரியான்.

இருபதாண்டுகளாகச் சுவாசித்துத் தன் நுரையீரலில் படிந்துவிட்ட பிணவாடைப் புகையை நிலக்கரியின் கரும்புகை வெளியேற்றி விட்டது. பிணவாடையின் வாசனையை நுகர்ந்த நாசியின் மென்னுணர் நரம்புகள் முதன் முதலாகக் கடலின் கவுச்சி வாடையையும், மீனின் கொச்சை வாசனையையும் நுகரப் பழகிவிட்டன. சங்குச்சத்தமும் மணியோசையும் அண்டங்காக்கைகளின் கரகரத்த குரல்களையும்

கேட்ட செவிகள் கடலலைகளின் பேரிரைச்சலையும், பக்கத்து குடிசைகளில் அழும் பச்சிளங் குழந்தைகளின் அழுகுரலையும் கேட்கிறது. கெட்ட நாற்றமடிக்கும் சாராயவாடை மாறி தினமும் உயர்ரக பிராந்தி கிடைக்கிறது. இதையெல்லாம்விட தினமும் மீண்டும் கருத்தமுத்தும் அரியானும் சந்தித்துக் கொள்ள முடிகிறது.

அந்த மரச் சிற்பம் தன் அறைக்குள் வந்து சுவரில் தொங்கிய நாள் முதல் இயேசுவைப் போலவே கருத்தமுத்து தன் மனசில்போய் உட்கார்ந்துகொண்டான். சில நேரம் சிற்பத்தை வேறு யாரிடமாவது கொடுத்துவிடலாமா என யோசித்தாள். அந்தச் சிற்பத்தில் முழந்தாளிட்டு ஜெபித்துக்கொண்டிருப்பது தான்தான் என்பதை உணர்ந்து சந்தோஷித்தாலும், அதை வடித்த சிற்பியின் உருவத்தை மறக்க முடியாமல் தவித்தாள். சிலுவையைப் பார்த்தவுடன் இயேசுவின் உருவம் வருவதுபோல் இந்தச் சிற்பத்தைப் பார்த்தவுடன் கருத்த முத்துவின் ஞாபகம்தான் முதலில் வந்து நிற்கிறது. எதை மறக்க முயல்கிறோமோ அதுவால் நிறைந்து கிடக்கிறது மனசு. இப்போது சிஸ்டர் ஏஞ்சல் சிலுவையை மட்டும் சுமந்துகொண்டிருக்கவில்லை. சிலுவைப் பாதையில்தான் நடந்துகொண்டிருக்கிறாள். கல்வாரி மலைகளில் சுற்றியலைகிறது மனசு.

அவள் சில மாசங்களைப் பின் நோக்கி நகர்த்தினாள். அன்றும் என்றைக்கும் போல் தான் யூதாததேயு கோவிலை விட்டு வெளியே வந்தாள். வழக்கம்போல் கருத்தமுத்து. ஆனால் அவன் முகம் மாறியிருந்தது. கையில் பேக் செய்யப்பட்ட இந்தச் சிற்பம்.

‘என்னடே ஒரு மாதிரி இருக்கே’

‘..........’

‘ஏன்டா... ஒனக்கு என்ன வந்துச்சு’

‘ஏஞ்சல் என்னோட படிப்பு முடிஞ்சு போச்சு. பரீட்சை எல்லாம் நல்லாவே எழுதியிருக்கேன். இன்னும் ஒரு வாரம்தான் ஹாஸ்டல்ல இருப்பேன். அப்புறமா தோணித்துறைக்கு வேலைக்குப் போறன். இனிமே ஒன்னைய பாக்க முடியுமானு தெரியல, இது என்னோட அன்பளிப்பு, ரூம்ல போய்த்தான் அவுத்துப்பாக்கனும்’

‘ஏன்டா... என்னையப் பாக்கனும்னா இங்க வரவேண்டிய தானடா, நான்தான் வாரம் தவறாம கோயிலுக்கு வர்ரேன்ல்ல’

‘வியாழக்கெழம லீவு கெடைக்கனுமே, நான் வேலைக்குப் போகப் போறேன்ல்ல, அதுதான் யோசனையா இருக்கு’

‘சரிடா... முத்து, பாப்பம்டா, வருத்தப்படாத, என்ன வேலைடா, ஓயாம சொல்லுவியே நிலக்கரி சொமக்கிறது அதுவா’

‘அது இருக்கு ஏஞ்சல், நான் பாக்கப்போற வேலை தோணி கட்டுற பாக்டெரி. சென்ட்ரல் கவர்மெண்ட் ஆரம்பிச்சிருக்கான், தற்காலிகமா என்னைய சேத்திருக்கான், வேலை நிரந்தரமாகவும் வாய்ப்பிருக்கு’

‘கவர்மெண்ட் வேலனா விட்றாதடா, சேர்ந்திரு. ஒழுங்கா வேலை பார். பெர்மனென்ட்டாயிட்டா கவலையே இல்ல. ஒங்க அப்பா அம்மா கஷ்டப்படுறதாகச் சொன்னியே’

ஜெபம் முடிந்து அறைக்கு வந்தவள் கருத்தமுத்து கொடுத்த பார்சலைப் பிரித்தாள். இப்படியான ஒரு வசீகரப் புதையல் உள்ளே இருக்கும் என்று கற்பனையிலும் நினைத்துப் பாத்திருக்கவில்லை. கரடுமுரடான ஒரு பெரிய பாறாங்கல்லுக்குள்ளிருந்து அழகிய சிற்பம் வெளிப்படுவதைப் போல், அத்தனை கெட்ட பழக்கங்களும் உள்ள கருத்தமுத்து இவ்வளவு அற்புதத கலைஞனாக, சிற்பியாக இருப்பான் என்று ஏஞ்சல் நம்பவில்லை. சிற்பத்தைத் தொட்டுத் தன் கண்களில் ஒற்றிக்கொண்டாள். இரத்தத் துளியாய் மின்னிய குன்னிமுத்துக்களை தொட்டுத் தொட்டுப் பார்த்தாள். விலாவிலிருந்து வழியும் இரத்தத் துளி களுக்குக் குன்னிமுத்தைப் பதித்துவைத்த கலைநுட்பத்தை வியந்தாள்.

உடனடியாகத் தன் அறையின் சுவரில் மாட்டி ஜெபித்தாள். தன் நெஞ்சு நிறைய படிந்துபோயிருக்கும் இயேசுவை மீறியும் சில நேரம் நினைவலைகளாய் உலா வந்த கருத்தமுத்து, இப்போது தன் நெஞ்சில் நிரந்தரமாய் ஒரு இடத்தைப் பிடித்துக்கொண்டான். இயேசு எப்படி இடம் கொடுத்தார் என்று தெரியவில்லை. நான் கொஞ்சங் கொஞ்சமாக இயேசுவைவிட்டு விலகிச் செல்கிறேனா? போட்டோவில் சிலுவையில் தொங்கும் இயேசு மறைந்து கருத்தமுத்துதான் தெரிந்தான் ஏஞ்சலின் கண்களுக்கு. அப்படியென்றால் தான் முழந்தாளிட்டு ஜெபிப்பது இயேசுவிடமில்லையா? சிற்பம் தானே தெரிய வேண்டும். கண்ணுக்குத் தெரியாத சிற்பி ஏன் தெரியவேண்டும்? சிற்பி செய்த மாயவேலையா? புறத்தைப் பார்த்தால் அகம் தெரியும் விந்தை. செந்தூர் தன்னிடம் கேட்டதை எண்ணிப்பார்த்தாள்.

‘ஏஞ்சல் சிஸ்டர், என்னம்மா ஒரு மாதிரியா இருக்கீக, ஒங்க மொகம் இப்ப கொஞ்ச நாளா குராவிப் போயிருக்கும்மா’

‘அதெல்லாம் இல்ல செந்தூர், எப்பவும் போலதான் இருக்கேன்’

சுடுகாட்டுச் சுவர் தவிர வேறு எதையும் பார்க்காத கண்களுக்கு

கடலும், கடற்கரையும், அணிவகுத்து நிற்கும் தோணிகளும், ஆயிரமாயிரம் தொழிலாளர்களும், கருத்தமுத்துவின் கண்களுக்கு மாறிவிட்டிருந்தன. கூட்டங்கூட்டமாய் திரியும் அண்டங்காக்கை களுக்குப் பதில் கடற் காக்கைகளும் இன்னும் பல கடல் பறவைகளும் தென்பட்டன. அதையெல்லாம்விட சந்தோஷம் அரியாண்ணன் இங்கேயே வேலை பார்ப்பதும் தினமும் அரியானைப் பார்ப்பதும்.

சாயங்காலம் மஞ்சள் வெய்யில் உறைத்துக் கொண்டிருக்க வேலை முடிந்து கருத்தமுத்து வந்துகொண்டிருந்தான். டக்கட்டி, டக்கட்டி, டக்கட்டி என்று வித்தியாசமான ஒரு சத்தம் கேட்கவும் திரும்பிப் பார்த்தான். வேக வேகமாகக் குதிரை ஒன்று இவனைக் கடந்து போனது. வெள்ளை வெளேரென்று உயரமான குதிரை. தலையில் தொப்பியுடன் கம்பீரமான மீசையுடன் ஒல்லியாக ஒருவன் குதிரையின் மேல் உட்கார்ந்திருந்தான். குதிரை ஓடிய வேகத்தில் அவன் எம்பி எம்பிக் குதித்து குலுங்கிப் போய்க்கொண்டிருந்தான். எங்கேயோ போகிறான் என்று நினைத்தால் சடக்கென்று மேற்காமல் திரும்பி கடற்கரை மணலுக்குள் குதிரையைச் செலுத்தினான். வேகமாக ஓடிய குதிரை இப்போது மெதுவாக நடந்து ஒரு இடத்தில் நின்றது. இவனுடைய வரவுக்காகக் காத்திருந்தவர்களைப் போல் ஏழெட்டுப் பேர் வட்டமாகக்கூடி நின்று வரவேற்றார்கள். சிலர் ராணுவ முறைப்படி சல்யூட் அடித்தார்கள். அந்த இடத்திற்குப் போனவுடன் குதிரை மெல்ல மெல்ல தன் நான்கு கால்களையும் மடக்கி, தன் அடிவயிறு கடல்மணலில் படிய படுத்தது. மீசைக்காரன் மெதுவாக இறங்கினான். கூட்டத்தில் சிலர் அவன் இறங்குவதற்கு உதவி செய்தார்கள். அப்போதுதான் கவனித்தான் கருத்தமுத்து. மீசைக் காரனின் வலதுகால் மரக்கால். மொட்டையாக இரும்புப்பூண் மணலில் பதிய அவன் நடக்க சிரமப்பட்டான். கையைப் பிடித்துக் கூட்டிக் கொண்டு போய் உட்கார வைத்தார்கள். வட்டவடிவமாய் அவனும் இருந்தான்.

19

கடற்கரையெங்கும் ஏராளமான படகுகள் நிறுத்தி வைக்கப் பட்டிருந்தன. வாகை மர நிழலில் கட்டப்பட்டிருந்த குதிரையை வைத்த கண் வாங்காமல் பார்த்துக்கொண்டிருந்தான் கருத்தமுத்து.

வலைகளைச் சுமந்துகொண்டு சிலர் போய்க்கொண்டிருந்தார்கள். பொழுது இறங்கிக்கொண்டிருந்தது. வட்டமாய் கூடி உட்கார்ந் திருப்பவர்கள் காரசாரமாகப் பேசிய பேச்சுக்களை உற்றுக் கவனித்தான். படகின் மறைவில் இருந்ததாலும், எதிர்புறமாக திரும்பி நின்றதாலும் கருத்தமுத்துவை யாரும் கவனிக்கவில்லை. இப்போது தான் கவனித்தான் குதிரையில் வந்தவனின் மரக்கால் தனியாகக் கழற்றி வைக்கப்பட்டிருந்தது. சம்மணமிட்டுக் கால்களை மடக்கி உட்கார்ந்து கொண்டு சத்தமாகப் பேசிய அவன் பேச்சை உற்றுக் கேட்டுக் கொண்டிருந்தார்கள்.

'இங்க கேளுங்கப்பா, காந்தியோட போராட்டம் யார எதிர்த்து, வெள்ளக்காரன எதுத்துப் போராடுனாரு. அதனாலதான் அவரோட போராட்டம் ஜெயிச்சது, ஏம்னா எவ்வளவுதான் வெள்ளக்காரன் நமக்கு எதிரினாலும் அவன்கிட்ட ஒரு ஞாயம் நேர்மை இருந்துச்சு. இல்லனா காந்திய அவனே சுட்டுப் பொசுக்கியிருப்பான்'

'நீங்க சொல்றது நூத்துக்கு நூறு கரெக்ட் பாண்டியன் சார். அதே போராட்ட முறைய வச்சிக்கிட்டு இப்பவும் போராடுனா, வெள்ளக் காரனா இப்ப இருக்கான், மொள்ளமாறியும், முடிச்சுமாறியுமில்ல அதிகாரத்துல இருக்கான், எப்பிடிக்கூடி கேப்பான்'

'அதுவும் போக அடிப்படையிலேயே கோளாறு இருக்கு அதையெல்லாம் தீக்காம சும்மா கூப்பாடு போடுறதுல ஒரு பிரயோஜனமும் இல்ல'

'சொல்லுங்க பாண்டியன் என்ன கோளாறு'

'நூத்துக்கு தொன்னூறு சதவிகிதம் இந்துக்கள் இருக்கிற நாடு இந்தியா. வெறும் பத்து சதவிகிதம் தான் மத்த மதங்கள். அப்படியிருக்க நாப்பது சதவிகிதம் கல்வி நிறுவனங்கள கிறிஸ்தவர்கள் கையில குடுத்திட்டு, மக்கள் யாருமே அநீதிக்கு எதிரா போராட வரமாட்டங்கனு சொன்னா எப்பிடி போராட வருவாங்க. ஏற்கனவே எல்லார்கிட்டயும் மகாத்மா காந்தி அகிம்சை, ராட்டைனு ஒரு பாதிப்பு இருக்கு. நாப்பது சதம் கல்வி நிறுவனங்கள வச்சிருக்கிற கிறிஸ்தவங்க என்ன போதிக்காங்க, இயேசு, சிலுவை, மன்னிப்பு, ஒரு கன்னத்துல அறஞ்சா மறு கன்னத்தக் காட்டனும்னு போதிக்கான். ஆக அவன் ராட்டைங்கான், இவன் சிலுவைங்கான், வேதக்காரங்க நடத்துற காலேஜ்ல ஒரு பையன் சேந்து அஞ்சு வருஷம் படிச்சு வெளிய வரும் போது இம்மிகூட அறச்சீற்றமே இல்லாத பொம்மையா வாரான். எதையெடுத்தாலும் நமக்கென்னனு விலகிப்போற நாட்ல எப்பிடி நீதி

நேர்மை இருக்கும். அநீதியக் கண்டா கோபம் வரணுமா வேண்டாமா, அதிகாரத்துல இருக்கிறவங்களுக்கு பயம் இருக்கனுமா இல்லையா, சொல்லுங்க சார்வாள்'

கருத்தமுத்து காதைத் தீட்டிக் கொண்டான். மரக்கால் பாண்டியனின் பேச்சு அவனுக்குப் பிடித்துப்போயிற்று. மேலும் மேலும் பேசிக் கொண்டே இருந்தான்.

'மீதி உள்ள பள்ளிக்கூடம், காலேஜ் எல்லாமே ஜாதிச் சங்கங்கள் கையில இருக்கு. பள்ளிக்கூடத்து பேர்களப் பாருங்களேன், ஜாதிப் பேர்லதான் இருக்கு, ஆனா அந்தப் பள்ளிக்கூடங்களுக்கு எல்லாச் செலவுகளையும் அரசாங்கம் செஞ்சு குடுக்கு, இதவிடக் கொடுமை உண்டுமா'

'வேதப்பள்ளிக் கூடங்களுக்கும் சம்பளம் கவர்மென்ட்தான குடுக்குது, சாமியார்களுக்கு எதுக்கு சம்பளம்'

'நம்ம கவர்மெண்டுகிட்ட சம்பளம் வாங்கி, அடுத்த பள்ளிக் கூடத்த கட்டுறான். பணத்துக்கு அவங்களுக்கு பிரச்சினையே இல்லை, சாமியாருங்க என்ன சொல்லிக் குடுப்பான், பைபிள் தவிர வேற என்ன தெரியும்? குடும்பம்னா என்னனு தெரியுமா, பசினா என்னனு தெரியுமா, வறுமைனா என்னனு தெரியுமா, வரிசையில நின்னு பழகியிருப்பானா? ராஜாமாதிரி வாழ்றான். இவன் சொல்லிக் குடுக்கிற புள்ளைக பொம்மையாத்தான இருக்கும், உணர்ச்சியில்லாத பிண்டங்கள்'

'அவங்க நம்ம நாட்டுக்கு வந்தது மதத்தப் பரப்பத்தானே ஒழிய கல்வி போதிக்க இல்ல. பாத்தான், வெள்ளைக்காரன் சப்போர்ட் பண்ணினான், மதப்பிரச்சாரத்த டம்மியாக்கிட்டு கல்வியக் கையில எடுத்திட்டான். நாப்பது சதம் கல்வி நிறுவனங்கள ரெண்டு சதம் ஜனத்தொகை உள்ள கிறிஸ்தவம் நிர்வகிக்கு, கேட்டா சிறுபான்மையோர் உரிமை யாராலயும் ஒன்னும் செய்ய முடியாதுங்கான். முந்தியெல்லாம் பெரிய பெரிய ஊர்கள்ல வேதக்கோயில் இருக்கும், இப்ப சின்னச் சின்ன ஊர்கள்ல கூட ஏழெட்டுக் கோயில்க வந்திருச்சு. வேதக் கோயில் இல்லாத ஊரே கெடையாது, பத்து இருபது பேர் சேர்ந்தா போதும் ஒரு வீட்ட வாடகைக்குப் பிடிச்சு கொட்டடிக்க ஆரம்பிக்கறாங்க, கேட்டா ஜெபக் கூடம்ங்கிறான், துட்டு எங்கேயிருந்து வருதுனே தெரியல. இலவசங்க நெறய்யா குடுத்து வறுமையில இருக்கிற மக்கள மதம் மாத்துறான், போற போக்கப் பாத்தா அடுத்த தலமொறையில இந்தியா சிலுவை நாடா மாறிப்போனாலும் போயிரும்'

‘தி.க, கம்யூனிஸ்ட் கட்சிக எவ்வளவோ போராடித்தான் பாக்காங்க, மக்கள் அவங்க பின்னாடி வரமாட்டேங்காங்க’

‘தி.க.வைப் பத்தி பேச ஒன்னுமில்ல, அவங்க பிள்ளையாரையும், பிராமணர்களையும் ஒழிச்சிட்டாப் போதும் எல்லாம் சரியாப் போகும்னு சொல்றவங்க. கம்யூனிஸ்ட் கட்சிகளைப் பத்தித்தான் கவலையா இருக்கு’

‘கவலை என்ன கவலை, சிவப்பு துண்டக் கண்டா ஒருகாலத்துல எல்லாரும் பயந்தான். இப்ப பாவம் ஒரு சீட்டுக்கும், ரெண்டு சீட்டுக்கும் தன்மானத்த இழந்திட்டு கட்சி நடத்துறாங்க. கட்சி உடையாம ஒன்னா இருந்தப்போ இதே ஊர்ல நடந்த ஒரு சம்பவத்த சொல்றேன் கேளுங்க’

‘இந்தா தெரியுதே பனிமயமாதா கோயில். இங்க வருஷா வருஷம் திருவிழா நடக்கும். அப்ப தங்கத் தேர் இழுப்பாங்க. அந்த வருஷம் ரெண்டு பார்ட்டிகளுக்குள் தகராறு, நான்தான் மொதல்ல வடம் பிடிப்பேன்னு அவன் சொல்ல, நான்தான் வடம் பிடிப்பேன்னு இவன் சொல்ல, அவன் பக்கம் ஆயிரம் பேர் அருவாக் கம்போட, இவன் பக்கம் ஆயிரம் பேர் அருவாக் கம்போட, பெரிய கலவரம் வரக்கூடிய சூழ்நிலை. போலீஸ் என்ன செய்யனு தெரியாம முழிக்குது. அந்தச் சமயம் கம்யூனிஸ்ட் கட்சி பாலதண்டாயுதம் இங்க தலைமறைவா இருக்காரு, தேடப்படுற குற்றவாளி, போலீஸ் வலைபோட்டுத் தேடுது. என்ன விஷயம்னு கேட்டிருக்காரு, தோழர்கள் விளக்கிச் சொல்லியிருக்காங்க, தேர் இழுக்க நான் நீனு போட்டி போடுற விஷயத்த. ஒடனே அவரு கேட்டிருக்காரு, இப்ப ஒடனடியா நம்ம தோழர்கள் நூறு பேரத் தெரட்ட முடியுமானு. நூறென்ன தோழர், எரநூறு தோழர்களக்கூட திரட்ட முடியுமுனு சொல்லவும், ஒரு வீச்சுல குடிசைகள்ல இருந்து ஏராளமான தோழர்கள் வந்து நின்னாச்சு. தோழர் பாலதண்டாயுதம் தலைமையில போயி வடம்பிடிச்சு தங்கத்தேர் இழுத்தாச்சு. பெறகுதான் தெரிஞ்சது வந்து தேர் இழுத்தது தோழர் பாலதண்டாயுதம்னு, அப்பிடி இருந்த கட்சி. அதுமட்டுமா’

‘அம்பாசமுத்திரம் வி.கே. புரம் கோட்ஸ்மில்லுங்கிறது பெரிய மில்லு. ஆறாயிரம் தொழிலாளர்கள் வேலை செய்யிற மில்லு. ஸ்டிரைக் நடக்கு. மில்ல திறக்க முடியல. கம்யூனிஸ்ட் கட்சியோட தொழிற்சங்கத்த மீறி எதுவும் செய்ய முடியாது. அங்க கம்யூனிஸ்ட் கட்சியோட பொதுக்கூட்டம். பாலதண்டாயுதம் தோழர் பேசுவார்னு வால் போஸ்ட்டர் அடிச்சு ஊரெல்லாம் ஒட்டியாச்சு. அவரு

தேடப்படுற குற்றவாளி. போலீஸ் கைது பண்ண துடிக்குது. பப்ளிக் மீட்டிங். ஆயிரக்கணக்கா போலீஸ்களக் கொண்டாந்து குமிச்சிட்டான், எப்படியும் கைது பண்ணியிறனும்னு. பாத்தா, பாலதண்டாயுதம் மேடைக்கு வந்திட்டாரு, எப்பிடியோ போலீஸ் கண்ணுல மண்ணத் தூவிட்டு மேடை ஏறிட்டாரு. மொதப் பேச்சே இப்பிடித்தான் ஆரம்பிச்சாரு, ‘யே... டிஎஸ்பியே, தைரியம் இருந்தா என்னய கைது செய்து பார், தோழர்களோட ரத்த ஆத்துல நீந்தித்தான் நீ மேடைக்கே வர முடியும்னு சொல்லிட்டு பேசத் தொடங்கிட்டாரு. ஒரு மணி நேரம், பேசிட்டு, விருட்னு எறங்கிப் போய்ட்டாரு. போலீஸ் ஒன்னுமே செய்ய முடியல. அப்பிடி இருந்த கம்யூனிஸ்ட் கட்சிய நான் புரட்சி செய்யப்போறம்னு ரெண்டா ஒடச்சு இடதுசாரினு வெளிய வந்தான். என்ன புரட்சி செஞ்சான், அரசு ஊழியர் எல்லாத்துக்கும் யூனியன் வச்சான், வாத்தியாருங்க, பேராசிரியருங்க எல்லாத்துலயும் யூனியன் வச்சான், வெகுஜன மக்கள்கிட்ட போகவே இல்ல. பூனைக்கு நண்பனா இருந்தா பாலுக்குக் காவல் இருக்க முடியுமா? பொதுமக்கள சுரண்டுகிற அரசு, அந்த அரசின் திட்டங்களை நிறைவேத்துற அரசு ஊழியர்கள் இவங்களுக்கு சங்கம் வச்சா, பொதுமக்கள்கிட்ட அவங்க எப்பிடி நடப்பாங்க, அதிகாரம் பண்ணுவான், வேலைய ஒழுங்கா செய்யமாட்டான். ஆக அவங்கள எதுத்து மக்கள் கேள்வி கேட்க முடியாமப் போச்சு. மக்களும் கம்யூனிஸ்ட் கட்சி நம்மளுக்கான கட்சி இல்ல இது அரசு ஊழியர்களுக்கான பணக்காரங் களுக்கு உள்ள கட்சினு புறக்கணிச்சிட்டாங்க. கழுத தேஞ்சு கட்டெறும்பான கதையா பாவம் கம்யூனிஸ்ட்ங்க, ரெண்டு சீட்டுக்குக் கெஞ்சுறாங்க.’

‘கம்யூனிஸ்ட் கட்சி உடையாம ஒன்னா இருந்திருந்தா நெலம மாறியிருக்குமா’

‘புரட்சியே வந்திருக்கும் அவ்வளவு ஸ்ட்ராங்க். அப்பிடி வந்துறக் கூடாதுனுதான் திட்டமிட்டு கட்சிய ஒடச்சாங்க. ஏழை எளியவங்கள விட்டுட்டு கொறஞ்சது மாசம் எழுபதாயிரம் எண்பதாயிரம் சம்பளம் வாங்குற அரசாங்க ஊழியர்களப் பாதுகாக்கிற வேலையச் செய்யுது. போலிகள்னு தெரிஞ்சப் பெறகு மக்கள் ஓட்டுப் போடுவாங்களா’

மின்விளக்குகள் எரியத் தொடங்கின. கருத்தமுத்து இவ்வளவு நேரமும் அமைதியாகக் கேட்டுக்கொண்டிருந்தான். குதிரை படுத்து மரக்கால் பாண்டியனை ஏற்றிக்கொண்டு புறப்பட்டது. தினமும் கூடியிருப்பார்கள் போல. நாளையும் வருவார்களா என்று யோசித்த

படியே தோணித்துறைக்கு நடந்தான்.

சுடலைமேஸ்திரியின் அலுவலகத்திலேயே தங்கிக் கொண்டான் கருத்தமுத்து. புதிய இடம், புதிய ஜனங்கள், புதிய புதிய பழக்க வழக்கங்கள். ஆனால் வேலைக்குச் சேர்ந்ததிலிருந்து இன்னும் ஒரு நாள்கூட ஏஞ்சலை சந்திக்க முடியவில்லையே என்ற வருத்தமும், எப்படியாவது ஒரு நாள் அவளைத் தோணித்துறைக்குக் கூட்டிவந்து இந்தக் கறுப்பு மனிதர்களைக் காட்டிவிடவேண்டும் என்ற ஆசையும் அவனுக்குள் குமைந்துகொண்டே இருந்தது. ஞாயிற்றுக்கிழமை விடுமுறை வியாழக்கிழமைக்கு மாறாதா என்று ஏங்கினான்.

அன்று ஞாயிற்றுக்கிழமை. செபாஸ்ட்டினையாவது போய் பார்த்துவிட்டு வரலாம் என்று யூதாததேயு கோவிலுக்குப் புறப் பட்டான். அவன் கண்களையே அவனால் நம்ப முடியவில்லை. பிரம்மாண்டமான முறையில் எழுப்பப்பட்டிருந்தது கோயில். சுற்றிலும் காம்பவுண்ட் சுவர். சாமியார் மடத்தைச் சுற்றி தனியான காம்பவுண்ட் சுவர். கோவிலுக்குப் போகிற வாசல் மட்டும் திறந்து கிடந்தது. சாமியார் மடம் வாசலில் வாட்ச்மேன் உட்கார்ந்திருந்தான். கருத்தமுத்துவை மேலும் கீழும் பார்த்தான். கருத்தமுத்து அவனைப் பார்க்கவில்லை. தான் தண்ணீர் ஊற்றி வளர்த்த தென்னம்பிள்ளை களைப் பார்த்துக்கொண்டிருந்தான். நன்றாக வளர்ந்து நின்றன.

'யாரடே பாக்கணும்'

'செபாஸ்டின் அண்ணனப் பாக்கனும்'

'எதுக்குடே அவரப் பாக்கணும்'

'சும்மாதான்'

'சும்மானா, அவரு ஒனக்கு என்னடே உறவு'

தற்செயலாக போய்க்கொண்டிருந்த பங்ராஜ் சாமியைப் பார்தது விட்டான். வாசலுக்கு வெளியே நின்றபடியே பாதருக்கு ஸ்தோத்திரம் சொன்னான்.

'பாதர் ஸ்தோத்திரம் பாதர்'

'டேய்... முத்து, உள்ள வாடே, நல்லாயிருக்கியா'

வாட்ச்மேன் கதவைத் திறந்துவிட்டான். இன்னும் ஏழெட்டு அறைகளில் பாதர்கள் இருந்தார்கள். நேராக சமையல்கூடத்திற்குப் போனான். செபாஸ்ட்டின் இவனைக் கண்டவுடன் சிரித்த முகமாய் வரவேற்றான்.

'அடடே... முத்து, வாடே, வா, எங்கயோ போட் கெட்டுற

கம்பெனிக்கு வேலைக்கு போறதா கேள்விப்பட்டேன்டே'

'ஆமா, செபாஸ்டியண்ணே, ஒனக்கு யாரு சொன்னா'

'நம்ம ஏஞ்சல் சிஸ்டர்தான் சொல்லுச்சு, வியாழக்கெழமை தவறாம ஒன்னைய வெசாரிக்கும்டே'

'..... .....'

'எதுக்டே இந்தப் பக்கமே வரல'

'வேலண்ணே,காலையில எட்டு மணிக்குப்போனா, சாயங்காலம் ஆறு மணிக்குத்தான் வெளிய வரமுடியும், ஞாயித்துக்கெழம ஒருநாள் லீவு, மத்த நாள் எங்கயும் போக முடியாது'

'செபாஸ்டியண்ணே இப்ப கொலுசு சத்தம் கேட்குதா'

'அடடே, அதச் சொல்லலையே, சின்னச் சாமியார பாளையங் கோட்டைக்கு மாத்தியாச்சு. கொலுசுக்காரி வீட்டுக்கு அவரு வர முடியாது, ஆனா இவ போவா போல தெரியுது; கோயில் கெட்னப் பெறவுகூட நாலு பாதருங்க வந்திருக்காங்க. தெக்க பள்ளிக்கூடம் கட்டப் போறதா சொன்னாங்கடே'

'சரிண்ணே, அப்ப நான் போய்ட்டு வாரன், ஏஞ்சல் சிஸ்டர் வந்தா நான் வந்ததாகச் சொல்லுண்ணே'

'சரிடே, சாப்பிட்டுட்டுப் போ, இந்த வாரம் வியாழக்கெழம ஏஞ்சல் சிஸ்டர் வராதுடே, அடுத்த வாரம்தான் வரும், கண்டிப்பா நீ வந்து போனதை சொல்றேன்டே'

'இந்த வாரம் எதுக்குண்ணே வர மாட்டாங்க'

'முயல் தீவு திருவிழாடே, அங்க போறாங்களாம். நீ போய் இருக்கயாடே, நான் ரெண்டுமூனு தடவை போயிருக்கேன்டே, அன்னைக்குப் போகவர தோணி ஓசிதானடே, போய்ட்டு வாயேன், ரொம்ப விசேஷம்டே'

முயல் தீவு கேள்விப்பட்டதோடு சரி. ஆனால் போனதில்லை. எப்படா வியாழக்கிழமை வரும் என்று காத்திருந்தான். தோணிகள் எல்லாம் ஆட்களை ஏற்றிக்கொண்டு போவதற்காக நிலக்கரி சுமக்கும் வேலை லீவு.

உடன் வேலை பார்க்கும் வேலையாட்கள் நிறையப் பேர் முயல் தீவு போவதற்காக லீவு கேட்டதால் கம்பெனி வியாழக்கிழமை விடுமுறைவிட்டது தோதாகப் போயிற்று. காலையிலேயே தோணித் துறையில் காத்திருந்தான். நேற்று வரை நிலக்கரி சுமந்த தோணிகள்

சுத்தமாகக் கழுவப்பட்டு, அலங்கரிக்கப்பட்டு ஆட்களை ஏற்றிச் செல்ல தயாராக அணிவகுத்து நின்றன. ஆட்கள் கூட்டங் கூட்டமாய் தோணிகளில் ஏறிக்கொண்டிருந்தார்கள். கருத்தமுத்துவின் கண்கள் ஏஞ்சலை தேடித் தேடி பூத்துப்போயின. ஒரு வேளை போயிருப்பாளோ. அங்கே போனால் கண்டுபிடிக்க முடியுமா? முடியாதா? தோணித் துறையின் பக்கத்தில் வந்து நின்ற வேனிலிருந்து நிறைய கன்னியா ஸ்திரிகள் இறங்கிக் கொண்டிருந்தார்கள். ரீட்டா சிஸ்டரைக் கண்டதும் கருத்தமுத்துக்கு சப்த நாடியும் ஒடுங்கிவிட்டது. ரீட்டா சிஸ்டர் முன்னால் வர பின்னால் சிஸ்டர்கள் வர, இடையில் ஏஞ்சல் வந்து கொண்டிருந்தாள். தன்னை ரீட்டா சிஸ்டர் அடையாளம் கண்டு கொள்வாளா என்று குழம்பினான். அவர்களுக்குப் பின்னாலயே போனான்.

புறப்படத் தயாராய் இருந்த தோணியில் எல்லா கன்னியாஸ்த்ரி களும் ஏறினார்கள். இன்னும் குடும்பம் குடும்பமாகக் கூட்டம் ஏறியது. கூட்டத்தோடு கூட்டமாய் கருத்தமுத்தும் ஏறிக்கொண்டான். அவனுக்கு பயம் ரீட்டா சிஸ்டர் தன்னை அடையாளம் கண்டு கொள்வாளோ என்று. ஏஞ்சல் தன்னைப் பார்த்தது மாதிரியே காட்டிக்கொள்ளவில்லை. ஒருவேளை பார்த்திருக்கமாட்டாளோ. அவனுடைய மனசைப் போலவே தோணி அலையில் ஆடியது. இலேசாகத் தலை சுற்றுவது மாதிரியும், வாந்தி வருவது மாதிரியும் உணர்ந்தான். கண்களை இறுக மூடிக்கொண்டான். மற்றவர்கள் எல்லாம் சிரித்துப் பேசிக்கொண்டு வருவதைப் பார்த்தான். முதல் தடவை என்பதால் தலை கிறுகிறுவென்று சுற்றியது. தனக்கு நீச்சல் தெரியும் என்ற அசட்டுத் தைரியத்தை நினைத்து சிரித்துக்கொண்டான். எல்லோருடைய பைகளிலும் கட்டிச்சோறு இருந்தது. முத்து வெறுங்கையோடு.

கடலலைகளில் தோணி எம்பிக் குதிக்கும் போது கருத்தமுத்துவின் வயிற்றைக் கலக்கியது. பெண்களும் குழந்தைகளும்கூட எவ்வித சலனமுமின்றி பிரயாணம் செய்தது ஆச்சரியமாயிருந்தது. ஒரு வேளை அவைகள் மீன்குஞ்சுகளோ என்னவோ. மீன்குஞ்சுகளுக்கு நீந்தக் கற்றுக் கொடுக்கவா வேண்டும். எப்படியாவது ஏஞ்சலை தன்னைப் பார்க்க வைத்துவிட வேண்டும் என்று பிரயாசைப்பட்டான். ஆனால் என்ன செய்வதென்றுதான் தெரியவில்லை. நேற்று சாயங்காலம் அங்கே போய் இரவு தங்கியவர்கள் திரும்பிக் கொண்டிருந்தார்கள். ஆட்களை ஏற்றிய நிறைய தோணிகள் எதிர்ப்பட்டன. அவர்கள் அதிகாலை முதல் பூஜையை முடித்தவர்களாக இருப்பார்கள்.

ஒவ்வொருவராகக் கடலுக்குள் இறங்கினார்கள். முழங்கால் அளவு தண்ணீரில் நடந்து கரையை அடைந்தார்கள். நிறைய ஆட்கள் குழுமியிருக்க வெள்ளாடுகள் தென்பட்டன. சுற்றிலும் உடை மரங்கள் சூழ்ந்திருக்க நடுவில் வேதக்கோவில். ஏராளமான மீன்வலைகள் உலரப் போட்டிருந்தார்கள். கன்னியாஸ்திரிகள் எல்லோரும் கோவிலுக்குள் போய்விட்டார்கள். இனி பூசை முடிந்துதான் வெளியே வருவார்கள். கருத்தமுத்துக்கு என்ன செய்வதென்று தெரியவில்லை. கோயில் வாசலில் நாயைப்போல காத்திருப்பதைத் தவிர வேறு வழியில்லை.

ஏஞ்சலை சந்திக்க முடியாதோ என்று படபடத்தான். பேச வேண்டிய விஷயங்களை எப்படியாவது பேசிவிட வேண்டும் என்று மனசு துடித்தது. தூரத்தில் கடலலைகளின் சீரான ஓசை செவிகளில் ஒலித்தது. முயல் தீவில் இருக்கும் கோவில் தன்னுடைய பெயரில் இருக்கும் கோவில் என்று என்றைக்கோ, சமையல்காரன் செபாஸ்ட்டின் சொன்னதை நினைத்து அசைபோட்டான். செபஸ்த்தியார் கோவில் வாசலில் தவமிருந்தான். கூட்டம் எகிறிக்கொண்டிருந்தது. திருவிழாக் காலக் கடைகள் ஆங்காங்கே முளைத்திருந்தன.

திருப்பலி ஆரம்பமாகியது. கூட்டுத் திருப்பலி. ஒன்றுக்கு மேற்பட்ட சாமியார்களால் நடத்தப்படுவது. கூட்டம் கோவிலுக்கு வெளியிலும் நிறைந்திருந்தது. கருத்தமுத்து தன் கண்களை நன்றாக கசக்கிக்கொண்டு உற்றுப்பார்த்தான். ஏஞ்சல் கோவிலை விட்டு வெளியேறி வந்துகொண்டிருந்தாள். தயாராய் வாசலில் நின்று எதிர்ப்பட்டான். விறு விறுவென்று நடந்து வந்து கருத்தமுத்துவின் கைகளைப் பற்றிக்கொண்டு நடந்து கூட்டத்தில் மறைந்தாள்.

'எப்பிடிடா இருக்க முத்து'

'நல்லா இருக்கேன் ஏஞ்சல்'

'நான் இங்க வர்றது எப்பிடிடா தெரியும்'

'செபாஸ்டியாண்ணன் சொன்னாரு'

'வேல பிடிச்சிருக்காடா, எங்க தங்கியிருக்கேடா'

'ஏஞ்சல் எனக்கு இந்த வேலை கூடிய சீக்கிரம் பெர்மனென்ட் ஆகிரும். தோணித்துறையில தங்கிக்கிறன், வேற வீடு பாக்கணும், ஏஞ்சல். ரீட்டா சிஸ்டர் இருக்கா, நீ இப்படி வெளியே வந்திட்ட'

'பூசை முடியிற வரைக்குத் திரும்பிப் பாக்கமாட்டா. வேற சிஸ்டர்களும் நான் வெளிய வந்ததப் பாக்கல. பாத்தாலும் இப்ப

பயமில்லடா முத்து, ரேஷ்மா சிஸ்டரோட மரணம் என்னைய ரொம்ப பாதிச்சிருச்சு, வெறுத்துப் போச்சுடா'

'ஏஞ்சல் தோணித்துறையில ஆயிரக்கணக்கானவங்க நிலக்கரி சொமக்காங்க, அத நீ கட்டாயம் பாக்கணும்'

'ஞாயித்துக் கெழம ஒனக்கு லீவு தானடா, அன்னைக்கி வாரன்டா, கட்டாயம் பாக்கனும்டா முத்து'

'அவங்களுக்கு லீவெல்லாம் கெடையாது. வேணும்னா என்னைக் காவது ஒருநாள் இருந்துக்கிற வேண்டியதுதான். எப்பிடி ஏஞ்சல் வருவ'

'இந்தா இப்ப வந்திருக்கேன்ல்ல இது மாதிரிதான் வரணும்'

சாமியாரின் பிரசங்கம் ஒலித்தது.

'பொல்லாதவர்களைக் குறித்து எரிச்சலடையாதே. நியாயக்கேடு செய்கிறவர்கள் மேல் பொறாமை கொள்ளாதே'

'அவர்கள் புல்லைப் போல் சீக்கிரமாய் அறுப்புண்டு, பசும் பூண்டைப் போல் வாடிப் போவார்கள்'

'கர்த்தர் உன் நீதியை வெளிச்சத்தைப் போலவும், உன் நியாயத்தைப் பட்டப்பகலைப் போலவும் விளங்கப்பண்ணுவார்.'

20

இருவரும் கோவில் முன்னால் நின்று பலப்பல பேச்சுக்களைப் பேசிக் கொண்டிருந்தார்கள். இப்போது வார்த்தைக்கு வார்த்தை ஏஞ்சலை பெயர் சொல்லி அழைத்தபோதும், நீ நான் என்று ஒருமையில் பேசிய போதும் கொஞ்சங்கூட கோபப்படவில்லை. திருப்பலி முடியுமுன் வேகமாகக் கோவிலுக்குள் சென்ற ஏஞ்சல் தன் மார்பில் சிலுவையிட்டபடியே முழந்தாளிட்டாள். கருத்தமுத்துவிடம் கடலலைகள் ஏதேதோ பேசின. எல்லாவற்றையும் செவிமடுத்தான். எல்லா அலைகளும் சொன்ன ஒரே சேதி ஏஞ்சலைப் பற்றித்தான். ஏன், கடலே கூட கருத்தமுத்துவிடம் ஏஞ்சல் பற்றித்தான் பேசும். அந்தக் கடல் பிரபஞ்சம் முழுமையும் ஏஞ்சலைத்தான் ஞாபக மூட்டிக் கொண்டிருந்தன.

யூதாததேயு மடத்தில் சமையல்காரன் செபாஸ்ட்டினுடன் படுத்துறங்கும் போது சில கதைகள் சொல்வான். அப்படி சொன்ன பல கதைகளில் இந்தக் கோயிலைப் பற்றிச்சொன்ன கதையை நினைத்துப் பார்த்தான். கோயிலின் கோபுரத்தில் தொங்கிய வெண்கல

மணி திருட்டுப்போய்விட்டதாம். திருடியவர்கள் அதை விற்பதற்கு கடையில் பேரம் பேசிக்கொண்டிருந்தபோது, அந்தக் கடையின் முன்னால் ஒரு சிறு விபத்து. சைக்கிளும் சைக்கிளும் மோதிக் கொண்டதில் கடைக்குள் விழுந்த ஒருவர் இந்த மணியை அடையாளம் கண்டுகொள்கிறார். சைக்கிளில் மோதிய இன்னொருவன் போலீஸ்காரர். பார்த்தாயாடே, ரெண்டு பேர்த்தையும் மோத வச்சு திருட்டுப் பயல்களப் போலீஸ்ல புடிச்சுக் குடுத்திட்டார் செபஸ்த்தியார். ஒடனே அவங்க ரெண்டு பேர்த்தையும் புடிச்சு மணியையும் பறிமுதல் பண்ணியாச்சு. அந்தப் போலீஸ்காரரே பண்ணிட்டாரு. வெண்கல மணிய கோர்ட்ல ஒப்படைச்சாச்சு. ஒரு வருஷமா கேஸ் நடக்கு, அதுக்குள்ள கோயில் திருவிழா வந்திருச்சு. மணி இல்லாம திருவிழாவானு, கோர்ட்ல மணியக் கேட்டு வக்கீல் வச்சு கேட்டா, கோர்ட்டார் மணிய கேஸ் முடிஞ்சப் பெறவுதான் தருவோம்னு சொல்லிட்டார். என்ன செய்ய கோர்ட் உத்தரவ மீற முடியுமா? புது மணி ஒன்னு வாங்கியிறலாம்னு ஜனங்க முயற்சி பண்ணுறாங்க. மணி இல்லாத கிறித்தவ தேவாலயம் இருக்கமுடியுமா? நாளைக்குத் திருவிழா. இன்னைக்கு கோர்ட் வழக்கம் போல ஆரம்பிக்குது. கோர்ட்டார் வந்து உட்கார்றார். கோர்ட்ல மணிச்சத்தம் நிக்காம கேக்குது. கோர்ட்டாருக்கு என்ன செய்யனு தெரியல, ஒடனே உத்திரவு போட்டு மணிய ஒப்படைச்சிட்டாரு. அப்பேர்பட்ட தெய்வம் செபஸ்த்தியார். அந்த மணிய கொண்டாந்து கட்டித்தான் திருவிழாவே நடந்ததுடே'

கோவிலில் இருந்து ஆட்கள் வெளியேறிக்கொண்டிருந்தார்கள். கருத்தமுத்து ஒரு ஓரமாக நின்று கவனித்தான். கன்னியாஸ்திரிகளில் கடைசி ஆளாய் ஏஞ்சல் வந்துகொண்டிருந்தாள். அவர்கள் எந்தப் படகில் ஏறுகிறார்களோ அதே படகில் தானும் ஏற வேண்டும் என்று நினைத்தபடியே வந்துகொண்டிருந்தான். கண்ணெட்டும் மட்டும் கூட்டம். வருடத்தில் ஒருநாள் மட்டுமே கூடும் கூட்டம். நாளை வெறிச்சோடிப் போகும் முயல்தீவு. வெள்ளாடுகள் மேய்க்கும் கிழவன் இருப்பான். வலைகள் உணர்த்தும் பரதவர்கள் இருப்பார்கள். உடைமரங்கள் இருக்கும். இவைகளுக்குத் துணையாக செபஸ்த்தியார் இருப்பார்.

ஏஞ்சலின் வயிற்றுப்பசியைக் கருத்தமுத்து உணர்ந்தான். பசி வயிற்றைக் கிள்ளியது. கடற்கரைகளில் ஆட்களை ஏற்றிச் செல்வதற்காக ஏராளமான படகுகள் கடலலைகளில் ஆடிக்கொண்டிருந்தன. வருடம் ஒரு நாள் செய்யும் இந்தத் தரும காரியம் கடலில் காலம்தள்ளும்

தங்களைக் காக்கும் என்று நம்புகிறார்கள். ஆட்களைக் கொண்டுவந்து சேர்த்துத் திருவிழா முடிந்தவுடன் கரை சேர்ப்பதுவரை ஓசிதான், ஓயமாட்டார்கள்.

ஞாயிற்றுக்கிழமை எப்போது வரும், ஏஞ்சல் வருவாளா, வரமாட்டாளா என்ற ஏக்கத்துடனே வேலைக்குப்போய் வந்தான். சாயங்காலம் வேலை முடிந்து வரும் போது, கடல் மணலில் பழுதாகிக் கிடக்கும் தோணியில் கட்டப்பட்டிருக்கும் குதிரையைக் கண்டால் போதும் மரக்கால் பாண்டியனின் மீட்டிங் நடக்கிறது என்று யூகித்துக் கொள்வான். அந்தக் கூட்டத்தில் பெரும்பாலும் வயதான நபர்களே இருந்தார்கள். ஒரு இளைஞனைக்கூட காணவில்லை. ஏதோ ஒரு வேலை பார்த்து ஓய்வு பெற்றவர்கள். கருத்தமுத்து குதிரை கட்டப்பட்டுள்ள படகின் மேல் ஏறி உட்கார்ந்துகொண்டான். கூட்டத்தில் பேசுவது தெளிவாகக் கேட்டது. முகமெல்லாம் வெள்ளை வெள்ளையாய் புள்ளிகள் விழுந்து விகாரமாய் இருந்த ஒருவர் பேசினார்.

'தன்னாட்சிக் கல்லூரினு என்னைக்கு அந்தஸ்து குடுத்தானோ, அன்னைக்கே எல்லாம் போச்சு. அவங்க யாரப் பாசாக்கணும், யாரப் பெயிலாக்கனும்ங்கிற அதிகாரம் அவங்க கையிக்குப் போயிருச்சு. அப்புறமென்ன அங்க படிக்கிற இந்துப் பையன்க பாதிரிகளுக்கு கொத்தடிமை. அவங்கள எதுத்து மூச்சுவிட்டாலும் போச்சு, கடைசி வரைக்கு அவன பாசாக விடவே மாட்டான். அடிமையாத்தான் இருக்கனும்'

'இந்த நாப்பது சதம் கல்வி நிறுவனங்கள்ல, வேலை பாக்கிற அத்தனை வாத்திமாரும் வேதக்காரங்கதான். வேலைக்குச் சேக்கிறதுல அரசாங்கம் தலையிட முடியாது. பாதிரிமார்களோட முழுச் சுதந்திரம், ஒரு வாத்தியார வேற இடத்துக்கு மாத்துற அதிகாரம்கூட அரசாங்கத்துக்குக் கெடையாது. அந்த ஆளு வேலைக்குத் தகுதியுள்ளவர்தானானுகூட பாக்கமுடியாது. கேட்டா சிறுபான்மையோர் உரிமையில அரசாங்கம் தலையிடக் கூடாதுங்கான். இந்தக் கொடுமைய எங்க போய் சொல்ல. சம்பளம் குடுக்கிறது கவர்மெண்ட். அவங்க வெவகாரத்துல கோர்ட்டும் தலையிட முடியாது, கவர்மென்ட்டும் கேள்வி கேக்க முடியாது, கல்வித்துறையில வேலை பாக்கிறதுல பாதிக்குமேல கிறிஸ்தவங்க.'

கருத்தமுத்து கவனமாகக் கேட்டுக்கொண்டிருந்தான். அவனுக்குத் தெரியாத சில உண்மைகளை அவர்கள் பேசுவதை உற்றுக் கேட்டான்.

பெரும்பாலும் மடத்துக்குள் நடப்பதை அவன் அறிவான். பட்டாளத்து பாதர், பூவரசு மரத்தில் தற்கொலை செய்துகொண்டதை நினைத்துப் பார்த்தான். முழுக்கை சட்டையணிந்து கண்ணாடி போட்டிருந்த ஒல்லியான ஆள் கோபமாகப் பேசினான்.

'என்னோட மகன, கிறிஸ்தவங்க நடத்துற காலேஜ்லதான் மொதல்ல சேர்த்து விட்ருந்தன். மார்க் சீட் குடுக்கும் போது பெற்றோர வரவச்சு, பையனையும் பெற்றோரையும் ஒன்னாவரச் சொல்லித்தான் குடுப்பாங்க பாதிரிமாருங்க. மார்க் சீட் குடுக்கிற அன்னைக்கு என் பொண்டாட்டி செத்துப்போய்ட்டா, பையன் இங்க வந்துட்டான். அம்மா செத்துக்கிடக்கும் போது பையன் வராம இருக்க முடியுமா? எல்லாம் முடிஞ்சு ஒரு நாலு நாள் கழிச்சு பையன் காலேஜ்க்குப் போய்ட்டான். மார்க் சீட் கேட்டா ஒங்க அப்பாவ வரச் சொல்லுனு சொல்லிட்டான். நானும் போனன். ஏம்யா அன்னைக்கு மார்க் சீட் வாங்க வரலனு சாமியார் கேட்டான். பாதர் எம் மனைவி இறந்து போய்ட்டாங்க பாதர், அது தான் வர முடியலனு சொன்னன். பதிலுக்கு அவன் சொன்னான் பாரு, அதெல்லாம் எனக்குத் தேவையில்ல, போயி பைன் கட்டி ரசீதக் கொண்டாரும். இல்லனா மார்க் சீட் தரமாட்டேன்னு சொன்னான். எனக்கு எப்படி இருக்கும். பொண்டாட்டி செத்த கவல வேற, உணர்ச்சியே இல்லாத முட்டாப் பயக காலேஜ்ல புள்ளைய சேத்துட்டமேனு வருத்தம். ஒன்னுமே சொல்லல, பையனோட டீசியக் குடுங்கனு கேட்டேன். சாமியான் எதிர்பாத்திருக்கவே மாட்டான்ல. ஏம்னு கேட்டான். ஒங்கள மாதிரி மரக்கட்டைகள் நடத்துற காலேஜ்ல என் புள்ள படிச்சா, அவனும் ஒரு மரக்கட்டையா ஆகிப் போயிருவான்னு சொல்லிட்டு, ஒருமணி நேரத்துல டீசி கைக்கு வரலன்னா, இங்க என்ன நடக்கும்னு தெரியாதுனு சொன்னன். ஒடனே டீசியக் கொடுத்தான். வாங்கிட்டு, செருப்பக் கழட்டி காட்டிட்டு வந்தேன். போலீசுக்கு போவான்னு பாத்தன். போகல, அப்பிடியே போனாலும் சாட்சி சொல்ல கோர்ட்டுக்கு வரணுமில்ல, பையன வேற காலேஜ்ல சேத்தன், நல்ல மார்க், இப்ப நல்லபடியா இருக்கான்.'

இருட்டத் தொடங்கியது. ஆங்காங்கே தெரு விளக்குகள் பூக்கத் தொடங்கியது. தான் நேரில் கண்ட அத்தனை விஷயங்களையும் பேசுவதால் கருத்தமுத்து கவனமாக உற்றுக் கேட்டான். இவர்களைப் பற்றி இன்று எப்படியும் அரியான் அண்ணனிடம் சொல்ல வேண்டும் என்று நினைத்துக்கொண்டான். பாதிரிகளின் உணவுகூடத்தையோ அவர்களின் தினசரி உணவு வகைகளோ இவர்களுக்குத் தெரிய வாய்ப்பில்லை என்றும் அசை போட்டான். கன்னியாஸ்திரிகளின்

மடத்திலேயும், பாதிரியார்களின் மடத்திலேயும் சமையல்காரர்களுடன் இருந்தவன், அவர்களின் உணவை சாப்பிட்டவன் அடிக்கடி நினைத்துக் கொள்வான் ராஜாக்கமார்கூட இப்படி சாப்பிட்டிருக்க மாட்டார்கள். சைவம் என்பதே எப்போதாவதுதான். மீன், ஆமை, ஆடு, மாடு, கோழி, முட்டை, நாலைந்து வகையான பழங்கள். சாப்பிட்ட தட்டை எடுக்க ஆள். சாப்பிட்ட தட்டிலேயே வாய்கொப்பளிக்கும் பாதர்களும் உண்டு. அவரவருக்கு கைகள் துடைக்க தனித்தனியே டவல்கள் தொங்கும். பாதிரியார்களின் வேலை என்பது சாப்பிடுவது, தூங்குவது, இறைவனிடம் மோட்சம் கேட்டு ஜெபிப்பது, இதுபோக இங்கிட்டு கிடக்கிற துரும்பை எடுத்து அங்கிட்டுப் போடமாட்டார்கள். வியர்வை, வறுமை, பசி, வருத்தம் என்றால் என்னவென்றே தெரியாத ராஜாக்கள்.

கருத்தமுத்து புறப்படத் தயாரானான். மரக்கால் பாண்டியனை கிட்டத்தில் வந்து உற்றுப் பார்த்தான். கம்பீரமான முகம், மீசை, வளர்த்தி. ராணுவத்தில் பீரங்கிப் படையில் இருந்ததாகவும், யுத்தத்தில் தன் கால் துண்டிக்கப்பட்ட விஷயத்தையும் சொல்லிவிட்டு, அன்றைக்கு நான் இறந்திருக்க வேண்டும். ஒரு நல்ல வீரன் யுத்தத்தில் சாக வேண்டும். நல்ல வேட்டைக்காரன் மிருகத்தால் தாக்கப்பட்டுச் சாக வேண்டும் என்று சொல்லிச் சிரித்தார்.

ஒவ்வொரு நாளும் ஒரு யுகம் போல் கழிந்தது கருத்தமுத்துக்கு. அவன் ஞாயிற்றுக் கிழமைக்காகக் காத்திருந்தான். அரியான் ஒரு நாள் கேட்டான்.

'ஏன்டே... கருத்தமுத்து எப்பப்பார்த்தாலும் என்னத்தையோ பறிகொடுத்தவன் மாதிரியே இருக்கியே, என்னடே விஷயம்'

'ஒரு விஷயமும் இல்லண்ணே என்னைக்கும் போலத்தான் இருக்கேன், டயத்துக்கு வேலைக்குப் போகனுமேங்கிற அவசரம்'

'டேய்... ஒன்னயப் பத்தி எனக்குத் தெரியாதாடா, சும்மா சொல்லுடே என்ன விஷயம், அண்ணன்கிட்ட மறைக்காதடே, தெண்டு விழுந்தவன் கெணக்கா உம்முனு இருக்க, திடீர்னு என்னத்தையோ பறிகொடுத்தவன் மாதிரி பரபரப்பாகுற, தன்னால சிரிக்க, சொல்லுடே என்ன விஷயம்'

அரியாண்ணனிடம் எப்படிச் சொல்வது. ஏஞ்சலின் மீதுள்ள பிரியத்தைச் சொன்னால் சிரிக்கமாட்டானா? அவள் துறவியில்லையா? சுடலைமேஸ்திரிக்குத் தெரிந்தால் நம்மை இங்கே இருக்கவிடுவாரா? ஊர் உலகம் என்ன பேசும், அதற்குப் பிறகு ஏஞ்சல் நம்மிடம்

பேசுவாளா? ரீட்டா சிஸ்டருக்கு தெரிந்தால் ஏஞ்சலின் நிலை என்னவாகும்?

பலவாறாக நினைத்தபடியே அரியானிடம் மழுப்பினான். ஒரு இனம் புரியாத புதிர்த்தன்மை தன்னை ஆட்கொள்வதாக நினைத்தான். ஹோட்டலில் சாப்பிடுவதால் நாக்கு செத்துப் போச்சு என்று ஒரு நாள் பேச்சு வாக்கில் சொல்லிவிட்டான். அன்றையிலிருந்து அரியான் மத்தியானச் சாப்பாடு தன் வீட்டிலிருந்து தனக்கும் சேர்த்துக் கொண்டு வருவதையும், சில நாட்கள் சுடலைமேஸ்திரியின் வீட்டில் சாப்பிட்டுக் கொள்வதையும் நினைத்துக்கொண்டான். நிலக்கரி சுமப்பவர்களின் குடிசை வீட்டில் எப்படியாவது ஒருநாள் சாப்பிட வேண்டும் என்ற தன் ஆசையை அறியுமா இந்தக் கடலலைகள். சோறு வேண்டும் என்று கேட்க முடியாதே. உள்ளங்கையை மட்டும் கழுவிக் கொண்டு தன் குழந்தைகளுக்குச் சோறூட்டும் பல தாய்மார்களை அவன் பார்த்திருக்கிறான். கரித்துகள் படாமல் எதிரே தரையில் அமர்த்தி, பிஞ்சு வாயில் தன் விரல்கள் மட்டுமே படும்படியாக சோறு ஊட்டும் அந்த பரிதாபக் காட்சியைப் பல தடவை பார்த்திருக்கிறான். பாலூட்டும் தாய்மார்களின் பரிதாப நிலை. நெஞ்சோடு அணைக்காமல் எப்படிப் பாலூட்டுவது? பாலூட்டிவிட்டு தன் குழந்தையின் மேல் ஒட்டிப் படிந்துவிட்ட நிலக்கரித் துகள்களைக் கழுவி அல்லது குளிப்பாட்டித் தான் ஆகவேண்டும். பால் ஊறும் தன் மார்பகங்களை தண்ணீரால் அலசினாலும் முந்தானையிலும் மாராப்பிலும் படிந்திருக்கும் குறுனி கரித்துகள்கள் குழந்தையின் மேல் படிந்துவிடும் அவலம். இந்தக் காட்சிகளைப் பார்க்கும் போதெல்லாம் கருத்தமுத்து பெருமூச்செறிவான். தாய்மையைக் காட்ட முடியாத இடம், எவ்வளவு கொடூரமான தருணம், தன் குழந்தையை மார்போடு அணைக்க முடியாத, முகத்தோடு முகம் புதைத்து முத்தமிட முடியாத தாய்மை. தொட்டும் தொடாமல் வெள்ளரிப் பழத்தைப் போல் ஏந்தி பசியமர்த்தி எட்டி நின்றே கொடுத்துவிட்டு வேலையில் கலந்து கொள்ள ஓடும் தாயின் பரிதாப நிலையை எண்ணிப் பார்ப்பான்.

ஞாயிற்றுக்கிழமை விடிந்துவிட்டது. முதல் பூஜைக்கான பனிமய மாதா கோயில் மணி ஒலித்தது. கருத்தமுத்துவின் மனசு குறுகுறுத்தது. இன்று ஏஞ்சல் வருவாளா? வரமாட்டாளா? என்ன பொய் சொல்லிவிட்டு வருவாள்? ரீட்டா பின்தொடர்ந்து கண்காணிக்க ஆள் அனுப்பிவிட்டால் என்ன செய்வது? அப்போது ஏஞ்சலின் நிலை என்னவாகும்? பலவாறாக குழம்பியபடியே உட்கார்ந்திருந்தான். அவன் காட்டியிருந்த பாதை வழியே பார்த்துப் பார்த்து கண்கள்

பூத்துவிட்டன. தண்டவாளத்தைத் தாண்டி வெள்ளை வெளேர் பதுமை வந்துவிடாதா என்று காத்திருந்தான். வேறுவழியே வந்துதன் முன்னால் இப்படி ஏஞ்சல் நிற்பாள் என்று நினைக்கவே இல்லை. என்ன பேசுவது என்றும் தெரியவில்லை, ஆச்சரியம் மௌனமாக்கிவிடுமா?

சுடலைமேஸ்திரியிடமும் அரியானிடமும் ஏஞ்சலை அறிமுகப் படுத்தி வைத்தான். முதலில் வரிசை வரிசையாய் இருக்கும் தென்னங்கிடுக்குகளால் வேயப்பட்டிருந்த குடிசைகளைச் சுற்றிக் காண்பித்தான். இரண்டு கால்களுடன் நிமிர்ந்து நடப்பதை வைத்தே அவை குழந்தைகள் என்பதை அனுமானிக்க முடிந்தது. பன்றிக் குட்டிகளைப் போல் ஓடித்திரிந்தன குழந்தைகள். அந்த இடமே விடியாத இரவைப் போல் இருள்மண்டி புகைமூட்டம் போல் இருந்தது. நிலக்கரியின் துகள்கள், மரம், செடிகொடிகள் எல்லா வற்றையும் ஒரே கறுப்பாக்கியிருந்தது. உடலின் வெளியில் மட்டுமே கறுப்பு, கண்களுக்குத் தெரிகிறது. உடலுக்குள் ஊடுருவிப் பார்க்கும் கண்களுக்குத் தெரியும் உள்கறுப்பு.

அப்படியே தண்டவாளத்திற்கு அடுத்தபக்கம் கூட்டிவந்தான். மறைத்துக்கொண்டு நின்ற கூட்ஸ் வேகன்களைத் தாண்டி தோணித் துறைக்குள் எட்டு வைத்தார்கள். ஏஞ்சல் முகம் சுளித்து கண்களை அகல விரித்தாள். ஆயிரக்கணக்கான பேர், ஒரே நிறமாய், கறுப்புக்கலர் அடித்த பொம்மைகளாய், உடைகளை வைத்தே ஆண், பெண் என்று பிரித்தறியும் உருவங்களாய் ஏஞ்சல் வாயடைத்துப் போய் நின்றாள். அவள் தன்னையறியாமலேயே, ஏசுவே என்று வாய் முணுமுணுக்க மார்பில் சிலுவையிட்டாள்.

'ஏஞ்சல் இதற்கெல்லாம் நீ மார்பிலிட்ட சிலுவையிடம் தீர்வு உண்டா?'

'டேய்... முத்து இப்படி ஒரு எடம் இருக்கிறதே இன்னைக்குத் தான்டா தெரியும்'

'இதை விடவும் கொடுமையான இடமெல்லாம் இருக்கு. ஆனால் உங்களைப் போன்றவங்க கண்ணுக்கு இதையெல்லாம் காட்டாம மறச்சிருவாங்க'

'டேய்... எங்களுக்குத் தெரிஞ்சது, கோயில், ஜெபம், பள்ளிக்கூடம், கல்லூரி. கொண்டாட்டம்னா கிறிஸ்துமஸ் ஒன்னுதான். சோகம்னா ஏசு சிலுவையில அறையப்பட்ட நாள்.'

21

கல்வாரி மலையின் சிலுவைப் பாதையை மட்டுமே பைபிளில் வாசித்த நாம் தினமும் ஆயிரமாயிரம் அப்பாவி மக்கள் சுமக்கும் சிலுவையை மறந்து வாழ்வதை எண்ணி வருத்தப்பட்டாள் ஏஞ்சல். அசாத்தியமான இந்த மனித உழைப்பின் முன்னால் துறவு எம்மாத்திரம். துறவின் மூலம் நாம் என்ன செய்திருக்கிறோம். ஒரு வளையத்தைப் போட்டுக்கொண்டு உள்ளே பாதுகாப்பாக மிக மிகப் பாதுகாப்பாக உட்கார்ந்திருக்கிறோம். சுகமாக வாழ்கிறோம். எதிர்காலம் பற்றிய கவலையோ லட்சியமோ இல்லாமல் வாழும் வாழ்க்கையில் இன்ப துன்பத்திற்கு இடமேது. ஊற்றெடுக்கும் தாய்மைப் பிரவாகத்தை அடக்கி உடலின்பத்தை மறுதலித்து மனசால் தினம் தினம் மறுகி, திமிறும் எண்ண அலைகளுடன் தினமும் ஜெபம் என்ற சடங்கில் பஸ்பமாக்கும் பாதை தேவையா? இயற்கைக்கு விரோதமாக வாழச் சொல்லியிருப்பாரா நம் ஆண்டவர். அப்படியென்றால் கரைந்து போகாத எகிறிக்குதிக்கும் உஷ்ணப் பெரு மூச்சை உள்ளே அடக்கி வைத்துப் படைத்தது யார் குற்றம். என் பாவங்களையும் அந்தரங்கங்களையும் பாதிரி என்னும் குப்பைத் தொட்டியில் கொட்டிவிட்டுப் போனபோது என் கையில் இருந்தது வெற்றுக் கூடைதானே. அதே பாவக் குப்பைகள், அதே பாதிரி, அதே குப்பைத் தொட்டி. மக்காத குப்பைகளாய் மாறி மாறிப் பாவங்களாய். கர்த்தாவே பிதாவே இயேசுவே எத்தனை பாவங்களை மன்னிப்பாய்.

எதுவுமே பேசாமல் ஏஞ்சல் வாயடைத்துப் போனாள். இவர்களின் பிரச்சினைகளுக்கு சிலுவையிடம் தீர்வு இருக்கிறதா என்று கருத்தமுத்து கேட்ட கேள்வியை எண்ணிப் பார்த்தாள். அலங்காரப் பொம்மையாய், குரோட்டன்ஸ் செடியாய், நடமாடும் வெற்றுருவாய் நான் நிற்பது நிதர்சன உண்மை என்று உணரத் தொடங்கினாள். இழப்பதற்கு எதுவுமே இல்லாத இந்த ஜனங்கள் நித்தம் நரகத்தில் உழலும் போது, என்னைப் படைத்ததின் நோக்கம்தான் என்ன? வெந்து தணியவா? வெற்றுடல்.

கடலலைகளின் வீச்சில் தள்ளாடும் தோணி. தோணிக்கும் தரைக்கும் பாலமாய் மரப்பலகை. அலை குதித்துத் தோணி ஆடி, பலகை சரிந்து, தவறி கடலுக்குள் விழும் பெண்கள். காப்பாற்றி கரை சேர்க்கும் காவலர்கள். அந்தக் குறுகிய பலகையின் மேல் ஆடி ஆடி தலையில் நிலக்கரிச் சுமையுடன் வரும் பெண்களை ஆச்சரியமாய்

பார்த்துக் கொண்டிருந்தாள் ஏஞ்சல்.

மத்தியான உணவுக்காக வேலை நிறுத்தப்பட்டது. நிமிர்ந்து நடக்கும் பன்றிக் கூட்டங்களைப் போல் வேக வேகமாக தங்கள் குடிசைகளுக்கு ஓடினார்கள். வெளியூர் ஆட்கள் கைகளையும் முகத்தையும் மட்டும் கழுவிவிட்டு ஆங்காங்கே மரத்தடிகளில் உட்கார்ந்தார்கள். ஏஞ்சலும் கருத்தமுத்தும் எதிரே உட்கார்ந்து உணவருந்தும் ஆயிரமாயிரம் மனிதர்களை பன்றிக்கூட்டங்களைப் போல் பார்த்தார்கள். கையில் நாலைந்து தபால்களை வைத்துக்கொண்டு சுடலைமேஸ்திரியின் அலுவலகத்திலிருந்து வெளிப்பட்டான் அரியான்.

'டேய்... கருத்தமுத்து சுடலைமேஸ்திரி ஒன்னையவும் சிஸ்டரையும் கூப்பிட்டார்டே'

கண்ணுக்கு எட்டும் மட்டும் மரத்தடியில் உட்கார்ந்து சாப்பிடும் கருப்பு உருவங்களைப் பார்த்துக்கொண்டே இருந்தாள் ஏஞ்சல். பரந்த வனத்திற்குள் கூட்டங் கூட்டமாய் வாழும் மனிதக் குரங்குகளை நினைத்துக்கொண்டாள். வேகாரிகளாகத் திரியும் குழந்தைகளைப் பார்த்து வருத்தப்பட்டாள். தங்கள் சந்ததிகளுக்காவது இந்தக் கறுப்புக் கலர் வந்துவிடக் கூடாதே என்று ஏங்கும் அவர்களை நினைத்து பெருமூச்செரிந்தாள். இருவரையும் சுடலைமேஸ்திரி கும்பிட்டு வரவேற்றார்.

'டேய்... முத்து ஹோட்டல்ல இருந்து சாப்பாடு வாங்கி யாந்திருக்கேன், நீயும் சிஸ்டரும் சாப்பிடுங்கடே'

'மேஸ்த்ரியண்ணே நான் சாப்பிடுவேன், சிஸ்டர் சாப்பிட மாட்டாங்க, இன்னைக்கிப் பட்டினிதான்'

'டேய்...முத்து நான் சாப்பிட மாட்டேன்னு சொன்னனாடா, என்னையப் பட்டினி போடுறதுலயே குறியாயிருக்கியேடா'

கருத்தமுத்துக்கு ஆச்சரியம் தாங்கவில்லை. ஏஞ்சலை உற்றுப் பார்த்தான். அவள் சாப்பிடுவதற்காகக் கை, கால் கழுவிக் கொண்டிருந்தாள். தரையில் உட்கார அவள் அணிந்திருக்கும் உடுப்பு தோதுப்படாது என்பதை உணர்ந்துகொண்ட சுடலைமேஸ்திரி தான் எழுந்து இடம்கொடுத்து மேசையின் மேல் இலை விரித்தான். மீன்குழம்பு, பொரித்தமீன், முட்டை என வகை வகையாய் வரவழைத் திருந்தார் சுடலைமேஸ்திரி.

'மேஸ்திரி, இந்தப் புள்ளைக படிக்கிறதுக்குப் பக்கத்துல பள்ளிக் கூடம் இல்லையா'

‘ரொம்ப தூரம் போகனும் சிஸ்டர். ரெண்டு மூனு புள்ளைகள அங்க சேத்துவிட்டுப் பாத்தேன், படிக்கமாட்டேன்னு ஓடியாந் திட்டாங்க சிஸ்டர்’

தான் கன்னியாஸ்திரி ஆன பின் முதல் முறையாக வெளிச் சாப்பாடு சாப்பிட்டதை நினைத்துப் பார்த்தாள். ஆனால் அவள் வரும்போது குடிசைக்குள் அமர்ந்து அந்தத் தொழிலாளிகளுடன் சாப்பிடவேண்டும் என்று நினைத்துக்கொண்டு வந்தாள். போன வருடம் பாஞ்சாலங்குறிச்சிக்கு டூர் போனபோது மாணவிகளுடன் உட்கார்ந்து சாப்பிட்டதை நினைவு கூர்ந்தாள்.

‘மொத்தம் இங்க எத்தனை குழந்தைகள் இருக்காங்க மேஸ்திரி.’

‘பள்ளிக்கூடம் போகவேண்டிய வயசுல நூறு நூற்றைம்பது புள்ளைக இருக்கு சிஸ்டர், இவங்களோட வேலையே கைப்புள்ளைங் களுக்குக் காவல் இருக்கிறதுதான்’

‘அம்மா அப்பா ரெண்டு பேரும் கரி சொமந்தா கைப்புள்ளயை கவனிக்க ஆள் வேணுமே’

‘பள்ளிக்கூடம், பாலர் பள்ளி எல்லாம் வேணும்னு கவர்மெண்ட்ல எழுதிக் குடுத்திருக்கோம். கவனிக்கவே மாட்டேங்கான் என்ன செய்ய சிஸ்டர், பாவமாத்தான் இருக்கு’

வரும்போது ஏஞ்சல் சிஸ்டர் உடுத்திக்கொண்டு வந்த வெள்ளை வெளேர் உடைகள் கறுமையாகிப் போனதைக் கருத்தமுத்து கவனித்தான். எப்படியும் ரீட்டா சிஸ்டரிடம் சொல்லாமல் மடத்துக்குள் போகமுடியாது. அவளுடைய கழுகுக் கண்கள் நோட்டமிடுவது முதலில் ஆடைகள், அப்புறம் அங்க அவயங்கள். ஏஞ்சல் என்ன பொய் சொல்லிவிட்டு வந்தாளோ, நிலக்கரித்தூள் எப்படி வந்தது என்று கேட்டால் என்ன சொல்வாள் ஏஞ்சல். கருத்தமுத்து பதபதைத்தான் பதறினான்.

‘ஏஞ்சல் உடுப்பெல்லாம் கரியாகிப் போச்சே என்ன செய்வ’

‘கோட்டச் சொவத்த தாண்டி மடத்துக்குள்ள போகணும்’

‘ஏய், வெளையாடாத, எனக்கு பயமாயிருக்கு’

‘என்னடா ஏய் ஒய்னு கூப்பிடுற’

‘ஏஞ்சல் நான் கூப்பிடுனும்னு கூப்பிடல, ஆனா அப்பிடித்தான் வருது, நான் என்ன செய்ய’

‘எப்பிடினாலும் கூப்பிடுடா முத்து, மத்த ஆட்க இருந்தாப் போச்சு,

ஒரு மாதிரியா நெனப்பாங்கடா'

'சரி, ஏஞ்சல் ரீட்டா சிஸ்டர்கிட்ட என்ன சொல்லிட்டு வந்த'

'திரு இருதய ஆஸ்பத்திரியில ஒரு நோயாளியைப் பாக்கப் போறேன்னு பொய் சொல்லிட்டு வந்தன்'

'உடுப்பு எப்பிடி கறுப்பாச்சுனு கேட்டா என்ன சொல்வ'

'என்னடா சொல்லலாம், நிய்யே ஒரு ஐடியா சொல்லுடா'

'சேலன்னா பரவாயில்ல வேற சேல வாங்கி உடுத்திட்டுப் போயிறலாம், ஒங்க உடுப்பு வேற எங்கேயும் கெடைக்காதே'

'டேய்... முத்து நல்ல சேலையா ஒரு சேலை எடுத்திட்டு வாடா ஜம்முனு கெட்டிட்டுப் போயி ரீட்டா முன்னால நிக்கேன்'

'வெளையாடாத ஏஞ்சல், என்னால ஒனக்கு எடஞ்சல் வரக்கூடாது, என்ன செய்யலாம்னு சொல்லு, நேரமாகுது'

'டேய்... சேல கேட்டேன்ல எடுத்துக்குடுக்க தைரியம் இருக்காடா, வாய் பேசுற'

'ஏஞ்சல் இது வெளையாட்டுப் பேச்சுப் பேசுற நேரமில்ல, சீக்கிரமா ஒரு ஐடியா சொல்லு'

சிரித்த முகத்துடன் கருத்தமுத்துவைப் பார்த்துக்கொண்டே தன் தோளில் தொங்கிய பை கூட்டை திறந்து, உள்ளிருந்து ஒரு பார்சலை எடுத்துப் பிரித்தாள். வெள்ளை வெளேர் உடுப்பை எடுத்து உதறிக் காட்டினாள். இப்போதுதான் கருத்தமுத்துவின் முகம் தன் முகமாயிற்று.

'பரவாயில்ல, ஐடியாவோட கொண்டாந்திருக்க'

'கன்னியாஸ்திரிங்க, பாதருங்க எங்க வெளிய போனாலும், கூடுதலா ஒரு செட் உடுப்பக் கொண்ட்டு போறது வழக்கம், ஏம்னா திடுதிப்னு எதாவது ஆச்சுனா என்ன செய்ய'

சுடலைமேஸ்திரி சாப்பிடப் போய்விட்டதால் அலுவலகத்தில் வேறு ஆட்கள் இல்லை. அரியான் கூட்ஸ் வேகன் பக்கத்தில் நிற்பது தெரிந்தது. புதிய ஆடைகளைக் கையில் எடுத்துக் கொண்டு அறைக்குள் போய்கதவை உள் தாழ்ப்பாள் போட்டாள். கருத்தமுத்து அமைதியாக சுடலையின் நாற்காலியில் உட்கார்ந்தான்.

'ஏய்.... ஏஞ்சல் ஜன்னலையும் பூட்டிக்கோ'

'ஏன்டா நிய்யி இருக்கேயில்ல அப்புறமென்ன'

'எனக்காகத்தான் சொல்றேன், கண்ணு அங்கிட்டே பாக்குது'

'நீ என்கிட்ட ஒத வாங்கப் போறடா'

பல்செட்டையும் கழட்டி வைத்துவிட்டு, தலைக்கவச ஆடையையும் எடுத்த பின்னர் பொக்குவாயுடனும், மொட்டைத் தலையுடனும் சிஸ்டர்களைப் பார்த்தால் பேய் பிசாசுகளைப் பார்த்தது மாதிரி இருக்கும் என்று செந்தூரண்ணன் சொன்னதை நினைத்துப் பார்த்தான். கழற்றிய உடுப்பை ஜன்னல் வழியே விட்டெறிந்தாள். பொத்தென்று தன் மேல் விழுந்த ஏஞ்சலின் உடுப்பை ஆச்சிரியமாகப் பார்த்தான்.

'டேய்... முத்து அத நல்லா ஒழுங்கா மடிச்சு வைடா'

சலவைக்காரியின் கை தவிர வேறு கைபடாத அந்த உடுப்பை பிரியத்துடன் எடுத்து உதறினான். படிந்திருந்த கரித்துகள்கள் காற்றில் பறந்தன. மெல்ல தடவித் தடவி இதமாக மடிக்கத் தொடங்கினான்.

வெற்று வேகன்கள் நிறுத்தி வைக்கப்பட்டிருந்த இடத்தை நோக்கி கூட்டமாக ஆட்கள் ஓடவும் கருத்தமுத்து பதறிப் போனான். அறைக்குள் ஏஞ்சல் ஆடை மாற்றிக்கொண்டிருந்ததால் அவன் போவதற்கு யோசித்தான். வேறு யாரும் வந்து கதவைத் தட்டிவிட்டால் ஏஞ்சலுக்கு சங்கடம் என்று நினைத்தான். ஒரு பெரிய கம்பை தூக்கிக் கொண்டு அரியான் வேகமாக ஓடுவதைப் பார்த்தவன் பதறிப் போனான். ஏதோ அடிதடியோ என்று குழம்பிப் போனான்.

'ஏஞ்சல் ஜன்னலைப் பூட்டிக்கோ, வேற யாரும் வந்து கதவத் தட்டுனா கதவத் தெறக்காத'

கூட்டம் கூடி நின்ற திசையில் வேக வேகமாக ஓட்டம் எடுத்தான். ஒரு குறிப்பிட்ட காலி வேகனைச் சுற்றி கூடியிருந்த கூட்டத்தை விலக்கிவிட்டு உள்ளே எட்டிப் பார்த்தான். உள்ளே வெள்ளை வெளேர் என்று ஒரு ராட்சஸப் பறவை ஒன்று உட்கார்ந்திருந்தது. அரியான் கம்பை நீட்டினான். வாயை அகலத் திறந்து திறந்து மூடியது. அசையாமல் ஒரே இடத்தில் அமர்ந்திருந்தது. அதனுடைய விகார முகம் அருவெறுப்பாயிருந்தது. தனக்குப் பின்னால் ஏஞ்சல் வந்து தேவதையைப் போல் நின்றதைக் கவனிக்கவில்லை. தன் இடது கையால் முத்துவின் தோளைப் பிடித்துக்கொண்டு குனிந்து வேகனுக்குள் எட்டிப் பார்த்தாள். இப்போது தோணித்துறையில் அலையடித்துப் படகு ஆடுவதைப் போல், முத்துவின் உடலெங்கும் அலையடித்து அவன் உடல் ஆடியது.

'டேய்.... முத்து இது ஆஸ்திரேலியா நாட்டுப் பறவைடா, பேரு வெள்ளைக் கூகை. பகல்ல கண் தெரியாது. பாவம் அத ஒன்னும் செய்ய வேண்டாம்னு சொல்லுடா, ராத்திரியானாத்தான் அதால பறக்க முடியும். இப்ப வெளில வந்தா பறக்க முடியாது, எதுலயாவது மோதிச்

செத்திடும், இல்லனா மத்த பறவைங்க எல்லாம் சேர்ந்து கொத்திக் கொன்றுடும்'

வீட்டுக்குச் சாப்பிடப் போயிருந்த சுடலைமேஸ்திரி ஓட்டமாய் ஓடிவந்தான். கூட்டத்தைப் பார்த்து என்னமோ ஏதோவென்று பதறியிருக்க வேண்டும். மேஸ்திரியைக் கண்டதும் எல்லோரும் விலகி வழிவிட்டனர். வேகனுக்குள் எட்டிப் பார்த்தான். கூகை அதே இடத்தில் அப்படியே அமர்ந்திருந்தது.

'அரியான் இந்த வேகனப் பூட்டி பின்னால தள்ளிட்டுப் போயி, ஓரமா நிறுத்து, வேற வேகனக் கொண்டா, கரி நிரப்பட்டும். ராத்திரி வரைக்கு யாரையும் ஓரமா விடாதே'

இப்படியான பறவைகள் எத்தனையோ தடவை வந்திருக்கிறது என்றும், இந்த வேகன்கள் எல்லாமே அஸ்ஸாம்லருந்து வந்திருப்ப தாகவும், அஸ்ஸாம் காடுகளில் இது மாதிரியான பெரிய பெரிய பறவைகள் ஏராளம் இருப்பதாக என்ஜின் டிரைவர் சொன்னதாகவும் சொன்ன மேஸ்திரி போன மாசம் ஒரு வேகனில் பெரிய மலைப் பாம்பு ஒன்று வந்துவிட்டதையும், தீயணைப்பு வீரர்கள் வந்து பிடித்துப் போய் வல்லநாடு மலையில் விட்ட கதையையும் சொன்னார். கூகையை உள்ளேயே வைத்துப் பூட்டி அந்த வேகனை பின்னால் தள்ளிக்கொண்டு போனார்கள். அரியான் அவர்களிடம் வேலை வாங்கிக் கொண்டிருந்தான்.

அரியானிடமும் சுடலைமேஸ்திரியிடமும் சொல்லிவிட்டு ஏஞ்சலும் கருத்தமுத்தும் புறப்பட்டார்கள். மத்தியான வெய்யில் தாழ்ந்துகொண்டிருந்தது. வரிசை வரிசையாய் ஏராளமான தண்ட வாளங்கள் கோடுகளைப் போல் தரையில் பதியமிடப்பட்டிருந்தன. நிறைய்ய கூட்ஸ் வேகன்கள் நிறுத்தப்பட்டிருந்தன. கருங்கல் சல்லிக் கற்களில் கால்கள் இடற தண்டவாளங்களைக் கடக்க ஏஞ்சல் சிரமப்பட்டாள். கருத்தமுத்துவின் கைகளைப் பற்றிப் பிடித்து விரல்களோடு விரல்களைச் சங்கிலியாக இறுக்கிக்கொண்டு வேகமாக எட்டு வைத்தாள். பல தண்டவாளத் தடைகளை லாவகமாகக் கடந்தாள். கடலின் இரைச்சல் இப்போது கேட்கவில்லை, மனம் அமைதியாய் இருந்தது.

இரவின் நிசப்தம், தூரத்தில் கேட்கும் கடலின் இரைச்சல். பஞ்சாலையின் சங்கு இரண்டுமுறை ஊதி ஓய்ந்துவிட்டது. தூரத்தில் கேட்கும் ரயிலின் சத்தம் ஏஞ்சல் சிஸ்டர் இரவு வெகுநேரம் தூக்கம் வராமல் புரண்டு கொண்டிருந்தாள். அடுக்கடுக்காக மனக் குழப்பங்கள்

பாடாய் படுத்தியது. எப்போது உறங்கினாள் என்று தெரியவில்லை. அவள் கண்ட கனவே அவளை எழுப்பியிருக்க வேண்டும். மெல்ல மெல்ல கனவு மனசில் நிழலாடியது. முழுக்கனவையும் நினைவலைகளில் கொண்டு வர பிரயாசைப்பட்டாள்.

மழை, பேய் மழை, காற்று புயலாய் அடிக்கிறது. மரங்கள் பேயாட்டம் போடுகின்றன. ஏஞ்சல் குடை பிடித்தபடி மழையில் நடந்து வருகிறாள். ஒரு சுளிக்காற்று குடையைப் பிடுங்கிக் கொண்டு போகிறது. ஏஞ்சல் மழையில் நனைகிறாள். திடீரென்று கல்மழை பொழிந்து தெறிக்கிறது. தன் மேலிலும், தலையிலும் விழும் கல்மழையின் காந்தல் பொறுக்காமல் இரு கைகளாலும் தலையை மூடிக்கொண்டு வேகவேகமாக எட்டுவைக்கிறாள். காற்று சுழன்றடிக்கிறது. சுற்றிலும் ஒரே வெள்ளக்காடு. முழங்கால் அளவு தண்ணீர், எதிரே ஒரு பிரம்மாண்டமான கட்டிடம். வட்ட வடிவமாக உருண்டையாக குண்டு பல்பை நட்டி வைத்தது போல் வெள்ளை வெளேரென்று. அருகில் இவள் போனவுடனேயே தானாகவே உள்ளே இழுத்து வைத்துக்கொண்டது. ஒரே நொடியில் ஈரம் சொட்டிய தன் உடைகள் உலர்ந்துவிட்டன. வெளியுலக தொடர்பு முற்றாக அறுந்து விட்டது. அதே காற்றும் மழையும், இடியும் மின்னலும், கல்மழையும் தன்னை ஒன்றும் செய்யவில்லை. பாதுகாப்பாக மிகவும் பாதுகாப்பாக லார்வாவைப் போல் உட்கார்ந்துகொண்டாள். பாதுகாப்பான கதகதப்பு, நிசப்தம், பேரமைதி, தன் முன்னால் இருக்கும் ஒரேயொரு கனத்த புத்தகம், அதை எடுத்தாள்.

வெளியிலிருந்து டொக் டொக்கென்று ஒரு சத்தம் வந்ததைக் கவனித்தாள். உள்ளிருந்து பார்க்க வெளியில் நடப்பது எல்லாம் தெரிகின்றது. ஆனால் உள்ளே நடப்பது வெளியே எதுவுமே தெரியவில்லை. ஏஞ்சல் வெளியே பார்த்தாள். ஒரு கறுப்புநிறப் பறவையொன்று சுற்றிச்சுற்றி வந்து தன் கூரிய அலகால் கொத்தியது. ஏஞ்சல் அந்தக் கனத்த புத்தகத்தை அங்கேயே வைத்துவிட்டு சுவரோரமாக வந்து நின்று பார்த்தாள். கரும்பறவை தன் முகத்தில் முத்தம் கொடுப்பது மாதிரி தொடர்ந்து கொத்திக் கொண்டே இருந்தது. சுற்றிச் சுற்றி வந்து கொத்தியது. இப்போது ஒரே இடத்தில் மாறி மாறிக் கொத்தியது. சிறு சிறு பிசிறுகளாய் சுவர் சிதறி விழ விழ பறவையின் அலகு உள்ளே எட்டிப் பார்த்தது. அப்போது அப்பறவை சத்தமாக கூறியது.

'ஏஞ்சல் சற்றும் தாமதிக்காதே, உடனே புறப்படு. என்றென்றைக்கும்

யாராலும் அடைத்துச் சாத்த முடியாத கதவை நான் திறந்து வைத்திருக்கிறேன். அதனுள் வா'

ஏஞ்சல் படக்கென்று விழித்துக்கொண்டாள். தான் கண்ட கனவை நினைத்து நினைத்து அசை போட்டபடியே உட்கார்ந்திருந்தாள். கொஞ்ச நாளாக தன் மனசை அரித்துக் கொண்டிருந்த பைபிள் வாசகம் தன் கனவிலும் ஒலித்ததை எண்ணிப் பார்த்தாள். சோர்வுடன் எழுந்து சமையலறைக்குப் போனாள். செந்தூர்பாண்டி சிரித்தமுகமாய் வரவேற்றான்.

'என்னம்மா உடம்புக்கு முடியலையாம்மா, ரெண்டு தடவை காபி கொண்டாந்தேன், கூப்பிட்டேன் கதவு தெறக்கல, சரி, தூங்கட்டும்னு வந்துட்டேன்மா'

'கொஞ்ச நாளா மனசே சரியில்ல செந்தூர்'

'வீட்ல யாருக்கும் சொகமில்லையாம்மா, இப்பிடியிருக்க மாட்டீகளே, முகம் வாடிப் போயிருக்கும்மா'

'அப்புறமா சாவாசமா பேசுறான் செந்தூரு, காபி சுட வச்சு ரூமுக்கு கொண்டா, இன்னைக்கு வகுப்புக்குப் போகல, லீவு போட்டு ஒறங்கப் போறன்'

கருத்தமுத்து இவ்வளவு சந்தோஷமாக இருப்பதை இப்போதுதான் பார்க்கிறான் செந்தூர். சிரித்த முகமாய் வந்துகொண்டிருந்தான் கருத்தமுத்து.

'என்னடே முத்து சிரிச்ச மொகமா வார, என்ன விஷயம்டே, மொகம் தெளிச்சியா இருக்கு'

'செந்தூரண்ணே என்னய ஆசிர்வாதம் பண்ணுங்கண்ணே'

செந்தூர் பாண்டியின் பாதங்களில் தன் முகத்தை வைத்துக் குப்புறக் கிடந்தான் கருத்தமுத்து. செந்தூருக்கு ஒன்றும் புரியவில்லை. சடக்கென்று குனிந்து இரண்டு கைகளையும் பிடித்துத் தூக்கி நிறுத்தினான். தலையில் கை வைத்து ஆசிர்வதித்தான்.

'நீ நல்லா இருப்படா முத்து, என்னனு சொல்லுடா'

'செந்தூரண்ணே எனக்கு வேலை பெர்மனென்டாகிப் போச்சு, இன்னைக்கித்தான் ஆர்டர் கொடுத்தாங்கண்ணே. மொத ஆசீர்வாதம் ஒங்ககிட்டத்தான் அண்ணே'

'முத்து ரொம்ப சந்தோஷம்டா, நல்லா இருடா'

தான் வாங்கி வந்திருந்த கேக்குகளை எடுத்து நீட்டினான். ஒரு

கேக்கை மட்டும் எடுத்துக்கொண்ட செந்தூர் பாதியைப் பிய்த்து எடுத்து முத்துவின் வாயில் ஊட்டிவிட்டான்.

'செந்தூரண்ணே ஏஞ்சல் சிஸ்டரப் பார்த்து ஆசிர்வாதம் வாங்கணும், இருக்காங்களாண்ணே'

'அடேய்... ரூமுலதான்டா இருக்காங்க, ரெண்டு நாளா ஒடம்புக்கு முடியலனு ரெஸ்ட் எடுக்காங்கடா'

கருத்தமுத்து வேகமாகப் போய் அறையின் முன்னால் நின்று கதவைச் சுண்டினான். எதிர்பார்த்திருக்க மாட்டாள் ஏஞ்சல். கதவைத் திறந்ததும் அவளால் ஆச்சரியம் தாங்கவில்லை. கண்களை அகல விரித்துத் தன் வியப்பைத் தெரிவித்தாள். முகம் பிரகாசமாய் சிவந்தது.

'என்ன முத்து திடீர்னு, என்ன விஷயம்'

'சிஸ்டர் எனக்கு வேலை பெர்மனென்ட் ஆயிருச்சு, என்னய ஆசீர்வாதம் பண்ணுங்க'

'நான் ஆசீர்வாதம் பண்ணனும்னா ஒரு நிபந்தனை'

'சொல்லுங்க சிஸ்டர்'

'ரூமுக்கு உள்ளாற வந்து எனக்கு கேக் ஊட்டி விட்டா நான் ஆசீர்வாதம் பண்றேன்'

தங்களை யாரும் கவனிக்கிறார்களா என்று நோட்டமிட்டான். தைரியமாக அறைக்குள் சென்று கேக்கை பிய்த்து ஏஞ்சலின் வாயில் வைத்தான். சிவந்த கன்னங்கள் மேலும் சிவந்து போயின. தான் செதுக்கிக் கொடுத்த ஏசுவின் சிலுவைச் சிற்பம் சுவரில் மாட்டப் பட்டிருந்ததைக் கவனித்தான்.

'டேய்... முத்து ரொம்ப சந்தோஷம்டா. நல்லாயிருடா சென்ட்ரல் கவர்மெண்ட் வேலைடா, கர்த்தருக்கு நன்றி சொல்லுடா, காட் பிளஸ் யூ டா'

கேக்கில் ஒரு சிறு துண்டை எடுத்துக் கருத்தமுத்துவின் வாயில் ஊட்டிவிட்டாள். கொஞ்சம்கூட எதிர்பார்க்காதவன் சந்தோஷமாக வெளியேறினான். செந்தூர்பாண்டியிடம் விடைபெற்றவன் நேராக யூதாததேயு கோவில் அடைந்தான். சமையல்காரர் செபாஸ்ட்டின் முத்துவைக் கண்டதும் சிரித்த முகமாய் வரவேற்றார்.

'செபாஸ்டிண்ணே என்னய ஆசீர்வாதம் பண்ணுங்கண்ணே'

கருத்தமுத்து காலில் விழுந்து எழுந்தான். என்ன ஏது என்றுகூட கேக்காமல் செபாஸ்ட்டின் தலையில் கைவைத்து சந்தோஷமாக

ஆசிர்வதித்தார்.

'அண்ணே எனக்கு ஹார்பர்ல வேல பெர்மணென்ட்டாகிப் போச்சுண்ணே'

'அடடே.... ரொம்ப சந்தோஷம்டா முத்து. எங்களையெல்லாம் மறந்துறாதடே, அப்பப்ப வந்து போடே'

'இந்த ஒலகத்துல யார மறந்தாலும், ஒங்களையும், செந்தூர் அண்ணணையும், அரியான் அண்ணனையும் மறக்க மாட்டேண்ணே. ரெண்டு பேரும் வாய்க்கு ருசியா வயித்துக்குச் சோறு போட்டவங்க, என்னைக்குமே மறக்கமாட்டேன்ணே'

அரியானிடமும் சுடலைமேஸ்திரியிடமும் ஆசிர்வாதம் வாங்கினான். அரியானுக்கு சந்தோஷம் தாங்கவில்லை. கருத்த முத்துவை இறுக்கிப் பிடித்துக் கட்டியணைத்து, தன் சந்தோஷத்தை வெளிப்படுத்தினான். நேராகக் கடற்கரையை ஒட்டியே நடந்து வந்தான். மரக்கால் பாண்டியனின் குதிரை கட்டப்பட்டிருந்தது. வழக்கம் போல் மரக்கால் பாண்டியன் பேச, கூட்டம் வட்டமாய் உட்கார்ந்து கேட்டுக்கொண்டிருந்தது. திடீரென்று தங்கள் முன்னால் வந்து நிற்கும் இளைஞனைப் பார்த்ததும் பேசுவதை நிறுத்திய மரக்கால் பாண்டியன் ஏறிட்டுப் பார்த்தார்.

'அய்யா என் பேரு கருத்தமுத்து. இதோ இருக்கே இந்த போட் பாக்டரியிலதான் வேலை பார்க்கேன். தினமும் நீங்க பேசுற பேச்ச மணிக்கணக்கா கேட்பேன். எனக்கு ஒங்க எல்லாத்தையும் ரொம்ப புடிச்சிருக்கு. எனக்குவேல பெர்மனென்ட்டாகிருச்சு, எல்லாரும் கேக் எடுத்துக்கோங்க என்னைய ஆசிர்வாதம் பண்ணுங்க'

தனியே கழட்டி வைக்கப்பட்டிருந்த செயற்கை காலைத் தொட்டு தன் கண்களில் ஒற்றிக் கொண்டான். சந்தோஷமாக எல்லோரையும் கும்பிட்டான். அனைவரும் தலையில் கைவைத்து ஆசிர்வாதம் பண்ணினார்கள். நாளையிலிருந்து தானும் உங்களுடன் ஒன்றாக அமர்ந்து பேச வருவேன் என்று சொல்லிவிட்டு விடைபெற்றான். அரியான் சொல்லிவிட்டிருந்த சரக்கையெல்லாம் வாங்கிக் கொண்டு தோணித்துறைக்குப் புறப்பட்டான். சுடலைமேஸ்திரி வீட்டுக்குப் போய்விட்டிருக்க வேண்டும். அரியான் மட்டுமே தூங்காமல் உட்கார்ந்திருந்தான். முத்துவைக் கண்டதும் ஆவலாய் ஓடிவந்தான்.

முத்து வாங்கி வந்திருந்த உயர் ரக மது பாட்டில்களையும் நொறுக்குத் தீனிகளையும், பிரியாணிப் பொட்டலங்களையும் அரியானிடம் கொடுத்தான். கடல் அலைகளின் சோ... என்ற இரைச்சலும், டம் டம்

என்று தடுப்பில் மோதும் பெருத்த சத்தமும் கேட்டுக்கொண்டிருந்தது.

மரக்கால் பாண்டியன் நகரத்தில் இவ்வளவு செல்வாக்கு உள்ளவராகவோ அல்லது இவ்வளவு சொத்து உள்ளவராகவோ இருப்பார் என்று கருத்தமுத்து நினைத்திருக்கவில்லை. ஒரு ஓய்வு பெற்ற ராணுவவீரர் யுத்தத்தில் ஒரு காலை இழந்தவர் என்று மட்டுமே அறிந்து வைத்திருந்தான். தோணித் துறையில் ஒரு பாலர் பள்ளி ஆரம்பிக்க வேண்டும் என்று கருத்தமுத்து சொன்ன மறுநாளே மரக்கால் பாண்டியன் எல்லா வேலைகளையும் ஆரம்பித்துவிட்டார். சுடலைமேஸ்திரி எல்லா உதவிகளையும் செய்தார். ராணுவவீரர் என்பதையும்விட யுத்தத்தில் ஊனமுற்றவர் என்ற தகுதிக்கு அரசிடம் பெரிய மரியாதை கிடைத்தது. தோணித்துறைக்குப் பக்கத்திலேயே ஒரு இடம் தேர்வு செய்யப்பட்டு தற்காலிகமாகச் செயல்பட அனுமதிக்கப் பட்டது. கருத்தமுத்து சந்தோஷப்பட்டான்.

ஜெஸ்ஸியின் வீட்டின் முன்னால் ரிக்ஷாவைக் காணவில்லை. படல் கதவை நீக்கி உள்ளே எட்டிப் பார்த்தவனைச் சிரித்த முகமாய் வரவேற்றாள் ஜெஸ்ஸி.

'அடேய்... முத்து பாதை தவறி வந்திட்டியாடா'

'ஜெஸ்ஸியக்கா என்னைய ஆசீர்வாதம் பண்ணுக்கா'

'என்னடா ஆசீர்வாதம் எதுக்குடா'

'எனக்கு வேல பெர்மனென்ட் ஆயிருச்சு ஜெஸ்ஸியக்கா'

'டேய்... முத்து ரொம்ப சந்தோஷம்டா'

ஜெஸ்ஸி முத்துவை இறுக்கிப்பிடித்து கெட்டி அணைத்து முகத்தோடு முகம் வைத்து உதட்டில் முத்தம் கொடுத்தாள். கேக்கை வாங்கியவள் பிய்த்து ஊட்டிவிட்டாள்.

'மாமாவ எங்க ஜெஸ்ஸியக்கா'

'வழக்கம் போலத்தான் சவ்வாரி'

தொட்டிலில் தூங்கிக்கொண்டிருந்த குழந்தையை எட்டிப் பார்த்தான். ஒரு குட்டிப் பூசணிக்காயைப் போல் ஆழ்ந்து தூங்கிக் கொண்டிருந்தது குழந்தை. சிரித்தபடியே சிறிது நேரம் உற்றுப் பார்த்தான்.

'மாமாகிட்டயும் ராயப்பன் கிட்டயும் சொல்லிருக்கா'

'டேய்... ராயப்பன் ஊருக்குப் போயி ஒரு வாரமாகுதுடா இன்னும் வரலடா'

‘ஊர்ல எல்லாரும் நல்லா இருக்காகளா ஜெஸ்ஸி’

‘அப்பா இறந்து போய்ட்டார்டா, அதுக்குத்தான் ராயப்பன் போயிருக்கான், இன்னும் வரல’

‘நீ போகலையா ஜெஸ்ஸி’

‘நான் போகலடா முத்து. அம்மா செத்தாலும் போகமாட்டேன்டா, ரெண்டு பேருமே சரியில்லாதவங்கதான்’

‘எப்பிடினாலும் பெத்தவங்க இல்லையா ஜெஸ்ஸியக்கா’

‘ஆமாடா, பெத்தவங்கதான, இல்லைங்களே. இடைவழியில விட்டுட்டு அவர் போய்ட்டாரு. சாமியான விடமாட்டம்னு இவ திரியுறா. அப்புறம் என்னடா அப்பா அம்மா’

‘சரி ஜெஸ்ஸியக்கா அப்ப நான் கௌம்பட்டா’

‘டேய்... மாமா வரட்டும்டா, சாப்பிட்டுட்டுப் போடா, மாமா ரொம்ப சந்தோஷப்படுவார்டா, ஒன்னைய அடிக்கடி ராயப்பன்கிட்ட விசாரிப்பாருடா’

‘ஒருநாள் ஒரு பொழுதுனாலும் ஒங்கையால சோறு சாப்பிட்டிருக்கேன் ஜெஸ்ஸி. வாழ்க்கையில யார வேணாலும் மறக்கலாம், ஒரு வாய் சோறு பசிக்கு, ஒரு மிடக்கு தண்ணி தாகத்துக்குக் குடுத்தவங்கள மறக்கவே கூடாது ஜெஸ்ஸி’

‘நீ பெரிய ஆளாயிட்டடா ஜெஸ்ஸியக்காவ மறந்திட்டே’

‘அக்கா செத்தாலும், மறக்க மாட்டேன்க்கா. ஜெஸ்ஸியக்காவவிட, ஜெஸ்ஸியக்காவோட பிடிவாதக் குணம் அது எனக்கு ரொம்ப பிடிக்கும் ஜெஸ்ஸியக்கா’

‘டேய்..... முத்து மொதச் சம்பளம் வாங்கி ஜெஸ்ஸியக்காவுக்கு ஞாபகார்த்தமா எதனாச்சும் வாங்கிக் குடுடா’

‘என்ன வேணும்னு கேளு ஜெஸ்ஸிக்கா, கட்டாயம் வாங்கித் தாரன், சட்னு கேளு, எனக்கு நேரமாகுது’

‘நான் கேக்கமாட்டேன், நீயா எது வாங்கிக் குடுத்தாலும் போட்டுக்கிறேன்டா, போய்ட்டு வாடா, அக்காவ மறந்துறாதடா முத்து’

சுடலைமேஸ்திரியும் மரக்கால் பாண்டியனும் இவ்வளவு ஆர்வம் காட்டுவார்கள் என்று கருத்தமுத்து எதிர்பார்க்கவில்லை. பாலர் பள்ளிக்கான இடத்தைத் தேர்வு செய்தது, அதற்கான கூரைசெட் அமைத்தது. எல்லா வேலைகளும் விரைவாக நடந்தேறியதில் எல்லோருக்குமே மகிழ்ச்சிதான். இனிமேல் கைக்குழந்தை உட்பட

எல்லாக் குழந்தைகளயும் இங்கே விட்டுட்டு தாய்மார்கள் வேலை செய்யலாம். கைக் குழந்தைகளுக்குக் காவல் இருந்த மற்ற குழந்தைகள் இனிமேல் ஆரம்பக்கல்வி கற்கலாம். இங்கே எல்லா மதத்தைச் சேர்ந்தவர்கள் வேலை செய்தாலும் பெரும்பான்மையாக கிறிஸ்தவ தொழிலாளர்கள் வேலை செய்ததால் பாலர் பள்ளிக்கு 'மாதா பாலர் பள்ளி' என்று பெயர் வைப்பதென்று முடிவாயிற்று.

கன்னியாஸ்திரி மடத்தில் யாருமே எதிர்பார்க்காத சம்பவம் ஒன்றும் நடந்தது. ஏஞ்சல் சிஸ்டர் தன்னுடைய கல்லூரிப் பேராசிரியர் பதவியை ராஜினாமா செய்ததோடு, தான் கன்னியாஸ்திரியாக இருப்பதிலிருந்து விலகிக் கொள்வதாகவும், ஆகவே சபையிலிருந்து தான் விலகிக் கொள்ள அனுமதிப்பதோடு, தான் உடுப்பைக் கழற்றிவிட்டு இயல்பு வாழ்க்கை வாழப் போவதாகவும் கடிதம் கொடுத்துவிட்டாள். மற்ற கன்னியாஸ்திரிகள் அனைவரும் வருத்தப்பட்டாலும் சந்தோஷப்பட்ட ஒரே ஆள் சமையல்காரன் செந்தூர் பாண்டி.

'ஆசைகள அடக்கிட்டு என்னம்மா வாழ்க்கை. இந்த ஆசைகளைக் குடுத்தது ஒங்களப் படைச்ச ஆண்டவர்தானே, பெறகு அவர் எப்பிடிச் சொல்வார், எல்லா ஆசைகளையும் அடக்குனாத்தான் ஒனக்கு மோட்சம்னு'

'ஆசை ஒரு பக்கம் இருக்கட்டும் செந்தூர். எனக்கு இங்க இருக்கவே புடிக்கல, கன்னியாஸ்திரியா இருந்துக்கிட்டு வருஷம் பூராவும் ஒழச்சு கவர்மெண்ட் குடுக்கிற சம்பளத்த இவங்ககிட்டு வாங்கிக் கொடுத்தா எனக்கு மோட்சம் வரும்னா, அப்பிடி மோட்சம் எனக்கு தேவையில்ல'

ஏஞ்சல் எல்லாவற்றையும் சுற்றிப் பார்த்தாள். 'மாதா பாலர் பள்ளி' என்ற பெயர் அவளுக்கு ரொம்பவும் பிடித்துப் போயிற்று. சுடலைமேஸ்திரியும் மரக்கால் பாண்டியனும் இவ்வளவு ஆர்வம் காட்டியது அவளுக்கு சந்தோஷமாயிருந்தது. ஒரு காலை இழந்த பாண்டியனும் ஒரு கையை இழந்த மேஸ்திரி சுடலையும் எப்படியாவது அந்தக் குழந்தைகள் கல்வியறிவு பெற வேண்டும் என்று பிரயாசைப் பட்டார்கள். கருத்தமுத்துவை அவர்கள் பாராட்டிப் பேசிய போதெல்லாம் ஏஞ்சல் சந்தோஷப்பட்டாள். இதற்கெல்லாம் அவனே காரணம் என்றும் அவன் இல்லாவிட்டால் எதுவுமே சாத்தியமாகி இருக்காது என்று சொன்னபோது ஏஞ்சல் ஆச்சரியப்பட்டாள். வேலை முடிந்து வந்த கருத்தமுத்து ஏஞ்சலைப் பார்த்ததும் வியப்பை அடக்க முடியவில்லை.

'ஏஞ்சல் சிஸ்டர் என்ன இப்பிடி திடீர்னு சொல்லாமக் கொள்ளாம, ரீட்டா சிஸ்டர் ஊர்ல இல்லையா'

'டேய்... முத்து இனிமே என்னைய சிஸ்டர்னு கூப்பிடாதடா'

'நல்லதாப் போச்சு, ஏஞ்சல், ஏஞ்சல், ஏஞ்சல்'

கருத்தமுத்து, சுடலைமேஸ்திரியின் மனைவி, ஏஞ்சல் மூன்று பேரும் ஜவுளிக் கடைக்குள்ளிருந்து வெளியேறியபோது நேரம் சாயங்காலமாகிவிட்டது. தனக்குத் தெரிந்த டெய்லரிடம் கூட்டிக் கொண்டு போனாள் சுடலைமேஸ்திரியின் பெண்டாட்டி. ஏஞ்சல் முதல் முறையாக தன் உடலை அளவெடுத்தாள். தனக்கு இப்படியொரு உடல் இருப்பதையே நினைத்துப் பார்த்தாள். பூக்களைப் பல வண்ணங்களில் படைத்துப் பூக்கவைத்த இறைவன், அதன் நிறத்தையும், அழகையும், வாசனையையும் நுகரவிடாமல் பார்க்க விடாமல் ஆடைகொண்டு மூடிவைப்பானா. அப்படியானால் அந்தப் பூவை ஏன் படைக்கவேண்டும். பூ என்றால் பூப்பது மட்டும்தானா. பிஞ்சாக வேண்டாமா, காயாகி கனியாக வேண்டாமா வம்ச விருத்திக்கான விதைகளை பூமியில் விதைப்பது யாரோ.

சமையல்காரன் செந்தூர்பாண்டி ஆச்சரியமாய் பார்த்தான். தன் முன்னால் சேலை ரவிக்கையுடன் நின்று தன்னை ஆசிர்வாதம் பண்ணச்சொல்லி காலில் விழுந்த ஏஞ்சலைத் தொட்டுத் தூக்கி நிறுத்தினான். அவனுக்குள்ளும் கொஞ்சம் பெண்மை ஒளிந்து கொண்டிருந்தது. இப்போது விழித்துக் கொண்டது. அவன் கண்களில் ஆனந்தக் கண்ணீர். பூ வைக்க முடியாத மொட்டைத் தலையில் கை வைத்து ஆசிர்வதித்து வாழ்த்தினான். தான் கழற்றிய உடுப்புக்களை பத்திரமா மடித்துக்கொண்டு போய் ரீட்டா சிஸ்டரிடம் ஒப்படைத்தாள். கருத்தமுத்து தனக்கு செய்து கொடுத்திருந்த ஏசு சிலுவையில் தொங்கும் சிற்பத்தை கையில் ஏந்தியபடி வெளியேறினாள். காட் பிளஸ் யு என்ற ரீட்டாவின் வாழ்த்தை அவள் சட்டை செய்யவில்லை. அவள் பார்வையில் வித்தியாசம் தெரிந்தது. அவள் நடையில் வித்தியாசம் தெரிந்தது. இப்போது அவள் பார்க்கும் உலகம் வேறாகத் தெரிந்தது. உச்சந் தலையிலும் தன் மேனியிலும் முதன் முதலாக வெய்யில் பட்டுக் காந்தியது. சூரியனைப் பார்த்து கண்களைச் சுருக்கினாள்.

அவள் தண்டவாளங்களைத் தாண்டி தோணித்துறையை வந்தடைந்த போது ஏகப்பட்ட கூட்டம் கூடியிருந்தது. மாதா பாலர்

பள்ளியை ரிப்பன் வெட்டித் திறந்து வைத்த மரக்கால் பாண்டியன் பள்ளியின் டீச்சரை அறிமுகப்படுத்தினார். ஏஞ்சல் சந்தோஷமாக ஏற்றுக் கொண்டாள். உணவு சமைக்கவும், எடுபிடி வேலை செய்யவும் அரியான் தன் விதவை மகளைக் கூட்டி வந்திருந்தான். வரிசையாகக் கட்டப்பட்டிருந்த தொட்டில்களில் குழந்தைகள் ஆனந்தித்து தூங்கின. பாலூட்டிக் கொடுத்த குழந்தைகளின் மேல் பட்டிருந்த நிலக்கரியின் கரிய தடயங்களை அரியான் மகள் கழுவி தொட்டிலில் இட்டாள். குழந்தைகள் பாடம் படிக்கும் சத்தம் கடலலைகளோடு சேர்ந்து ஒலித்தது.

'அறம் செய்ய விரும்பு.'

படித்துவிட்டீர்களா?

சோ. தர்மனின்
முதல் நாவல்

ॐ

தூர்வை

பக்கம்: 256, விலை: ₹ 230
ISBN 978 81 7720 268 7

படித்துவிட்டீர்களா?

சோ. தர்மனின்
இரண்டாவது நாவல்

ஸ்

கூகை

பக்கம்: *336*, விலை: ₹ *300*
ISBN 978 81 7720 269 4

படித்துவிட்டீர்களா?

சோ. தர்மனின்
மூன்றாவது நாவல்

~

சூல்
பக்கம்: 512, விலை: ₹ 380
ISBN 978 81 7720 264 9

படித்துவிட்டீர்களா?

சோ. தர்மனின்
தேர்ந்தெடுக்கப்பட்ட சிறுகதைகள்

❦

அன்பின் சிப்பி

பக்கம்: *160*, விலை: ₹ *130*

ISBN 978 81 7720 302 8

படித்துவிட்டீர்களா?

சோ. தர்மனின்
முதல் 72 சிறுகதைகள்

☙

நீர்ப்பழி
பக்கம்: 472, விலை: ₹ 420
ISBN 978 81 7720 311 0